AF758562

ഗ്രീൻ ബുക്സ്

രാമായണം ജീവാമൃതം

കുറ്റിപ്പുഴ രവി

ആലുവ തിരുത്തിശ്ശേരി മംഗലത്ത് വീട്ടിൽ ജനനം.
അച്ഛൻ: കാഞ്ഞിരപ്പറമ്പത്ത് ശേഖരപ്പണിക്കർ.
അമ്മ: മംഗലത്ത് തറവാട്ടിൽ നാരായണി അമ്മ.
വിദ്യാഭ്യാസം: എം.എ., എംഎഡ്.
വിവിധ സർക്കാർ സ്കൂളുകളിൽ അധ്യാപകൻ.
ട്രെയിനിംഗ് കോളേജ് പ്രിൻസിപ്പാളായി വിരമിച്ചു.

പുരാണം

രാമായണം ജീവാമൃതം

കുറ്റിപ്പുഴ രവി

ഗ്രീൻ ബുക്സ്

green books private limited
gb building, civil lane road, ayyanthole,
thrissur- 680 003, kerala, ph: +91 487-2381066, 2381039
website: www.greenbooksindia.com
e-mail: info@greenbooksindia.com

branches:
thrissur 0487-2422515
thiruvananthapuram 0471-2335301
calicut 8589095307

malayalam
ramayanam jeevamritham
epic
by
kuttippuzha ravi

published june 2024

cover design : s. mahendra

printed in india
repro india ltd

isbn : 978-81-19486-48-9

₹ 290.00
GBPL/1366/2024

ഉള്ളടക്കം

മുൻമൊഴി

ഭാരതീയർ ഭാഗ്യവാന്മാരാണ്; ധന്യരാണ്. ആദികവി വാല്മീകി പിറന്നതും വളർന്നതും പ്രവർത്തിച്ചതും ഇവിടെയാണ്. ആദികാവ്യമായ രാമായണം രൂപപ്പെട്ടതും വിജ്ഞാനം പകർന്നതും ഇവിടെയാണ്. പിന്നീട് വിശ്വകവിയും വിശ്വസാഹിത്യവുമായി വിരാജിക്കുകയും ചെയ്തുവല്ലോ! അതെ, വാല്മീകി ആർഷഭാരതത്തിലെ നിത്യജ്യോതിസ്സാണ്. രാമായണം അനശ്വരമായ പ്രഭാമണ്ഡലവും കാഴ്ചവയ്ക്കുന്നു. വ്യാസൻ വാല്മീകിയുടെ പിൻഗാമിയായി. മഹാഭാരതം ഊട്ടുറ്റ സർഗ്ഗചൈതന്യധാരയുമായി. ഭാരതത്തെപ്പോലെ പ്രാചീന സംസ്ക്കാരത്തിന്റെ വിളനിലമായിരുന്ന ഗ്രീസിലെ ഹോമറിന്റെ ഇലിയഡും ഒഡീസിയും സദൃശ്യങ്ങളായ ഇതിഹാസ മഹാകാവ്യങ്ങളാണല്ലോ! ലോകസാഹിത്യത്തിൽ ഇന്നേവരെ മേൽപ്പറഞ്ഞവയ്ക്ക് സമാനമായ ഇതിഹാസ മഹാകാവ്യങ്ങൾ ഉണ്ടായിട്ടില്ല.

ആർഷഭാരതത്തിന്റെ വിജ്ഞാനസംസ്കാരസമുച്ചയങ്ങളാണ് വേദങ്ങളും ഉപനിഷത്തുക്കളും പുരാണങ്ങളും ഇതിഹാസങ്ങളും. 'അറിയുക' എന്ന അർത്ഥമുള്ള വിദ്‌ധാതുവിൽ നിന്നുണ്ടായതാണ് വേദങ്ങൾ. ഋക്ക്, യജുസ്സ്, സാമം, അഥർവ്വം എന്നീ പ്രധാന നാല് വേദങ്ങളും ആയുർവേദം ധനുർവേദം എന്നിവ ഉപവേദങ്ങളുമാണ്. വേദങ്ങൾ ഉച്ചാരണത്തിനും ശ്രവണത്തിനു പോലും മാഹാത്മ്യമുള്ളതും. അർത്ഥപുഷ്ടിയും താളാത്മകതയും ഒത്തുചേർന്നതുമാണ്. വേദാന്തമെന്ന് വിശേഷിപ്പിക്കപ്പെടുന്ന ഉപനിഷത്തുക്കളിൽ വേദസർവ്വസ്വവും സന്നിവേശിപ്പിച്ചിട്ടുണ്ട്. 'സദ്ധാതു'വിനോട് ഉപ, നീ എന്നീ ഉപസർഗ്ഗങ്ങൾ ചേർന്നതാണ് ഉപനിഷത്തുക്കൾ. അത് സദ്ഗുരുവിന്റെ അടുത്തിരുന്നു പഠിക്കേണ്ടതാണ്.

നൂറിൽപരം ഉപനിഷത്തുക്കൾ ഉണ്ട്. സംസാര ദുഃഖനിവാരണത്തിനുള്ള ദിവ്യഔഷധങ്ങളാണ് അവ. പരമപ്രാധാന്യമുള്ള ദശോപനിഷത്തുക്കളിൽപ്പെട്ട ഐതരേയോപനിഷത്തിലെ 'പ്രജ്ഞാനം ബ്രഹ്മ', ബ്രഹദാരണ്യോപനിഷത്തിലെ 'അഹം ബ്രഹ്മാസ്മി', മാണ്ഡൂക്യോപനിഷത്തിലെ 'അയമാത്മാ ബ്രഹ്മ', ഛാന്ദോഗ്യോപനിഷത്തിലെ 'തത്ത്വമസി' എന്നിവ വേദസംഹിതകളുടെ സത്താണ്; മഹൽ വാക്യങ്ങളാണ്. വേദങ്ങളുടേയും ഉപനിഷത്തുക്കളുടേയും കഥാപരമായ വ്യാഖ്യാനങ്ങളാണ് പുരാണങ്ങൾ. ഭാരതത്തിലെ മിക്ക പ്രാചീനകൃതികൾക്കും ഇതിവൃത്തത്തിൽ പുരാണങ്ങളോട് കടപ്പാടുണ്ട്. പതിനെട്ട് പുരാണങ്ങൾ (അഷ്ടാദശപുരാണങ്ങൾ) പ്രസിദ്ധമാണ്. ബ്രഹ്മപുരാണം, വിഷ്ണുപുരാണം, മത്സ്യപുരാണം, ഭാഗവതപുരാണം, മാർക്കണ്ഡേയപുരാണം എന്നിവ ചിലതു മാത്രമാണ്. ജീവിതത്തെ നന്മയിലേക്ക് നയിച്ച് ഈശ്വര സാക്ഷാത്കാരം നേടുകയാണ് പുരാണങ്ങളുടെ ലക്ഷ്യം.

വേദോപനിഷത്തുക്കളുടേയും പുരാണങ്ങളുടേയും അന്തഃസത്തയുടെ കാവ്യാത്മകമായ പ്രതിപാദനമാണ് ഇതിഹാസം. ഇതി+ഹ+അസ്തേ/സ്മിൻ ഇങ്ങനെ ഉണ്ടായതെന്ന് കേട്ടിട്ടുണ്ട് എന്ന് അർത്ഥം കൽപ്പിക്കാം. കഥാപുരുഷന്മാരുടെ വീരചരിതങ്ങളിലൂടെ ജനതയ്ക്ക് പൂർവ്വ ചരിതങ്ങളിൽ അഭിമാനം വളർത്തുകയാണ് മുഖ്യലക്ഷ്യം.

ധർമ്മാർത്ഥ കാമമോക്ഷാണാം ഉപദേശ സമന്വിതം
പൂർവ്വവൃത്തം കഥായുക്തമിതിഹാസം പ്രചക്ഷതേ.

എന്നാണ് നിർവ്വചനം. ഇതിഹാസലക്ഷണങ്ങൾ ഒത്തുചേരുന്ന രാമായണത്തിന് മഹാകാവ്യ പ്രൗഢിയും പകിട്ടും കൂടിയുണ്ട്. "നഗരാർണ്ണവശൈലർത്തു ചന്ദ്രാർക്കോദയ വർണ്ണനകൾ" എന്നിങ്ങനെ വിശദമായ ലക്ഷണം മഹാകാവ്യത്തിന് ആചാര്യ ദണ്ഡി നൽകുന്നുണ്ട്. പൗരസ്ത്യ പാശ്ചാത്യ കാവ്യമീമാംസകരുടെ സിദ്ധാന്തസത്തകൾ മഹാകാവ്യങ്ങളിൽ ഒത്തുചേരുന്നു. വ്യക്തമായ സാമൂഹികപശ്ചാത്തലമുള്ള ഇതിവൃത്തം, ധീരോദാത്തനായ നായകൻ, പ്രതി നായകൻ, അനുഗുണരായ വ്യത്യസ്ത കഥാപാത്രങ്ങൾ, വിഭിന്ന രചനാസങ്കേതമുള്ള വിവിധ സർഗ്ഗങ്ങൾ, നവരസപ്രതിപാദനരീതികൾ എന്നിങ്ങനെ ഒട്ടേറെ ചട്ടക്കൂടുകൾ മഹാകാവ്യത്തിനുണ്ട്. മഹത്തായ രചനാസിദ്ധികളുള്ള ഗദ്യകൃതികളേയും ഇപ്പോൾ വിശിഷ്ട

കാവ്യമായി വിലയിരുത്തുന്നുണ്ട്. ഇതെല്ലാം കാലഘട്ടങ്ങളുടെ ഉചിതമായ സ്പന്ദനങ്ങളാണ്. ചിരംസ്ഥായിയായ അടിസ്ഥാനപ്രമാണങ്ങൾ എക്കാലത്തും നിലനിൽക്കുന്നതാണ്. കാവ്യങ്ങളെല്ലാം മഹാകാവ്യങ്ങളാകുന്നില്ല; കവികളെല്ലാം മഹാകവികളുമല്ല. എന്നാൽ ആദികവിയായ വാല്മീകി രചിച്ച ആദികാവ്യമായ രാമായണം അന്നും ഇന്നും എന്നും മഹത്തായ കാവ്യമായി പരിലസിക്കുകയാണ്.

രാമായണപശ്ചാത്തലം

വാല്മീകി മഹർഷിയുടെ രാമായണ രചനാപശ്ചാത്തലം ഇങ്ങനെയാണ്. അദ്ദേഹം പതിവുപോലെ ഒരു ദിവസം തമസാ നദിയിൽ കുളിക്കാൻ പോയി. നദിക്കരയിൽ ഒരു വൃക്ഷക്കൊമ്പിൽ രണ്ട് ഇണപക്ഷികളെ കണ്ടു. ഇമ്പമേറിയ ഒരു ഗാനത്തിന്റെ സ്വരലയങ്ങൾ. ഒന്നുകൂടി ശ്രദ്ധിച്ചു. മുട്ടിയുരുമ്മിയിരിക്കുന്ന ആ ഇണപ്പക്ഷികളുടെ രാഗസുധയുടെ അലയൊലികൾ! അദ്ദേഹം കുറെനേരം അവയെ ശ്രദ്ധിച്ചു നിന്നുപോയി. പെട്ടെന്ന് അമ്പരപ്പിക്കുന്ന കാഴ്ച! ചോരയൊലിച്ച് ആൺപക്ഷി താഴെ വീഴുന്നു. പെൺപക്ഷി സമീപത്ത് വന്ന് കേഴുന്നു. ഈ കാഴ്ച മഹർഷിയെ വല്ലാതെ ഗ്രസിച്ചു. മനസ്സ് ആകെ അസ്വസ്ഥമായി. ചുറ്റും നോക്കി. ഒരു വേടൻ അമ്പും വില്ലുമായി നിൽക്കുന്നു. താപസനായിട്ടും വികാര വിക്ഷോഭം അടക്കാൻ കഴിഞ്ഞില്ല. വിഭിന്ന വികാര സ്രോതസ്സ് മനസ്സിൽ ഊറിക്കൂടി. കരുണയുടെ കരകാണാക്കടൽ. കാരുണ്യം കോപമായി മാറി. വികാരവായ്പിൽ മനസ്സിൽ നിന്നും ആശയം വാക്കുകളായി ഒഴുകി.

മാനിഷാദ! പ്രതിഷ്ഠാംത്വ-
മഗമഃ ശാശതീഃസമാഃ
യത്ക്രൗഞ്ചമിഥുനാദേക-
മവധീഃ കാമമോഹിതം.

താളം തെറ്റാതെ, തുല്യഅക്ഷരങ്ങൾ. അനുഷ്ഠിപ്പ് വൃത്തത്തിൽ പിറന്നു വീണു. കവിതയുടെ കടിഞ്ഞൂൽക്കനി. ഈ വരികളും ആശയവും അദ്ദേഹത്തെ സദാ അലട്ടിക്കൊണ്ടിരുന്നു. മധുരമനോഹരമായ ഒരു നൊമ്പരം. സംഗീതസാന്ദ്രമായ ഒരു ശബ്ദധാര. ആ ഇടയ്ക്ക് ബ്രഹ്മാവ് വാല്മീകിയുടെ ആശ്രമത്തിൽ വന്നു. വാല്മീകി തന്റെ അനുഭവം വ്യക്തമാക്കി. സംഭാഷണമധ്യേ

അങ്ങേയ്ക്ക് തോന്നിയത് എന്റെ ആഗ്രഹമായിരുന്നു എന്ന് ബ്രഹ്മാവ് പ്രതിവചിച്ചു. മാത്രമല്ല, ഇതേ രീതിയിൽ മുമ്പ് നാരദമഹർഷി പറഞ്ഞുതന്നിട്ടുള്ള രാമകഥ എഴുതാൻ നിർദ്ദേശിക്കുകയും ചെയ്തു. അങ്ങനെ രാമായണം പിറന്നു എന്നാണ് കഥ. പൂർവ്വികരുടെ സിദ്ധികളും സ്വാനുഭവതീവ്രതയും ബ്രഹ്മനാരദാദികളുടെ പ്രേരണയും ഒത്തുചേർന്നപ്പോൾ ആദികാവ്യം ഉടലെടുത്തു. അതേ വേദോപനിഷത്തുക്കളുടേയും പുരാണങ്ങളുടേയും അന്തർധാരയിലൂടെ അതിമഹത്തായ രാമായണഇതിഹാസമഹാകാവ്യം ചരിത്രസംഭവമായി. ശ്രേഷ്ഠമായ ജീവിതമാർഗ്ഗരേഖയായി.

ഏഴിന്റെ പ്രാധാന്യം

രാമായണത്തിൽ സർവ്വത്ര ഏഴിന് പരമപ്രാധാന്യം നൽകുന്നുണ്ട്. സപ്തർഷികളുടെ ഉപദേശം സാക്ഷാൽക്കരിച്ചാണ് രത്നാകരൻ വാല്മീകിയായത്. കഥാനായകനായ രാമൻ വിഷ്ണുവിന്റെ ഏഴാമത്തെ അവതാരമാണ്; ഏഴാമത്തെ നക്ഷത്രമായ പുണർതത്തിലാണ് പിറന്നത്. ഏഴ് കുതിരകളെ പൂട്ടിയ രഥമുള്ള സൂര്യന്റേതാണ് വംശം. ഏഴ് കാണ്ഡമായി തിരിച്ചിരിക്കുന്നു. ശ്രീരാമന്റെ വനവാസം ഏഴിന്റെ ഇരട്ടിയായ പതിനാല് വർഷമാണ്. ഈരേഴ് പതിനാല് ലോകചരിതങ്ങളുമുണ്ട്. രാമരാവണയുദ്ധം ഏഴ് ദിവസമാണ്. കഥാകഥനം, സംവാദനം, സൂചിതകഥ, സ്തുതിസ്തോത്രങ്ങൾ, ഉപദേശങ്ങൾ, ജീവിതനിരീക്ഷണങ്ങൾ, സന്മാർഗ്ഗചിന്തകൾ എന്നീ ഏഴ് വിധത്തിൽ കഥ ഉരുത്തിരിയുന്നു. ദേവന്മാർ, മഹർഷിമാർ, പഞ്ചഭൂതങ്ങൾ, മനുഷ്യർ, രാക്ഷസന്മാർ, വാനരന്മാർ, പക്ഷിമൃഗാദികൾ എന്നിങ്ങനെ പ്രപഞ്ചത്തിലെ സർവ്വ ചരാചരങ്ങളുടേയും സംഗമചരിതമാണ് രാമായണം.

പിൽക്കാലങ്ങളിൽ ഭാരതീയഭാഷകളിലെല്ലാം തന്നെ വാല്മീകി രാമായണത്തെ അധികരിച്ച് ഒട്ടേറെ കൃതികൾ ഉണ്ടായിട്ടുണ്ട്. ഇന്നും ഉണ്ടായിക്കൊണ്ടിരിക്കുന്നു. ഇന്ത്യയിലെന്നല്ല സിലോൺ, ടിബത്ത്, ഇന്തോനേഷ്യ, ചൈന തുടങ്ങിയ രാജ്യങ്ങളിലും രാമായണത്തിന്റെ പ്രതിസ്പന്ദനങ്ങളുണ്ട്. ഹിന്ദിയിലെ തുളസീദാസരാമായണവും (ശ്രീരാമചന്ദ്രമാനസവും) മറാത്തിയിലെ ഏകനാഥ രാമായണവും തമിഴിലെ കമ്പരാമായണവും ഭാരതീയഭാഷകളിൽ ഉണ്ടായ രാമായണങ്ങളിൽ ചിലതു മാത്രമാണ്. പ്രസിദ്ധ ഭാരതീയ

കവിവര്യരായ ഭാസൻ, ഭവഭൂതി, കാളിദാസൻ എന്നിവരും രാമായണകഥകളെ ആസ്പദമാക്കി വിശിഷ്ടകാവ്യങ്ങൾ രചിച്ചിട്ടുണ്ട്. ഫാദർ കാമിൽ ബുൽകെയും ഡോ.എച്ച്.ഡി. ബങ്കാലിയയും നടത്തിയിട്ടുള്ള പഠനങ്ങൾ പ്രത്യേകം പരാമർശിക്കപ്പെടേണ്ടതാണ്. ദൂരദർശനിൽ രാമാനന്ദ സാഗർ അവതരിപ്പിച്ച രാമായണപരമ്പരയും ശ്രദ്ധേയ മാണ്. പുതിയ രാമായണ പഠനങ്ങൾ നാൾതോറും ഉണ്ടാകുന്നുമുണ്ട്. ഇതെല്ലാം രാമായണത്തിന്റെ ആധി കാരികതയും നിത്യനൂതനതയുമാണ് വ്യക്തമാക്കുന്നത്.

രാമായണത്തിലെ കഥാനായകനായ ശ്രീരാമൻ വിഷ്ണു വിന്റെ അവതാരമാണെങ്കിലും വാല്മീകി രാമായണത്തിൽ ശ്രീരാമന്റെ മാനുഷികഭാവങ്ങൾക്കാണ് പ്രാമുഖ്യം. സത്യ ധർമ്മങ്ങൾ വിളയാടിയിരുന്ന ത്രേതായുഗത്തിൽ അമാനു ഷികവൈഭവങ്ങൾ കൽപ്പിക്കേണ്ടതില്ലല്ലോ. കാലാന്തര ത്തിൽ ധാർമ്മികച്യുതി വന്നുകൊണ്ടിരുന്നപ്പോൾ ദൈവിക പ്രഭാവത്തിനും ഭക്തിക്കും പ്രാധാന്യം നൽകേണ്ടിവന്നിട്ടു ണ്ടാകാം. ഭക്തിക്ക് പ്രാധാന്യം കൊടുത്തുകൊണ്ട് സംസ്കൃതത്തിലുണ്ടായതാണ് അദ്ധ്യാത്മരാമായണം. ഇത് വ്യാസന്റെ രചനയാണെന്ന് പറയപ്പെടുന്നുണ്ട്. രചനാരീതി കളും കാലഘട്ട പ്രാതിനിധ്യവും കണക്കിലെടുത്ത് പതി നാറാം നൂറ്റാണ്ടിൽ ജീവിച്ചിരുന്ന അജ്ഞാതകവി എഴുതി യതാണെന്ന അഭിപ്രായവുമുണ്ട്. അതെന്തുമാകട്ടെ, അദ്ധ്യാത്മരാമായണത്തെ മാതൃകയാക്കിയും വാല്മീകി രാമായണത്തിലേയും ഇതര രാമായണങ്ങളിലേയും ആശയങ്ങളെ ആവശ്യാനുസരണം അനുസന്ധാനം ചെയ്തും രചിച്ചിട്ടുള്ളതുമാണ് മലയാളത്തിലെ അദ്ധ്യാത്മ രാമായണം കിളിപ്പാട്ട്. സന്ദർഭാനുസരണം സ്വതന്ത്രചിന്ത കളും നിരവധിയുണ്ട്. മലയാളഭാഷാപിതാവായ എഴുത്ത ച്ഛന്റെ കല്പനാവൈഭവത്തിന്റെ വെന്നിക്കൊടിയാണ് കേരളത്തിൽ പ്രചുരപ്രചാരമുള്ള അദ്ധ്യാത്മരാമായണം കിളിപ്പാട്ട്.

എഴുത്തച്ഛനു മുമ്പും മലയാളത്തിൽ രാമായണകഥയെ ആസ്പദമാക്കിയുള്ള കൃതികൾ ഉണ്ടായിട്ടുണ്ട്. അവയിൽ എടുത്തുപറയാവുന്നവയാണ് രാമകഥാപ്പാട്ടും രാമചരി തവും കണ്ണശ്ശരാമായണവും. മേൽപ്പുത്തൂരിന്റെ നാരാ യണീയത്തിൽ 34,35 ദശകങ്ങളിൽ രാമായണകഥ ചുരുക്കി പ്രതിപാദിച്ചിട്ടുണ്ട്. എഴുത്തച്ഛനെ പിൻതുടർന്ന് നിരവധി

ആട്ടക്കഥകൾക്കും തുള്ളൽകൃതികൾക്കും രാമായണകഥകൾ ഉപോൽബലമായി കാണുന്നു. അഴകത്ത് പത്മനാഭക്കുറുപ്പിന്റെ രാമചന്ദ്രവിലാസം മലയാളത്തിലെ പഞ്ചമഹാകാവ്യങ്ങളിൽ ഒന്നാണ്.

വാല്മീകിരാമായണത്തെ മലയാളത്തിലേക്ക് പരിഭാഷപ്പെടുത്തിയ വള്ളത്തോൾ കേരള വാല്മീകിയായി അറിയപ്പെടുന്നു. ആശാന്റെ ബാലരാമായണവും സി.ജി. വാര്യരുടെ ഗദ്യപരിഭാഷയും സി.വി. കുഞ്ഞിരാമന്റെ ഗദ്യസംഗ്രഹവും ശ്രദ്ധേയമാണ്. അടുത്ത കാലത്ത് പ്രൊഫ. പുന്നയ്ക്കൽ നാരായണൻ സമ്മിശ്രരാമായണം എന്നൊരു മഹാകാവ്യം രചിച്ചിട്ടുണ്ട്. നോവൽ, നാടകം, ഉപന്യാസം, വിമർശനം, ബാലസാഹിത്യം എന്നീ സാഹിത്യപ്രസ്ഥാനങ്ങളിലും രാമായണകഥയും കഥാപാത്രങ്ങളും കാവ്യസന്ദർഭങ്ങളും വിഷയമായിട്ടുണ്ട്. രാമായണസ്പർശമില്ലാത്ത സ്വതന്ത്രകൃതികൾ മലയാളത്തിൽ വിരളമാണ്.

ബ്രഹ്മാവ് അതിവിപുലമായി രചിച്ചിട്ടുള്ളതാണ് രാമായണ മൂലഗ്രന്ഥമെന്ന് വിശ്വസിക്കപ്പെട്ടുവരുന്നു. ബ്രഹ്മാവിന്റേയും നാരദമഹർഷിയുടേയും പ്രേരണയാൽ വിരചിതമായ വാല്മീകിരാമായണത്തിൽ 24,000 ശ്ലോകങ്ങളുണ്ട് (96,000 വരി). പ്രതിപാദ്യ വിഷയങ്ങൾക്ക് അനുസൃതമായി പേര് നൽകിയിട്ടുള്ള ഏഴ് കാണ്ഡങ്ങൾ അതിലുണ്ട്. ബാലകാണ്ഡം, അയോദ്ധ്യാകാണ്ഡം, ആരണ്യകാണ്ഡം, കിഷ്കിന്ധാകാണ്ഡം, സുന്ദരകാണ്ഡം, യുദ്ധകാണ്ഡം, ഉത്തരകാണ്ഡം. സംസ്കൃതത്തിലെ അദ്ധ്യാത്മരാമായണത്തിൽ ഏഴു കാണ്ഡങ്ങളും അറുപത്തിനാല് സർഗ്ഗങ്ങളും നാലായിരത്തി ഇരുന്നൂറ് ശ്ലോകങ്ങളുമുണ്ട്. ഭാഷാപിതാവായ എഴുത്തച്ഛന്റെ അദ്ധ്യാത്മരാമായണം കിളിപ്പാട്ടിന്റെ പഴയ പതിപ്പുകളിൽ പദ്യരീതിയിൽ ക്രമീകരിച്ചിട്ടില്ല. നക്ഷത്രചിഹ്നങ്ങളെക്കൊണ്ട് വരികൾ തിരിച്ചറിയണം. ഉത്തരരാമായണം അനുബന്ധമായി ചേർത്തിട്ടുമുണ്ട്. എന്നാൽ ഇപ്പോൾ ലഭ്യമായിക്കൊണ്ടിരിക്കുന്ന അദ്ധ്യാത്മരാമായണം കിളിപ്പാട്ട് പദ്യരൂപത്തിൽ ചിട്ടപ്പെടുത്തിയതാണ്. പതിനയ്യായിരത്തി എണ്ണൂറ്റി നാൽപത് വരികളുള്ള ഈ ഗ്രന്ഥങ്ങളിൽ ആറ് കാണ്ഡങ്ങളേയുള്ളൂ.

കേരളം ചരിത്രപരമായി ഒരു പ്രതിസന്ധിയിലൂടെ പൊയ്ക്കൊണ്ടിരുന്ന കാലഘട്ടത്തിലാണ് എഴുത്തച്ഛൻ ജീവിച്ചിരുന്നത്. ഫ്യൂഡൽവ്യവസ്ഥയുടെ അസമത്വങ്ങളും

പാശ്ചാത്യരുടെ വരവോടെ ആവിർഭവിച്ച ഭരണചാഞ്ചാട്ട ങ്ങളും ജനതയെ വല്ലാതെ വലച്ചിരുന്നു. തമിഴിന്റെ സ്വാധീനത്തിൽ നിന്നും മലയാളഭാഷ സ്വതന്ത്രമാകാൻ ശ്രമിച്ചിരുന്നു. ഭൂസ്വത്തുക്കളുടെ ഉടമസ്ഥരായ ബ്രാഹ്മണ മേധാവികളുടെ വർണ്ണവർഗ്ഗവിവേചനം സാമൂഹിക സാംസ്കാരിക അധഃപതനത്തിന് വഴിയൊരുക്കിക്കൊണ്ടി രുന്നു. ഗ്രന്ഥങ്ങൾ അധികവും സംസ്കൃതഭാഷയിലായി രുന്നു. അബ്രാഹ്മണർക്ക് സംസ്കൃതപഠനം നിഷേധിച്ചി രുന്നു. ഈ പരിമിതികൾക്ക് നടുവിൽനിന്നുകൊണ്ട് ചക്കാലനായർ ജാതിയിൽപ്പെട്ട എഴുത്തച്ഛൻ സംസ്കൃതം പഠിച്ചു എന്നുതന്നെയല്ല, സംസ്കൃതഗ്രന്ഥങ്ങൾ മലയാള ത്തിലേക്ക് തർജ്ജമ ചെയ്യുകയും ചെയ്തു. അടിയന്റെ ചക്കിൽ നാലും ആറും ആടും എന്ന് സൗമ്യമായ എന്നാൽ അതിധീരമായ മറുപടി നൽകുകയും ചെയ്തു.

ഭോഗാലസയെ പരിപോഷിപ്പിക്കുന്ന ഉണ്ണിയച്ചിചരിതം, ഉണ്ണിയാടിചരിതം, ഉണ്ണിച്ചിരുതേവിചരിതം, ചന്ദ്രോത്സവം സാഹിത്യരചനയുടെ മുഖമുദ്രയായ മണിപ്രവാളശൈലി യുടെ അതിപ്രസരം എന്നിവ സാമാന്യജനതയെ കവിത യിൽ നിന്നകറ്റി. തേജസുറ്റ ചില കാവ്യങ്ങൾ കാണാ മെങ്കിലും കാമിനിവർണ്ണനകളിലെ ശൃംഗാരപ്പൊലിമ അരാ ജകത്വം സൃഷ്ടിച്ചിരുന്നു. നാനാവിധത്തിലുള്ള സാമൂ ഹിക, സാംസ്കാരികച്യുതിയിൽ വട്ടംകറങ്ങിയ ജനതയെ സമുദ്ധരിക്കാൻ ഭക്തിമാർഗ്ഗമാണ് ഉചിതമെന്ന് എഴുത്തച്ഛൻ തിരിച്ചറിഞ്ഞു. ശ്രീരാമചരിതത്തിലൂടെ, അവതാരമഹിമയി ലൂടെ ജനതയെ കൈപിടിച്ചുയർത്താമെന്ന് നിശ്ചയിച്ചു റച്ചു. അങ്ങനെ സ്വതന്ത്രചിന്തയുടെ നിറവിൽ സാംസ്കാ രിക നവോത്ഥാനത്തിന് വഴിതുറന്നു. ഭക്തിയുടെ കനക നിലവിളക്കിൽ വേദാന്തത്തിന്റെ എണ്ണ പകർന്ന്, കവിത യുടെ തിരികൊളുത്തി സാംസ്കാരികപ്രഭ വർഷിക്കുവാൻ അദ്ദേഹത്തിന് കഴിഞ്ഞു. അതോടൊപ്പം മലയാളഭാഷ യുടെ വികാസപരിണാമചരിത്രത്തിൽ അതിനിർണ്ണായക സ്ഥാനവും അദ്ധ്യാത്മരാമായണം കിളിപ്പാട്ടിനുണ്ട്.

ഈ വിജ്ഞാനസ്രോതസ്സിൽ കൂടിയുള്ള യാത്ര ജീവാ മൃതമാകട്ടെ.

സസ്നേഹം,

കുറ്റിപ്പുഴ രവി

ബാലകാണ്ഡം

ഭാഷാപിതാവായ എഴുത്തച്ഛന്റെ കിളിമൊഴി ദ്രാവിഡവൃത്തങ്ങളിലാണ്. ശ്രീരാമന്റെ അവതാരം, ബാലലീലകൾ, വിദ്യാഭ്യാസം, ആയുധപരിശീലനം, വിവാഹം, കുടുംബജീവിതം എന്നീ കഥകളുള്ള ബാലകാണ്ഡം കേകവൃത്തത്തിലാണ്. മൂന്ന്, രണ്ട്, രണ്ട്, മൂന്ന്, രണ്ട്, രണ്ട് എന്നീ ക്രമത്തിൽ ഓരോ വരിയിലും പതിന്നാല് അക്ഷരവും ആറ് ഗണവും ഉള്ളതാണ് കേക. മധ്യത്തിൽ യതിയും പാദാദി പൊരുത്തവും ഉണ്ട്. ഓരോ ഗണത്തിലും ഒരു ഗുരുവെങ്കിലും വേണം. ദ്രാവിഡവൃത്ത സ്വഭാവമനുസരിച്ച് ലഘു അക്ഷരങ്ങളെ പാടെ നീട്ടി ഗുരുവാക്കുകയും ചെയ്യാം. പ്രാരംഭസ്തുതികൾ, ഉമാമഹേശ്വരസംവാദം, ശിവന്റെ കഥാകഥനം, പുത്രലാഭാലോചന, പുത്രകാമേഷ്ടി, സന്താനലബ്ധി, ബാല്യകാലലീലകൾ, വിദ്യാഭ്യാസം, വിശ്വാമിത്രന്റെ യാഗരക്ഷ, താടകാവധം, അഹല്യാമോക്ഷം, അഹല്യാസ്തുതി, സീതാസ്വയംവരം, ഭാർഗ്ഗവദർപ്പശമനം എന്നിവയാണ് ബാലകാണ്ഡത്തിലെ മുഖ്യ പ്രതിപാദ്യവിഷയങ്ങൾ.

കഥാസാരം:

ആദ്യത്തെ പത്ത് വരികളിൽ ശ്രീരാമനെ സ്തുതിക്കുന്നു. പൈങ്കിളിയോട് ശ്രീരാമചരിതം പറയാൻ ആവശ്യപ്പെടുന്നു. തുടർന്ന് അനേക വിശേഷണങ്ങളിലൂടെ ഗണപതി, സരസ്വതി, വിഷ്ണു, ബ്രഹ്മാവ്, ശിവൻ, വാല്മീകി, വ്യാസൻ, മഹാലക്ഷ്മി, ശ്രീപാർവ്വതി തുടങ്ങിയവരെ വന്ദിച്ച് അനുഗ്രഹം തേടുന്നു. ഗുരുനാഥന്മാരെ, വിശിഷ്യ ജ്യേഷ്ഠനായ രാമനെ ഉള്ളുതുറന്നു പ്രാർത്ഥിക്കുന്നു. രാമായണ രചനയിൽ സംഭവിച്ചേക്കാവുന്ന തെറ്റുകൾ പൊറുക്കാൻ അപേക്ഷിക്കുന്നു. ഉമാമഹേശ്വരസംവാദത്തോടെയാണ് പ്രതിപാദ്യത്തിലേക്ക് പ്രവേശിക്കുന്നത്. പരമേശ്വരനിൽനിന്ന് ഭക്തിമാർഗ്ഗങ്ങൾ മനസ്സിലാക്കിയ പാർവ്വതി ശ്രീരാമതത്ത്വങ്ങൾ കേൾക്കാൻ ആഗ്രഹിക്കുന്നു. പത്നിയുടെ ഉചിതമായ

ആഗ്രഹത്തിനനുസരിച്ച് പരമശിവൻ ശ്രീരാമകഥയും അതിന്റെ മഹിമയും ചുരുക്കിപ്പറയുന്നു. മുക്തിമാർഗ്ഗമായ ശ്രീരാമചരിതങ്ങൾ വിസ്തരിച്ചു കേൾക്കാൻ പാർവ്വതി ജിജ്ഞാസുവാകുന്നു. തുടർന്ന് ജ്ഞാനസുധാസാഗരമായ രാമായണകഥകളുടെ ചുരുളുകൾ അഴിക്കുന്നു. സീതാസമേതം ആഹ്ലാദഭരിതനായിരിക്കുന്ന ശ്രീരാമൻ, അടുത്തു നിൽക്കുന്ന ഹനുമാൻ പരമഭക്തനും നിത്യബ്രഹ്മചാരിയും ബ്രഹ്മോപദേശത്തിന് അർഹനുമാണെന്ന് സൂചിപ്പിക്കുന്നു. സന്തുഷ്ടയായ സീത സച്ചിദാനന്ദവും സത്താമാത്രവും സർവ്വാധാരവും സർവ്വജ്ഞത്വവും മറ്റുമായ ശ്രീരാമരഹസ്യങ്ങൾ വ്യക്തമാക്കി. അതോടൊപ്പം രാമകഥാമൃതവും ചൊരിഞ്ഞു. ആ പരമാനന്ദപ്പൊരുൾ ഉൾക്കൊണ്ടാൽ ജീവിതസാഫല്യമുണ്ടാകും. അല്ലാത്തവർക്ക് നൂറ് ജന്മങ്ങൾ കൊണ്ടും ജന്മസൗഖ്യം ഉണ്ടാകില്ലെന്നും ശ്രീരാമൻ വ്യക്തമാക്കി. രാമതത്ത്വാമൃത രസായന ചൈതന്യത്തിൽ ധന്യയായ പാർവ്വതി രാമകഥ വിസ്തരിച്ചു കേൾക്കാൻ ഉത്സുകയാകുന്നു. ഭക്തിയും മുക്തിയുമുണ്ടാക്കുന്ന രാമകഥ പരമശിവൻ അത്യുത്സാഹത്തോടും ചാരിതാർത്ഥ്യത്തോടും പാർവ്വതിയെ കേൾപ്പിക്കുന്നു. ബ്രഹ്മാവിന്റേയും നാരദമഹർഷിയുടേയും പ്രേരണയാൽ ആദികവിയായ വാല്മീകി 24,000 ശ്ലോകങ്ങളിൽ രാമായണം രചിച്ചു. ശ്രീരാമകഥയിൽ ഭക്തിക്ക് പരമപ്രാധാന്യം കൊടുത്തിട്ടുള്ളതാണ് സംസ്കൃതത്തിലെ അദ്ധ്യാത്മരാമായണം. കേരളീയ സാഹചര്യത്തിന് അനുസൃതമായി എഴുത്തച്ഛൻ 20,108 വരികളിൽ ഭക്തിയെ നവരസതുല്യമായി, കാവ്യസത്തയായി രചിച്ചിട്ടുള്ളതാണ് അദ്ധ്യാത്മ രാമായണം കിളിപ്പാട്ട്.

പാർവ്വതീദേവിക്ക് ഭഗവാൻ പരമശിവൻ പകർന്നു നൽകിയ ശ്രീരാമകഥാമൃതം ശാരികപ്പൈതലിന്റെ കിളിമൊഴികളിലൂടെയാണ് എഴുത്തച്ഛൻ മലയാളികൾക്ക് നൽകിയിട്ടുള്ളത്. രാക്ഷസരാജാവായ രാവണന്റെയും കൂട്ടരുടേയും ഉപദ്രവംകൊണ്ട് എല്ലാവരും പൊറുതി മുട്ടി. ഭൂമിദേവിയും ദേവന്മാരും കൂട്ടരും ബ്രഹ്മാവിനെ കണ്ട് സങ്കടമുണർത്തിക്കുന്നു. ബ്രഹ്മാവ് പരാതിക്കാരോടൊപ്പം വിഷ്ണുവിനെ കണ്ട് വിവരങ്ങൾ ധരിപ്പിക്കുന്നു. മഹാവിഷ്ണു അൽപ്പസമയം ചിന്തിച്ചിരുന്നു. പരിഹാരം നിർദ്ദേശിക്കുന്നു. കൃതയുഗത്തിൽ കശ്യപമഹർഷിക്ക് ഞാൻ പുത്രനായി പിറക്കണമെന്ന് ആഗ്രഹമുണ്ടായിരുന്നു. കശ്യപമഹർഷി ദശരഥനും അദ്ദേഹത്തിന്റെ ഭാര്യ അദിതി കൗസല്യയുമായി ജനിക്കും. അവരുടെ പുത്രനായി രാമൻ ജനിക്കും. അതോടെ കാര്യങ്ങളെല്ലാം ശുഭമാകും. ഒരു വെടിക്ക് രണ്ട് പക്ഷി!

ദശരഥപുത്രന്മാർ

സൂര്യവംശവും ചന്ദ്രവംശവും: പ്രാചീന ഭാരതത്തിലെ രണ്ട് പ്രസിദ്ധ രാജവംശങ്ങളായിരുന്നു. സൂര്യവംശ സ്ഥാപകൻ ഇക്ഷ്വാകുവായതിനാൽ ഇക്ഷ്വാകുവംശം എന്നും പറയാറുണ്ട്. ഈ വംശത്തിലെ രഘു, വിശ്വജിത്ത് യാഗം നടത്തി വിശ്രുതനായി. അതിനാൽ ദശരഥപുത്രന്മാർ രഘുവംശം എന്നും അറിയപ്പെടുന്നുണ്ട്.

മഹാകവി കാളിദാസന്റെ രഘുവംശം പ്രസിദ്ധമായ മഹാകാവ്യമാണ്. സൂര്യവംശത്തിലെ അജന്റെയും ഇന്ദുമതിയുടേയും മകനാണ് നേമി. പത്ത് ദിക്കിലേയ്ക്കും രഥത്തിലേറി അസ്ത്രനൈപുണ്യം നേടിയതിനാൽ ദശരഥൻ എന്ന പേരിൽ പ്രസിദ്ധനായി. സരയു നദീതീരത്ത് സമ്പന്നമായ കോസല രാജാധിപനായിരുന്നു അദ്ദേഹം. അയോദ്ധ്യ എന്ന പ്രസിദ്ധ തലസ്ഥാനനഗരിയിൽ പ്രതാപവാനും ധർമ്മിഷ്ഠനുമായി ദശരഥൻ വിളങ്ങി.

കൗസല്യ, കൈകേയി, സുമിത്രാദികളായ പത്നിമാരുമുണ്ട്. വസിഷ്ഠൻ, അരുന്ധതി, വാമദേവൻ, സുയജ്ഞൻ, ജാപാലി എന്നീ പ്രഗത്ഭരെ കൊണ്ട് ദശരഥ രാജധാനി ധന്യമായിരുന്നു. എന്നാൽ അനന്തരാവകാശികളായ പുത്രന്മാർ ഇല്ലാത്തതുകൊണ്ട് അദ്ദേഹം അതീവദുഃഖിതനായിരുന്നു. കുലഗുരുവായ വസിഷ്ഠനിർദ്ദേശമനുസരിച്ച് ഋശ്യശൃംഗനെക്കൊണ്ട് പുത്രകാമേഷ്ടിയാഗം നടത്തി. ഋശ്യശൃംഗൻ യാഗാഗ്നിയിൽനിന്നും ഉയർന്നുവന്ന ദിവ്യപായസം കഴിച്ച് പത്നിമാർ ഗർഭിണികളായി. ദേവനിർമ്മിതമായ ദിവ്യഭക്ഷണത്തിന്റെ പകുതി വീതം കൗസല്യയ്ക്കും കൈകേയിക്കും നൽകി. അവർ അവരുടെ പങ്കിൽനിന്നും പകുതി വീതം സുമിത്രയ്ക്കും കൊടുത്തു എന്നാണ് കഥ. അതല്ല, ആദ്യം പകുതി കൗസല്യയ്ക്കും ബാക്കിയുടെ പകുതി രണ്ടുപേർക്കും നൽകിയെന്നുമാണ് മറ്റൊരു അഭിപ്രായം. ചൈത്രമാസത്തിലെ പുണർതം നാളിൽ കൗസല്യയും പൂയം നാളിൽ കൈകേയിയും ഓരോ പുത്രന്മാരെ പ്രസവിച്ചു. ആയില്യം നാളിൽ സുമിത്രയ്ക്ക് രണ്ട് പുത്രന്മാർ പിറന്നു. മഹാവിഷ്ണു ബ്രഹ്മാവിനും ഭൂമിദേവിക്കും കൂട്ടർക്കും നൽകിയ വാഗ്ദാനപ്രകാരം വിഷ്ണു ശ്രീരാമനായും അനന്തൻ ലക്ഷ്മണനായും ശംഖ് ഭരതനായും ചക്രം ശത്രുഘ്നനായും അവതരിച്ചു.

ശുഭഗ്രഹങ്ങളുടെ ഉച്ചസ്ഥായിയിലാണ് കൗസല്യ തനയൻ ഭൂജാതനായത്. മഹാവിഷ്ണുവിന്റെ ചിഹ്നങ്ങളാൽ തേജസ്വരൂപനായ പുത്രന്റെ ദേവഭാവം ഉൾക്കൊണ്ട് കൗസല്യ സ്തുതിച്ചു. മറ്റുള്ളവർ കാണും മുമ്പേ ദേവഭാവം ഉപേക്ഷിച്ച് ബാലഭാവം

കാട്ടിത്തരണമെന്ന് അപേക്ഷിച്ചു. ആ ആഗ്രഹം സഫലമായി. കൗസല്യ സന്തുഷ്ടയായി. സന്താനലബ്ധിയിൽ രാജാവും കുടുംബാംഗങ്ങളും ജനങ്ങളും ആഹ്ലാദഭരിതരായി. രാജാവ് ഓരോരുത്തർക്കും ഉചിതമായ പാരിതോഷികങ്ങൾ നൽകി. പതിനൊന്നാം ദിവസം ആചാരവിധി പ്രകാരം വസിഷ്ഠൻ നാല് കുട്ടികൾക്കും നാമകരണം ചെയ്തു. കൗസല്യ പുത്രൻ രാമൻ, കൈകേയി പുത്രൻ ഭരതൻ, സുമിത്ര തനയന്മാർ ലക്ഷ്മണ ശത്രുഘ്നന്മാർ. രാമൻ, രമിപ്പിക്കുന്നവൻ (ഭംഗിയുള്ളവൻ), ഭരതൻ, ഭരണനിപുണൻ, ലക്ഷ്മണൻ, ലക്ഷണയുക്തൻ, ശത്രുഘ്നൻ, ശത്രുക്കളെ ഹനിക്കുന്നവൻ. കാലാന്തരത്തിൽ അവരുടെ പേരിന്റെ ഔചിത്യവും അർത്ഥപുഷ്ടിയും അവർ സ്വജീവിതം കൊണ്ട് സാർത്ഥകമാക്കി. ശ്രേഷ്ഠരായ ഗുരുവര്യന്മാരുടെ കീഴിൽ നാല് പേരും ഉപനയനവും വിദ്യാഭ്യാസവും പൂർത്തിയാക്കി. കർമ്മശാസ്ത്ര പുരാണേതിഹാസങ്ങളും ആയോധനവിദ്യകളും അസ്ത്രപ്രയോഗ നൈപുണ്യവും വേണ്ടവിധം പരിശീലിച്ചു. ശ്രീരാമലക്ഷ്മണന്മാരും ഭരതശത്രുഘ്നന്മാരും നിരന്തരമായ കൂട്ടുകെട്ടുകൊണ്ട് ഉദാത്ത സൗഹൃദം അരക്കിട്ടുറപ്പിച്ചു. എല്ലാവരും എല്ലാവിധത്തിലും ആനന്ദഭരിതരായി.

സിദ്ധികൾ

വിശ്വാമിത്ര മഹർഷി ഒരു ദിവസം രാജകൊട്ടാരത്തിലെത്തി. രാജാവും കൂട്ടരും യഥോചിതം സ്വീകരിച്ച് ആഗമനോദ്ദേശ്യം ആരാഞ്ഞു. താൻ സിദ്ധാശ്രമത്തിൽ അമാവാസി തോറും ആചരിക്കുന്ന യാഗത്തിന് രാക്ഷസന്മാർ ഒട്ടേറെ വിഘ്നങ്ങൾ വരുത്തുന്നു. അവരെ ഒരു പാഠം പഠിപ്പിച്ച് യാഗം നടത്തുവാൻ ശ്രീരാമനെ കൂടെ അയയ്ക്കണം. ഇതായിരുന്നു വിശ്വാമിത്രന്റെ ആവശ്യം. വിശ്വാമിത്രന്റെ വീരപരാക്രമങ്ങളും സിദ്ധികളും അറിയാവുന്ന രാജാവ് ധർമ്മസങ്കടത്തിലായി. വിശ്വാമിത്രനുമൊത്തുള്ള യാത്ര ആവശ്യമാണെന്നും അതുകൊണ്ട് നന്മയുണ്ടാകുമെന്നും വസിഷ്ഠൻ രാജാവിനെ ധരിപ്പിച്ചു. അതനുസരിച്ച് രാമലക്ഷ്മണന്മാർ വിശ്വാമിത്രനുമൊത്ത് യാത്രയായി.

യാത്രാമധ്യേ രാജകുമാരന്മാരുടെ ദാഹവും വിശപ്പുമകറ്റാൻ മഹർഷി അവർക്ക് 'ബലഅതിബല' മന്ത്രങ്ങൾ ഉപദേശിച്ചു കൊടുത്തു. ഘോരരൂപിണിയായ താടക വാഴുന്ന നിബിഡവനത്തിൽകൂടി യാത്ര തുടർന്നു. ഭയങ്കരിയായ താടകയെ വകവരുത്തി സിദ്ധാശ്രമത്തിൽ ചെന്ന് യാഗം തുടങ്ങി. താടകയുടെ പുത്രന്മാരായ സുബാഹുവും മാരീചനും മുകളിൽ നിന്ന് രക്തവൃഷ്ടി നടത്തി യാഗം മുടക്കാൻ തുടങ്ങി. രാമശരമേറ്റ്

സുബാഹു മരിച്ചു. ശരത്തിന്റെ ശക്തിയിൽ പുളഞ്ഞ് മാരീചൻ ഓടി. ഗത്യന്തരമില്ലാതെ ശ്രീരാമനെ തന്നെ അഭയം പ്രാപിച്ചു. മാരീചൻ ശ്രീരാമഭക്തനും സന്ന്യാസിയുമായി. രാവണപ്രേരണ യാൽ മാരീചൻ സീതയെ മോഹിപ്പിച്ച കഥ പിന്നീട് വരുന്ന താണ്. യാഗരക്ഷ നടത്തിയ രാമലക്ഷ്മണന്മാരെ വിശ്വാമിത്രൻ അഭിനന്ദിച്ചു. ദിവ്യാസ്ത്രങ്ങൾ നൽകി അനുഗ്രഹിച്ചു.

വിദേഹരാജ്യത്തിലേക്കുള്ള യാത്രാമധ്യേ ശാന്തസുന്ദരമായ ഗൗതമാശ്രമം കണ്ടു. ഗൗതമിചരിതം വിശ്വാമിത്രൻ വ്യക്തമാക്കി. രാമപാദസ്പർശത്താൽ ഗൗതമപത്നിയായ അഹല്യ ശാപ വിമുക്തയായി. ജന്മസായൂജ്യത്തിൽ സംതൃപ്തയായ അഹല്യ അവതാരപുരുഷനായ ശ്രീരാമദേവന്റെ ഗുണഗണങ്ങൾ വർണ്ണിച്ച് സ്തുതിച്ചു. ഭക്തിസാന്ദ്രമായ അഹല്യസ്തുതി ചൊല്ലുകയോ കേൾക്കുകയോ ചെയ്താൽ എല്ലാ പാപങ്ങളും പരിഹൃതമായി പരമാനന്ദം ലഭിക്കുമെന്ന് കവി വായനക്കാരെ ധരിപ്പിക്കുന്നു.

വധൂവരന്മാർ

അഹല്യയെ അനുഗ്രഹിച്ച ശേഷം രാമലക്ഷ്മണന്മാർ വിശ്വാ മിത്രനുമൊത്ത് മിഥിലയിലെത്തി. ജനക രാജാവ് സന്തോഷ ത്തോടെ വിശ്വാമിത്രനേയും രാജകുമാരന്മാരേയും എതിരേറ്റു. രാജധാനിയിലുള്ള ശൈവചാപം കാണാനുള്ള രാജകുമാരന്മാ രുടെ താൽപര്യം വിശ്വാമിത്രൻ വ്യക്തമാക്കി. വില്ലു കുല യ്ക്കുന്ന ആൾക്ക് സീതയെ നൽകുമെന്ന തന്റെ മുൻ തീരുമാനം ജനകൻ സൂചിപ്പിച്ചു. മറ്റു പലർക്കും എടുത്തു പൊക്കാൻ പോലും കഴിയാതിരുന്ന ത്രയംബകം എന്ന ശൈവചാപം ശ്രീരാ മൻ നിഷ്പ്രയാസം കുലച്ചു. എല്ലാവർക്കും സന്തോഷമായി. മുൻതീരുമാനം നടപ്പാക്കാൻ വേണ്ടി ദശരഥന് കത്ത് കൊടുത്തു വിട്ടു. ദശരഥൻ കുടുംബസമേതം വന്നുചേർന്നു. കുശലപ്രശ്ന ങ്ങൾ നടത്തി. ആശയവിനിമയത്തിലൂടെ വിവാഹനിശ്ചയത്തി ലെത്തിച്ചേർന്നു.

ജനകവംശം

കർമ്മചൈതന്യംകൊണ്ട് പ്രസിദ്ധനായിരുന്നു മിഥിലയിലെ നിമി രാജാവ്. അദ്ദേഹത്തിന്റെ പുത്രനായ മിഥിയാണ് മിഥില സ്ഥാപിച്ചത്. ആ വംശത്തിലെ ഹ്രസ്വരോമന്റെ മൂത്ത പുത്രൻ ജനകനും ഇളയപുത്രൻ കുശധ്വജനുമാണ്. നയനസുജനകന്റേയും ചന്ദ്രപാത കുശധ്വജന്റേയും പത്നിമാരായിരുന്നു. സീതയും ഊർ മിളയും ജനകപുത്രിമാരും ശ്രുതകീർത്തിയും മാണ്ഡവിയും കുശ ധ്വജന്റെ പുത്രിമാരുമാണ്. ശതാനന്ദൻ, യാജ്ഞവൽക്യൻ, മൈത്രേയി, ഗാർഗ്ഗി എന്നിവരാൽ ജനകസദസ്സ് സമ്പന്നമായിരുന്നു.

സീതാസ്വയംവരം

ആചാരവിധി പ്രകാരം വസിഷ്ഠൻ, ശതാനന്ദൻ എന്നീ പുരോഹിതന്മാരുടെ നേതൃത്വത്തിൽ അയോദ്ധ്യയിലെ നാല് രാജകുമാരന്മാരുടേയും മിഥിലയിലെ നാല് രാജകുമാരിമാരുടേയും വിവാഹം ഉത്രംനാളിൽ നടന്നു. പൂജാവിധികളാലും ആഡംബര മായ സന്നാഹങ്ങളാലും അത് ഏറെ ശ്രദ്ധേയമായിരുന്നു. അങ്ങനെ ശ്രീരാമനും സീതയും ഭരതനും മാണ്ഡവിയും ലക്ഷ്മ ണനും ഊർമ്മിളയും ശത്രുഘ്നനും ശ്രുതകീർത്തിയും വധൂവര ന്മാരായി. ഉഴവുചാലിൽ നിന്നു കിട്ടിയ കുട്ടിക്ക് സീതയെന്നു പേരിട്ട് ഓമനിച്ചു വളർത്തി. നാരദമഹർഷി രാവണനിഗ്രഹത്തി നായി രാമൻ അവതരിക്കുമെന്നും മായാദേവിയായി സീത പിറക്കുമെന്നും പറഞ്ഞിരുന്നു. സീതയെ ശ്രീരാമന് കൊടുക്കണ മെന്ന മഹർഷി വചനം പാലിക്കാൻ കഴിഞ്ഞതിൽ ജനകൻ അതീവ കൃതകൃത്യനായി. അവതാരപുരുഷൻ ബന്ധുവായ സന്തോഷത്താൽ ജനകൻ പുത്രിമാർക്ക് വിലമതിക്കാനാവാത്ത സമ്പത്ത് നൽകി. വേണ്ടപ്പെട്ടവർക്കെല്ലാം യഥോചിതം പാരി തോഷികങ്ങൾ നൽകി. ഭർത്തൃഗൃഹത്തിലേക്ക് പോകുന്നു പുത്രി മാർക്ക് ഉചിതമായ ഉപദേശങ്ങൾ നൽകി, പരമസന്തുഷ്ടിയോടെ അയോദ്ധ്യയിലേക്ക് അവരെ യാത്രയാക്കി.

രണ്ട് രാമന്മാർ മുഖാമുഖം

ദശരഥനും പരിവാരങ്ങളും വധൂവരന്മാരോടൊപ്പം യാത്ര തുടരുമ്പോൾ അശുഭ ലക്ഷണങ്ങൾ കണ്ട് ദശരഥൻ ദുഃഖിച്ചു. ഒന്നുകൊണ്ടും പേടിക്കേണ്ടതില്ലെന്നും നല്ലതേ വരൂവെന്നും വസിഷ്ഠൻ ദശരഥനെ ആശ്വസിപ്പിച്ചു. യാത്രയ്ക്കിടയിൽ പരശു രാമനെ കണ്ടപ്പോൾ ദശരഥനും കൂട്ടരും നമസ്ക്കരിച്ച് സ്തുതിച്ചു. രക്ഷിക്കണമെന്ന് അപേക്ഷിച്ചു. ഇതിലൊന്നും തൃപ്തനാകാതെ പരശുരാമൻ കുപിതനായി. "ഞാനല്ലാതെ മറ്റൊരു രാമനുണ്ടോ? ക്ഷത്രിയനായ നിന്നോട് എനിക്ക് പണ്ടേ ശത്രുത്വമുണ്ട്. ശൈവ ചാപം മുറിച്ച നീ വീരനാണെങ്കിൽ എന്റെ കൈയ്യിലുള്ള വൈ ഷ്ണവചാപം മുറിക്കണം. അല്ലെങ്കിൽ എന്നോട് യുദ്ധം ചെയ്ത് ജയിക്കണം."

ശ്രീരാമൻ വിനീതനായി ഇങ്ങനെ പറഞ്ഞു, "അങ്ങയെ പോലുള്ള പ്രൗഢാത്മാക്കൾ ബാലന്മാരോട് കോപിച്ചാൽ ഒന്നും ചെയ്യാൻ ആകില്ലല്ലോ. എങ്കിലും വില്ല് തന്നാൽ ഞാൻ പരീ ക്ഷിച്ചു നോക്കാം. എന്നോട് വിരോധമുണ്ടാകരുത്." അതോടെ രാമനിൽ ഒരു ദിവ്യതേജസ്സ് പ്രകടമായി. നിഷ്പ്രയാസം വില്ല് കുലച്ചു. സന്തുഷ്ടനായ പരശുരാമൻ ശ്രീരാമനെ സ്തുതിച്ചു.

തന്റെ സിദ്ധിചരിത്രം പറഞ്ഞുകൊണ്ട് പരശുരാമൻ തന്റെ തേജസ്സെല്ലാം ശ്രീരാമന് നൽകി. "എല്ലാ ഭക്തന്മാരെയും പ്രസാദിപ്പിക്കണം. മരണസമയത്ത് ശ്രീരാമസ്മരണയുണ്ടാകാൻ അനുഗ്രഹിക്കണം." ഈ പരശുരാമഅഭിലാഷങ്ങൾ നിറവേറ്റുമെന്ന് ശ്രീരാമൻ ഉറപ്പ് നൽകി. സന്തുഷ്ടനായ പരശുരാമൻ മഹീന്ദ്രാചലയത്തിലേക്ക് യാത്ര തിരിച്ചു. ശ്രീരാമാദികൾ അയോദ്ധ്യയിൽ തിരിച്ചെത്തി. ആഹ്ലാദചിത്തരായി കഴിഞ്ഞു.

ഋശ്യശൃംഗൻ

സകല സുഖസൗകര്യങ്ങളുള്ളവനും കീർത്തിമാനുമായ ദശരഥൻ പുത്രന്മാരില്ലാതെ ദുഃഖിക്കുന്നു. വസിഷ്ഠ നിർദ്ദേശമനുസരിച്ച് പുത്രകാമേഷ്ടിയാഗം നടത്തുന്നു. അംഗരാജ്യത്ത് മഴ പെയ്യിച്ച് സമ്പൽസമൃദ്ധമാക്കിയ ഋശ്യശൃംഗൻ മുഖ്യ പുരോഹിതനായി. വിഭാണ്ഡകപുത്രനായ വൈഭാണ്ഡകൻ ബാല്യത്തിൽ മാൻകുട്ടിയായിരുന്നു. നെറ്റിയിൽ കൊമ്പുണ്ടായിരുന്നതു കൊണ്ട് ഋശ്യശൃംഗനായി. പിതാവിന് തപസ്സിനു വേണ്ട ഒരുക്കൾ ചെയ്ത് ഋശ്യശൃംഗൻ ആശ്രമത്തിൽ തന്നെ കഴിഞ്ഞിരുന്നു. പുറംലോകവുമായി യാതൊരു ബന്ധവുമുണ്ടായിരുന്നില്ല. അക്കാലത്ത് അംഗരാജ്യത്ത് മഴയില്ലാതെ ജനങ്ങൾ ദുരിതത്തിലും കഷ്ടപ്പാടിലുമായി. മഴ പെയ്യിക്കാൻ താപസസിദ്ധിയുള്ള ഋശ്യശൃംഗൻ വേണമായിരുന്നു.

മുനികുമാരനെ മയക്കി മെരുക്കാൻ രാജാവായ ലോമപാദൻ സുന്ദരിമാരെ നിയോഗിച്ചു. അവരുടെ തന്ത്രപൂർവ്വമായ പാട്ടിലും നൃത്തത്തിലും താപസകുമാരൻ മയങ്ങി. അവരെ ആശ്രമത്തിലേക്ക് ക്ഷണിച്ചു. അവർ വിശിഷ്ടകനികൾ നൽകി. പിന്നീട് അവരുടെ കൂടെ പോയി. തുടർന്ന് യാഗം നടന്നു. നല്ല വൃഷ്ടിയുണ്ടായി. രാജ്യം സമ്പൽസമൃദ്ധമായി. രാജാവ് തന്റെ വളർത്തു പുത്രിയായ ശാന്തയെ ഋശ്യശൃംഗനു നൽകി.

വിശ്വാമിത്രൻ

രാജകൊട്ടാരത്തിലേക്ക് വന്ന വിശ്വാമിത്ര മഹർഷിയെ രാജാവ് സൽക്കരിച്ച് ഇരുത്തി. എന്നാൽ വ്യാകുലചിത്തനായി. രാജഗുരുവായ വസിഷ്ഠൻ പൂർവ്വ വൈരാഗ്യകഥകൾ എല്ലാം മറന്ന് വിശ്വാമിത്രന്റെ സദുദ്ദേശ്യം വ്യക്തമാക്കി. രാജകുമാരന്മാരെ വിശ്വാമിത്രന്റെ കൂടെ അയയ്ക്കുന്നു. വസിഷ്ഠനും വിശ്വാമിത്രനും തമ്മിലുണ്ടായിട്ടുള്ള വൈരാഗ്യകഥകൾ മറന്ന് ഉദാത്തമായ ലക്ഷ്യങ്ങളിലേക്ക് നീങ്ങുന്നു. ഗാധി രാജാവിന്റേയും ദേവസേനയുടേയും പുത്രിയാണ് സത്യവതി. അവളെ വിവാഹം

ചെയ്തത് ഭൃഗുമഹർഷിയുടെ പുത്രനായ ഋഷീചനാണ്. മകന്റെ ഭാര്യയ്ക്ക് സൽപുത്രനുണ്ടാകാൻ മഹർഷി മന്ത്രം ജപിച്ച ഒരു പാത്രം ഭക്ഷണം നൽകി. സത്യവതി ദേവസേനയുടെ ഒറ്റ മകളാണ്. വിവരമറിഞ്ഞ് ദേവസേന തനിക്കും സൽപുത്രനുണ്ടാകാനുള്ള ആശ പ്രകടിപ്പിച്ചു. മഹർഷി അവരുടെ ആവശ്യം ന്യായമാണെന്ന് മനസ്സിലാക്കി. അവർക്കും മന്ത്രം ജപിച്ച ഒരു പാത്രം ഭക്ഷണം നൽകി. ചതുരപാത്രത്തിലെ ഭക്ഷണം അമ്മയും വട്ടപാത്രത്തിലെ ഭക്ഷണം മകളും കഴിക്കണമെന്ന് പ്രത്യേകം നിർദ്ദേശിച്ചിരുന്നു. സൂത്രക്കാരിയായ ദേവസേന പാത്രം മാറി ഭക്ഷണം കഴിക്കാൻ മകളെ പ്രേരിപ്പിച്ചു. കാലക്രമേണ രണ്ട് പേരും ഗർഭിണികളായി. പാത്രം മാറി ഭക്ഷണം കഴിച്ച സംഭവം ഓർത്ത് സത്യവതി വ്യാകുലപ്പെട്ടു. അവൾ വിവരം മഹർഷിയെ ധരിപ്പിച്ചു. കാര്യങ്ങൾ കുഴഞ്ഞുമറിഞ്ഞു പോയി. എങ്കിലും മഹർഷി മരുമകളെ ആശ്വസിപ്പിച്ചു. നിനക്ക് ബ്രഹ്മതേജസ്സുള്ള മകനുണ്ടാകും. പക്ഷേ അവൻ ക്ഷത്രിയനായി കഴിയും. അവന്റെ മകൻ രാജാക്കന്മാരുടെ ശത്രുവാകും. അവരുടെ പുത്രനാണ് രാജാക്കന്മാരുടെ ശത്രുവായ പരശുരാമൻ. സത്യവതിയുടെ അമ്മയായ ദേവസേനയ്ക്ക് പിറന്ന പുത്രനാണ് ക്ഷത്രിയ തേജസ്സുള്ള വിശ്വാമിത്രൻ. അദ്ദേഹം ഉഗ്രതപസ്സ് ചെയ്ത് ബ്രഹ്മർഷിയായി. സത്യവതിയുടെ മകനാണ് ജമദഗ്നിമഹർഷി. രേണുരാജാവിന്റെ പുത്രിയായ രേണുക അദ്ദേഹത്തിന്റെ പത്നിയായി.

രാജർഷിയും ബ്രഹ്മർഷിയും

രാജാവായിരുന്ന വിശ്വാമിത്രൻ സൈന്യസമേതം ഒരിക്കൽ വസിഷ്ഠ മഹർഷിയുടെ ആശ്രമം സന്ദർശിക്കാനിടയായി. മഹർഷി കായ്കനികൾ നൽകി രാജാവിനെ സൽകരിച്ചു. മാത്രമല്ല, ഭക്ഷണത്തിനു ക്ഷണിക്കുകയും ചെയ്തു. "അങ്ങ് നൽകിയ കായ്കനികൾ കൊണ്ട് ഞാൻ തൃപ്തനാണ്." ഭക്ഷണം വേണ്ടെന്നു പറഞ്ഞ് വിശ്വാമിത്രൻ ഒഴിയാൻ ശ്രമിച്ചു. വസിഷ്ഠമഹർഷിയുടെ നിർബന്ധം മൂലം രാജാവായ വിശ്വാമിത്രൻ വിശിഷ്ടമായ വിരുന്ന് സ്വീകരിക്കാൻ തയ്യാറായി. മഹർഷി പറഞ്ഞതനുസരിച്ച് കാമധേനുവിന്റെ പുത്രിയായ നന്ദിനി രാജാവിനും കൂട്ടർക്കും വിഭവസമൃദ്ധമായ സദ്യ നൽകി. ഇത്ര പെട്ടെന്ന് ഇത്ര നല്ല സദ്യ എങ്ങിനെയാണ് ഒരുക്കിയതെന്ന് വിശ്വാമിത്രൻ ആരാഞ്ഞു. വസിഷ്ഠൻ കാമധേനുവിന്റെ പുത്രിയായ നന്ദിനിയുടെ ഗുണങ്ങൾ വ്യക്തമാക്കി. രാജാവിന് ആ പശുവിനെ സ്വന്തമാക്കണമെന്ന് ആഗ്രഹം തോന്നി. വിവരം വസിഷ്ഠനെ അറിയിച്ചു. വസിഷ്ഠൻ സമ്മതിച്ചില്ല. രാജാവ് തുടരെ തുടരെ വലിയ വാഗ്ദാനങ്ങൾ നിരത്തി. എന്തു തന്നാലും താൻ പശുവിനെ

വിട്ടുതരില്ലെന്ന് മഹർഷി തീർത്തു പറഞ്ഞു. വിശ്വാമിത്രന് വാശിയായി. രാജസൈന്യം പശുവിനെ ബലമായി പിടിച്ചു കൊണ്ടുപോകാൻ ശ്രമിച്ചു. നന്ദിനി വസിഷ്ഠനോട് ആവലാതി പറഞ്ഞു. മഹർഷിയുടെ സമ്മതത്തോടെ പശുവിന്റെ അവയവങ്ങളിൽ നിന്നുണ്ടായ ഭടന്മാർ രാജഭടന്മാരെ കൊന്നൊടുക്കി. കുപിതനായ വിശ്വാമിത്രൻ തുടരെ തുടരെ ശരമെയ്തു. നന്ദിനിയുടെ ശരീരത്തിൽനിന്നും വിപുലസൈന്യം വന്ന് ശത്രുക്കൾക്ക് നാശമുണ്ടാക്കി.

വിശ്വാമിത്രന്റെ പുത്രന്മാർ എതിർത്തു. അവർക്കും കനത്ത നാശമുണ്ടായി. സൈന്യത്തിന്റെയും മക്കളുടേയും നാശത്തിൽ വിശ്വാമിത്രൻ ദുഃഖിച്ചു. അപമാനിതനായ അദ്ദേഹം കൈലാസത്തിലേക്ക് പോയി. അവിടെ കഠിനമായ തപസ്സനുഷ്ഠിച്ച് ശിവനെ പ്രത്യക്ഷപ്പെടുത്തി. വീണ്ടും വന്ന് വസിഷ്ഠനുമായി യുദ്ധം ചെയ്തു. ഇരുവരും പല ദിവ്യാസ്ത്രങ്ങളും പ്രയോഗിച്ചു. ഗത്യന്തരമില്ലാതെ വസിഷ്ഠൻ യോഗദണ്ഡും വിശ്വാമിത്രൻ ബ്രഹ്മാസ്ത്രവും പ്രയോഗിച്ചു. വസിഷ്ഠന്റെ ബ്രഹ്മദണ്ഡ് യമദണ്ഡായി ഭീതി പരത്തി. ഇതുകണ്ട് മഹർഷിമാർ വസിഷ്ഠനോട് ലോകരുടെ ഭയം ശമിപ്പിച്ച് പ്രസാദിക്കാൻ അപേക്ഷിച്ചു. തേജസ്വിയായ വസിഷ്ഠൻ കോപമടക്കി. വിശ്വാമിത്രൻ ശസ്ത്രബലത്തേക്കാൾ ഉന്നതമായ ബ്രഹ്മബലം നേടാൻ ആയിരം വർഷം ബ്രഹ്മാവിനെ തപസ്സു ചെയ്തു നേടിയ രാജർഷി പദം കൊണ്ട് തൃപ്തനാകാതെ തപസ്സ് തുടർന്നു. ബ്രഹ്മർഷി പദം നേടിയേ തീരൂ എന്ന വാശിയായി. കഠിനതപസ്സിനിടയിൽ ത്രിശങ്കുസ്വർഗ്ഗം സൃഷ്ടിച്ചു. അംബരീഷന്റെ യാഗരക്ഷ നടത്തി ഋഷിയായി. സംതൃപ്തനാകാതെ കഠിനതപസ്സ് തുടർന്നു. ദേവന്മാർ മേനകയെ വിട്ട് തപസ്സിളക്കാൻ ശ്രമിച്ചു. മേനകയുടെ കാന്തിയിൽ അൽപം പതറിപ്പോയി. മേനകയുമായി വേഴ്ചയുണ്ടായി. ശകുന്തള പിറന്നു. കാളിദാസശാകുന്തളത്തിലെ നായിക. വിവേകം വീണ്ടെടുത്ത് കൂടുതൽ കഠിന തപസ്സ് തുടർന്നു. സാക്ഷാൽ രംഭ വന്ന് തപസ്സിളക്കാൻ നോക്കി. പാറയാകട്ടെ എന്ന് ശപിച്ചു. മാപ്പപേക്ഷിച്ചപ്പോൾ പരിഹാരം നിർദ്ദേശിച്ചു. ഇന്ദ്രാദികളുടെ തുടരെതുടരെയുള്ള പരീക്ഷണങ്ങളെ അതികഠിന വ്രതംകൊണ്ട് മറികടന്നു. ബ്രഹ്മാവും ദേവന്മാരും വന്ന് ബ്രഹ്മർഷി പദം നൽകി. അത് വസിഷ്ഠനെക്കൊണ്ട് അംഗീകരിപ്പിക്കുകയും ചെയ്തു. അങ്ങനെ വിശ്വാമിത്രൻ രാജർഷിയും ബ്രഹ്മർഷിയുമായി.

ത്രിശങ്കുസ്വർഗ്ഗം

ഇക്ഷ്വാഗു കുലത്തിലെ ഒരു രാജാവായിരുന്നു ത്രിശങ്കു. അദ്ദേഹത്തിന് ഉടലോടെ സ്വർഗ്ഗത്തിന് പോകാൻ മോഹമുണ്ടായി. കുലഗുരുവായ വസിഷ്ഠനെ സമീപിച്ചു. നടക്കാത്ത

കാര്യമാണെന്ന് വസിഷ്ഠൻ ധരിപ്പിച്ചു. വസിഷ്ഠൻ അറിയാതെ അദ്ദേഹത്തിന്റെ മക്കളെയും സമീപിച്ചു. അവരും അപേക്ഷ നിരസിച്ചു. ഗുരുവും പുത്രന്മാരും അപേക്ഷ തള്ളിയപ്പോൾ മറുവഴികൾ നോക്കുമെന്ന് പറഞ്ഞു. ത്രിശങ്കുവിന്റെ നിന്ദാവാക്കുകൾ കേട്ട് വസിഷ്ഠപുത്രന്മാർ ചണ്ഡാലനാകട്ടെയെന്ന് ശപിച്ചു. സുന്ദരനായിരുന്ന അദ്ദേഹം വിരൂപനായി. മന്ത്രിമാരും ജനങ്ങളും ഓടിമാറി. ഏകാകിയായ ത്രിശങ്കു വിശ്വാമിത്രനെ സമീപിച്ചു. നടന്ന കാര്യങ്ങൾ വിവരിച്ചു. പൗരുഷം കൊണ്ട് തന്നെ രക്ഷിക്കാനപേക്ഷിച്ചു. രക്ഷിക്കാമെന്ന് വിശ്വാമിത്രൻ വാക്കു കൊടുത്തു. യാഗത്തിനുള്ള ഒരുക്കങ്ങൾ ചെയ്തു. മഹർഷിമാരെ കൊണ്ടുവരാൻ ശിഷ്യരെ വിട്ടു. ആരെങ്കിലും എതിർത്താൽ ആ വിവരം പറയണമെന്ന് പ്രത്യേകം നിർദ്ദേശിച്ചു. മഹോദയനും വസിഷ്ഠപുത്രന്മാരും ആജ്ഞ നിരസിച്ചു. എന്നു മാത്രമല്ല, ക്ഷത്രിയന്റെ യാഗത്തിന്റെ ഹവിസ്സ് ഭക്ഷിക്കാൻ ദേവർഷിമാർ വരില്ലെന്ന് പറയുകയും ചെയ്തു. പിന്നെ വിശ്വാമിത്രൻ എങ്ങനെ രക്ഷിക്കും? ഇതായിരുന്നു അവരുടെ വാദഗതി. ക്രുദ്ധനായ വിശ്വാമിത്രൻ വസിഷ്ഠപുത്രൻമാരെ ശവംതീനികളായി വികൃതരാകട്ടെയെന്നും മഹോദയൻ കാട്ടാളനാകട്ടെയെന്നും ശപിച്ചു.

യാഗത്തിൽ പങ്കുകൊണ്ട മഹർഷിമാരോട് ത്രിശങ്കുവിന് സ്വർഗ്ഗപ്രാപ്തിക്കു വേണ്ടി യാഗം നടത്താൻ പറഞ്ഞു. വിശ്വാമിത്രനെ പേടിച്ച് മുനിമാർ യാഗം തുടങ്ങി. യജ്ഞാംശം ഭുജിക്കുവാൻ ദേവന്മാരെ ആവാഹിച്ചു. ആരും വന്നില്ല. ക്രുദ്ധനായി തന്റെ തപഃശ്ശക്തി കൊണ്ട് വിശ്വാമിത്രൻ ത്രിശങ്കുവിനെ സ്വർഗ്ഗത്തിലെത്തിച്ചു. ഗുരുശാപമേറ്റുവാങ്ങിയ നീ സ്വർഗ്ഗവാസത്തിന് യോഗ്യനല്ലെന്ന് പറഞ്ഞ് ദേവന്മാർ വിലക്കി. തലകീഴായി ഭൂമിയിലേയ്ക്ക് വീഴട്ടെ എന്നും പറഞ്ഞു. ത്രിശങ്കു തല കീഴായി താഴേക്ക് വീഴാൻ തുടങ്ങി. ആളിക്കത്തിയ അമർഷത്തോടെ വിശ്വാമിത്രൻ ആകാശത്ത് തെക്കു വശത്ത് മറ്റൊരു സപ്തർഷി മണ്ഡലം സൃഷ്ടിച്ചു. മറ്റൊരു ഇന്ദ്രനെ സൃഷ്ടിക്കുമെന്ന് പ്രഖ്യാപിച്ചു. ഉടൻ ദേവന്മാരും മറ്റ് മഹർഷിമാരും വിശ്വാമിത്രനെ അനുനയിപ്പിച്ചു. ഗുരുശാപം പിടിപെട്ട ഈ രാജാവ് സ്വർഗ്ഗത്തിന് അർഹനല്ലാത്തതുകൊണ്ടാണ് മടക്കിയത് എന്ന് അറിയിച്ചു. ഉടലോടെ സ്വർഗ്ഗത്തിലേറ്റാമെന്ന് ഞാനാണ് വാക്ക് കൊടുത്തത്. അതുകൊണ്ട് ഞാൻ സൃഷ്ടിച്ച സ്വർഗ്ഗത്തിൽ രാജാവും നക്ഷത്രങ്ങളും ഉണ്ടാകുമെന്ന് പ്രഖ്യാപിച്ചു. ശുക്രനക്ഷത്രത്തിനപ്പുറത്തായി ചുറ്റും തിളങ്ങുന്ന നക്ഷത്രങ്ങളുടെ മധ്യത്തിൽ ദേവതുല്യനായി ത്രിശങ്കു നിൽക്കണമെന്ന വിശ്വാമിത്രന്റെ അഭിപ്രായം എല്ലാവരും അംഗീകരിച്ചു. അതാണ് ത്രിശങ്കുസ്വർഗ്ഗം.

അഹല്യ

അഹല്യവധത്തിനു ശേഷം വിശ്വാമിത്രനും രാമലക്ഷ്മണന്മാരും ഗംഗാതീരത്തുള്ള സുന്ദരമായ ഗൗതമാശ്രമത്തിലെത്തി. ഗൗതമൻ 18 പ്രസിദ്ധ മഹർഷിമാരിൽ ഒരാളായ അംഗിരസ്സിന്റെ പുത്രനാണ്. ഇദ്ദേഹമാണ് ന്യായസൂത്രം രചിച്ചത്. ബ്രഹ്മപുത്രിയാണ് അഹല്യ. ആദ്യത്തെ മനുഷ്യസ്ത്രീ എന്നാണ് പറയപ്പെടുന്നത്. അതീവ സുന്ദരി. ഭർത്താവായത് പുറംഭംഗിയില്ലെങ്കിലും യോഗിവര്യനായ ഗൗതമനാണ്. ആദ്യകാലത്തു തന്നെ ദേവേന്ദ്രൻ അഹല്യയെ മോഹിച്ചിട്ടുണ്ടാകണം. അഹല്യയെ വശത്താക്കാൻ തക്കം പാർത്ത് നടന്നിരുന്നു. ഒരു ദിവസം രാത്രി ദേവേന്ദ്രൻ ഗൗതമാശ്രമത്തിന് സമീപം വന്ന് കോഴികൂവുന്ന ശബ്ദുമുണ്ടാക്കി. ബ്രഹ്മമുഹൂർത്തമായെന്നു കരുതി ഗൗതമൻ പ്രഭാതധ്യാനത്തിനായി നദീതീരത്തേക്ക് പോയി. ഈ തക്കം നോക്കി ദേവേന്ദ്രൻ ഗൗതമന്റെ വേഷത്തിൽ ആശ്രമത്തിൽ കടന്നു. തന്ത്രപൂർവ്വമായ പെരുമാറ്റത്തിലൂടെ അഹല്യയുടെ സംശയം അകറ്റി. ഒരുപക്ഷേ ഉള്ളിൽ മയങ്ങിക്കിടന്ന തൃഷ്ണയും അഹല്യയ്ക്ക് പ്രചോദനമായിട്ടുണ്ടായിരുന്നിരിക്കാം. എന്തായാലും ഇന്ദ്രന്റെ ആഗ്രഹം നടന്നു. നദീതീരത്ത് ചെന്ന് ധ്യാനത്തിനിരിക്കുമ്പോൾ സമയമായില്ലെന്ന് ഗൗതമന് തോന്നി. അദ്ദേഹം ആശ്രമത്തിലേക്ക് തിരിച്ചുവന്നു. ഇന്ദ്രൻ ആശ്രമത്തിൽനിന്നും പുറത്തു കടക്കുന്ന കാഴ്ചയാണ് ഗൗതമൻ കണ്ടത്. വിവശയായ അഹല്യയും ശ്രദ്ധയിൽപ്പെട്ടു. ജ്ഞാനശക്തികൊണ്ട് മഹർഷിക്കെല്ലാം ബോധ്യമായി. ക്രുദ്ധനായ അദ്ദേഹം 'സഹസ്രഭഗനാകട്ടെ' എന്ന് ഇന്ദ്രനെ ശപിച്ചു. ഇന്ദ്രൻ കാൽക്കൽ വീണ് ക്ഷമ ചോദിച്ചു. 'സഹസ്രാക്ഷൻ' ആകട്ടെ എന്ന് തിരുത്തി. തന്റെ സാന്നിദ്ധ്യം തിരിച്ചറിയാത്ത അഹല്യ കല്ലായിത്തീരട്ടെ എന്ന് ശപിച്ചു. അഹല്യയുടെ ദയനീയാവസ്ഥ മനസ്സിലാക്കിയപ്പോൾ നൂറ്റാണ്ടുകൾക്കുശേഷം ശ്രീരാമസ്പർശത്താൽ ശാപമുക്തിയുണ്ടാകുമെന്ന് ആശ്വസിപ്പിച്ചു. ആശ്രമത്തിലെത്തിയ ശ്രീരാമപാദസ്പർശത്താൽ അഹല്യയ്ക്ക് ശാപമുക്തിയുണ്ടായി. അഹല്യ ശ്രീരാമനെ സ്തുതിച്ച് ജന്മം സഫലമാക്കി.

സീതയുടെ പൂർവ്വകഥ

ജനകപുത്രിയായി വളർന്ന്, ശ്രീരാമപത്നിയായിത്തീർന്ന സീതയുടെ യാത്രാചരിതംകൂടിയാണ് രാമായണം. കൃതയുഗത്തിൽ ബ്രഹസ്പതിപുത്രനായിരുന്നു കുശദ്ധ്വജൻ. അദ്ദേഹം വേദാഭ്യാസനം ചെയ്യുമ്പോൾ മുഖത്തുനിന്നും ഭഗവതി വേദവതിയായി അവതരിച്ചു. ഭഗവത് ഭക്തയായി വളർന്നു. യൗവ്വനപ്രാപ്തിയിൽ വിഷ്ണുവിനെ ഭർത്താവായി കിട്ടാൻ തപസ്സനുഷ്ഠിച്ചു. ഈ സന്ദർഭത്തിൽ ദിഗ്‌വിജയം നേടിവരുന്ന രാവണൻ സുന്ദരിയായ വേദവതിയെ കാണാൻ ഇടയായി. അവളുടെ

സൗന്ദര്യത്തിൽ ഭ്രമിച്ചു. വിഷ്ണുവിനേക്കാൾ താനാണ് യോഗ്യൻ എന്ന് പറഞ്ഞുനോക്കി. തന്ത്രം ഫലിച്ചില്ല. വേദവതി വശപ്പെടുന്നില്ല. വികാരാവേശത്താൽ കടന്നുപിടിക്കാനുള്ള ശ്രമമായി. പിന്തിരിയുന്നതിനിടയിൽ വേദവതിയുടെ മുടിയിൽ പിടിച്ചു. ആ ദിവ്യാംഗനയുടെ രോഷം ആളിക്കത്തി. കുതറിമാറി. നിന്റെ വധത്തിന് ഞാൻ കാരണഭൂതയാകുമെന്ന് ശപിച്ചു. അഗ്നിപ്രവേശം ചെയ്തു. വേദവതി ത്രേതായുഗത്തിൽ അയോജനിയായി പിറന്നു. ആ കുട്ടിയെയാണ് ജനകന് ഉഴവുചാലിൽനിന്നും കിട്ടിയത്. മിഥിലാധിപനായ ജനകനും ഭാര്യയായ സുനയനയും സീതയെന്ന് പേരിട്ട് വളർത്തി. ജനകപുത്രിയായ ഊർമ്മിളയ്ക്കും ജനകന്റെ സഹോദരപുത്രിമാരായ മാണ്ഡവ്യയ്ക്കും ശ്രുതകീർത്തിക്കുമൊപ്പം വളർന്നു.

ദേവസേനയുടെ മകളായ സത്യവതിയുടെ പുത്രനാണ് ജമദഗ്നി മഹർഷി. അദ്ദേഹം രാജപുത്രിയായ രേണുകയെ വിവാഹം ചെയ്തു. അവരുടെ അഞ്ച് മക്കളിൽ ഇളയവനാണ് രാമൻ. ഭൃഗുവംശത്തിൽ ജനിച്ചതുകൊണ്ട് ഭാർഗ്ഗവൻ എന്നും പറയും. ഭാർഗ്ഗവന്റെ അമ്മയായ രേണുക ഒരിക്കൽ സ്നാനത്തിന് പോയപ്പോൾ ഗന്ധർവ്വ രാജാവായ ചിത്രരഥന്റെ ജലക്രീഡകളിൽ ആകൃഷ്ടയായി. കുറേനേരെ രസിച്ചു നിന്നു പോയി. ഭാര്യ വൈകി വന്നപ്പോൾ ദിവ്യദൃഷ്ടികൊണ്ട് മഹർഷി കാര്യം ഗ്രഹിച്ചു. അദ്ദേഹത്തിന് കടുത്ത കോപമുണ്ടായി. അമ്മയെ കൊല്ലാൻ മൂത്ത മകനോട് കൽപ്പിച്ചു. അയാൾ ഒഴിഞ്ഞുമാറി. താഴെയുള്ള മറ്റു മക്കളും മാതൃഹത്യയിൽനിന്നും പിന്മാറി. മഹർഷിക്ക് അവരോടും ദേഷ്യമായി. എന്നാൽ ഇളയമകനായ രാമൻ മാതാവിനേയും സഹോദരങ്ങളേയും വധിക്കുക എന്ന അച്ഛന്റെ കൽപ്പനകൾ നിറവേറ്റി. സന്തുഷ്ടനായ മഹർഷി ഇഷ്ടവരം ചോദിച്ചുകൊള്ളുവാൻ പറഞ്ഞു. അമ്മയേയും ജ്യേഷ്ഠന്മാരേയും ജീവിപ്പിക്കാൻ അപേക്ഷിച്ചു. ധ്യാനസിദ്ധിയാൽ മൃതസഞ്ജീവനി വിദ്യയിൽ അവർ പുനർജീവിച്ചു. അങ്ങനെ രാമൻ പിതൃസ്നേഹവും മാതൃസ്നേഹവും ഭ്രാതൃസ്നേഹവും പരിപാലിച്ചു. തുടർന്ന് ഭൃഗു മഹർഷിയുടെ നിർദ്ദേശപ്രകാരം ഹിമാലയത്തിൽ ചെന്ന് ശിവനെ തപസ്സ് ചെയ്ത് വെണ്മഴു നേടി. അക്കാലത്തെ ഒരു പ്രബലനായ രാജാവായിരുന്നു കാർത്തവീര്യാർജ്ജുനൻ. ഒരിക്കൽ അദ്ദേഹം ജമദഗ്നി മഹർഷിയുടെ ആശ്രമം സന്ദർശിച്ചു. മഹർഷിക്ക് ദേവേന്ദ്രൻ നൽകിയ കാമധേനു എന്ന വിശിഷ്ടപശുവിനെ കാണാനിടയായി. രാജാവ് ആ ദിവ്യപശുവിനെ ആവശ്യപ്പെട്ടു. മഹർഷി നൽകിയില്ല. രാജാവ് മഹർഷിയെ കൊന്ന് പശുവിനെ കൊണ്ടുപോയി. അപ്പോൾ രാമൻ തപസ്സിന് പോയിരിക്കുകയായിരുന്നു. തപസ്സ് കഴിഞ്ഞു വന്ന രാമൻ വിവരങ്ങൾ

മനസ്സിലാക്കി. ക്രോധം ആളിക്കത്തി. കാർത്തവീര്യാർജ്ജുനനെ കൊന്ന് പശുവിനെ വീണ്ടെടുത്തു. എന്നിട്ടും കോപം അടങ്ങിയില്ല. 21 പ്രാവശ്യം ഭൂമി ചുറ്റി യാത്ര ചെയ്തു. രാജാക്കന്മാരെയെല്ലാം വധിച്ചു. അങ്ങനെ രാജാക്കന്മാരുടെ ശത്രുവാകുമെന്ന മുൻപ്രവചനം യാഥാർത്ഥ്യമായി.

വർഗ്ഗചരിത്രങ്ങൾ

ആദികാവ്യത്തിൽ, ശാശ്വതകാവ്യത്തിൽ മുഖ്യമായും ഏഴു വിധത്തിലുള്ള കഥാപാത്രങ്ങളെ കാണാം. ദൈവവും ദേവന്മാരും ആചാര്യപദവിയിലുള്ള മഹർഷിമാർ, രാജാക്കന്മാരും ജനങ്ങളും രാക്ഷസന്മാർ, വാനരന്മാർ, പക്ഷിമൃഗാദികൾ, പഞ്ചഭൂതങ്ങൾ എന്നീ സപ്തവർഗ്ഗങ്ങൾ തന്നെ പ്രപഞ്ചപരിണാമസൂചനകളാണ്. തന്നെയുമല്ല, കവിയും വിവിധ സന്ദർഭങ്ങളിൽ കഥാപോഷണത്തിന് പ്രേരകമാണ്. ഒരു രാസത്വരകം എന്നു പറയാം. ഒരു പ്രശ്നത്തിൽ നിന്നാണ് കഥ തുടങ്ങുന്നത്. രാവണന്റെ ഉപദ്രവത്തിൽനിന്നും ഭൂമിയെ രക്ഷിക്കണം. ബ്രഹ്മാവും ദേവന്മാരും ഭൂമീദേവിയുമടക്കം ഒരു സംഘം മഹാവിഷ്ണുവിനെ കാണുന്നു. പാലാഴിയിൽ വാഴുന്ന വിഷ്ണു-ലോകരക്ഷകൻ. ആധുനിക ഭാഷയിൽ പറഞ്ഞാൽ ഒരു നിവേദകസംഘം. കശ്യപൻ ദശരഥനായി ജനിക്കുന്നു. വിഷ്ണു ദശരഥപുത്രനായി പിറക്കുന്നു. വിശ്വേശ്വരി യോഗമായാദേവി അയോനിജയായി സീതയായി രൂപപ്പെടുന്നു. അനന്തൻ ലക്ഷ്മണനും ശംഖ് ഭരതനും ചക്രം ശത്രുഘ്നനുമാകുന്നു. ദേവേന്ദ്രസൂര്യപുത്രന്മാരായി ബാലിസുഗ്രീവന്മാരുണ്ടാകുന്നു. ദേവന്മാർ വാനരന്മാരാകുന്നു. ശിവ ബീജപരിണാമമായി, വായുപുത്രനായി, കേസരിപുത്രനായി ഹനുമാന്റെ ജനനം.

പ്രസിദ്ധമായ സൂര്യവംശപ്രതിനിധിയാണ് ദശരഥ മഹാരാജാവ്. വീരശൂരനാണെങ്കിലും സന്താനങ്ങളില്ലാതെ ദുഃഖിക്കുന്നു. ഋശ്യശൃംഗനെ വരുത്തുന്നു. യാഗഫലയോഗമെന്നോണം നാലു പുത്രന്മാർ പിറക്കുന്നു. സന്താനലബ്ധിയിൽ പരമാനന്ദചിത്തനായി എല്ലാവർക്കും വേണ്ടതെല്ലാം നൽകുന്നു. പുത്രന്മാരുടെ വളർച്ചയിലും വിദ്യാഭ്യാസത്തിലും അതീവ ശ്രദ്ധാലുവാണ്. വിശ്വാമിത്രൻ യാഗരക്ഷയ്ക്കായി രാമലക്ഷ്മണന്മാരെ കൂട്ടിക്കൊണ്ടുപോകാൻ വരുമ്പോൾ പുത്രവാത്സല്യത്താൽ വിവശനാകുന്നു. കുലഗുരുവിന്റെ നിർദ്ദേശപ്രകാരം മക്കളെ അയയ്ക്കുന്നു. വിശ്വാമിത്രയാഗ രക്ഷയ്ക്കുശേഷം അഹല്യയ്ക്ക് മോക്ഷം നൽകി തുടർന്ന് മിഥിലയിൽ എത്തുന്നു. അവിടെയുണ്ടായിരുന്ന ത്രയംബകം വില്ല് കുലച്ച് വിജയിയാകുന്നു. ജനകൻ ദശരഥന്

സന്ദേശം കൊടുത്തയയ്ക്കുന്നു. ദശരഥൻ ബന്ധുമിത്രാദികളുമായി പോയി പുത്രന്മാരുടെ വിവാഹം നടത്തുന്നു.

സ്വഭാവചിന്തകൾ

രാജാവിന്റെ ധർമ്മചിന്തകളും നീതിബോധവും നിർവ്വഹിക്കാൻ സഹായിക്കുന്നത് കുലഗുരുവായ വസിഷ്ഠന്റെ ഉപദേശമാണ്. പ്രതിസന്ധികളെ തരണം ചെയ്യാൻ തേടുന്ന വിദഗ്ദോപദേശം കുടുംബനാഥന്മാരും ഭരണാധികാരികളും മാതൃകയാക്കേണ്ടതാണ്. ദശരഥപത്നിമാരിൽ ശ്രീരാമമാതാവായ കൗസല്യ മാത്രമേ ഈ കാണ്ഡങ്ങളിൽ നേരിട്ടു വരുന്നുള്ളൂ. ദിവ്യപുത്രനെ ദർശിക്കുമ്പോഴുണ്ടാകുന്ന കൗസല്യയുടെ ചിന്താധാര ഒരു ഉത്തമമാതാവിന്റേതാണ്. ദശരഥപുത്രന്മാരുടെ ബാല്യകാല്യവും വിദ്യാഭ്യാസരീതികളും ശ്രദ്ധേയമാണ്. രാമലക്ഷ്മണന്മാരും ഭരതശത്രുഘ്നന്മാരും തുടർക്കഥയ്ക്ക് ചുക്കാൻ പിടിക്കുന്നു.

വിശ്വാമിത്രന്റെ യാഗരക്ഷയ്ക്കുള്ള യാത്രയും രാക്ഷസനിഗ്രഹവും അഹല്യദർശനവും സീതാസ്വയംവരവും ഭാർഗവദർശനവുമെല്ലാം ശ്രീരാമന്റെ വ്യക്തിത്വവികാസ ചരിത്രസൂചനകളാണ്. വിശ്വാമിത്ര യാഗരക്ഷയ്ക്ക് പുറപ്പെടുന്ന രാമലക്ഷ്മണന്മാരിൽ സ്വഭാവമഹിമയും പരസ്പരധാരണയും പ്രകടമാണ്. രാമശരമേറ്റ് മരിക്കുന്ന താടകയും രാമപാദസ്പർശത്താൽ ശാപവിമുക്തയാകുന്ന അഹല്യയും സ്ത്രീത്വത്തിന്റെ വിഭിന്നരൂപങ്ങളാണ്. സുന്ദൻ എന്ന യക്ഷന്റെ പത്നിയായിരുന്ന താടക. സ്വശക്തിയിൽ അഹങ്കരിക്കുന്ന താടകയ്ക്ക് അഗസ്ത്യശാപം വിനയായി, രാക്ഷസിയായി സർവ്വർക്കും ഉപദ്രവമായി. രാമശരമേറ്റ് മരിച്ചെങ്കിലും പൂർവ്വപുണ്യംകൊണ്ട് യക്ഷിയായി മോക്ഷം കിട്ടി. ബ്രഹ്മപുത്രിയായിട്ടും ഗൗതമപത്നിയായിട്ടും അഹല്യ അൽപസമയം പതറിപ്പോയി. തൽഫലമായി ശിലയായി തീർന്നെങ്കിലും സുകൃതംകൊണ്ട് ശ്രീരാമാനുഗ്രഹം നേടാൻ കഴിഞ്ഞു. ഈ സംഭവങ്ങളെല്ലാം നിത്യജീവിതത്തിന് മാർഗ്ഗദർശകമാണ്. സ്വകർമ്മഫലങ്ങൾ അനുഭവിച്ചേ കഴിയൂ എന്ന ബോധം നമ്മെ നന്മയിലേക്ക് നയിക്കുന്നു.

സീതാപിതാവായ ജനകൻ പണ്ഡിതനാണ്, ഉത്തമനായ രാജാവാണ്. വിശ്വാമിത്രനേയും രാമലക്ഷ്മണന്മാരേയും സ്വീകരിക്കുന്ന രംഗം തന്നെ അതിവിശിഷ്ടമാണ്. രാമപിതാവായ ദശരഥനെ വരുത്തുന്നതും മഹർഷിമാരുടെ നിർദ്ദേശപ്രകാരം സീതാസ്വയംവരം ഒരുക്കുന്നതിലുമെല്ലാം ഒരു പിതാവിന്റെ കർത്തവ്യം

പ്രകടമാണ്. വിവാഹാനന്തരം പുത്രിമാരെ അയോദ്ധ്യയിലേക്ക് അയയ്ക്കുന്ന രംഗം മാതൃകാപരമാണ്. സീതയ്ക്കു നൽകുന്ന ഉപദേശസത്ത ഇക്കാലഘട്ടത്തിലെ മാതാപിതാക്കൾ ഉൾക്കൊണ്ടാൽ ഇന്നത്തെ ദാമ്പത്യകലഹങ്ങൾ കുറെയെല്ലാം കുറയും.

അയോദ്ധ്യയിലും മിഥിലയിലുമുള്ള മഹർഷിമാരായ വസിഷ്ഠൻ, ശതാനന്ദൻ തുടങ്ങിയവർ രാജാക്കന്മാർക്കും മാർഗ്ഗദർശികളാണ്. വിജ്ഞാനികളായ അവർ നൽകുന്ന ഉപദേശങ്ങൾ ആധുനിക ഭരണാധികാരികളും അവരുടെ സെക്രട്ടറിമാരും ഉൾക്കൊള്ളേണ്ടതാണ്. വേണ്ടകാര്യങ്ങൾ വേണ്ടപ്പോൾ വേണ്ടതുപോലെ ചെയ്യുന്നു. അങ്ങനെയായാൽ അഴിമതി കോലാഹലങ്ങൾ ഒഴിവാക്കി സാമ്പത്തികനേട്ടമുണ്ടാക്കാം.

ബാലകാണ്ഡത്തിലെ രണ്ട് വിശിഷ്ട കഥാപാത്രങ്ങളാണ് വിശ്വാമിത്രനും പരശുരാമനും. സൂചിതകഥകളിൽ അവരുടെ ചരിത്രം തെളിയുന്നുണ്ട്. രാജപദവിയേക്കാൾ ശ്രേഷ്ഠമാണ് ഋഷിപദവിയെന്ന് വിശ്വാമിത്രൻ തെളിയിക്കുന്നു. ബ്രഹ്മതേജസ്സുണ്ടായിട്ടും പരശുരാമൻ രാജാവായി. രാജാക്കന്മാരുടെ ശത്രുവായി. അമ്മാവനായ വിശ്വാമിത്രനും മരുമകനായ പരശുരാമനും രണ്ട് വഴിക്കാണ് യാത്ര. പക്ഷേ, സീതാസ്വയംവരശേഷം അയോദ്ധ്യയിലേക്കുള്ള യാത്രാവേളയിൽ അവർ കണ്ടുമുട്ടുന്നുണ്ട്. വളരെയേറെ വ്യക്തിവൈഭവങ്ങളുണ്ടെങ്കിലും രണ്ടുപേർക്കും ചില വീഴ്ചകൾ സംഭവിച്ചു പോയിട്ടുണ്ട്. തൽഫലമായി അനുചിതമായ സംഭവങ്ങളും ഉണ്ടായിട്ടുണ്ട്. ശ്രീരാമനെ തിരിച്ചറിഞ്ഞ പരശുരാമൻ സ്വസിദ്ധികൾ രാമന് നൽകി സാഫല്യം കൈവരിച്ചു. അവരുടെ ജന്മകഥകൾ നൽകുന്ന സൂചനകൾ ആധുനിക വൈദ്യശാസ്ത്രജ്ഞർ നിർദ്ദേശിക്കുന്നതാണ്. സൂചിതകഥകളിൽനിന്നും അവരുടെ മാതാക്കളായ ദേവസേനയും (വിശ്വാമിത്രൻ), സത്യവതിയും (പരശുരാമൻ) ഗർഭിണികളായിരുന്നപ്പോൾ കടുത്ത മാനസികവ്യഥ അനുഭവിച്ചതായി അറിയുന്നു. അതുകൊണ്ടാകാം മഹത്തായ പാരമ്പര്യവും ശ്രേഷ്ഠമായ വ്യക്തിത്വവും ഉണ്ടെങ്കിലും അവരിൽ ചിലപ്പോഴെല്ലാം അനുചിതപ്രവൃത്തികൾ കാണുന്നത്. വിശ്വാമിത്രൻ മകളെ ഉപേക്ഷിക്കുന്നു. യോഗിവര്യനായ വസിഷ്ഠനുമായി ഏറ്റുമുട്ടുന്നു. പരശുരാമൻ അമ്മയെ വധിക്കുന്നു. ശാന്തനായ ശ്രീരാമനുമായി ഏറ്റുമുട്ടുന്നു. ഗുരുപുത്രനായ ഗണപതിയുമായി ഇടയുന്നു. ഇന്ന് യുവജനങ്ങളിൽ സർവ്വത്ര കാണുന്ന സ്വഭാവവൈകൃതങ്ങൾക്ക് മൂലഹേതു അവരുടെ മാതാക്കളുടെ മാനസിക സംഘർഷങ്ങളായിരിക്കണം.

ബാലകാണ്ഡത്തിലെ ജീവാമൃതം

ഈ കാണ്ഡത്തിലെ കഥകളുടെ പശ്ചാത്തലങ്ങൾ പാലാഴിയും രാജകൊട്ടാരങ്ങളും വനപ്രദേശങ്ങളുമാണ്. വിവിധ സ്ഥലങ്ങൾ, വിഭിന്ന സ്വഭാവക്കാരായ കഥാപാത്രങ്ങൾ. പത്നിയുമായി രസിച്ചിരിക്കുമ്പോൾ പോലും വരുന്നവരുടെ പ്രശ്നഗൗരവം ഉൾക്കൊണ്ട് പരിഹരിക്കുന്ന മഹാവിഷ്ണു ഭരണാധികാരികൾക്ക് വഴികാട്ടിയാണ്. ഭരണാധിപന്മാർക്ക് വേണ്ട മാർഗ്ഗനിർദ്ദേശങ്ങൾ നൽകുന്ന വസിഷ്ഠൻ, ഋശ്യശൃംഗൻ, ശതാനന്ദൻ, വിശ്വാമിത്രൻ തുടങ്ങിയവരുടെ സേവനജാഗ്രതയും ആത്മാർത്ഥതയും എക്കാലത്തും മാതൃകാപരമാണ്.

പുത്രകാമേഷ്ടി യാഗത്തിനുള്ള ഒരുക്കങ്ങൾ എത്ര ശുഷ്കാന്തിയോടെ എത്ര വേഗത്തിലാണ് പൂർത്തീകരിക്കുന്നത്. അതുപോലെ സീതാസ്വയംവരത്തിനുള്ള വേദികൾ സമയബന്ധിതമായി കുറ്റമറ്റ രീതിയിൽ തയ്യാറാക്കുന്നു. നിർദ്ദേശങ്ങൾ നൽകുന്നവരും കൃത്യം നിർവ്വഹിക്കുന്നവരും ഉത്തമലക്ഷ്യങ്ങളോടെ ഉചിതമായ വഴികളിൽ വേണ്ടപോലെ ഒരുമിച്ചു നീങ്ങുന്നു. ഇന്ന് ഒരു പാലമോ ഒരു റോഡോ ഒരു വേദിയോ ഒരുക്കുന്നതിന് എത്ര കാലതാമസമാണ്, എന്തെല്ലാം വിവാദങ്ങളാണ്. പണികഴിയുമ്പോഴേക്കും അവ തകരുന്നു. അനർഹർ അവിഹിത മാർഗ്ഗങ്ങൾ സ്വീകരിക്കുന്നു. വേണ്ടപ്പെട്ടവർ സ്വാർത്ഥനേട്ടങ്ങൾക്കുവേണ്ടി നിയമങ്ങൾ വളച്ചൊടിക്കുന്നു. തൽഫലമായി സ്വാർത്ഥലാഭമോഹികൾ വളരുന്നു. ജനപ്രതീക്ഷകൾ തകരുന്നു.

എല്ലാ വിഭാഗത്തിൽപ്പെട്ട ജനങ്ങളും രാമായണകഥകളും കഥാപാത്രനിഷ്ഠകളും പഠിച്ച് പരിശോധിച്ച് ഉചിതമായി സ്വീകരിക്കുന്നത് ജീവിതവിജയത്തിന് വഴികാട്ടിയാകും. പ്രത്യേകിച്ചും ഭരണാധികാരികളും ജനസേവകരും ജനപ്രതിനിധികളും കൈക്കൊള്ളുന്ന ലക്ഷ്യങ്ങളും മാർഗ്ഗങ്ങളും പരസ്പര പൂരകങ്ങളാക്കാൻ ആത്മാർത്ഥമായി ശ്രമിക്കണമെന്ന് രാമായണകഥാപാത്രചരിതങ്ങൾ നമ്മെ ഓർമ്മിപ്പിക്കുകയാണ്.

രചനാരീതിയുടെ പ്രത്യേകതകൾ

രാമഭക്തനായ ഹനുമാന് ശ്രീരാമനിർദ്ദേശമനുസരിച്ച് രാമകഥ സീത പറഞ്ഞു കൊടുക്കുന്നു. അത് പരമശിവൻ പാർവ്വതിക്കും പറഞ്ഞു കൊടുക്കുന്നു. എഴുത്തച്ഛൻ കിളിയെക്കൊണ്ട് ആ കഥകൾ പറയിപ്പിക്കുന്നു. ഓരോ കാണ്ഡത്തിന്റേയും തുടക്കത്തിലും അന്ത്യത്തിലും ഇത് സൂചിപ്പിക്കുന്നുണ്ട്. സന്ദർഭാനുസരണം സൂചിതകഥകളും കഥാപാത്രങ്ങളുടെ ആഖ്യാനങ്ങളും വഴിയാണ് കഥ രൂപപ്പെടുന്നത്. ഇതെല്ലാം കാര്യകാരണസഹിതം പരസ്പര

ബന്ധിതമാണ്. പ്രാരംഭത്തിലെ വിഷ്ണുവിന്റെ വാക്കുകൾതന്നെ ശ്രദ്ധേയമാണ്.

വിഷ്ണുവിന്റെ പുത്രനായി ജനിക്കണമെന്ന കശ്യപന്റെ ആഗ്രഹസാഫല്യം രാവണനിഗ്രഹത്തിനുള്ള വഴിതെളിക്കുന്നു. ദേവന്മാർ വാനരന്മാരായി പിറക്കുന്നതും മറ്റും പ്രശ്നപരിഹാരത്തിനുള്ള വഴികളാണ്. സന്ദർഭം കിട്ടുമ്പോഴെല്ലാം രാമകഥയുടെ മാഹാത്മ്യം പറയുകയും അത് കേൾക്കുന്നവർക്ക് സൗഭാഗ്യമുണ്ടാകുമെന്ന് ഓർമ്മിപ്പിക്കുകയും ചെയ്യുന്നുണ്ട്. ഇതെല്ലാം ഭക്തിവർദ്ധനയ്ക്കുള്ള ഉപാധികളാണ്. ഭക്തകവിയായ എഴുത്തച്ഛന്റെ രചനയിലുടനീളം ഈശ്വരമഹിമ വിളയാടുന്നുണ്ട്. പുത്രകാമേഷ്ടിയാഗവും സീതാസ്വയംവരവും വിശ്വാമിത്രനുമൊത്തുള്ള വനയാത്രയുമെല്ലാം ഭക്തിയിലൂടെയാണ് നീങ്ങുന്നത്. താടകാവധവേളയിലും അഹല്യാമോക്ഷ സന്ദർഭത്തിലും പരശുരാമനായി ഏറ്റുമുട്ടുമ്പോഴും ഭക്തി ഒഴുകുകയാണ്. ഭക്തിയിലൂടെ മുക്തി ലഭിക്കുമെന്നുള്ള സൂചനകൾ നിരവധിയാണ്. കഥാകഥനം, സംവാദം, സൂചിതകഥകൾ, സ്തുതികൾ, ഉപദേശങ്ങൾ, വർണ്ണനകൾ, വിവരണങ്ങൾ എന്നിങ്ങനെ വിവിധ രീതിയിലാണ് കഥ പുരോഗമിക്കുന്നത്. ആധുനിക പഠനസിദ്ധാന്തങ്ങളിൽ പലതും ഈ ഭാഗങ്ങളിൽ ദർശിക്കാം. ആവർത്തനം, പങ്കാളിത്തം, കൂട്ടുത്തരവാദിത്വം, തുടർപ്രവർത്തനരീതികൾ എന്നിവയൊക്കെ അതിവിദഗ്ധനായ ആചാര്യന്റെ മാതൃകാപരമായ സമീപനങ്ങളാണ്.

പ്രാരംഭത്തിലുള്ള അതിവിസ്തൃതമായ ശ്രീരാമ... രാമ... രാമ എന്നിങ്ങനെയുള്ള സ്തുതി തന്നെ ഭക്തിപ്രവാഹമാണ്. പാർവ്വതീപരമേശ്വരന്മാരുടെ സംഭാഷണത്തിലും സ്തുതിഗീതങ്ങളുണ്ട്. 'പരമാനന്ദമൂർത്തേ! ഭഗവാൻ ജയജയ....' തുടങ്ങി 'വരദനാരായണ! വൈകുണ്ഠ! ജയജയ' എന്നീ ബ്രഹ്മാദികളുടെ വാക്കുകൾ സങ്കീർത്തനമാണ്. മാതാവായ കൗസല്യയുടെ 'നമസ്തേ ദേവദേവശംഖുചക്രാബ്ധര' എന്നു തുടങ്ങി...' കടക്കേണം ദുഃഖസംസാരാർണ്ണവം' വരെയുള്ള വരികൾ വിശുദ്ധ വികാരവായ്പിന്റെ പ്രവാഹമാണ്. അഹല്യസ്തുതി, പരശുരാമസ്തുതി എന്നിവയിലൂടെ അവതാരമഹിമയും ലക്ഷ്യങ്ങളും ഭംഗിയായി വെളിപ്പെടുത്തുന്നുണ്ട്.

മലയാളതനിമ

വർണ്ണനകളിലും സ്തുതികളിലും മനോഹരമായ മണിപ്രവാള ശൈലിയാണ്. എന്നാൽ കഥാപാത്രങ്ങളുടെ സംഭാഷണങ്ങൾ ലളിതമായ മലയാളമാണ്. വിശ്വാമിത്ര സന്ദർശനലക്ഷ്യം ഉൾക്കൊണ്ട ദശരഥൻ വ്യാകുലചിത്തനായി വസിഷ്ഠനോട് പറയുന്ന

വാക്കുകൾ ശ്രദ്ധിക്കുക '...ദൈവവശാൽസിദ്ധിച്ചതനയനാം രാമനെപ്പിരിയുമ്പോൾ നിർണ്ണയം മരിക്കും ഞാൻ...' എന്നീ വരികൾ. വസിഷ്ഠൻ നൽകുന്ന മറുപടി ഇങ്ങനെയാണ് 'പുത്രനെ കൂടെ അയച്ചിടുക മടിയാതെ'

വിവാഹനിശ്ചയമറിയിക്കുന്ന ജനകന്റെ വാക്കുകൾ ശ്രദ്ധിക്കുക

'നാലുകന്യകമാരുണ്ടെനിക്കുകൊടുപ്പാനായി
നാല്പുത്രന്മാർ ഭവാൻ തനിക്കുമുണ്ടല്ലോ താനും
ആകയാൽ നാല് കുമാരന്മാർക്കും വിവാഹം ചെ-
യ്താകിലോ നിരൂപിച്ചാലേതുമേ മടിക്കേണ്ട'

എത്ര ലളിതമാണെന്ന് നോക്കുക. പരശുരാമൻ ശ്രീരാമന് നൽകുന്ന താക്കീതും ലളിതം തന്നെ.

'ക്ഷത്രിയകുലാന്തകൻ ഞാനെന്നതറിഞ്ഞീലേ?
ശത്രുത്വംനമ്മിൽപണ്ടുപണ്ടേയുണ്ടെന്നോർക്ക നീ'

കാവ്യബിംബങ്ങൾ നിറഞ്ഞ സീതാസ്വയംവര വർണ്ണന അതീവ ഹൃദ്യമാണ്.

'ഇടിവെട്ടീടുംവണ്ണംവിൽമുറിഞ്ഞൊച്ചകേട്ടു
നടുങ്ങീ രാജാക്കന്മാരുരഗങ്ങളെപ്പോലെ
മൈഥിലി മയിൽപ്പേടപോലെസന്തോഷംപൂണ്ടാൾ
കൗതുകമുണ്ടായ് വന്നു ചേതസ്സി കൗശികനും'

ലളിതമായ ശൈലിയിലുള്ള മനോഹരമായ കാവ്യബിംബങ്ങളാണിവ.

ഭക്തിയിലൂടെ സാംസ്ക്കാരികോന്നമന ലക്ഷ്യമുള്ള കവിത. ഉദാത്ത അനുശീലന സരണികളിലൂടെയുള്ള കഥാബീജവികാസവും വളർച്ചയും, തദനുസൃതമായ കാവ്യശൈലിയും ഈ കാണ്ഡത്തിൽ പ്രത്യേകം എടുത്തു കാണിക്കാവുന്നതാണ്. മലയാളഭാഷയുടേയും കവിതയുടേയും വികാസപരിണാമങ്ങൾ വരച്ചുകാണിക്കുന്ന അനേകം കാവ്യസന്ദർഭങ്ങൾ ബാലകാണ്ഡത്തിൽ തെളിഞ്ഞുകാണുന്നുണ്ട്.

■

അയോദ്ധ്യാകാണ്ഡം

സീതാസ്വയംവരം ദശരഥന് ചാരിതാർത്ഥ്യജനകമായിരുന്നു. തുടർന്നുണ്ടായ പരശുരാമ സംപ്രീതിയും മധുരാനുഭവമായി. അയോദ്ധ്യയിലെത്തി ഒരു വ്യാഴവട്ടക്കാലം സംതൃപ്തജീവിതം നയിച്ചു. ഈ കാലഘട്ടത്തിൽ ഉണ്ടായ സംഭവപരമ്പരകളാണ് അയോദ്ധ്യാകാണ്ഡത്തിലെ പ്രതിപാദ്യം. കാകളി വൃത്തത്തിൽ 3188 വരികളാണ് ഈ കാണ്ഡത്തിലുള്ളത്.

താർമകൾക്കൻപുള്ള തത്തേ! വരികെടോ
താമസശീലമകറ്റേണമാശുനീ

ഈ ഈരടികളോടെ കഥ തുടരുന്നു. രാമകഥകൾ കേട്ടാൽ എല്ലാ സങ്കടങ്ങളും മാറുമെന്ന് ആശ്വസിപ്പിക്കുന്നുമുണ്ട്. പാർവ്വതിക്ക് രാമകഥ കേൾക്കാനുള്ള ആകാംക്ഷ വ്യക്തമാക്കുന്നു. മാത്രമല്ല, രാവണനുപോലും മുക്തി നൽകിയ ശ്രീരാമചരിതം അതിശ്രേഷ്ഠമാണ്. അത് ഏവർക്കും സിദ്ധിയും മുക്തിയും നൽകുമെന്ന് ഉറപ്പിക്കുകയും ചെയ്യുന്നു. തുടർന്ന് നാരദരാഘവ സംവാദം, ശ്രീരാമാഭിഷേകാരംഭം, അഭിഷേകവിഘ്നം, വിച്ഛിന്നാഭിഷേകം, ഭരദ്വാജാശ്രമപ്രവേശം, വാല്മീകിയാശ്രമപ്രവേശം, വാല്മീകിയുടെ ആത്മകഥ, ദശരഥന്റെ ചരമഗതി, ഭരതാഗമനം, ഭരതന്റെ വിലാപം, സംസാരകർമ്മം, ഭരതന്റെ വനയാത്ര, ഭരതരാഘവസംവാദം, അഗസ്ത്യാശ്രമപ്രവേശം എന്നീ പതിനെട്ട് പ്രധാനസംഭവങ്ങളാണ് ഈ കാണ്ഡത്തിൽ ഉള്ളത്. അയോദ്ധ്യയ്ക്ക് 'എതിർക്കാനും ജയിക്കാനും' കഴിയാത്തത് എന്ന വിവക്ഷയുണ്ട്.

കഥാസാരം

മിഥിലാധിപനുമായുള്ള കുടുംബബന്ധം അയോദ്ധ്യ രാജധാനിയിൽ ആഹ്ലാദപ്രദമായി. പുത്രകളത്രങ്ങളുമൊത്ത് സന്തുഷ്ടമായി പന്ത്രണ്ടുവർഷം കടുന്നുപോയതറിഞ്ഞില്ല. വൃദ്ധനായ

ദശരഥൻ രാജ്യഭാരം മൂത്തപുത്രനെ ഏൽപ്പിക്കാനാലോചിക്കുന്നു. ഭക്തിരസപ്രധാനമായ കിളിപ്പാട്ടിൽ അയോദ്ധ്യാകാണ്ഡാരംഭത്തിൽ നാരദരാഘവസംവാദമുണ്ട്. സൗഭാഗ്യത്തികവിൽ ശ്രീരാമൻ, സീതാസമേതനായി കഴിയുന്നു. അപ്പോൾ സർവ്വവ്യാപിയും സർവ്വസിദ്ധനുമായ നാരദമഹർഷി കൊട്ടാരത്തിൽ വരുന്നു. ശ്രീരാമൻ അത്ഭുതത്തോടും ആദരവോടും സഹർഷം മഹർഷിയെ ഏതിരേറ്റു. ആഗമനോദ്ദേശ്യം ആരാഞ്ഞു. ശ്രീരാമന് എല്ലാം അറിയാം. ആരും ഒന്നും ഉപദേശിക്കേണ്ടതില്ല. എങ്കിലും നാരദൻ സ്വതസിദ്ധമായ, സാരഗർഭമായ ശൈലിയിൽ ശ്രീരാമസീതാ മഹിമ ചുരുക്കി പറഞ്ഞു. ബ്രഹ്മാവിന്റെ നിയോഗപ്രകാരം രാവണനിഗ്രഹമാണ് ശ്രീരാമകടമയെന്ന് ഓർമ്മിപ്പിക്കുന്നു. അഭിഷേകത്തിനുള്ള ഒരുക്കങ്ങൾ ഉടൻ ഉണ്ടാകും. സത്യം സംരക്ഷിക്കണം. ധർമ്മം കാത്തു സൂക്ഷിക്കണം. താൻ രാവണനിഗ്രഹം നടത്തി സത്യവും ധർമ്മവും പുലർത്തുമെന്ന് രാമൻ മഹർഷിക്ക് വാക്കുകൊടുത്തു. സംതൃപ്തനായി മഹർഷി മടങ്ങി. ഈ കഥ കേൾക്കുന്നവർക്ക് ജന്മസാഫല്യമുണ്ടാകുമെന്ന് കവി ധരിപ്പിക്കുന്നു. ഭക്തിക്കു പരമപ്രാധാന്യം നൽകുന്ന തുഞ്ചത്തെഴുത്തച്ഛന്റെ രചനാതന്ത്രങ്ങൾ ഈ ഭാഗങ്ങളിൽ ദൃശ്യമാണ്.

ശ്രീരാമാഭിഷേകചിന്ത

ശ്രീരാമാഭിഷേകാരംഭം വാല്മീകി അതിവിസ്തൃതമായി വർണ്ണിച്ചിട്ടുണ്ട്. എഴുത്തച്ഛൻ സാരഗർഭമായി ചുരുക്കിയാണ് വർണ്ണിക്കുന്നത്. സത്ഗുണസമ്പന്നനും വീരനും കാര്യപ്രാപ്തനുമായ ശ്രീരാമൻ പാരമ്പര്യപ്രകാരം തന്റെ പിൻഗാമിയാകണമെന്ന് ദശരഥൻ ചിന്തിക്കുന്നു. ഈ വിവരം ഗുരുക്കന്മാരും മന്ത്രിമാരുമായി ചർച്ചചെയ്തശേഷം ജനസമക്ഷം അവതരിപ്പിക്കുകയും ചെയ്യുന്നു. മേഘനാദം മയിലുകളെ ആനന്ദിപ്പിക്കുന്നതുപോലെ ശ്രീരാമന്റെ അഭിഷേക വാർത്ത ജനങ്ങൾ സ്വീകരിച്ചു. എല്ലാവരുടേയും ആഗ്രഹപ്രകാരം ചൈത്രമാസത്തിലെ പൂയ്യം നാൾ ശ്രീരാമാഭിഷേകം നിശ്ചയിച്ചു. കുലഗുരുവായ വസിഷ്ഠന്റെയും മന്ത്രിപ്രവരനായ സുമന്ത്രരുടേയും നേതൃത്വത്തിൽ അതിവിപുലമായ ഒരുക്കങ്ങൾ തുടങ്ങി. വിവരം രാമനേയും വേണ്ടപ്പെട്ടവരേയും അറിയിച്ചു. ഈ സമയത്ത് ഭരതനും ശത്രുഘ്നനും കേകയ രാജ്യത്തേക്ക് പോയിരിക്കുകയായിരുന്നു. എന്നാൽ മിഥിലയിലും കേകയരാജ്യത്തും വിവരം അറിയിച്ചതായി കാണുന്നില്ല. എന്തുകൊണ്ടോ ദശരഥമനസ്സ് അസ്വസ്ഥമായി. രാമനെ വരുത്തി അഭിഷേക വിവരം ധരിപ്പിച്ചു. അഭിഷേകചടങ്ങുകൾ മുറപ്പോലെ നടക്കണമെന്ന് വീണ്ടും ഓർമ്മപ്പെടുത്തി.

മന്ഥരയുടെ തന്ത്രം

രാജധാനി രാമാഭിഷേകാഘോഷങ്ങളുടെ ലഹരിയിലായി. തോഴിയായ മന്ഥര കൈകേയിയുടെ കൊട്ടാരത്തിലെത്തി. കേകയരാജാവായ അശ്വപതിയുടെ ഏഴ് പുത്രന്മാരുടെ ഏക സഹോദരിയാണ് കൈകേയി. മന്ഥര വളർത്തുമാതാവും തോഴിയുമാണ്. രാമാഭിഷേകവാർത്ത കേട്ട കൈകേയി മന്ഥരയ്ക്ക് സമ്മാനം നൽകി. അസ്വസ്ഥയായ മന്ഥര, കൈകേയിക്കുണ്ടാകാൻ പോകുന്ന വിപത്തുകൾ അവർക്കു മുൻപിൽ നിരത്തി. കൗസല്യയുടെ ദാസിയാകേണ്ടിവരുമെന്നും ഭരതന്റെ പുത്രന്മാർക്കുപോലും രാജ്യാവകാശം കിട്ടുകയില്ലെന്നും അക്കൂട്ടത്തിൽ ധരിപ്പിച്ചു. എല്ലാത്തിനും ഒരു പരിഹാരവും മന്ഥര പറഞ്ഞുകൊടുത്തു. ആ വാക്കുകൾ വിശ്വസിച്ച കൈകേയി ദേവാസുരയുദ്ധസമയത്ത് സ്വന്തം ഭർത്താവിനാൽ നൽകിയിരുന്ന രണ്ട് വരങ്ങൾ ഈ സമയം ചോദിക്കാൻ തയ്യാറാകുന്നു. അതിനുവേണ്ട അവസരം സൃഷ്ടിക്കാൻ അതിസുന്ദരിയായ കൈകേയി ദുഃഖത്താൽ വിരൂപയായി, ശോകഗ്രസ്തയായി കിടന്നു. രാമാഭിഷേക വാർത്ത അറിയുമ്പോൾ കൈകേയി സന്തോഷവതിയാകുമെന്ന പ്രതീക്ഷയോടെ ദശരഥൻ അവിടെ എത്തുന്നു.

പടർന്നുപന്തലിച്ച് പൂത്തുലഞ്ഞ് നിൽക്കുന്ന വല്ലിമുറിച്ചിട്ട പോലെ കൈകേയി കിടക്കുന്നതുകണ്ട്, കൈകേയിയെ ആശ്വസിപ്പിച്ചുകൊണ്ട് ദശരഥൻ പറഞ്ഞു:

"നിന്റെ ഈ കിടപ്പ് എനിക്ക് സഹിക്കാൻ കഴിയുന്നില്ല. പ്രാണേശ്വരി, നിനക്കെന്തുപറ്റി, എന്താണ് വേണ്ടത്?"

കൈകേയി തന്ത്രപൂർവ്വം ആഗ്രഹം നിറവേറ്റാമെന്നുറച്ചു. ദശരഥനെക്കൊണ്ട് സത്യം ചെയ്യിപ്പിച്ചു. ദേവാസുരയുദ്ധസമയത്ത് വാഗ്ദാനം ചെയ്ത വരങ്ങൾ ആവശ്യപ്പെട്ടു. രാമനുപകരം, ഭരതനെ രാജാവായി അഭിഷേകം ചെയ്യണം. ശ്രീരാമനെ പതിന്നാല് വർഷം വനവാസത്തിന് അയയ്ക്കണം. ഈ വരങ്ങൾ നൽകി പ്രതിജ്ഞ പാലിക്കണം എന്ന് ഓർമ്മിപ്പിക്കുകയും ചെയ്തു. ഈ വാക്കുകൾ ദശരഥന് താങ്ങാനായില്ല. അദ്ദേഹത്തിന് അല്പസമയത്തേക്ക് ബോധംതന്നെ പോയി. സ്വപ്നമാണോ, മായയാണോ എന്നു വിശ്വസിക്കാനാവാതെ വല്ലാതെ വിഷമിച്ചു.

വരദാനാപേക്ഷയിൽനിന്നും മാറാൻ ദശരഥൻ കാലുപിടിക്കാൻപോലും തയ്യാറായി. കൈകേയി വാശിപിടിച്ചു: സത്യനിർവ്വഹണമാണ് മുഖ്യധർമ്മമെന്ന് കൈകേയി സ്ഥാപിച്ചു. ഈ ശാഠ്യം ദശരഥനെ വല്ലാതെ വലച്ചു. ശാസിച്ചും സ്നേഹിച്ചും പലതും

പറഞ്ഞുനോക്കി. കൈകേയി തന്റെ വരങ്ങളിൽ ഉറച്ചുതന്നെ നിന്നു. തളർന്നും വിലപിച്ചും പിറുപിറുത്തും രാത്രി പുലരാതിരുന്നെങ്കിൽ എന്നുപോലും ആശിച്ചു. ധർമ്മക്കുടുക്ക് അദ്ദേഹത്തെ ധർമ്മസങ്കടത്തിലാക്കി. വരപ്രതിജ്ഞ നിറവേറ്റിയിട്ടുമതി ദിനചര്യകൾ എന്നുപോലും കൈകേയി പറഞ്ഞു.

രാമാഭിഷേകത്തിനുള്ള സകല ഒരുക്കങ്ങളുമായി വസിഷ്ഠ മഹർഷി സന്നിഹിതനായി. സമയമായിയെന്ന് രാജാവിനെ അറിയിക്കാൻ സുമന്ത്രരെ വിട്ടു. വിവശനായ രാജാവിനെയാണ് സുമന്ത്രർ കണ്ടത്. എന്തു ചെയ്യണമെന്ന് പരിഭ്രമമായി. ഉടൻ രാമനെ വരുത്തുവാൻ കൈകേയി നിർദ്ദേശിച്ചു. ജനമനസ്സുമനസ്സിലാക്കിയ സുമന്ത്രർ പൊന്നുതമ്പുരാൻ എഴുന്നള്ളണമെന്ന് പറഞ്ഞു. രാമനെ കൊണ്ടുവരാൻ രാജാവും കൽപ്പിച്ചു. സുമന്ത്രർ രാമനെ വിവരം ധരിപ്പിച്ചു.

കൈകേയിയമ്മയുടെ ആശീർവാദം വാങ്ങാമെന്ന് രാമൻ നിശ്ചയിച്ചു. ശ്രീരാമന് സീത മംഗളം നേർന്നു. രാമനെ കണ്ടപ്പോൾ 'രാമ' എന്നു മാത്രം പറഞ്ഞ് രാജാവ് ഇരുന്നുപോയി. കൈകേയിയോട് വിവരം തിരക്കി. രാജവചനം പാഴാകില്ലെന്ന് ഉറപ്പുവാങ്ങി അവർ വരവിവരങ്ങൾ പറഞ്ഞു. ക്രൂരമായ ആ വാക്കുകൾ കേട്ടിട്ടും രാമൻ പതറിയില്ല. വരനിർവ്വഹണത്തിന് ഒരുങ്ങി. ഉടൻ ഭരതനെ വരുത്തണമെന്നും വനവാസത്തിന് മടിയില്ലെന്നും അറിയിച്ചു. "അച്ഛന്റെ പ്രതിജ്ഞ നിറവേറ്റാൻ സന്തോഷമാണ്. അച്ഛനെ അനുസരിക്കേണ്ടത് മകന്റെ കടമയാണ്."

ശ്രീരാമന്റെ ഈ വാക്കുകൾ കേട്ട് കൈകേയി സന്തോഷിച്ചു. ദശരഥൻ നെടുവീർപ്പോടെ മോഹാലസ്യപ്പെട്ടു. അച്ഛനെ ആശ്വസിപ്പിക്കാൻ കൈകേയിയോട് അപേക്ഷിച്ചു. വനവാസ വിവരം മാതാവിനെ അറിയിക്കണം. സീതയെ ആശ്വസിപ്പിക്കണം. രാമൻ ഈ തീരുമാനങ്ങളോടെ പുറത്തുകടന്നു.

ശ്രീരാമന്റെ മുഖം കണ്ടപ്പോൾ മാതാവായ കൗസല്യ പലതും വായിച്ചെടുത്തു. അസ്വസ്ഥയായ അമ്മയോടു "ഇപ്പോൾ ഭുജിപ്പാനവസരമില്ലമ്മേ" എന്നീ വരികളിലൂടെ വിവരം ധരിപ്പിച്ചു. വെട്ടേറ്റുവീണ മരച്ചില്ലപ്പോലെ മറിഞ്ഞുവീണ കൗസല്യയെ ശ്രീരാമൻ ആശ്വസിപ്പിച്ചു. കൗസല്യ, കൈകേയിയുടെ പ്രാമണ്യചിത്രങ്ങളും തന്റെ വ്യഥകളും നിരത്തി. കിടാവിനെ പിന്തുടരുന്ന പശുവിനെപ്പോലെ ശ്രീരാമന്റെ കൂടെ കാട്ടിൽ പോകാൻ തയ്യാറായി. ശ്രീരാമന്റെ നിസ്സഹായവസ്ഥയും കൗസല്യയുടെ പാരവശ്യവും രാജ്യത്തിന്റെ പ്രതിസന്ധിയും ഉൾക്കൊണ്ട് ലക്ഷ്മണൻ ക്രുദ്ധനായി. "പെണ്ണിന്റെ വാക്കുകേട്ട് അച്ഛൻ അനീതിക്ക് ഒരുങ്ങുകയാണ്. എനിക്കത് സഹിക്കാനാവില്ല. അച്ഛനേയും ഭരതനേയും

എന്നല്ല, എന്നെ എതിർക്കുന്നവരേയും ഞാൻ കൊല്ലും. ജ്യേഷ്ഠനെ വനവാസത്തിന് ഞാൻ വിടില്ല."

"അമ്മയായ എന്റെ വാക്കുകൾ ധിക്കരിച്ച് വനവാസത്തിനു പോയാൽ ഞാൻ മരിക്കും." വ്യാകുലചിത്തയായി കൗസല്യ ഉറപ്പിച്ചു പറഞ്ഞു. ഇതുകേട്ട് ലക്ഷ്മണന്റെ കോപം ഇരട്ടിച്ചു.

കാമാന്ധനായ പിതാവിന്റെ വാക്കുകൾ അധർമ്മമാണ്. ദൈവനിശ്ചയമാണെങ്കിലും എതിർക്കേണ്ടതാണ്. എന്റെ കയ്യും വില്ലും വാളും ശരങ്ങളുംകൊണ്ട് ഏത് ശത്രുവിനേയും ഞാൻ അമർച്ച ചെയ്യും. ചിത്തഭ്രമത്താൽ അബദ്ധങ്ങൾ പുലമ്പുന്ന അച്ഛനെ ബന്ധിച്ചിട്ടാണെങ്കിലും ഞാൻ അഭിഷേകം നടത്തും." ലക്ഷ്മണൻ ആക്രോശിച്ചു. ക്രുദ്ധനായ ലക്ഷ്മണനെ ശ്രീരാമൻ സരസവചനങ്ങൾകൊണ്ട് ശാന്തനാക്കി.

ലക്ഷ്മണോപദേശം: 'വത്സ, സൗമിത്രേ, കുമാരാ നീ കേൾക്കണം' എന്നുതുടങ്ങി, 'മാനമല്ലോ പരമാപദാമാസ്പദം' എന്നുവരെയുള്ള രാമവചനങ്ങൾ ജീവിതസൂചികകളാണ്. ധനവും പദവികളും പാമ്പിന്റെ വായയിലെ തവളയുടേതുപോലെ ക്ഷണികമാണ്. ജീവിതം ഒരു വഴിയമ്പലംപോലെയാണ്. കാമക്രോധാദികൾ ശുത്രുക്കളാണ്. ബുദ്ധിയുള്ളവർ കോപം ഉപേക്ഷിക്കണം. മായാമോഹങ്ങൾ പരിത്യജിക്കണം. ഫലേച്ഛയില്ലാതെ കർമ്മം ചെയ്യണം." മധുരവചനങ്ങൾകൊണ്ട് ശ്രീരാമൻ, ലക്ഷ്മണന്റെ കോപം അടക്കി. ആ വാക്കുകൾ മാതാവിന് ആശ്വാസം പകർന്നു. "സർവജ്ഞയായ മാതാവേ, ദുഃഖിക്കരുത്. അച്ഛന്റെ ആഗ്രഹം സാധിക്കണം. പതിനാലുവർഷം വേഗം കഴിയും. അമ്മ അനുഗ്രഹിച്ചാൽ എനിക്ക് വനവാസം സുഖപ്രദമാകും.

രാമന്റെ ഈ വാക്കുകളുടെ പൊരുൾ കൗസല്യ ഉൾക്കൊണ്ടു. ദേവകളോട് ശ്രീരാമനെ രക്ഷിക്കാൻ പ്രാർത്ഥിച്ചു. സ്നേഹത്തോടെ ആശ്ലേഷിച്ച് യാത്രാനുമതി നൽകി. ലക്ഷ്മണൻ, ശ്രീരാമനെ പിന്തുടരുമെന്ന് ഉറപ്പിച്ചു. ലക്ഷ്മണനെ തടയാൻ ശ്രമിച്ച് ഫലമില്ലെന്നു മനസ്സിലായ ശ്രീരാമൻ, അനുഗമിക്കാൻ അനുവാദം നൽകി. വിവരം അറിയിക്കാൻ സീതാഗൃഹത്തിൽ ചെന്നു. ഒറ്റയ്ക്കുള്ള ശ്രീരാമന്റെ വരവ് സീതയെ അത്ഭുതപ്പെടുത്തി. രാമൻ കാര്യമവതരിപ്പിച്ചു. സീതയ്ക്ക് അത് ഉൾക്കൊള്ളാൻ കഴിഞ്ഞില്ല. ശ്രീരാമനെ പിന്തുടരുമെന്ന് സീത കാര്യകാരണസഹിതം വ്യക്തമാക്കി. വനജീവിതത്തിന്റെ വിഷമതകൾ നിരത്തി സീതയെ പിന്തിരിപ്പിക്കാൻ ശ്രീരാമൻ ശ്രമിച്ചെങ്കിലും പതിവ്രതാധർമ്മപാലനത്തിന് സീത ഉറച്ചു. പ്രകൃതിയെവിട്ട് പുരുഷനില്ല. പിന്തുടരാൻ അനുദിച്ചില്ലെങ്കിൽ പ്രാണത്യാഗം ചെയ്യുമെന്ന പ്രതിജ്ഞ

കണക്കിലെടുത്ത് സീതയ്ക്ക് പിന്തുടരുവാൻ അനുവാദം നൽകി. പുരോഹിതന്മാർക്കും വേണ്ടപ്പെട്ടവർക്കും ദാനങ്ങൾ ചെയ്തു. രാമന്റെ അഭിഷേകം മുടക്കവും വനവാസവിവരവും അറിഞ്ഞ് ജനങ്ങൾ തടിച്ചുകൂടി. അവർ കൈകേയിയെ പഴിച്ചു. പ്രതിസന്ധി ഉണ്ടാകുമെന്നു മനസ്സിലാക്കിയ വാമദേവ മഹർഷി രാമസീത തത്ത്വം ജനങ്ങളെ ബോധ്യപ്പെടുത്തി ശാന്തരാക്കി.

സുമിത്രാവചനങ്ങൾ

വനയാത്ര പുറപ്പെടും മുമ്പേ ലക്ഷ്മണൻ അമ്മയായ സുമിത്രയെ സമീപിച്ച് യാത്ര ചോദിച്ചു. ഈ സന്ദർഭത്തിൽ ഉത്തമ പത്നിയും മാതാവുമായ സുമിത്ര, ലക്ഷ്മണന് നൽകുന്ന ഉപദേശം രാമായണത്തിലെ മുഖ്യശ്ലോകമായി കണക്കാക്കുന്നു. വാല്മീകി രാമായണത്തിൽ 'രാമം ദശരഥം വിദ്ധി...' എന്നു തുടങ്ങുന്ന ശ്ലോകവും കിളിപ്പാട്ടിലെ 'അഗ്രജൻ തന്നെപരിചരിച്ചപ്പോഴും... പോയാലുമെങ്കിൽ സുഖമായ് വരികതേ' എന്നുള്ള പത്തുവരികളും അതിവിശിഷ്ടമാണ്.

രാമനെ ദശരഥനായും കാടിനെ അയോദ്ധ്യയായും സീതയെ മാതാവായും കരുതി ജീവിക്കണമെന്ന ഉപദേശം സുമിത്രയ്ക്കല്ലാതെ മറ്റാർക്കാണ് നൽകാൻ കഴിയുക? യാത്ര ഉറപ്പിച്ചതിനുശേഷം മൂവരും പിതാവിനെ സമീപിച്ചു. രാമൻ അച്ഛനെ വണങ്ങി. സന്തോഷത്തോടെ ഞങ്ങളെ യാത്രയാക്കണമെന്നപേക്ഷിച്ചു. കൈകേയിക്ക് സന്തോഷമായി, ഉത്സാഹവതിയായി. വനയാത്രയ്ക്കുവേണ്ട വന്യചീരങ്ങൾ നൽകി. സീത വത്ക്കലം വാങ്ങി. എന്തുചെയ്യണമെന്നറിയാതെ നിന്നപ്പോൾ, ശ്രീരാമൻ അതുകൂടി ധരിക്കാൻ നിർദ്ദേശിച്ചു. കണ്ടുനിന്നവരെല്ലാം ദുഃഖിതരായി. വസിഷ്ഠനുപോലും കോപം അടക്കാൻ കഴിഞ്ഞില്ല. രാമനേ വനയാത്രയ്ക്ക് പോകുന്നുള്ളൂ. സീത സർവ്വാഭരണഭൂഷിതയായി, ധർമ്മപത്നിയായി പിന്തുടരേണ്ടതേയുള്ളൂ എന്ന് പറയേണ്ടി വന്നു. ദശരഥൻ പറഞ്ഞ പ്രകാരം, സുമന്ത്രർ വനയാത്രയ്ക്കുള്ള തേര് സജ്ജമാക്കി. ദശരഥൻ വിവശനായി. പ്രത്യുല്പന്നമതിയായ രാമൻ, രംഗം വഷളാകുംമുമ്പ് തേരിൽ കയറി. ലക്ഷ്മണനും സീതയും പിന്തുടർന്നു. അവർ പിതാവിനെ വീണ്ടും വണങ്ങി. ദുഃഖമില്ലാതെ കഴിയണമെന്ന് അപേക്ഷിച്ചുകൊണ്ട് വേഗം യാത്രയായി.

ദശരഥൻ തളർന്നുവീണു. അദ്ദേഹത്തിന്റെ ആഗ്രഹപ്രകാരം കൗസല്യയുടെ കൊട്ടാരത്തിലെത്തിച്ചു. ജനങ്ങൾ രാമനെ പിന്തുടർന്നു. തമസാ നദിയുടെ കരയിൽ രാത്രി വിശ്രമിച്ചു. ജനങ്ങൾ തളർന്നുറങ്ങി. പ്രഭാതത്തിൽ ജനങ്ങൾ ഉണരുംമുമ്പ്

യാത്രതുടരാൻ രാമൻ നിർദ്ദേശിച്ചു. പിറ്റേനാൾ രാമനെ കാണാഞ്ഞ് ജനങ്ങൾ ദുഃഖിച്ചു. ഗത്യന്തരമില്ലാതെ മടങ്ങി. തിരിച്ചുവരേണ്ടവരെ വളരെ ദൂരം അനുയാത്ര ചെയ്യരുതെന്നാണ് വിശ്വാസം. ശ്രീരാമാദികൾ കോസലത്തിന്റെ അതിർത്തിയായ ഗംഗാതീരത്തെത്തി. രാമൻ അയോധ്യയെ വന്ദിച്ചു. പ്രഭാതകൃത്യങ്ങൾ നടത്തി. ഓടവൃക്ഷച്ചുവട്ടിൽ വിശ്രമിച്ചു. ശൃംഗിവരാധിപനായ ഗുഹൻ വന്ന് രാമനെ കൂട്ടിക്കൊണ്ടുപോയി. സത്ക്കാരങ്ങൾകൊണ്ട് ഗുഹൻ രാമനെ വീർപ്പുമുട്ടിച്ചു. സന്തോഷപൂർവ്വം നീ തരുന്നതെല്ലാം ഞാൻ സ്വീകരിച്ചതായി കരുതുക എന്ന് പറഞ്ഞ് രാമനും ലക്ഷ്മണനും സീതയും ഫലമൂലങ്ങൾ മാത്രം ഭക്ഷിച്ചു. നിലത്തുതന്നെ കിടന്നുറങ്ങി.

പിറ്റേദിവസം പുലർന്നപ്പോൾ ഇനി ഇവിടെ തങ്ങുന്നത് ശരിയല്ലെന്ന് പറഞ്ഞ് യാത്രയ്ക്കൊരുങ്ങി. ഗുഹൻ കൊണ്ടുവന്ന പേരാലിന്റെ കറ മുടിയിൽപുരട്ടി ജടയുണ്ടാക്കി. ഗുഹനോട് യാത്രപറഞ്ഞു. രാജ്യകാര്യങ്ങളിൽ ശ്രദ്ധിക്കാൻ ഉപദേശം നൽകി. ഗുഹൻ കൊണ്ടുവന്ന തോണിയിൽ കയറി. സീത, ഗംഗയെ പ്രാർത്ഥിച്ചു. രക്ഷിക്കാൻ അപേക്ഷിച്ചു. രാമൻ, ദുഃഖിച്ചുനിൽക്കുന്ന സുമന്ത്രരെ ആശ്വസിപ്പിച്ചു. കൊട്ടാരത്തിൽ തിരിച്ചുചെന്ന് അച്ഛനെ ആശ്വസിപ്പിക്കണം. വനവാസം സുഖപ്രദമാണെന്ന് അറിയിക്കണം. അച്ഛന് ഒരു വിധത്തിലും ദുഃഖമുണ്ടാകരുത്." സുമന്ത്രരെ യാത്രയാക്കി.

ചിത്രകൂടം

തോണിയിൽ ഗംഗയുടെ മറുകരയിലെത്തി. മനോഹരമായ ഗംഗാതീരത്തുകൂടി നടന്ന് ഗംഗയും യമുനയും സംഗമിക്കുന്ന പ്രയാഗയിലെത്തി. അല്പം വിശ്രമിച്ചു. ലക്ഷ്മണൻ മുമ്പേയും സീത നടുവിലായും രാമൻ പുറകിലായും യാത്ര തുടർന്ന് ഭരദ്വാജാശ്രമത്തിലെത്തി.

ബൃഹസ്പതിയുടെ പുത്രനും സപ്തർഷികളിൽ ഒരാളുമായ അദ്ദേഹം ദ്രോണാചാര്യരുടെ പിതാവാണ്. ഈ സംഗമം ഇരുകൂട്ടർക്കും ഹൃദ്യമായി. മഹർഷിയുടെ അനുഗ്രഹം ഏറ്റുവാങ്ങിക്കൊണ്ട് അടുത്ത പ്രഭാതത്തിൽ ചിത്രകൂടത്തിലെ വാല്മീകി ആശ്രമത്തിലെത്തി. ജഗൽപൂജ്യരായ രാമലക്ഷ്മണന്മാരെ വാല്മീകി യഥായോഗ്യം സ്വീകരിച്ചു. രാമൻ സർവ്വജ്ഞനാണെങ്കിലും രാമന്റെ ആഗ്രഹപ്രകാരം നിർദ്ദിഷ്ട ജീവിതത്തിന് പറ്റിയ സ്ഥലം ചിത്രകൂടമാണെന്ന് പറഞ്ഞു. തുടർന്ന് തന്റെ പൂർവ്വകഥയും വിവരിച്ചു. നികൃഷ്ട ജീവിതം നയിച്ചിരുന്ന കാട്ടാളൻ,

സപ്തർഷികളുടെ ഉപദേശത്താൽ വാല്മീകിയായ വളർച്ച യുടെ കഥ. അവാച്യഹൃദ്യമായ സൂചിത കഥ! ലക്ഷ്മണനും താപസന്മാരും ചേർന്ന് ഉചിതമായ ഒരു ആശ്രമമുണ്ടാക്കി. മനോഹരവും പരിപാവനവുമായ അവിടെ അവർ താമസമാക്കി.

ദശരഥന്റെ അന്ത്യം

രാമൻ വനവാസത്തിന് പോയപ്പോൾ വിവശനായ ദശരഥനെ കൗസല്യയുടെ കൊട്ടാരത്തിൽ എത്തിച്ചുവല്ലോ. രാജാവിന്റെ പ്രവർത്തികളെ കൗസല്യ വിമർശിച്ചു. അതോടൊപ്പം സ്വാഭാവികമായ രോഷത്തിൽ കൗസല്യ തന്റെ പരാധീനതകൾ പ്രകടിപ്പിച്ചു. ഇത് ദശരഥന് കടുത്ത മാനസികസംഘർഷം ഉണ്ടാക്കി. രാമനെപ്പറ്റി പറഞ്ഞ കാര്യങ്ങളും കൗസല്യയുടെ ദുർഗ്ഗതിയും ദശരഥനെ വിവശനാക്കി. സ്വയം പഴിച്ചുകൊണ്ട് താൻ വരുത്തിവെച്ച ശാപകഥ പറഞ്ഞു. ബ്രഹ്മഹത്യാപാപം സ്വയം ഉൾക്കൊണ്ടു. ഇങ്ങനെ വിങ്ങുന്ന ഹൃദയഭാരത്താൽ അഞ്ചാംനാൾ ദശരഥൻ ഇഹലോകവാസംവെടിഞ്ഞു. 'രാമ, രാമ' എന്നുള്ള വിളികൾ എങ്ങും മാറ്റൊലിക്കൊണ്ടു. അയ്യോ... നാഥാ... എന്ന് വിലപിച്ച് കൗസല്യ അദ്ദേഹത്തെ കെട്ടിപ്പിടിച്ചു. ചിതയിൽചാടി മരിക്കുമെന്ന് പുലമ്പി. വിവരമറിഞ്ഞ് എല്ലാവരും ഓടിക്കൂടി. മഹർഷിമാരുടെയും മന്ത്രിമാരുടെയും നിർദ്ദേശപ്രകാരം ദേഹം എണ്ണത്തോണിയിലാക്കി. ഭരതനെ ഉടനെ വരുത്താൻ രാജഗുരു കൽപ്പിച്ചു. വസിഷ്ഠ നിർദ്ദേശം അനുസരിച്ച് വിജയൻ, ജയന്തൻ എന്നീ അതിവിദഗ്ദ്ധന്മാർ കുതിരപ്പുറത്ത് കയറി കേകയരാജ്യത്തിലേക്ക് കുതിച്ചു.

അച്ഛൻ മരിച്ചവിവരം പറയരുതെന്ന് പ്രത്യേകം ധരിപ്പിച്ചിരുന്നു. ഭരതൻ ഒരു ദുഃസ്വപ്നം കണ്ടിരുന്നു. ഭടന്മാരെ കണ്ടപ്പോൾ ആകാംക്ഷയോടെ പിതാവിന്റെ വിവരം തിരക്കി. വ്യക്തമായി ഒന്നും പറയാതെ ഉടൻ പുറപ്പെടാൻ തിടുക്കംകൂട്ടി. അമ്മാവനായ യുധാജിത്തിന്റെ ആശിർവാദത്തോടെ ഭരതൻ പുറപ്പെട്ടു. അയോദ്ധ്യയുടെ ഭാവപ്പകർച്ച ഭരതനെ വിവശനാക്കി. ആകെ ഒരു മൂകത. അച്ഛനെ കാണാത്തതുകൊണ്ട് അമ്മയുടെ അടുത്തെത്തി. വിവരം തിരക്കി. ശരീരം എടുക്കുന്ന ഏതൊരാളുടേയും വിധി അച്ഛനും ഉണ്ടായി എന്ന് വ്യംഗ്യമായി പറഞ്ഞു. അയ്യോ, ഞാൻ നശിച്ചല്ലോ എന്ന് നെടുവീർപ്പിട്ടുകൊണ്ട് കൂടുതൽ കാര്യങ്ങൾ ആരാഞ്ഞു. രാമ, ലക്ഷ്മണാ, സീതേ എന്ന് ഉച്ചരിച്ചാണ് മരിച്ചതെന്ന് അറിഞ്ഞു. അവർ എവിടെയായിരുന്നു എന്ന് ചോദിച്ചപ്പോൾ എല്ലാ വിവരങ്ങളും പറയേണ്ടിവന്നു. ഭരതൻ പൊട്ടിത്തെറിച്ചു. നിർദ്ദയേ, ദുഷ്ടേ, പാപി, ഭയങ്കരി എന്നെല്ലാം

കൈകേയിയെ പഴിച്ച്, കൗസല്യയുടെ കൊട്ടാരത്തിലെത്തി. തന്റെ നിരപരാധിത്വം വ്യക്തമാക്കി. കൗസല്യ ഭരതനെ ആശ്വസിപ്പിച്ചു. വികാരസാന്ദ്രമായ മുഹൂർത്തങ്ങൾ! വിപത്തുകൾ മനസ്സിലാക്കിയ വസിഷ്ഠൻ പറഞ്ഞു.

"ദുഃഖം കളയുക രാജാവ് എല്ലാ സുഖങ്ങളും അനുഭവിച്ചാണ് മരിച്ചത്. മർത്ത്യദേഹം ക്ഷണഭംഗുരമാണ്. ദുഃഖംകൊണ്ട് ഫലമില്ല. ജനനമരണങ്ങൾ മാറിമാറി വരും. ആത്മാവിന് ജനനമരണങ്ങളില്ല. ഉചിതമായ സംസ്കാരചടങ്ങുകൾ ഉടൻ നടത്തണം."

മൃതദേഹം എണ്ണത്തോണിയിൽ നിന്നെടുത്തു. പുരോഹിതന്മാർ രാജോചിതമായ വിപുലമായ ആചാരനിഷ്ഠകളോടെ സംസ്കാരകർമ്മനടപടികളിലേക്ക് കടന്നു. അഗ്നിഹോത്രിക്ക് സദൃശ്യമായ സംസ്കാരചടങ്ങുകൾ നടന്നു. ദശരഥ മഹാരാജാവ് നൽകിയ വരധർമ്മങ്ങൾ നിറവേറ്റാൻ ഉടൻ ഭരതന്റെ രാജാഭിഷേകം നടക്കണമെന്ന് കുലഗുരുവായ വസിഷ്ഠൻ അഭിപ്രായപ്പെട്ടു.

"ഗുരുപ്രസാദംകൊണ്ടേ നന്മയുണ്ടാകൂ. മൂത്ത മകനായ രാമനാണ് രാജാവാകേണ്ടത്. എനിക്ക് രാജ്യംവേണ്ട. രാമൻ വരുന്നതുവരെ ഞാൻ താപസനായിരിക്കും. രാമനെകൂട്ടിക്കൊണ്ടു വരുന്നതിന് അങ്ങും അരുന്ധതിയും അമ്മമാരും ജനങ്ങളും സർവ്വസന്നാഹങ്ങളോടെ നാളെത്തന്നെ പുറപ്പെടണം" ഭരതൻ പ്രതിവചിച്ചു.

ഭരതന്റെ തീരുമാനത്തെ മഹർഷി പ്രശംസിച്ചു. പിറ്റേദിവസം തന്നെ സുമന്ത്രരുടെ നേതൃത്വത്തിൽ എല്ലാവരും ശ്രീരാമനെ കാണാൻ യാത്രയായി. വലിയ പടയെക്കണ്ട് ഗുഹന്റെ സൈന്യം സജ്ജമായി നിന്നു. ഭരതനെ കണ്ടപ്പോൾ ഗുഹന്റെ സംശയം മാറി. ആദരവോടെ എതിരേറ്റു. ഭരതനും സ്നേഹപൂർവ്വം ആശ്ലേഷിച്ചു. ആശയം പങ്കുവെച്ചു. എല്ലാവരേയും അതിശ്രദ്ധയോടെ നദികടത്തി. ഭരദ്വജാശ്രാമത്തിൽചെന്ന് മഹർഷിയെ വന്ദിച്ചു. കാര്യങ്ങൾ എല്ലാം ഗ്രഹിപ്പിച്ചു.

"അമ്മയുടെ ദുരാഗ്രഹത്തിന്റെ ദൂഷ്യം അകറ്റണം. രാമനെ തിരികെ കൊണ്ടുവന്ന് രാജാവാക്കണം."

ഭരതൻ തന്റെ ഇംഗിതം അറിയിച്ചു. സന്തുഷ്ടനായ മഹർഷി, രാമഭക്തനായ ഭരതനെ പ്രശംസിച്ചു.

"ഇന്ന് വിശ്രമിച്ചിട്ട് നാളെ പോകാം."

ദിവ്യശക്തിക്കൊണ്ട് ഉചിതമായ സൽക്കാരങ്ങളൊരുക്കി. പിറ്റേദിവസം ഭരദ്വാജ മഹർഷിയുടെ അനുഗ്രഹത്തോടെ ചിത്രകൂടാജലത്തിലേക്ക് യാത്ര തുടർന്നു.

ഭരതന്റെ വനയാത്ര

ചിത്രകൂടത്തിലെ അതിമനോഹരമായ പ്രകൃതിദൃശ്യങ്ങൾ ശ്രീരാമാദികളുടെ മനസ്സിലെ മുറിവുകൾ ഉണക്കി. അവർ പ്രകൃതിഭംഗിയിൽ ലയിച്ചു എന്നുതന്നെ പറയാം. സൈന്യ സന്നാഹങ്ങളുടെ വരവ് ലക്ഷ്മണൻ ശ്രദ്ധിക്കുന്നതിനിടയായി. ലക്ഷ്മണന്റെ മനസ്സിൽ സ്വാഭാവികമായ വിവിധ ചിന്തകൾ രൂപം കൊണ്ടു.

“രാജ്യലബ്ധിയിൽ അഹങ്കാരിയായ ഭരതൻ ശ്രീരാമനെ കൊല്ലാൻ വരികയാണ്. അവനെ ഞാനൊരു പാഠം പഠിപ്പിക്കും”

ലക്ഷ്മണനെ രാമൻ ആശ്വസിപ്പിച്ചു.

“ഭരതൻ ഒരിക്കലും അഹങ്കാരിയാകില്ല. വ്യസനംകൊണ്ട് നമ്മെ കാണാൻ വന്നതാകും. നമ്മെ കൂട്ടിക്കൊണ്ടുപോകാൻ വരുന്നതുമാകാം.”

രാമന്റെ വാക്കുകൾ കേട്ടപ്പോൾ ലക്ഷ്മണൻ സ്വയം ലജ്ജിച്ചു പോയി. ആകാശത്തേക്ക് ഉയർന്ന പുകകണ്ട് രാമൻ താമസി ക്കുന്ന സ്ഥലമാണെന്ന് ഭരതൻ ഉറച്ചു. യാത്ര വേഗത്തിലാക്കി. ദർഭ വിരിച്ച നിലത്തിലിരിക്കുന്ന രാമലക്ഷ്മണന്മാരെയും സീത യേയും കണ്ടു. ജ്യേഷ്ഠാ എന്ന് വിലപിച്ചുകൊണ്ട് ഭരതൻ രാമന്റെ കാൽക്കൽ വീണു. രാമൻ വാത്സല്യത്തോടെ അനുജനെ ആശ്ലേഷിച്ചു. പിന്നെ പിതാവിന്റെ വിശേഷങ്ങൾ തിരക്കി. ഭരതൻ ധർമ്മസങ്കടത്തിലായി.

“ജ്യേഷ്ഠൻ ഇരിക്കെ, അനുജൻ രാജാവാകുന്നത് കുലധർമ്മ മല്ല. അങ്ങ് തിരിച്ചുവരണം. എല്ലാം അമ്മയുടെ അവിവേകമാണ്. നിങ്ങളെ പിരിഞ്ഞ ദുഃഖം സഹിക്കവയ്യാതെ അച്ഛൻ സ്വർഗ്ഗം പൂകി.” ഭരതൻ ഒരുവിധം പറഞ്ഞൊപ്പിച്ചു.

രാമൻ ആകെ തളർന്നുപോയി. കുലഗുരുവായ വസിഷ്ഠൻ പിതാവിന്റെ ഉദകക്രിയകൾ ചെയ്യാൻ രാമനെ ഉപദേശിച്ചു. ആചാരവിധിപ്രകാരം എല്ലാവരും കർമ്മങ്ങൾ ചെയ്തു. അമ്മ മാരുടെയും മക്കളുടെയും സംഗമം വികാരനിർഭരമായിരുന്നു. ഒരു ദിവസം വ്രതമെടുത്ത് സംതൃപ്തി നേടി.

പിറ്റേദിവസം ഭരതൻ തന്റെ ആഗമനോദ്ദേശം യുക്തിയുക്തം വ്യക്തമാക്കി. രാമൻ വഴങ്ങിയില്ല.

“രാജാവായ അച്ഛന്റെ സത്യധർമ്മം പാലിച്ചേ പറ്റു. പുംത് എന്ന നരകത്തിൽനിന്ന് പിതാവിനെ ത്രാണനം ചെയ്യുന്നവ നാണ് പുത്രൻ. പിതൃസംരക്ഷണമാണ് മുഖ്യധർമ്മം. അതിനാൽ നീ രാജാവാകണം. ഞാൻ വനവാസം നടത്തിയേ പറ്റൂ.” രാമൻ ഉറപ്പിച്ച് പറഞ്ഞു.

"പരലോകം എന്നൊന്നില്ല. ജനരക്ഷയ്ക്കായി ഭരതൻ സന്തോഷത്തോടെ നൽകുന്ന രാജ്യം രാമൻ സ്വീകരിക്കണം." ജാബാലി എന്ന പണ്ഡിതൻ പറഞ്ഞു.

ആർക്കുമത് സ്വീകാര്യമായില്ല. സത്യമാണ് പരമധർമ്മമെന്ന് രാമൻ തറപ്പിച്ചു പറഞ്ഞു. നിലത്ത് ദർഭ വിരിച്ച് വ്രതത്തിന് പോലും ഭരതൻ തയ്യാറായി. ഗരുഡന് പുറകെ പോകാൻ കുരുവിക്ക് ആകില്ലല്ലോ. ഭരണാധികാരിയുടെ ജീവിതം കഷ്ടമാണ്. അത് സഹിക്കാൻ രാമനേപ്പോലുള്ളവർക്കേ കഴിയൂ. തളിർത്ത് പൂത്തുനിൽക്കുന്ന വന്മരം കായ്ക്കാത്തതാണെങ്കിൽ കാര്യമില്ല. കുലധർമ്മവും സാഹചര്യങ്ങളും കണക്കിലെടുത്ത് രാമൻ രാജാവാകണമെന്ന് ഭരതൻ ശഠിച്ചു. ശ്രീരാമൻ ശാന്തനായി. എന്നാൽ ദൃഢചിത്തനായി ഇങ്ങനെ പറഞ്ഞു:

"ഇഷ്ടംപോലെ ജീവിക്കുവാൻ ആർക്കും സാധ്യമല്ല. കർമ്മഫലം അനുഭവിച്ചേ പറ്റൂ. പദവികൾ ശാശ്വതമല്ല. കഴിഞ്ഞതൊന്നും തിരിച്ചുവരികയില്ല. നശ്വരജീവിതസത്യം ഉൾക്കൊള്ളണം. ധർമ്മമാർഗ്ഗം പിന്തുടർന്നേ പറ്റൂ. ധർമ്മനിരതനായ പിതാവ് സ്വർഗ്ഗം പൂകി. പ്രപഞ്ചത്തിന്റെ താളമാണ് ധർമ്മം. സത്യവും ധർമ്മവുമാണ് ഈശ്വരൻ. ഭരണാധികാരി അവ കാക്കണം."

ഇതെല്ലാം കേട്ടപ്പോൾ ഭരതൻ ലക്ഷ്മണനെപ്പോലെ രാമനെ പിന്തുടരുമെന്നറിയിച്ചു. അല്ലെങ്കിൽ ദേഹത്യാഗം ചെയ്യുമെന്ന് പറഞ്ഞ് ഉപവാസത്തിന് ദർഭവിരിച്ചു. ഭരതന്റെ നിർബന്ധബുദ്ധി മനസ്സിലാക്കിയ രാമൻ, വസിഷ്ഠമഹർഷിക്ക് വ്യംഗ്യമായി നിർദ്ദേശം നൽകി. മഹർഷി രാമന്റെ അവതാരോദ്ദേശ്യം വ്യക്തമാക്കി.

"രാമൻ രാവണവധം നടപ്പിലാക്കണം. അതിന് വനവാസം ഒരു സാഹചര്യമാണ്. പതിന്നാല് വർഷം കഴിഞ്ഞ് തിരിച്ചുവരും. അതേവരെ ഭരതൻ രാജാവാകണം. നീ ഉടൻതന്നെ അയോദ്ധ്യയിലേക്ക് തിരിച്ചുപോകണം. അത് രാജധർമ്മമാണ്."

മഹർഷിയുടെ വാക്കുകളുടെ അന്തസ്സത്ത ഉൾക്കൊണ്ട ഭരതൻ രാമന്റെ മെതിയടി പൂജിച്ച് രാജാവാകാം എന്ന് സമ്മതിച്ചു. പതിന്നാല് വർഷം കഴിഞ്ഞിട്ടും തിരിച്ചുവന്നില്ലെങ്കിൽ തീയിൽ ച്ചാടി മരിക്കുമെന്ന് മുന്നറിയിപ്പ് നടത്തി. ആ തീരുമാനം രാമന് സമ്മതിക്കേണ്ടിവന്നു. ഭരതനും കൂട്ടരും അയോദ്ധ്യയിലേക്ക് മടങ്ങി. ഭരതൻ താപസവേഷം ധരിച്ചു. രാമന്റെ മെതിയടികളെ പൂജിച്ച് അധികാരമേറ്റു. ഇനിയും ഇവിടെ തുടർന്നാൽ ബന്ധുമിത്രാദികൾ വരുമെന്ന് രാമൻ വിശ്വസിച്ചു. അവിടം വിടാൻ

തീരുമാനിച്ചു. അത്രിമഹർഷിയെ കണ്ടു. മഹർഷി പത്നിയായ അനസൂയയെ സീത വണങ്ങി. സീതയെ പുണർന്നുകൊണ്ട് സർവ്വമംഗളങ്ങളും ജന്മസാഫല്യവും ഉണ്ടാകുമെന്ന് അവർ ആശീർവദിച്ചു. വിശ്വകർമ്മാവ് നിർമ്മിച്ച പട്ടും മാലയും കുറിക്കൂട്ടും നൽകി സീതയെ ആദരിച്ചു. അന്ന് അവർ അവിടെ മഹർഷിയുടെ അതിഥികളായതായി പരമശിവൻ പാർവ്വതിയെ അറിയിച്ചു. കിളിമകൾക്ക് വിശ്രമമായി.

സൂചിതകഥകൾ

രഘുവംശത്തിലെ ദീലിപ രാജാവിന്റെയും ഇന്ദുമതിയുടെയും പുത്രനാണ് ദശരഥൻ. പത്തു ദിക്കിലേക്കും രഥം ഓടിക്കുവാൻ പ്രാപ്തനായതുകൊണ്ട് നേമി ദശരഥനായിപോൽ. ദശരഥന്റെ വീരപരാക്രമങ്ങൾ പരക്കെ അംഗീകരിക്കപ്പെട്ടിരുന്നു. ആയിടയ്ക്ക് ദേവന്മാരും അസുരന്മാരും തമ്മിൽ യുദ്ധമുണ്ടായി. യുദ്ധത്തിനിടയിൽ ദശരഥന്റെ രഥത്തിന്റെ ആണി ഊരിപ്പോയി. തേരിലുണ്ടായിരുന്ന കൈകേയി ആപത്ത് കണ്ടറിഞ്ഞ് കൈത്തണ്ട് കൊണ്ട് രഥം താങ്ങിനിർത്തി. യുദ്ധത്തിൽ ദശരഥൻ ജയിച്ചു. കൈകേയിയുടെ അവസരോചിതമായ പെരുമാറ്റത്തിൽ ദശരഥൻ സംതൃപ്തനായി. രണ്ടുവരം ചോദിച്ചുകൊള്ളാൻ പറഞ്ഞു. അവസരമാകുമ്പോൾ ചോദിക്കാമെന്ന് കൈകേയി മറുപടി നൽകി. ആ വരവാഗ്ദാനമാണ് ശ്രീരാമാഭിഷേകത്തിന് പ്രതിസന്ധിയാകുന്നത്. കൈകേയിയെ വിവാഹം കഴിക്കുമ്പോൾ ദശരഥന് പ്രായക്കൂടുതൽ ഉണ്ടായിരുന്നു. കൈകേയിയുടെ പുത്രനെ രാജാവാക്കാമെന്ന് കേകേയ രാജാവ് ദശരഥനെക്കൊണ്ട് പ്രതിജ്ഞ ചെയ്യിച്ചു എന്നും പറയപ്പെടുന്നുണ്ട്.

കൈകേയിയുടെ നില ഭദ്രമാക്കുന്നതിന് കൈകേയിയോടൊപ്പം അയച്ച അതിസമർത്ഥയായ തോഴിയാണ് മന്ഥര. മന്ഥരയുടെ കർത്തവ്യനിഷ്ഠ ദശരഥനു വിനയായി. വാഗ്ദാനങ്ങളും പ്രതിജ്ഞകളും വളരെ ജാഗ്രതയോടെ മാത്രം ചെയ്യേണ്ടതാണ്. ഈ കഥയിലെ സൂചനകൾ എക്കാലത്തേയും ഭരണാധിപന്മാർക്കുള്ള മുന്നറിയിപ്പുകൂടിയാണ്.

ദശരഥന്റെ ശാപകഥ

ദശരഥന്റെ കഴിവ് ദുരന്തവും ശാപവും വരുത്തിവച്ച കഥയാണ് ശ്രവണകുമാരന്റേത്. ശ്രീരാമന്റെ രാജ്യാഭിഷേകം കൈകേയിയുടെ വരാഭ്യർഥനകൊണ്ട് മുടങ്ങി. ശ്രീരാമൻ സ്വമേധയാ വനവാസത്തിനു പോയി. മോഹങ്ങൾ തകർന്ന കൗസല്യയുടെ വേദന ചിലപ്പോൾ കുത്തുവാക്കുകൾ ആയിപ്പോകുന്നുണ്ട്.

പുണ്ണിൽ അമ്പേൽക്കുന്നതുപോലെയാണ് ചിലപ്പോഴത്തെ സംസാരമെന്ന് രാജാവുതന്നെ സൂചിപ്പിക്കുന്നുമുണ്ട്. ഈ സന്ദർഭത്തിൽ സ്വയം ആശ്വാസം കണ്ടെത്താൻ ദശരഥൻ കൗസല്യയോട് പൂർവ്വകഥ പറയുന്നു. ദശരഥൻ മൃഗയാവിനോദത്തിൽ (നായാട്ടിൽ) അതീവ തൽപ്പരനായിരുന്നു. ഒരു ദിവസം അദ്ദേഹം നായാട്ടിനുപോയി. ഒരു ശബ്ദം കേട്ടു, ശ്രദ്ധിച്ചു. ആന തുമ്പിക്കൈയ്യിൽ വെള്ളം എടുത്തു കളിക്കുകയാണെന്നു കരുതി. ഉടൻ ശരം തൊടുത്തുവിട്ടു. ഉന്നം തെറ്റിയില്ല. ലക്ഷ്യസ്ഥാനത്തുതന്നെ ചെന്നുതറച്ചു. ആനയുടെ അലർച്ചയ്ക്കുപകരം 'അയ്യോ' എന്ന പരമദയനീയശബ്ദമാണ് കേട്ടത്.

രാജാവ് പരിഭ്രാന്തനായി. ഉടൻ ശബ്ദം കേട്ട സ്ഥലത്ത് എത്തി. കോരിത്തരിച്ചുപോയി. ഒരു യുവാവ് ചോര ഒലിച്ച് പിടയുന്നു. സൂക്ഷിച്ചുനോക്കിയപ്പോൾ അടുത്തുതന്നെ കുറച്ചു വെള്ളമുള്ള ഒരു കുടവും കണ്ടു.

"ഞാൻ അങ്ങയോട് എന്തു തെറ്റാണ് ചെയ്തത്?" പിടയുന്ന യുവാവു പണിപ്പെട്ട് പറഞ്ഞൊപ്പിച്ചു. "എനിക്ക് വേദന സഹിക്കാൻ കഴിയുന്നില്ല. വെള്ളം..." അയാൾ വീണ്ടും പറഞ്ഞു.

രാജാവ് ഉടൻതന്നെ ആ യുവാവിന്റെ അടുത്തുചെന്ന് അമ്പ് വലിച്ചൂരി. ചോര ചീറ്റുകയാണ്. ഉത്തരീയം വലിച്ചുകീറി മുറിവു കെട്ടി. സ്നേഹത്തോടെ ആശ്വസിപ്പിക്കാൻ ശ്രമിച്ചു. കുറച്ചു വെള്ളം കൊടുത്തു.

"വൃദ്ധരായ മാതാപിതാക്കൾക്ക് ദാഹജലം എടുക്കാൻ വന്നതാണ് ഞാൻ. കണ്ണു കാണാത്ത അവർ എന്നെ കാത്തിരിക്കുകയാകും." ശ്രവണകുമാരൻ പാടുപെട്ട് ഒരുവിധം പറഞ്ഞൊപ്പിച്ചു.

ദശരഥന് പരിഭ്രമമായി. പകച്ചുനിന്നു. അൽപ്പം കഴിഞ്ഞ് ദശരഥൻ താൻ ആരാണെന്നു വ്യക്തമാക്കി.

"അങ്ങ് പിതാവിനോട് സത്യം തുറന്നുപറയൂ. ഒരുപക്ഷേ അങ്ങേയ്ക്ക് ശാപത്തിൽനിന്നും രക്ഷപ്പെടാൻ കഴിഞ്ഞേക്കും."

ദശരഥൻ മുനികുമാരനെ സമാധാനിപ്പിച്ചു. അവൻ ചൂണ്ടിക്കാണിച്ചുകൊടുത്ത വഴിയിലൂടെ നടന്ന് ആശ്രമത്തിൽ എത്തി. കാൽപെരുമാറ്റം കേട്ടു. താപസദമ്പതികളിങ്ങനെ പറഞ്ഞു.

"ഞങ്ങൾ ദാഹിച്ചു വലയുന്നു. നീ എന്താ മോനേ ഇത്ര താമസിച്ചത്? വെള്ളം വേഗം തരൂ."

ഈ വാക്കുകളുടെ പൊരുൾ ഉൾക്കൊണ്ട് ദശരഥൻ വിനീതനായി പറഞ്ഞു.

"ഞാൻ നിങ്ങളുടെ പുത്രനല്ല. അയോദ്ധ്യാരാജാവായ ദശരഥനാണ്. എനിക്ക് ഒരു കൈപ്പിഴ പറ്റിപ്പോയി. കുടത്തിൽ വെള്ളം

മുക്കിയെടുക്കുന്ന ശബ്ദം, ആന തുമ്പിക്കൈകൊണ്ട് വെള്ളം എറിയുന്നതായി തോന്നിപ്പോയി. എന്നോടു ക്ഷമിക്കണം. നിങ്ങളുടെ പുത്രൻ തന്നിട്ടുള്ള ദാഹജലം കുടിച്ചാലും."

രാജാവ് സ്നേഹത്തോടെ ജലം നൽകി.

"ജ്ഞാനികളായ നിങ്ങൾ എന്റെ കുറ്റം പൊറുത്ത് ക്ഷമിക്കണം." നടന്ന സംഭവങ്ങൾ അവരെ ധരിപ്പിച്ച് വീണ്ടും ക്ഷമ ചോദിച്ചു. കരഞ്ഞു വിവശരായ അവർ പുത്രന്റെ അടുത്തേക്കു കൊണ്ടുപോകാൻ പറഞ്ഞു. ദശരഥൻ മനോധൈര്യം വീണ്ടെടുത്ത് ഒരുവിധം അവരെ പുത്രന്റെ അടുത്തെത്തിച്ചു.

"പൊന്നുമോനേ..." എന്നു പറഞ്ഞ് അവർ മുനികുമാരനെ തലോടി.

ദിവ്യദൃഷ്ടികൊണ്ട് അവർക്ക് എല്ലാം മനസ്സിലായി. തങ്ങളുടെ ഓമനപുത്രൻ തങ്ങളെ വിട്ടുപോയിരിക്കുന്നു. ദിവ്യശക്തികൊണ്ട് അവരത് സഹിക്കുകയും പുത്രന് ചിത ഒരുക്കാൻ നിർദ്ദേശിക്കുകയും ചെയ്യുന്നു. ദശരഥൻ ഒരുവിധം ചിതയൊരുക്കി. "പുത്രദുഃഖത്താൽ അങ്ങേയ്ക്കും മരിക്കേണ്ടി വരും" എന്ന് ശപിച്ചുകൊണ്ട് അവരും അഗ്നിപ്രവേശം ചെയ്തു. ഈ ശാപം ദശരഥന് ഫലിച്ചു. ശ്രീരാമാദികളുടെ വനവാസത്തിൽ അതീവഖിന്നനായി "പുത്രാ, രാമാ, ലക്ഷ്മണാ, സീതേ" എന്ന് വിലപിച്ചായിരുന്നു ദശരഥന്റെ അന്ത്യം.

ജ്യേഷ്ഠനായ രാമന്റെകൂടെ വനവാസത്തിനൊരുങ്ങുന്ന ലക്ഷ്മണനു മാതാവായ സുമിത്ര നൽകുന്ന ഉപദേശം പ്രസിദ്ധമാണ്. അതിന്റെ മാഹാത്മ്യം:

വിക്രമാദിത്യ രാജസദസ്സിലെ നവരത്നകവികളിൽ ഒരാളായിരുന്നു വരരുചി. രാമായണത്തിലെ പ്രധാന ശ്ലോകം ഏതാണെന്ന് രാജാവ് ചോദിച്ചു. എല്ലാ ശ്ലോകങ്ങളും ഒന്നിനൊന്ന് മേന്മയേറിയതാണ്. എന്തുത്തരം പറയണമെന്ന് വരരുചി ചിന്തിച്ചു. ഒന്നും പറയാൻ പറ്റുന്നില്ല. രാജാവ് ഉത്തരം കണ്ടുപിടിക്കുന്നതിന് നാൽപ്പത്തൊന്നു ദിവസം അനുവദിച്ചു. നാൽപ്പതുദിവസം കഴിഞ്ഞിട്ടും വരരുചിക്ക് വ്യക്തമായ ഉത്തരം തോന്നിയില്ല. വിഷണ്ണനായി തളർന്ന് ഒരു ആലിൻചുവട്ടിൽ ഇരുന്ന് വനദേവതമാരെ പ്രാർത്ഥിച്ചു. അപ്പോൾ ചില ആകാശസഞ്ചാരികൾ ആ വൃക്ഷത്തിൽ എത്തി. അവർ വനദേവതമാരോട് കൂടെച്ചെല്ലാൻ പറഞ്ഞു. അടുത്ത വീട്ടിൽ ഒരു പ്രസവം നടക്കുന്നുണ്ട്. ഇഷ്ടം പോലെ രക്തം കുടിക്കാം.

വൃക്ഷത്തിലെ ദേവതമാർ ഭക്തനായ വരരുചിയെ വിട്ടുപോകാൻ തയ്യാറായില്ല. മടക്കം വരുമ്പോൾ വിവരം പറയാൻ

പറഞ്ഞ് ആകാശസഞ്ചാരികളെ യാത്രയാക്കി. കുറെ കഴിഞ്ഞപ്പോൾ പോയവർ തിരിച്ചുവന്നു. ഒരു പറയന്റെ വീട്ടിൽ ഒരു പെൺകുട്ടി പിറന്നിട്ടുണ്ട്. അവളെ ആരു വിവാഹം ചെയ്യുമെന്ന ചോദ്യമുയർന്നു.

"'മാം വിദ്ധി' എന്നറിയാത്ത ഈ ബ്രാഹ്മണനാണ് വിധി." അവർ പറഞ്ഞു. അൽപ്പം കഴിഞ്ഞ് അവർ സ്ഥലം വിട്ടു.

'മാം വിദ്ധി' എന്ന വാക്കുകൾ വരരുചിയുടെ മനസ്സിൽ തെളിഞ്ഞു. അദ്ദേഹത്തിന്റെ ബുദ്ധി ഉണർന്നു. താൻ തേടുന്ന ഉത്തരം ലഭിച്ചതിൽ അദ്ദേഹം സന്തോഷിച്ചു. ഉടൻ യാത്ര പുറപ്പെട്ടു. പിറ്റേദിവസം രാജസദസ്സിൽ പ്രസന്നവദനനായി ചെന്ന് ഉത്തരം പറയാമെന്ന് രാജാവിനെ അറിയിച്ചു. വരരുചിയുടെ മനസ്സിൽ ശ്ലോകം തെളിഞ്ഞുവന്നു.

രാമം ദശരഥം വിദ്ധി മാം വിദ്ധി ജനകാത്മജാം

അയോദ്ധ്യാ മടവീം വിദ്ധി ഗച്ഛ താതാ യഥാ സുഖം

സുമിത്ര ലക്ഷ്മണനു നൽകുന്ന ഈ ഉപദേശം അർത്ഥപുഷ്കലമാണ്. രാജാവും രാജസദസ്സും വരരുചിയെ പ്രശംസിച്ചു എന്നാണ് കഥ. ഈ ശ്ലോകത്തിന് നിരവധി അർത്ഥതലങ്ങളുണ്ട്. ഈ പറയപെൺകൊടി പിൽക്കാലത്ത് വരരുചിയുടെ ഭാര്യയായി. അവർക്ക് പന്ത്രണ്ടു മക്കളുണ്ടായി. പറയി പെറ്റ പന്തിരുകുലം.

മറ്റൊരു കഥ

അദ്ധ്യാത്മരാമായണം രചിച്ച ബ്രാഹ്മണന് പ്രസിദ്ധി കിട്ടിയില്ല. അദ്ദേഹം ദുഃഖിതനായി, ഒരു ആൽത്തറയിൽ ഇരുന്നു. ഒരു ദിവ്യൻ അവിടെ വന്നു. ശിവരാത്രി ദിവസം രാമായണവുമായി ഗോകർണ്ണക്ഷേത്രത്തിൽ ചെല്ലാൻ പറഞ്ഞു. അവിടെ ചെന്ന് ബ്രാഹ്മണന് കൃതി നൽകണം. ചോദ്യങ്ങൾക്ക് ഉത്തരം നൽകരുത്. പ്രസിദ്ധി ഉണ്ടാകും. അദ്ധ്യാത്മരാമായണം രചിച്ച ബ്രാഹ്മണൻ ദിവ്യന്റെ ഉപദേശം നിറവേറ്റി. യഥാവിധി ഫലവും ഉണ്ടായി. ഉപദേശം നൽകിയ ആളുടെ പേരുപറയാത്തതുകൊണ്ട് ശൂദ്രനാകട്ടെ എന്ന് ശപിച്ചു. അദ്ധ്യാത്മരാമായണം രചിച്ച ബ്രാഹ്മണൻ വരരുചിയും ശൂദ്രനായി പിറന്ന ബ്രാഹ്മണൻ എഴുത്തച്ഛനുമാണെന്ന് പറയപ്പെടുന്നുണ്ട്.

ഓർമ്മപ്പെടുത്തൽ

ധീരനും വീരനും സമർത്ഥനുമായ രഘുകുല നായകനായ ദശരഥന്റെ ദയനീയ പതനമാണ് ഈ കാണ്ഡത്തിൽ കാണുന്നത്. നായാട്ടിലെ നൈപുണ്യം ശാപത്തിൽ കൊണ്ടെത്തിച്ച കഥ

അദ്ദേഹംതന്നെ പറയുന്നു. നീതിസംരക്ഷകൻ ഒരു കുറ്റവാളിയാകുന്നു. പക്ഷേ അതിൽനിന്നും ഒളിച്ചോടാൻ വഴിവിട്ടവഴികൾ തേടുന്നില്ല. അതിൽ മഹിമ വിളങ്ങുന്നുണ്ട്. വിജയാഹ്ലാദ സമ്മാനമായി നൽകിയ വരം വിനയാകുന്നു. വേട്ടയാടുന്നു. എങ്കിലും സത്യധർമ്മസംരക്ഷണത്തിന് മൂത്ത പുത്രനായ രാമൻ സന്നദ്ധനാകുന്നുണ്ട്. തുടർന്ന് ദുരന്തങ്ങളുടെ പരമ്പരതന്നെയാണ് കൈകേയിയുടെ ദുർവാശി വരുത്തിവച്ച വേദനയുടെ തീച്ചൂളയിൽ അദ്ദേഹം സദാ പിടയുകയാണ്. അവശനായി വീണ അദ്ദേഹം അഭയം തേടിയത് കൗസല്യസദനത്തിലാണ്. സ്ത്രീസഹജമായ ആഗ്രഹങ്ങളും മാതാവിന്റെ വേദനയും മഥിച്ചപ്പോൾ പ്രതീക്ഷിച്ച ശുശ്രൂഷ നൽകാൻ കൗസല്യയ്ക്കുപോലും കഴിഞ്ഞില്ലെന്നുവേണം കരുതാൻ. വിശ്രുതമായ വംശത്തിലെ അതിനിപുണനായ ദശരഥന്റെ അന്ത്യരംഗങ്ങൾ വിങ്ങിപ്പൊട്ടലുകൾ നിറഞ്ഞതായിരുന്നു. അതിവിശിഷ്ടമായ യാഗം നടത്തി നേടിയ നാലുപുത്രന്മാരും അടുത്തില്ലാതിരുന്നപ്പോഴാണ് അന്ത്യമുണ്ടായത്. സ്വപ്രഭാവം പ്രകടിപ്പിക്കാൻ ഭരണാധികാരികൾ തയ്യാറാകരുതെന്ന പാഠം തെളിയുന്നു. വാഗ്ദാനങ്ങൾ ആലോചനാപൂർവ്വമേ നൽകാവൂയെന്നും ദശരഥകഥകൾ എക്കാലത്തെയും ഭരണാധിപന്മാരെ ഓർമ്മപ്പെടുത്തുന്നു. ദശരഥന് നേട്ടങ്ങളുടെ നീണ്ട പട്ടികയുണ്ട്. എന്നാൽ വഴിവിട്ട ചിന്തകളും പ്രവർത്തനങ്ങളുംമൂലം വിധിയുടെ വഴി അദ്ദേഹത്തിന് ദുരന്തപൂരിതമായ അന്ത്യമാണ് നൽകിയത്.

ധർമ്മചിന്തകൾ

കൗസല്യ ദശരഥന്റെ മുഖ്യപത്നിയായിരുന്നെങ്കിലും സുന്ദരിയും സമർത്ഥയുമായ കൈകേയിയുടെ വരവോടെ പദവിക്ക് മങ്ങലേറ്റു. എങ്കിലും എക്കാലത്തും മാർഗ്ഗദർശകനായ പുത്രനു ജന്മം നൽകാൻ കഴിഞ്ഞ മാതാവാണ്. സാക്ഷാൽ വിഷ്ണുവിന്റെ രൂപം ദർശിക്കാനുള്ള ഭാഗ്യം ഉണ്ടായിയെന്നും കവി പറയുന്നുണ്ട്. വിവശനായി വീഴുന്ന ദശരഥനെ സംരക്ഷിക്കുന്നതിലൂടെ പാതിവ്രത്യധർമ്മവും നിർവ്വഹിക്കുന്നു.

ശരീരലാവണ്യത്തിന്റെയും നൈപുണ്യത്തിന്റെയും നിറവിൽ കൈകേയി പലതും നേടുന്നു. വരസിദ്ധിയിലൂടെ പുത്രന് രാജാധികാരം ഉറപ്പിക്കുന്നു. ഇത് ഭർത്താവടക്കം പലരുടേയും വിരോധത്തിന് ഇടയാക്കുന്നുണ്ട്. എന്തിനേറെ, സ്വന്തം പുത്രന് പോലും,

'ദുഷ്ടേ, നീചേ' എന്നെല്ലാം സംബോധന ചെയ്യേണ്ടി വരുന്നു. എങ്കിലും അനുഭവങ്ങളടെ വെളിച്ചത്തിൽ തെറ്റുകൾ സ്വയം തിരുത്തുന്നു. അനുഭവത്തിലെ നന്മ തിരിച്ചറിഞ്ഞത്

മഹിമ തന്നെ! ഒറ്റ ദർശനം കൊണ്ടുതന്നെ ചിരപ്രതിഷ്ഠ നേടിയ കുലമഹിമയുള്ള സുമിത്ര. സ്ഥാനമേന്മയല്ല വിശുദ്ധചിന്ത യാണ്, പ്രവൃത്തിയാണ് മഹിമ. കുടിലതന്ത്രങ്ങൾ മെനഞ്ഞ് കൈകേയിയെ പരപ്രതിജ്ഞ നേടാൻ നിപുണയാക്കുന്ന മന്ഥ രയെ ദുഷ്ടയും നീചയുമായിട്ടാണ് എല്ലാവരും കാണുന്നത്. എന്നാൽ ഒരു ഉത്തമതോഴിയുടെ ധർമ്മമാണ് മന്ഥര ചെയ്യു ന്നത്. വിന വരുത്തുന്നത് മറ്റു പലരുടേയും വഴിവിട്ട പ്രവർത്ത നങ്ങളാണ്. രാമായണകഥയ്ക്ക് മന്ഥരയുടെ വാക്കുകളാണ് വഴി തെളിച്ചത്.

മിഥിലാധിപനായ ജനകന്റെ മകളായി വന്നുചേർന്ന സീത യ്ക്ക് ഊർമ്മിളയേക്കാൾ സ്ഥാനം കിട്ടിയിരുന്നു. നാരദവചന സാഫല്യത്തിലൂടെ ശ്രീരാമപത്നിയാകുന്നു. വരണമാല്യത്തിനു മുമ്പ് 'നേത്രോൽപ്പലമാല' ഇടുന്ന സുന്ദരിയായിട്ടാണ് കവി സീതയെ വർണ്ണിക്കുന്നത്. അയോദ്ധ്യയിൽ വന്നിട്ടും ഉചിതമായ സ്ഥാനമാനങ്ങൾ കിട്ടിയിരുന്നു. യൗവ്വനത്തുടിപ്പുകൾ വിളയാടുന്ന സീത സകല സുഖസൗകര്യങ്ങളും പരിത്യജിച്ച് വനവാസത്തിനു പോകുന്ന ശ്രീരാമനെ പിൻതുടർന്നു. സ്ത്രീധർമ്മത്തിന്റെ ഉദാത്തമാതൃക സീതയ്ക്ക് കൈകേയി മരവുരി നൽകാൻ ശ്രമി ക്കുമ്പോൾ വസിഷ്ഠൻ തടയുന്നത് ശ്രദ്ധേയമാണ്. തുടക്കത്തിൽ തന്നെ സീത മഹിമയുടെ സോപാനങ്ങൾ കയറുന്നുണ്ട്.

നാരദൻ, വസിഷ്ഠൻ, വാമദേവൻ, ഭരദ്വാജൻ, വാല്മീകി, അത്രി എന്നീ താപസശ്രേഷ്ഠന്മാർ വിശിഷ്ട സ്വഭാവ മഹിമ യാൽ നമ്മുടെ മനസ്സിൽ വിളങ്ങുന്നു. ഭരദ്വാജന്റെ ആശംസക ളോടെയാണ് വനവാസം ആരംഭിക്കുന്നത്. ആത്മകഥയിലൂടെ കവിയായ വാല്മീകിയും കഥാപാത്രമാകുന്നുണ്ട്. തന്നെയുമല്ല വനവാസത്തിന് ഉചിതമായ ചിത്രകൂടം നിർദ്ദേശിക്കുന്നതും വാല്മീകിയാണ്. അത്രിമഹർഷി അനുഗ്രഹവർഷം ചൊരിയുന്നു. അനസൂയ സമ്മാനങ്ങൾ നൽകി സീതയ്ക്ക് ആശംസകൾ അർപ്പിക്കുന്നു. ചിത്രകൂടത്തിന്റെ ചാരുതയും പ്രകൃതി സംരക്ഷി ക്കുന്ന സൂചനകളും കഥാപാത്രങ്ങളിലൂടെ നന്മ വിളയിക്കുന്നു.

ഉത്തമവഴികൾ

പൈങ്കിളിയുടെ വാണിയിലൂടെയാണ് ഇതിവൃത്തവും രചന സങ്കേതങ്ങളും രൂപം കൊള്ളുന്നത്. ഉദാത്തമായ ഭക്തിയിലൂടെ ജീവിതം സാർത്ഥകമാക്കാമെന്ന മഹത്തായ സന്ദേശത്തിന്റെ സൂചനകൾ ഈ കാണ്ഡത്തിലുമുണ്ട്. 'സത്യംവദ, ധർമ്മം ചര' എന്ന ആപ്തവാക്യത്തിന്റെ നിർവ്വഹണമാണ്, ഈ കാണ്ഡം. ബ്രഹ്മാവിന്റെ നിർദ്ദേശപ്രകാരം സത്യസംരക്ഷണധർമ്മം രാമനെ

ഓർമ്മിപ്പിക്കുവാനാണ് നാരദമഹർഷി വരുന്നത്. രാമൻ നൽകുന്ന മറുപടി ശ്രദ്ധിക്കുക.

സത്യത്തെ ലംഘിക്കയില്ലൊരു നാളും ഞാൻ
ചിത്തേ വിഷാദമുണ്ടാകയായതുമൂലം

എന്ന പ്രതിജ്ഞ നിറവേറ്റാനുള്ള പ്രവർത്തനപരമ്പരയാണ് ഈ കാണ്ഡം. സത്യപ്രതിജ്ഞനായ ഭവാൻ സത്യത്തെ വ്യർത്ഥമാക്കരുത് എന്ന ആമുഖത്തോടെയാണ് കൈകേയി വരം ചോദിക്കുന്നത്. സത്യപാശത്താൽ ബന്ധിതനായ പിതാവിനെ രക്ഷിക്കേണ്ടത് പുത്രധർമ്മമായി രാമൻ കരുതുന്നു.

സത്യം കരോമ്യഹം സത്യം കരോമഹ്യം
സത്യം മയോക്തം മറിച്ചു രണ്ടായ്‌വര

എന്ന് പ്രതിജ്ഞ ചെയ്യുന്നു. മാതാവായ കൗസല്യയോടും പത്നിയായ സീതയോടും സഹചാരിയായ ലക്ഷ്മണനോടും ഇതുതന്നെ രാമൻ ആവർത്തിക്കുന്നു. രാമനെ രാജാവാക്കാൻ വരുന്ന ഭരതനോടും ഇതുതന്നെയാണ് പറയുന്നത്. പിതാവിന്റെ നിശ്ചയം തെറ്റിച്ചാൽ സത്യവിരോധമാകും ധർമ്മക്ഷയമാകുമെന്ന ദൃഢപ്രതിജ്ഞ ഭരതന്റെ മനഃപരിവർത്തനത്തിന് സഹായകമായി.

സംവാദങ്ങൾ, സ്തുതികൾ, ഉപദേശങ്ങൾ, കഥാകഥനങ്ങൾ എന്നീ സങ്കേതങ്ങളിലൂടെ ജീവിതസന്മാർഗ്ഗോപദേശങ്ങളും, കാവ്യബിംബങ്ങളും തെളിഞ്ഞുവരുന്നു. മാനുഷിക ബന്ധങ്ങളുടെ അതിമഹത്തായ ദൃഷ്ടാന്തങ്ങൾ രൂപപ്പെടുന്ന ചില ഭാഗങ്ങൾ പകർത്താം.

ലക്ഷ്മണോപദേശത്തിൽ
ഭോഗങ്ങളെല്ലാം ക്ഷണപ്രഭാചഞ്ചലം
വേഗേന നഷ്ടമാമായുസ്സുമോർക്ക നീ

എന്നത് പാമ്പിന്റെ വായിൽപ്പെട്ട തവളയുടെ മോഹവും സത്രത്തിലെ ജനങ്ങളുടെ സ്ഥിതിയും ചൂണ്ടിക്കാട്ടി സമർത്ഥിക്കുന്നുണ്ട്.

ക്രോധമല്ലോ നിജ ധർമ്മക്ഷയകരം
ക്രോധം പരിത്യജിക്കണം ബുധജനം

എന്ന് ബോധ്യപ്പെടുത്തി. കർമ്മഫലങ്ങളിൽ ആഗ്രഹമില്ലാതെ മായാവിമോഹങ്ങൾ ഉപേക്ഷിച്ച് കർത്തവ്യം നിർവ്വഹിക്കുന്ന രാമന്റെ വാക്കുകൾ ലക്ഷ്മണനും കൗസല്യയ്ക്കും മാനസിക സംഘർഷം കുറച്ചു. അവർ കടമകൾ നിറവേറ്റാൻ തയ്യാറായി. ശ്രീരാമസൂചനപ്രകാരം വസിഷ്ഠൻ ഭരതനെ കർത്തവ്യനിരതനാക്കുന്നതും വിശിഷ്ടമായ ചിന്തകളിലൂടെയാണ്. ഇത് യുഗധർമ്മമാണ്.

നാരദൻ, ഭരദ്വാജൻ, വാല്മീകി എന്നീ മഹർഷി വര്യന്മാർ വ്യക്തിമഹിമകൊണ്ട് താരതമ്യേന പ്രായംകുറഞ്ഞ രാമനെ വണങ്ങുന്നു. സ്തുതിക്കുന്നു. രാജകുമാരനാണെങ്കിലും രാമനും അവരെ യഥോചിതം ആദരിക്കുന്നു. നാരദസന്ദർശനത്തിൽ സന്തുഷ്ടനായ രാമൻ പറയുന്നു:

'എന്നുടെ വംശവും ജന്മവും രാജ്യവു-
മിന്നു വിശുദ്ധമായ് വന്നു തപോനിധേ.'

നാരദനാകട്ടെ, ലോകനാഥനായ, രക്ഷകനായ സർവ്വസ്വമായ നാരായണന്റെ, വിഷ്ണുവിന്റെ, ശ്രീരാമന്റെ മഹിമകൾ പ്രകീർത്തിക്കുന്നു. സത്യസംരക്ഷണം ജന്മധർമ്മമാണെന്ന് ഓർമ്മിപ്പിക്കുകയും ചെയ്യുന്നു. മാത്രമല്ല, രാമനെ പ്രദക്ഷിണം ചെയ്ത് ദണ്ഡനമസ്കാരവും ചെയ്തുകൊണ്ടാണ് മടങ്ങുന്നത്. ശ്രീരാമദർശനത്താൽ സംപ്രീതനായ ഭരദ്വാജൻ ഇങ്ങനെ പറയുന്നു:

'പാദരജസാ പവിത്രമാക്കീടു നീ
വേദാത്മക, മമ പർണ്ണശാലാമിമാം
....
സന്തുഷ്ടബുദ്ധ്യാ കൃതാർത്ഥനായേനഹം.'

രാമൻ മഹർഷിയെ വന്ദിച്ച് പറയുന്നത് ശ്രദ്ധിക്കുക.

'ക്ഷത്രബന്ധുക്കളായുള്ളോരു ഞങ്ങളെ-
ചിത്തമോദത്തോടനുഗ്രഹിക്കേണമേ.'

ഭ്രാതൃവത്സലനായ, ദൃഢചിത്തനായ ഭരതൻ രാമന്റെ വനവാസത്തിന് കാരണക്കാരിയായ മാതാവിനെ പഴിക്കുന്നു, വിമർശിക്കുന്നു. ശാസിക്കാൻപോലും ഒരുങ്ങുന്നു. എന്നുതന്നെയല്ല, പിതാവിനേയും നിശിതമായി വിലയിരുത്തുന്നു. രാജ്യഭാരമേൽക്കണമെന്ന് യുക്തിയുക്തം രാമനോട് അപേക്ഷിക്കുന്നു. രാമന്റെ മറുപടി ഇതാണ്:

'താതനെന്നെപ്പതിന്നാലു സംവത്സരം
പ്രീതനായ് കാനനം വാഴ്കെന്നു ചൊല്ലിനാൻ
പിത്രാ നിനക്കു രാജ്യം മാതൃ സമ്മതം
ദത്തമായീ പുനെരെന്നതു കാരണം
ചേതസാ പാർക്കിൽ നമുക്കിരുവർക്കുമി-
ത്താതനിയോഗമനുഷ്ഠിക്കയും വേണം
....
ആകയാൽ നീ പരിപാലിക്ക രാജ്യവും
പോക, ഞാൻ ദണ്ഡകം തന്നിൽ വാണീടുവാൻ.'

അധികാരത്തിനുവേണ്ടി മലക്കം മറിച്ചിലോ പടപൊരുതലോ ഇല്ല. സത്യധർമ്മങ്ങൾക്കാണ് മുൻഗണന. പരിഗണനകൾക്ക്

അവകാശതർക്കങ്ങൾ ഉന്നയിക്കുന്ന ആധുനികർ ഈ കഥകൾ ഉൾക്കൊണ്ടിരുന്നെങ്കിൽ!

ലക്ഷ്മണോപദേശത്തിന്റെ മറ്റൊരു പതിപ്പുതന്നെ. കാട്ടാള പത്നിയുടെ വാക്കുകൾപോലും ഉദാത്തമായ ലോകനീതിയായി ദുഷ്ടനായ, നീചനായ കാട്ടാളനുപോലും ആ വാക്കുകൾ പരിവർത്തനമുണ്ടാക്കി.

'താന്താൻ നിരന്തരം ചെയ്യുന്ന കർമ്മങ്ങൾ
താന്താൻ അനുഭവിച്ചീടുകെന്നേ വരൂ.'

മഹാകവി ഉള്ളൂർ 'പ്രേമസംഗീത'ത്തിൽ കടഞ്ഞെടുത്തിട്ടുള്ള സത്യസാരസവും അതാണല്ലോ.

'നമുക്കു നാമേ പണിവതു നാകം
നരകവുമതുപോലെ.'

നാരദസ്തുതിയിലും കൗസല്യയുടെ ആശീർവാദങ്ങളിലും വാല്മീകി സ്തുതികളിലുമെല്ലാം എഴുത്തച്ഛന്റെ ഭക്തിരസപ്രതിപാദനപാടവം വ്യക്തമാണ്.

രാജ്യാധികാരത്തെ ആധാരമാക്കി നടക്കുന്ന കുടുംബബന്ധ ചരിത്രമാണ് അയോദ്ധ്യാകാണ്ഡം. നാരദൻ, വസിഷ്ഠൻ, ഭരദ്വാജൻ, വാല്മീകി, അത്രി എന്നീ താപസപുംഗവന്മാർ ധർമ്മ ചിന്തകളും ലോകനീതികളും സൂചിപ്പിക്കുന്നു. ശ്രീരാമന്റേയും ഭരതന്റേയും വനയാത്രയ്ക്കുവേണ്ടി നശിപ്പിക്കുന്ന വൃക്ഷങ്ങൾക്കുപകരം വൃക്ഷങ്ങൾ നടുന്ന സൂചനകൾ നമ്മുടെ ഭരണാധികാരികൾ കണ്ടുപഠിക്കേണ്ടതാണ്. ഭരണത്തിന്റെ ധാർമ്മിക ചിന്തകൾ എക്കാലത്തും മാതൃകയാണ്. പൊതുനന്മയെ ലക്ഷ്യമാക്കി ധർമ്മാനുസൃതമാണ് എല്ലാവരുടേയും പ്രവർത്തനങ്ങൾ. തെറ്റായ കാര്യങ്ങൾ ഉടൻ തിരുത്തുന്നുണ്ട്. ശ്രീരാമന്റെ ജീവിതചര്യകളിലൂടെ എഴുത്തച്ഛന്റെ സ്വകീയമായ കാവ്യരചനാശൈലികളും ഭാഷാപരിണാമഗതികളും അയോദ്ധ്യാകാണ്ഡത്തിൽ നിറഞ്ഞുനിൽക്കുന്നു.

■

ആരണ്യകാണ്ഡം

ശ്രീരാമൻ സത്യധർമ്മ പരിപാലനത്തിനായി കരഗതമായ രാജ്യാധികാരം സ്വമേധയാ ഉപേക്ഷിച്ചു. ലക്ഷ്ണനനും സീതയും രാമനെ അനുഗമിച്ചു. സൈന്യാധിപനായ സുമന്ത്രർ തുണയായി. ഗുഹൻ സഹായിയായി. ഭരദ്വാജ മഹർഷിയുടെ ആശിസ്സുകളോടെ വനയാത്ര തുടങ്ങി. വാല്മീകിയുടെ നിർദ്ദേശപ്രകാരം ചിത്രകൂടത്തിൽ പർണ്ണശാല സ്ഥാപിച്ച് വ്രതനിഷ്ഠ ആരംഭിച്ചു. ശ്രീരാമവേർപാടിൽ ദുഃഖിതനായി ദശരഥൻ ചരമമടഞ്ഞു.

ഭരതൻ ശ്രീരാമനെ കൂട്ടിക്കൊണ്ടുപോയി അഭിഷേകം ചെയ്യിക്കാൻ ചിത്രകൂടത്തിൽ എത്തി. രാമന്റെ സാരഗർഭമായ ഉപദേശം ഉൾക്കൊണ്ട് ഭരതൻ ശ്രീരാമദാസനായി അയോദ്ധ്യയിലെ രാജാവായി. വാനവാസം കൂടുതൽ സുരക്ഷിതമാക്കാൻ പുതിയ സങ്കേതം തേടി രാമനും ലക്ഷ്ണനനും സീതയും യാത്രയായി. അത്രി മഹർഷിയുടേയും അനസൂയാദേവിയുടേയും അനുഗ്രഹാശിസ്സുകളോടെ അവർ മഹാരണ്യത്തിൽ പ്രവേശിച്ചു. ശ്രീരാമപ്രഭാവം സൂചിപ്പിച്ചുകൊണ്ട് പരമശിവൻ പാർവ്വതിയെ തുടർക്കഥകൾ കേൾപ്പിക്കുന്നു. എഴുത്തച്ഛന്റെപൈങ്കിളി നമുക്കുവേണ്ടി ആ കഥകൾ പാടുന്നതാണ് ആരണ്യകാണ്ഡം.

രണ്ടായിരത്തി നാൽപ്പത് വരികളുള്ള ഈ കാണ്ഡം കേകവൃത്തത്തിലാണ്. ആമുഖം, മഹാരണ്യപ്രവേശം, വിരാധവനം, ശരഭംഗമന്ദിരപ്രവേശം, മുനിമണ്ഡലസംഗമം, സുതീക്ഷ്ണാശ്രമപ്രവേശം, അഗസ്ത്യസന്ദർശനം, അഗസ്ത്യസ്തുതി, ജടായുസംഗമം, പഞ്ചവടിപ്രവേശം, ലക്ഷ്മണോപദേശം, ശൂർപ്പണഖാഗമനം, ഖരവധം, ശൂർപ്പണഖാവിലാപം, രാവണമാരീചസംവാദം, മാരീചനിഗ്രഹം, സീതാപഹരണം, സീതാന്വേഷണം ജഗയുഗതി, ജടായുസ്തുതി, കബന്ധഗതി, കബന്ധസ്തുതി എന്നിങ്ങനെ ഇരുപത്തി രണ്ട് പ്രധാനഭാഗങ്ങളിലാണ് ആരണ്യകാണ്ഡചരിത്രം രൂപപ്പെടുന്നത്.

വിരാധവധം

അത്രിമഹർഷിയുടെ ആശ്രമത്തിൽ രാത്രി കഴിച്ച രാമാദികൾ പ്രഭാതകർമ്മങ്ങൾക്കുശേഷം നേർവഴി കാണിച്ചു തരുവാൻ മഹർഷിയോട് പറഞ്ഞു.

"ജഗന്നാഥനായ അങ്ങേയ്ക്ക് ആരും മാർഗ്ഗം നിർദ്ദേശിക്കേണ്ട തായില്ല. എങ്കിലും അങ്ങയുടെ ആഗ്രഹപ്രകാരം ശിഷ്യന്മാർ വഴികാണിക്കും."

മഹർഷിയുടെ ആശീർവാദത്തോടെ അത്രി ശിഷ്യരുടെ സഹായത്തോടെ തോണിയിലൂടെ മഹാനദിയുടെ മറുകര കടന്ന് വന്യമൃഗസങ്കേതമായ ഘോരവനത്തിലൂടെ അവർ യാത്ര തുടർന്നു. ലക്ഷ്മണൻ മുമ്പിലും സീത മധ്യത്തിലും രാമൻ പിന്നിലുമായി ജാഗ്രതയോടെ നടന്നു. 'ജീവാത്മ പരമാത്മാ ക്കൾക്കുമദ്ധ്യേ ദേവിയാം മഹാശക്തി' എന്നാണ് എഴുത്തച്ഛൻ വിശേഷിപ്പിക്കുന്നത്. അത്യുഗ്രമായ ശബ്ദത്തോടെ ചുവന്ന കണ്ണുകളും പിളർന്ന വായും വായിൽ പച്ചമാംസവുമായി ഭയാ നകമായ ഒരു രൂപം മുമ്പിൽ കണ്ടു. സീതയെ ആശ്വസിപ്പിച്ച് അമ്പുംവില്ലുമായി രാമലക്ഷ്മണന്മാർ സന്നദ്ധരായി.

ദുഷ്ടമൃഗങ്ങളുള്ള ഈ വൻകാട്ടിൽ താപസവേഷത്തിൽ അമ്പുവില്ലുമായി മനോഹരിയായ സ്ത്രീയുമൊത്ത് നിൽക്കുന്ന നിങ്ങൾ ആരാണ്?" കാട്ടാളൻ ആരാഞ്ഞു.

"ദശരഥപുത്രന്മാരായ രാമനും ലക്ഷ്ണനനുമാണ് ഞങ്ങൾ. ഈ സീത എന്റെ പത്നിയാണ്. രാക്ഷസന്മാരിൽനിന്നും ലോകത്തെ രക്ഷിക്കണം. അച്ഛന്റെ സത്യം നിറവേറ്റാൻ പോന്നതാണ്." രാമൻ പറഞ്ഞു.

രാക്ഷസൻ അലറി. "ഞാൻ വിരാധനാണ്. എന്നെ അറിയാ ത്തവർ ആരുമില്ല. മഹർഷിമാർ എന്നെ പേടിച്ച് പോയിരിക്കുക യാണ്."

ഒരു മരം പിഴുത് വായ് പിളർന്ന് ഉഗ്രമായി അലറി.

"ജീവൻ വേണ്ടമെങ്കിൽ ആയുധങ്ങളും ഈ സ്ത്രീയേയും ഉപേക്ഷിച്ച് ഉടൻ ഇവിടെ വിട്ടുകൊള്ളണം. അല്ലെങ്കിൽ ഞാൻ നിങ്ങളെക്കൊന്ന് എന്റെ വിശപ്പടക്കും."

എന്നിട്ട് സീതയുടെ നേരെ തിരിഞ്ഞു. രാമൻ കൈകൾ മുറിച്ചു ബാണങ്ങൾകൊണ്ട് കാലുകൾ ബന്ധിച്ചു. വീണ്ടും അടു ത്തപ്പോൾ കഴുത്തറുത്തു. ചോരപ്പുഴ ഒഴുകി. മയാബലമുള്ള അവനെ പൂർണ്ണമായി വകവരുത്താൻ പ്രയാസമായതിനാൽ കുഴി ച്ചിടാൻ തുടങ്ങി. ശാപംകൊണ്ട് രാക്ഷസനായി മാറിയ തംബുരു എന്ന ഗന്ധർവ്വൻ ശാപമുക്തനായി.

(കവി സന്ദർഭോചിതമായി പറയുന്നു. കണ്ണ് ശ്രീരാമരൂപം കാണാൻ, ചെവി രാമകഥ കേൾക്കാൻ, നാക്ക് ശ്രീരാമമന്ത്രം ചൊല്ലാൻ, ശ്രീരാമസ്തുതിയോടെ യാത്രയ്ക്ക് മാർഗ്ഗനിർദ്ദേശം നൽകി.)

"കുറച്ച് നടന്നാൽ ശരഭംഗാശ്രമം കാണാം. അദ്ദേഹം നിങ്ങൾക്ക് വഴി പറഞ്ഞുതരും." ശ്രീരാമനെ സ്തുതിച്ചു. സ്വർഗ്ഗം പൂകി. ഇത് ചൊല്ലുന്നവർക്കും മോക്ഷം സിദ്ധിക്കുമെന്ന് കവി.

വനയാത്ര തുടങ്ങുന്ന ശ്രീരാമാദികൾ ശരഭംഗാശ്രമത്തിൽ എത്തി വന്ദിച്ചു. താപസന്മാർ അവരെ പൂജിച്ചു. ജന്മകൃത്യങ്ങൾ നിറവേറ്റിയ ശരഭംഗനെ കൊണ്ടുപോകാൻ ദേവന്മാർ തേരുമായി വന്നിരുന്നു. അദ്ദേഹം രാമദർശനത്തിനുവേണ്ടി കാത്തിരിക്കുകയായിരുന്നു. മുനിവര്യൻ ഇങ്ങനെ പറഞ്ഞു. "എന്റെ പുണ്യമെല്ലാം അങ്ങേയ്ക്കു നൽകുന്നു. എന്റെ ജന്മം സഫലമായി."

"സൗമിത്രിസേവ്യം ജനകാത്മജാസമന്വിതം
സൗമുഖ്യമനോഹരം കാരുണാരത്നാകരം"

എന്ന സ്തുതിയോടെ ദേഹത്യാഗം ചെയ്തു സ്വർഗ്ഗസ്ഥനായി. ഈ കാഴ്ച രാമാദികൾക്ക് ആനന്ദപ്രദമായി. തുടർന്ന് താപസശ്രേഷ്ഠന്മാരുടെ സങ്കേതത്തിലെത്തി. കാനനമദ്ധ്യത്തിലുള്ള അവർ ശ്രീരാമചരിതം സ്മരിച്ചു. രണ്ടുകൂട്ടരും പരസ്പരം വണങ്ങി. അവിടത്തെ വിവിധ ആശ്രമങ്ങൾ സന്ദർശിക്കുമ്പോൾ കുന്നുപോലെ അസ്ഥികൂടങ്ങൾ കണ്ടു. രാക്ഷസന്മാർ മുനിമാരെ നിഗ്രഹിച്ച് ഭക്ഷിച്ചശേഷം അസ്ഥികൾ ഇട്ടിരിക്കുന്ന ദുഃഖകഥകൾ മുനിമാർ പറഞ്ഞു. രാക്ഷസനിഗ്രഹം നടത്തി തപോനിഷ്ഠ സുഖകരമാക്കി - അഗസ്ത്യശിഷ്യനായ സുതീക്ഷ്ണാശ്രമം സന്ദർശിച്ചു. നീലകളേബരനും അതിശാന്തനും പരമാനന്ദാമൃതസ്വരൂപനുമായ രാമദർശനത്താൽ സംപ്രീതനായ അദ്ദേഹം ഗുരുവായ അഗസ്ത്യസന്നിധിയിലേക്ക് അവരെ കൂട്ടിക്കൊണ്ടുപോയി.

അഗസ്ത്യദർശനം

വൃക്ഷലതാദികളെക്കൊണ്ടും പക്ഷിമൃഗാദികളെക്കൊണ്ടും അതിമനോഹരമാണ് അഗസ്ത്യാശ്രമം. നാളുകളായി മഹർഷി രാമാദികളെ കാത്തിരിക്കുകയായിരുന്നു. ആ ദിവ്യമുനിവര്യനും രാമസമാഗമത്താൽ അത്യന്തം സന്തുഷ്ടനായി. പരസ്പരം യഥോചിതം വന്ദിച്ചു. മഹർഷി ഒരുക്കിയ വിശിഷ്ട ഭക്ഷണം കഴിച്ച് രാമാദികൾ സന്തുഷ്ടരായി. ആനന്ദചിത്തനായ അഗസ്ത്യമഹർഷി നിറഞ്ഞ സംതൃപ്തിയോടെ ശ്രീരാമനെ സ്തുതിച്ചു. മൂലപ്രകൃതി, മായ, സംസ്കൃതി, മഹത്വം, പഞ്ചഭൂതങ്ങൾ, ത്രിഗുണങ്ങൾ എന്നിവയെല്ലാം പരാമർശിച്ചു. ഭക്തിയുടെ മേന്മയും ശ്രീരാമമഹിമയും സവിസ്തരം പ്രതിപാദിച്ചു.

നടക്കുമ്പോഴുമിരിക്കുമ്പോഴുമോരേടത്തു
കിടക്കുമ്പോഴും ഭുജിക്കുമ്പോഴുമെന്നുവേണ്ടാ
നാനാകർമ്മങ്ങളനുഷ്ഠിക്കുമ്പോൾ സദാകാലം
മാനസേ ഭവദ്രൂപം തോന്നേണം ദയാംബുധേ!

എന്ന പ്രാർത്ഥനയോടെ വിഷ്ണു നൽകിയ വില്ലും ബ്രാഹ്മാവു കൊടുത്ത അമ്പും ഇന്ദ്രൻ നൽകിയ ആവനാഴിയും പൊന്നുറയിട്ട വാളും നൽകി സർവ്വവിജയവും നേർന്നു. അതിവിശിഷ്ടമായ പഞ്ചവടി ചൂണ്ടികാണിച്ചുകൊടുത്തു. അവിടേക്കുള്ള വഴിയും നിർദ്ദേശിച്ചു. ശേഷിച്ച വനവാസകാലം അവിടെ ആശ്രമം കെട്ടി കഴിയുന്നത് ഉചിതമാണെന്ന് ഉപദേശിച്ചു.

പഞ്ചവടി

പഞ്ചവടിയിലേക്കുള്ള യാത്രാമദ്ധ്യേ വൃദ്ധനായ, വലിയ ഒരു പക്ഷിയെ കണ്ടു.

രാമൻ പറഞ്ഞു, "ലക്ഷ്മണാ നോക്കൂ, മഹർഷിമാരെ രക്ഷിക്കാൻ രാക്ഷസന്മാർ വേഷം മാറി വന്നിരിക്കുന്നതാവാം."

ഈ സംസാരം പക്ഷി കേട്ടു.

"അല്ലയോ രാജകുമാരന്മാരേ, ഞാൻ നിങ്ങളുടെ ശത്രുവല്ല, മിത്രമാണ്. ഞാനും നിങ്ങളുടെ പിതാവും ഉറ്റ ചങ്ങാതിമാരാണ്. വിനിതയുടെ പുത്രന്മാരാണ് ഗരുഡനും അരുണനും. ഞാൻ അരുണ പുത്രനാണ്, എന്റെ ജ്യേഷ്ഠനാണ് സമ്പാതി. ശ്യേനിയാണ് ഞങ്ങളുടെ മാതാവ്."

ഇതുകേട്ട് രാമൻ ജടായുവിനെ ആശ്ലേഷിച്ചു. അടുത്തുതന്നെ വസിച്ചുകൊള്ളാൻ രാമൻ അരുളി ചെയ്തു.

"നിങ്ങൾ ആശ്രമത്തിനു പുറത്തു പോകുമ്പോൾ ഞാൻ സീതയെ കാത്തുകൊള്ളാം." ജടായു വാക്കുകൊടുത്തു.

ഗോദാവരി തീരത്തുള്ള ദണ്ഡകവനത്തിലെ അതിമനോഹരമായ പഞ്ചവടിയിൽ ആശ്രമം കെട്ടി അവർ താമസമാക്കി. അഞ്ചു വടവൃക്ഷങ്ങൾ (അശ്വത്ഥം=ആൽ, വില്വം=കൂവളം, വടവൃക്ഷം= പേരാൽ, ധാത്രി=നെല്ല്, നെല്ലി) നിറഞ്ഞ പഞ്ചവടി പ്രകൃതിഭംഗി കൊണ്ട് അതിമനോഹരമാണ്. ദിവ്യരത്നങ്ങളുള്ള ഗോദാവരി, ഭൂമിയുടെ ആഭരണമാണ്. വൃക്ഷപക്ഷിനിബിഡമായ ഈ പ്രദേശം താപസന്മാരുടെ യാഗശാലകൾ നിറഞ്ഞതാണ്. പൂത്തുലയുന്ന വൃക്ഷകാന്തിയാസ്വദിച്ച് സുഖശീതളമായ പഞ്ചവടിയിൽ പർണ്ണശാല നിർമ്മിച്ച് താമസമാക്കി. ഇവരുടെ താമസമറിഞ്ഞ് വന്നെത്തിയ ബ്രാഹ്മണരെ ആശീർവദിച്ചു. അവിടെ താപസജീവിതം തുടരവേ ഒരു ദിവസം ലക്ഷ്മണൻ മുക്തിമാർഗ്ഗം

ഉപദേശിച്ചുതരുവാൻ ശ്രീരാമനോടു പറഞ്ഞു. വിജ്ഞാനഭക്തി കൊണ്ട് മാനസികാനന്ദം പ്രദാനം ചെയ്യുന്ന മുക്തിമാർഗ്ഗ ദർശനങ്ങൾ ശ്രീരാമൻ പറഞ്ഞു.

"പരമാനന്ദമാണ് പ്രദാനം. ആത്മാവില്ലാതെ ദേഹാദി വസ്തുക്കളില്ല. അവ മായയാണ്. കയർ കണ്ട് പാമ്പാണെന്നുള്ള തോന്നൽപോലെയാണ്. പുത്രകളത്രാദി ബന്ധങ്ങൾ പഞ്ചഭൂത നിർമ്മിതമാണ്. ബുദ്ധിയും മനസ്സും ചിത്തപ്രകൃതിയാണ്. ജീവാത്മാവും പരമാത്മാവും പര്യായങ്ങളാണ്. കാമക്രോധമോഹങ്ങൾ വെടിഞ്ഞ് സന്തുഷ്ടചിത്തരാകണം. ഭക്തികൊണ്ട് ഗുരുസേവ ചെയ്ത് ചിത്തശുദ്ധി വരുത്തണം. ജ്ഞാനമാണ് ചിദാനന്ദം. രാത്രിയിൽ വിളക്ക് വഴികാണിക്കുന്നതുപോലെ ഭക്തികൊണ്ട് ആത്മാവ് പ്രകാശിപ്പിക്കണം. വ്രതാനുഷ്ഠാനങ്ങളും പൂജയും വന്ദനവും കഥാശ്രവണവും കീർത്തനവും ഭക്തിവളർത്തും. ഭക്തന് വൈരാഗ്യം വെടിഞ്ഞ് മുക്തി ഉണ്ടാകും. വിശ്വാസശ്രദ്ധയോടെ നിത്യപരിശീലനംകൊണ്ട് യോഗീന്ദ്രസിദ്ധമായ മുക്തി കൈവരും."

കാമവും കദനവും

പഞ്ചവടിയിൽ പരമാനന്ദത്തോടെ കഴിയുമ്പോൾ ഒരുദിവസം ഒരു മോഹിനി അവിടെ വന്നു. രാമലക്ഷ്മണന്മാരുടെ ബാഹ്യ സൗന്ദര്യത്തിൽ മോഹിതയായാണ് അവൾ വന്നത്. ആരാണെന്ന് തിരക്കി. താൻ ഖരദൂഷണ ത്രിശ്ശിരസ്സുകളോടൊപ്പം ഇവിടെ കഴിയുന്ന രാവണസഹോദരിയായ ശൂർപ്പണഖയാണെന്ന് പറഞ്ഞു. രാമലക്ഷ്മണന്മാരും തങ്ങൾ ആരാണെന്ന് വെളിപ്പെടുത്തി. അപ്പോൾ സുന്ദരി തന്റെ ഭർത്താവായി സുഖിക്കാൻ രാമനോട് പറഞ്ഞു. താൻ തപോധനനാണെന്നും ഇതെന്റെ ഭാര്യയായ സീതയാണെന്നും രാമൻ. ഉടൻ ശൂർപ്പണഖ ഭർതൃഅപേക്ഷയുമായി ലക്ഷ്മണനെ സമീപിച്ചു.

"ഞാൻ രാമന്റെ ദാസനാണ്. നീ ദാസിയാകാൻ പറ്റിയവളല്ല." ലക്ഷ്മണൻ ഒഴിഞ്ഞു.

വീണ്ടും വീണ്ടും വികാരപരവശയായ അവൾ രാമലക്ഷ്മണന്മാരെ സമീപിച്ച് പ്രണയാഭ്യർത്ഥന നടത്തി. രാമലക്ഷ്മണന്മാർ വശംവദരാകില്ലെന്ന് കണ്ടപ്പോൾ അവൾ കോപത്താൽ രാക്ഷസിയായി. സീതയെ സമീപിച്ചു. കുപിതനായ ലക്ഷ്മണൻ അവളുടെ ചെവിയും മൂക്കും മറ്റും മുറിച്ചു. ചോരയൊലിപ്പിച്ച് അലറിക്കരഞ്ഞുകൊണ്ട് അവൾ ഓടി. സഹോദരതുല്യനും സംരക്ഷകനുമായ ഖരന്റെ മുമ്പിൽ മോഹാലസ്യപ്പെട്ടു വീണു. ഖരൻ വാത്സല്യത്തോടെ ശൂർപ്പണഖയെ പിടിച്ചെഴുന്നേൽപ്പിച്ചു.

"പരിഭ്രമമില്ലാതെ എല്ലാം തുറന്നുപറയൂ. നിന്നെ ആക്രമിച്ച ആ തെമ്മാടികൾ ആരാണ്? ഞാൻ ഉടൻ തന്നെ അവരെ ക്കൊന്ന് പ്രതികാരം ചെയ്യും." ഖരൻ ഉറപ്പുകൊടുത്തു.

"കാട്ടിൽ ഗന്ധർവ്വതുല്യരായ രാമലക്ഷ്മണന്മാരുണ്ട്. അവരുടെ നടുവിൽ സുന്ദരിയും സർവ്വാഭരണവിഭൂഷിതയുമായി വിളങ്ങുന്ന സീതയ്ക്കുവേണ്ടി എന്നെ ഇങ്ങനെയാക്കി. അവളുടെ രക്തം കുടിച്ചാലേ എന്റെ വേദന മാറൂ."

ശൂർപ്പണഖയുടെ വാക്കുകൾകേട്ട് ഖരൻ ഉടൻതന്നെ പതിന്നാലു വീരന്മാരെ ശൂർപ്പണഖയുടെ കൂടെ വിട്ടു. അവർ രാമലക്ഷ്മണന്മാരെ വെല്ലുവിളിച്ചു.

"ദശരഥപുത്രന്മാരായ ഞങ്ങൾ താപസന്മാരുടെ രക്ഷയ്ക്കു വന്നിരിക്കയാണ്. ജീവൻ വേണമെങ്കിൽ പിന്തിരിഞ്ഞുപോകൂ." രാമൻ നിർദ്ദേശിച്ചു.

അത് കൂട്ടാക്കാതെ ഏറ്റുമുട്ടിയ പതിന്നാലുപേരേയും പതിന്നാലുശരംകൊണ്ട് തുണ്ടംതുണ്ടമായി നുറുക്കിയിട്ടു. കൂടുതൽ പരവശതയോടെ കരഞ്ഞുകൊണ്ട് ശൂർപ്പണഖ വീണ്ടും ഖരനെ സമീപിച്ചു. ഖരന്റെ നിർദ്ദേശപ്രകാരം ശൂർപ്പണഖ നടന്ന കാര്യങ്ങൾ വിവരിച്ചു. പതിനാലുവീരന്മാരേയും രാമൻ തെല്ലിടകൊണ്ട് വധിച്ചു.

"ദണ്ഡകവനത്തിന് മുള്ളായിട്ടുള്ളവരെ തേജസ്സുണ്ടെങ്കിൽ നശിപ്പിക്കണം." ഖരൻ പ്രതിജ്ഞ ചെയ്തു. "നിനക്ക് മാനക്കേടുണ്ടാക്കിയ രാമന്റെ ചുടുചോര ഊറ്റിക്കുടിച്ച് നിനക്ക് കണ്ണീരടക്കാം."

ഇപ്രകാരം പറഞ്ഞ് സകല സന്നാഹങ്ങളോടുംകൂടി പതിന്നാലായിരം സൈനികരുമായി പുറപ്പെട്ടു. ഇടയ്ക്ക് കുതിര ഇടറി, കൊടിമരത്തിൽ കഴുകൻ വന്നിരുന്നു, പക്ഷികൾ വികൃതമായി കരഞ്ഞു. ഇതൊന്നും വകവെയ്ക്കാതെ 'പെങ്ങൾ രാമന്റെ ചോര കുടിക്കട്ടെ, എനിക്കിതുവരെ തോൽവിയുണ്ടായിട്ടില്ല' എന്ന അഹങ്കാരത്തോടെ ഖരൻ മുന്നേറി.

അവരുടെ വരവുകണ്ട് രാമൻ ലക്ഷ്മണനോട് സീതയെ ഗുഹയിൽ ഒളിപ്പിക്കാൻ നിർദ്ദേശിച്ചു. അലറിവന്ന സൈന്യത്തിന്റെ നേരെ വില്ലുകുലച്ചു. രാമന്റെ നേർക്ക് തേർ തെളിക്കാൻ ഖരൻ ആവശ്യപ്പെട്ടു. ഖരൻ അമ്പുകളയച്ച് രാമനെ പരുക്കേൽപ്പിച്ചു. രാമൻ പതറാതെ മുന്നേറി. മേഘങ്ങൾ പൊഴിയുന്നതുപോലെയുള്ള ശരങ്ങളെ ഇടിത്തീ വീണാലും കുലുങ്ങാത്ത പർവ്വതംപോലെ എതിരിട്ടു. ദേവന്മാരും ഗന്ധർവ്വന്മാരും ആ യുദ്ധം കണ്ട് ആനന്ദിച്ചു. അതിഭയങ്കര യുദ്ധത്തിൽ ദൂഷണനും ത്രിശ്ശിരസ്സും അടക്കം സൈന്യം നശിച്ചു. കുപിതനായ ഖരൻ കൂടുതൽ

ശക്തിയോടും വീറോടും എതിരിട്ടു. ആകാശം ശരങ്ങൾകൊണ്ട് മൂടി. സൂര്യപ്രകാശംപോലും കുറഞ്ഞു എന്നാണ് കവി പറയുന്നത്. അതിശക്തമായ ആയുധങ്ങളും ദിവ്യാസ്ത്രങ്ങളും മഴയായി ഒഴുകി. പതിന്നാലായിരം സൈന്യവും ഖരനും മൂന്നേമുക്കാൽ നാഴികകൊണ്ട് നശിച്ചു. അവരെല്ലാം ദിവ്യവിഗ്രഹം ധരിച്ച് മോക്ഷം നേടി. രാമനെ സ്തുതിച്ചു. ലക്ഷ്മണനും സീതയ്ക്കും സമാധാനമായി. രാക്ഷസനാശം രാമനിർദ്ദേശ പ്രകാരം ലക്ഷ്മണൻ മുനിമാരെ അറിയിച്ചു. അവർ സംതൃപ്തരായി അംഗുലീയവും ചൂഡാരത്നവും കവചവും നൽകി. രാമൻ അംഗുലീയവും സീത ചൂഡാരത്നവും ലക്ഷ്മണൻ കവചവു മണിഞ്ഞു.

പ്രലോഭനങ്ങൾ

പ്രതികാരദുർഗ്ഗയായി മാറിയ ശൂർപ്പണഖ ലക്ഷ്യപ്രാപ്തിക്കായി മറ്റൊരു മാർഗ്ഗം സ്വീകരിച്ചു. കരഞ്ഞുകൊണ്ട് ലങ്കയിലെ ഉത്തരഗോപുരത്തിലെത്തി. വിവരമറിഞ്ഞ രാവണൻ സഹോദരിയെ ആശ്വസിപ്പിക്കാൻ തയ്യാറായി. അവൾ മറ്റൊരു വിധത്തിലാണ് രാവണനെ പ്രകോപിപ്പിച്ചത്. വ്രതാനുഷ്ഠാനങ്ങളോടെ കഴിയുന്ന രാമലക്ഷ്മണന്മാർക്കൊപ്പം അതിസുന്ദരിയായ സീതയുണ്ട്. സീതയുടെ അംഗപ്രത്യംഗ വർണ്ണനയിലൂടെ രാവണന് മോഹം ജനിപ്പിച്ചു. രാവണന് ഏറ്റവും അഭികാമ്യയാണ് സീതയെന്ന് ധരിപ്പിക്കുകയും ചെയ്തു. മാത്രമല്ല, രാവണപത്നിയാക്കാൻ സീതയെ കൊണ്ടുപോരാൻ തുനിഞ്ഞപ്പോൾ ലക്ഷ്മണൻ അംഗഭംഗം വരുത്തിയതായും പറഞ്ഞു. പകരം ചോദിക്കാൻ ചെന്ന ഖരനേയും ഭടന്മാരേയും രാമൻ വകവരുത്തി. അവരെ ഒരു പാഠം പഠിപ്പിച്ച് സീതയെ കൊണ്ടുവന്നാൽ സുഖിച്ചു രസിച്ചു ജീവിക്കാം. ശൂർപ്പണഖയുടെ ഈ വാക്കുകൾ രാവണനെ അസ്വസ്ഥനാക്കി. സഹോദരിയെ ഉപദ്രവിച്ചവരെ വധിക്കണം. സീതയെ സ്വന്തമാക്കണം എന്നുറപ്പിച്ചു. അതികായൻ എന്ന സേനാനി, “രാമനെ വധിക്കുക പ്രയാസമാണ്, സീതയെ കൊണ്ടുവന്നാൽ മതിയല്ലോ” എന്ന് അഭിപ്രായപ്പെട്ടു. അത് ശരിയാണെന്ന് തോന്നി. രാവണൻ സീതയെ കൊണ്ടുവന്നാൽ രാമന് പത്നി ഇല്ലാതാകും. അപ്പോൾ തനിക്ക് രാമനെ കിട്ടുമല്ലോ എന്ന് ശൂർപ്പണഖയും ചിന്തിച്ചു. വേണ്ടതു ചെയ്യാമെന്നു പറഞ്ഞ് രാവണൻ സഹോദരിയെ ആശ്വസിപ്പിച്ചു.

രാവണന് ഉറക്കമില്ലാതായി. ചിന്തയിലാണ്ടു. ഒരു ഉറച്ച തീരുമാനത്തിലെത്താൻ പ്രയാസം തോന്നി. ഉടൻ ഒരു ബുദ്ധി ഉദിച്ചു. ചന്ദ്രവനത്തിൽ കഴിയുന്ന മാരീചന്റെ ആശ്രമത്തിൽ എത്തി. രാവണന്റെ ഒറ്റയ്ക്കുള്ള വരവ് മാരീചന് അമ്പരപ്പുണ്ടാക്കി.

അസ്വസ്ഥത മറച്ചുവെച്ച് അയാൾ രാവണനെ ഉചിതമായി സ്വീകരിച്ചു. ആഗമനോദ്ദേശവും ആരാഞ്ഞു.

"അമ്മാവാ... അപമാനിതനായി ജീവിച്ചിട്ടു കാര്യമില്ല. എനിക്കു മാത്രമല്ല, അങ്ങേയ്ക്കും പേരുദോഷമാണ്. രാമലക്ഷ്മണന്മാർ ശൂർപ്പണഖയെ മാനഭംഗപ്പെടുത്തിയിരിക്കുന്നു. അതിന് പകരം ചോദിക്കണം. രാമനറിയാതെ സീതയെ തട്ടിക്കൊണ്ടു വരണം. അതിന് അങ്ങയുടെ സഹായം അത്യന്താപേക്ഷിതമാണ്."

രാവണന്റെ നീണ്ട വിശദീകരണത്തിന്റെ ചുരുക്കം ഇതായിരുന്നു.

"നീ മമ സഹായമായിരിക്കിൽ മനോരഥം
മാമകം സാധിച്ചിടുമില്ല സംശയമേതും."

മാരീചൻ രാമന്റെ ശരവീര്യം നേരിട്ടറിഞ്ഞിട്ടുള്ളതാണ്. പ്രായശ്ചിത്തമായി തപസ്സ് അനുഷ്ഠിച്ചുവരികയാണ്. എങ്ങനെയെങ്കിലും രാവണനെ പിന്തിരിപ്പിക്കണമെന്ന് ഉറച്ചു.

"നിനക്ക് ഈ ഉപദേശംതന്ന ആൾ ശത്രുവാണെന്നോർക്കണം. രാമൻ സാധാരണ മനുഷ്യനല്ല, മഹാവിഷ്ണുവിന്റെ അവതാരമാണ്. നീ രാമനെ സേവിക്കുകയാണ് ഉചിതം."

മാരീചന്റെ ഈ വാക്കുകൾ കേട്ട് രാവണന്റെ ഭാവം മാറി.

"നിന്റെ ഉപദേശം കേൾക്കാനല്ല ഞാൻ വന്നത്. ഞാൻ പറയുന്നത് അനുസരിച്ചില്ലെങ്കിൽ എനിക്ക് കൊല്ലേണ്ടി വരും." താക്കീതു കൊടുത്തു.

'രാ...' എന്ന ശബ്ദം കേൾക്കുമ്പോൾതന്നെ പേടിക്കുന്ന മാരീചൻ ചിന്തിച്ചു. രാവണന്റെ ശത്രുത നേടി മരിക്കുന്നതിനേക്കാൾ നല്ലത് രാമന്റെ ശരമേറ്റ് മോക്ഷം നേടുകയാണ്. രാവണനെ ആർക്കും പിന്തിരിപ്പിക്കാൻ സാധ്യമല്ല. അതിനാൽ രാവണനിർദ്ദേശപ്രകാരം മനോഹരനായ പുള്ളിമാനായി സീതയുടെ മുന്നിലെത്തി.

പുള്ളിമാൻ

'ചാരുപുള്ളികൾ വെള്ളികൊണ്ട് നേത്രങ്ങൾ രണ്ടും...'

കനകമയമായ മാനിനെ സീത മോഹിച്ചു. അതിനെ കിട്ടുവാൻ ശാഠ്യം പിടിച്ചു. രാമൻ സീതയെ ഒളിപ്പിച്ചു. മായാസീതയെ പർണ്ണശാലയിൽ നിർത്തി. ലക്ഷ്മണനോട് സീതയെ സംരക്ഷിക്കുവാൻ ഏർപ്പാടു ചെയ്തു. മാനിനെ പിടിക്കാൻ ശ്രമമായി. രാമൻ അടുത്തുവരുമ്പോൾ മാൻ അൽപ്പം പിന്മാറും. അങ്ങനെ രാമനെ ആശ്രമത്തിൽനിന്നും അകറ്റി. മാനിന്റെ കബളിപ്പിക്കലിൽ അസ്വസ്ഥനായ രാമൻ അതിന്റെ നേരെ അമ്പു

പ്രയോഗിച്ചു. ശ്രീരാമബാണമേറ്റ മാരീചൻ രാക്ഷസവേഷത്തിൽ മലപോലെ വീണു.

"ലക്ഷ്മണാ.. സോദരാ..." എന്ന് കരഞ്ഞു.

ആർത്തനാദം കേട്ട് സീത പരിഭ്രമിച്ചു. ലക്ഷ്മണനോട് ശ്രീരാമനെ സഹായിക്കാൻ പറഞ്ഞു. ലക്ഷ്മണൻ രാക്ഷസന്മാരുടെ മായാജാലങ്ങൾ ഓർമ്മിപ്പിച്ചു. രാമനെ ആർക്കും ഒന്നും ചെയ്യാൻ പറ്റില്ലെന്ന് ധരിപ്പിച്ചു. ഇതിലൊന്നും സീത സംതൃപ്തയായില്ല. വീണ്ടും വീണ്ടും നിർബ്ബന്ധിച്ചു.

"രാമൻ മരിച്ചാൽ എന്നെ സ്വന്തമാക്കാമെന്നാണ് നിന്റെ മോഹം. അത് നടക്കില്ല." എന്ന് തീർത്തുപറഞ്ഞു.

സീതയുടെ കൊള്ളിവാക്കുകൾ സഹിക്കാനാവാതെ ലക്ഷ്മണൻ ചെവി പൊത്തി. മനമില്ലാമനസ്സോടെ യാത്രയ്ക്കൊരുങ്ങി. യാത്രയ്ക്കുമുമ്പ് ഒരു വരവരച്ച് അതിന് പുറത്തേക്ക് പോകരുതെന്ന് സീതയ്ക്ക് നിർദ്ദേശം നൽകി. അതാണ് 'ലക്ഷ്മണരേഖ' എന്ന ശൈലിക്ക് നിദാനം.

കപടസന്ന്യാസി

ലക്ഷ്മണനും ആശ്രമം വിട്ടപ്പോൾ രാവണൻ സന്ന്യാസവേഷത്തിൽ വന്ന് തന്ത്രരൂപത്തിൽ പറഞ്ഞു.

"ഞാൻ ധ്യാനാവസ്ഥയിൽ ആയിരുന്നു. ഉണർന്നപ്പോൾ പരിസരമാകെ മാറിയിരിക്കുന്നു. നല്ല വിശപ്പും ദാഹവുമുണ്ട്."

ഈ വാക്കുകൾ കേട്ട് സീത പുറത്തേക്കു വന്നു.

"സന്ന്യാസിമാർക്ക് വിശപ്പും ദാഹവും ഇല്ലെന്നാണല്ലോ കേട്ടിരിക്കുന്നത്." സീത പ്രതികരിച്ചു.

"കുടീചകൻ, ഭൗതകൻ, ഹംസൻ, പരമഹംസൻ എന്നീ നാലുവിധ സന്ന്യാസിമാരുണ്ട്. അതിൽ അഷ്ടാംഗയോഗസിദ്ധിയുള്ള പരമഹംസനാണ് താൻ." രാവണൻ പറഞ്ഞു.

സീതയോടുള്ള മോഹം പതിന്മടങ്ങ് വർദ്ധിച്ചു.

സന്ന്യാസിയുടെ വാക്കുകൾ വിശ്വസിച്ച് സീത സന്ന്യാസിയെ വന്ദിച്ചു.

'അല്ലയോ സുന്ദരീ... നീ ആരാണ്? എങ്ങനെ ഇവിടെ പെട്ടു?" രാവണൻ സൗഖ്യാന്വേഷണം നടത്തി.

സന്ന്യാസിയുടെ വാക്കുകൾ ഉൾക്കൊണ്ട് സീത അദ്ദേഹത്തെ വണങ്ങി. തന്റെ ചരിത്രം വ്യക്തമാക്കി. കാര്യങ്ങൾ അറിഞ്ഞപ്പോൾ രാവണന് സീതയിൽ ആസക്തിയേറി. സൗമ്യഭാഷണങ്ങളാൽ ആകർഷിക്കാമെന്നുറച്ചു. രാവണപ്രഭാവങ്ങൾ വർണ്ണിച്ചുതുടങ്ങി.

"ഇന്ദ്രനേക്കാളും കാമദേവനേക്കാളും മഹാനാണ്. കൈലാസ മെടുത്ത് അമ്മാനമാടിയിട്ടുണ്ട്. സുന്ദരനാണ്, പണ്ഡിതനാണ്. ലോകസുന്ദരിയായ നീ സന്ന്യാസിയായ രാമനെ ഉപേക്ഷിച്ച് വിശ്വവിശ്രുതനും വീരനും സുന്ദരനുമായ എന്റെ ഭാര്യാപദവി സ്വീകരിക്കണം. നിനക്ക് സ്ത്രീ അനുഭവിക്കേണ്ട സകല സൗഖ്യ ങ്ങളും എന്നിൽനിന്നുമുണ്ടാകും. ജീവിതം പാഴാക്കാതെ സഫല മാക്കൂ."

ഇയാൾ സന്ന്യാസിയല്ല, രാവണനാണോയെന്ന് ശങ്കിച്ചു, ക്രുദ്ധയായ സീത ശ്രീരാമന്റെ വീരപരാക്രമങ്ങൾ വ്യക്തമാക്കി.

"സിംഹപത്നിയെ തൊടാൻപോലും മുയലിനു കഴിയുമോ? ജീവൻ വേണമെങ്കിൽ ദുഷ്ചിന്തകൾ വെടിയണമെന്ന് താക്കീതും നൽകി.

"മുയൽ സിംഹത്തെ വിറപ്പിക്കുമെന്ന് ആരെങ്കിലും വിശ്വസി ക്കുമോ?" രാവണൻ പുച്ഛിച്ചു.

"രാമബാണമേറ്റ് മാറിടം പിളർന്ന് നിനക്ക് ഭൂമിയിൽ വീഴേണ്ടി വരും." സീത താക്കീതു നൽകി.

സ്നേഹപ്രകടനങ്ങൾ വ്യർത്ഥമാണെന്നുറച്ച് രാവണൻ സീതയെ പിടിക്കാനൊരുങ്ങി. ഒരു അഗ്നിവലയം രൂപപ്പെട്ടു. ഇനി പരീക്ഷണത്തിനില്ലെന്നുറച്ച് സീതയോടൊപ്പം ഒരു യോജന പർണ്ണശാലയടക്കം കുത്തിയെടുത്ത് തേരിൽവെച്ച് യാത്രയായി.

'ഹാ... ഹാ! രാഘവാ! രാമാ! സൗമിത്രേ കരുണാംബുധേ!
ഹാ... ഹാ! മൽപ്രാണേശ്വരാ പാഹിമാം ഭയാതുരാം.'

ജടായു

സീതയുടെ അതിദാരുണമായ വിലാപം പക്ഷിശ്രേഷ്ഠനായ ജടായു കേട്ടു. ഉടൻ പ്രത്യക്ഷനായി.

"എന്റെ സ്വാമിപത്നിയെ നീ എവിടേക്കു കൊണ്ടുപോകുന്നു? പട്ടി, പൂജാദ്രവ്യം കൊണ്ടുപോവുകയോ?"

കൊക്കുകൊണ്ടും കാൽനഖംകൊണ്ടും തേർത്തടം തകർത്തു. രാവണന്റെ ദേഹത്ത് മുറിവുകൾ ഉണ്ടാക്കി. ദുഃഖിതയായ സീതയെ കണ്ടപ്പോൾ കൂടുതൽ ശക്തിസംഭരിച്ച് തീവ്രമായ ആക്രമണം നടത്തി. വെൺകൊറ്റക്കുടയേയും തേരുവാഹകന്മാ രേയും ആക്രമിച്ചു. തേരിന്റെ ഭാഗങ്ങൾ നിലത്തുവീണു. ചുണ്ട യിൽ കൊത്തിയ മത്സ്യത്തിന്റെ ഗതി വരുമെന്ന് പറഞ്ഞു. തുടരെ ത്തുടരെ ഉപദ്രവിച്ചുകൊണ്ടിരുന്നു. ക്രുദ്ധനായ രാവണൻ ചന്ദ്ര ഹാസംകൊണ്ട് ജടായുവിന്റെ ചിറക് അരിഞ്ഞു. സീത കൂടുതൽ

വിലപിച്ചു. രാവണൻ സീതയുടെ മുടി പിടിച്ച് തേരിലിരുത്തി. ഈ കാഴ്ച കണ്ട് പ്രകൃതിക്കുപോലും ദുഃഖമുണ്ടായതായി വാല്മീകി വർണ്ണിക്കുന്നുണ്ട്. കാറ്റുവീശാതായി, സൂര്യന്റെ ശോഭ കുറഞ്ഞു. രാമാ... രാമാ... ലക്ഷ്മണാ... എന്ന സീതയുടെ വിലാപം മുഴങ്ങി. രാമൻ നിന്റെ കഥ കഴിക്കുമെന്ന് സീത രാവണനെ പലവിധത്തിൽ ഓർമ്മിപ്പിച്ചുകൊണ്ടിരുന്നു. ഇതൊന്നും കേട്ടതായി നടിക്കാതെ നീചനായ രാവണൻ സീതയെ തേരിൽ വഹിച്ച് യാത്ര തുടർന്നുകൊണ്ടിരുന്നു.

താഴെയൊരു കുന്നിൽ ചില വാനരന്മാരെ കണ്ടപ്പോൾ സീത രാവണനറിയാതെ തന്റെ വസ്ത്രം വലിച്ചുകീറി ചില ആഭരണങ്ങൾ പൊതിഞ്ഞു താഴേക്കിട്ടു, രാമനോട് ഇവർ ഇക്കാര്യം പറയുമെന്ന പ്രതീക്ഷയാൽ.

ലങ്കയിലെത്തിയ രാവണൻ പ്രബലരായ രാക്ഷസികളെ സീതയ്ക്ക് കാവലാക്കി. ഖരൻ താമസിച്ചിരുന്ന ജനസ്ഥാനത്തേക്ക് രാമന്റെ വിവരങ്ങൾ അറിയിക്കുവാൻ അതിശക്തരെ നിയോഗിച്ചു. സീതയെ അശോകവനിയിലാക്കി. വേണ്ട കാര്യങ്ങൾ ചെയ്തുകൊടുക്കാൻ ഏർപ്പാടുചെയ്തു. സീത ഒരു പുൽക്കൊടിത്തുമ്പ് എടുത്തുവെച്ചു.

“നിന്റെ ഗതി ഗരുഡന്റെ മുന്നിൽപ്പെട്ട പാമ്പുപോലെയാണ്. കാമദേവനെ ശിവൻ ഭസ്മമാക്കിയതുപോലെ രാമൻ നിന്നെ ഭസ്മമാക്കും.” രാവണനെ ഓർമ്മപ്പെടുത്തി.

“രണ്ടുമാസം അവധി തരുന്നു. അതിനുള്ളിൽ നീ എന്റെ ഭാര്യയാകണം.” രാവണൻ സീതയ്ക്ക് മുന്നറിയിപ്പ് നല്കി.

സീതയെ വശത്താക്കാൻ രാക്ഷസിമാരെ ചുമതലപ്പെടുത്തി. അശോകവനം ഹൃദയഹാരിയാണെങ്കിലും ഹിംസ്രമൃഗങ്ങളുടെ ഇടയിൽപ്പെട്ട മാനിനെപ്പോലെ സീത ഭയവിഹ്വലയായി സമയം തള്ളിനീക്കി. അക്കാലത്ത് സീതയ്ക്ക് ആശ്വാസം നൽകാൻ ബ്രഹ്മാവ് ദേവേന്ദ്രനെ നിയോഗിച്ചു. ദേവേന്ദ്രൻ രാക്ഷസികളെ ഉറക്കി. രാമലക്ഷ്മണന്മാരെ അറിയിച്ചശേഷം വന്നതാണെന്ന് പറഞ്ഞ് സീതയ്ക്ക് പായസം നൽകി. സീത ആദ്യം സ്വീകരിച്ചില്ല. പരീക്ഷിച്ച് വാസ്തവം മനസ്സിലാക്കിയപ്പോൾ ഒരു ഭാഗം രാമലക്ഷ്മണന്മാർക്ക് നീക്കിവെച്ച് കുറച്ചു ഭക്ഷിച്ചു.

വിരഹപാരവശ്യം

മാരീചനെ വധിച്ചശേഷം ശ്രീരാമൻ വെമ്പലോടെ ആശ്രമത്തിലേക്ക് വേഗം നടന്നു. മനസ്സിൽ പല ചിന്തകളും ഓടിമറയുന്നു. പല ദുശ്ശകുനങ്ങളും കാണുന്നു. ആകെ ഒരു അസ്വസ്ഥത. അപ്പോൾ വിളറിയ മുഖവുമായി വരുന്ന ലക്ഷ്മണനെ കണ്ടു.

"സീതയെ ഒറ്റയ്ക്കാക്കിയിട്ട് നീയെന്തിനാണ് ഇങ്ങോട്ടു വന്നത്? സീതയ്ക്ക് എന്തെങ്കിലും പറ്റിക്കാണുമോ? എനിക്ക് സംശയമുണ്ട്. എന്റെ ഇടംകണ്ണ് വിറയ്ക്കുന്നുണ്ട്. അവൾക്ക് ആപത്ത് വന്നിരിക്കുന്നു. ഞാൻ ഇനി എന്തുചെയ്യും?" രാമൻ പറഞ്ഞു.

ലക്ഷ്മണനുമൊത്ത് ആശ്രമത്തിലെത്തി. സീതയെ പല സ്ഥലങ്ങളിലും തിരക്കി. എങ്ങും കാണുന്നില്ല.

സീതേ, എന്നെ വിട്ടുപോയോ?" രാമൻ വിതുമ്പി.

ലക്ഷ്മണനും പിടിച്ചുനിർത്താൻ കഴിഞ്ഞില്ല. ദുഃഖഭാരത്തോടെ ലക്ഷ്മണൻ നടന്ന കാര്യങ്ങളെല്ലാം വിശദമാക്കി.

"എന്തായാലും നീ സീതയെ വിട്ടുപോരാൻ പാടില്ലായിരുന്നു. ചൊടിച്ച പെണ്ണിന്റെ വാക്കുകേട്ട് എന്റെ ആജ്ഞ ധിക്കരിച്ചത് തീർത്തും തെറ്റാണ്." രാമന് ലക്ഷ്മണനെ കുറ്റപ്പെടുത്താതിരിക്കാൻ കഴിഞ്ഞില്ല.

ആശ്രമത്തിൽ വീണ്ടും തിരക്കി. പരിസരങ്ങളിലും വിശദമായ പരിശോധനകൾ നടത്തി. എങ്ങും കാണുന്നില്ല. പരിഭ്രമത്തോടെ രണ്ടുപേരും സീതാന്വേഷണത്തിന് ഇറങ്ങി.

പതിവിന് വിപരീതമായി ക്രുദ്ധനാകുന്ന രാമനെ ലക്ഷ്മണൻ ശാന്തനാക്കാൻ ശ്രമിക്കുന്നു. യയാതിയുടേയും വസിഷ്ഠന്റേയും മറ്റും ശോകകഥകൾ ഓർമ്മിപ്പിക്കുന്നു. വാല്മീകി ശ്രീരാമന്റെ ആകുലവ്യാകുലതകൾ കാവ്യാത്മകമായി, സുദീർഘമായി ചിത്രീകരിച്ചിട്ടുണ്ട്.

കർമ്മപുണ്യം

യാത്രാമദ്ധ്യേ അംഗഭംഗംവന്ന് ചോര വാർന്നൊലിക്കുന്ന പർവ്വതതുല്യനായ ജടായുവിനെ കാണുന്നു. സീതയെ കൊന്നുതിന്നുന്ന പക്ഷിതുല്യനായ രാക്ഷസനാണെന്ന് പറഞ്ഞ് വധിക്കാൻ ഒരുങ്ങുന്നു.

"അങ്ങയുടെ ദാസനായ ജടായുവാണ്. എന്റെ പ്രാണനും സീതയേയും കട്ടത് രാവണനാണ്. ഇന്ദിരാദേവിയുടെ ദാരുണ ശബ്ദം കേട്ട് നോക്കിയപ്പോൾ നീചനായ രാവണൻ ദേവിയെ ബലമായി കൊണ്ടുപോകുന്നത് കണ്ടു. ഞാൻ ചെന്ന് എതിരിട്ടു. തേരും വില്ലും മുറിച്ചപ്പോൾ ചന്ദ്രഹാസംകൊണ്ട് എന്നെ വെട്ടി. അങ്ങനെ ഞാൻ ഇങ്ങനെയായി. അങ്ങയെ കണ്ടത് എന്റെ പുണ്യമാണ്."

ജടായുവിന്റെ വാക്കുകൾ കേട്ട് ശ്രീരാമൻ അടുത്തുചെന്ന് തലോടി. വീണ്ടും കൂടുതൽ കാര്യങ്ങൾ തിരക്കി.

"തെക്കുവശത്തേക്കാണ് കൊണ്ടുപോയത്."

പരവശനായ ജടായുവിന്റെ തല ശ്രീരാമൻ മടിയിൽവെച്ചു. സംതൃപ്തനായ ജടായു മരിച്ചു. രാമൻ ദുഃഖിതനായി. എങ്കിലും ലക്ഷ്മണനോട് ഉചിതമായ രീതിയിൽ ചിതയൊരുക്കുവാൻ നിർദ്ദേശിച്ചു. ലക്ഷ്മണൻ ഒരുക്കിയ ചിതയിൽ ജടായുവിനെ സംസ്കരിച്ചു. തന്റെ പിതാവിന്റെ മരണസമയത്ത് ചെയ്യാൻ കഴിയാതിരുന്ന ഉദകക്രിയകൾ ജടായുവിന് ചെയ്തു. സംതൃപ്തനായ ജടായു 'പരമാനന്ദമയം പ്രണതോസ്മകം രാമം' എന്നെല്ലാം സാരസമ്പൂർണ്ണമായി ശ്രീരാമനെ സ്തുതിച്ച് സ്വർഗ്ഗം പൂകി.

കബന്ധഗതി

രാമലക്ഷ്മണന്മാർ സീതാന്വേഷണം തുടരുമ്പോൾ നെഞ്ചിൽ മുഖവും നീണ്ട കൈകളുമുള്ള ഒരു ഭീകരരൂപത്തെ കണ്ടു. കണ്ണില്ല, കാലില്ല, നീണ്ട കൈകൊണ്ട് വാരിപ്പിടിക്കുമെന്ന് ഭയന്ന് രാമൻ വലതുകൈ വെട്ടി. ലക്ഷ്മണന്റെ വെട്ടേറ്റ് ഇടതുകൈയും വീണു. പിടഞ്ഞുകൊണ്ട് നിങ്ങൾ ആരാണെന്ന് തിരക്കി. ലക്ഷ്മണൻ വിവരങ്ങൾ പറഞ്ഞു. ഈ വികൃതരൂപിയായ നീ ആരാണെന്ന് ചോദിച്ചു.

"'ശ്രീ'യുടെ മകനായ ദനു ബ്രഹ്മപ്രഭാവംകൊണ്ട് അഹങ്കാരിയായി. ഇന്ദ്രനുമായി ഏറ്റുമുട്ടി. വികൃതനായി. തുടർന്ന് മുനിശാപത്താൽ വൈകൃതം സ്ഥിരമായതായി വെളിപ്പെടുത്തി. എന്നെ ദഹിപ്പിച്ചാൽ എനിക്ക് ശാപമുക്തിയുണ്ടാകും. അപ്പോൾ അങ്ങേയ്ക്ക് വേണ്ടകാര്യങ്ങൾ ഞാൻ പറഞ്ഞുതരാം."

രാമലക്ഷ്മണന്മാർ ഒരുക്കിയ ചിതയിൽനിന്നും ഒരു ദിവ്യരൂപം ഉയർന്നു. സന്തുഷ്ടനായ ഗന്ധർവ്വശ്രേഷ്ഠൻ അത്യുൽകൃഷ്ടമായ ആശയങ്ങളാൽ രാമനെ സ്തുതിച്ചു. ശരീരത്തിന്റെ നശ്വരതയും ആത്മാവിന്റെ മഹിമയും ഭക്തിയുടെ ശക്തിയും ആ വാക്കുകളിൽ നിഴലിച്ചിരുന്നു. കുറച്ചു തെക്കോട്ടുപോയാൽ ശബരി ആശ്രമം കാണുമെന്നും ശബരി തുടർന്നുള്ള യാത്രയ്ക്ക് മാർഗ്ഗനിർദ്ദേശം നൽകുമെന്നും പറഞ്ഞ് കബന്ധൻ മറഞ്ഞു. കബന്ധന്റെ നിർദ്ദേശപ്രകാരം യാത്ര തുടർന്നപ്പോൾ പമ്പാതീരത്തെത്തി. അതിമനോഹരമായ ശബരി ആശ്രമം കണ്ടു. മാതംഗാശ്രമത്തിൽ രാമനെ കാത്തുകഴിഞ്ഞിരുന്ന ശബരിക്ക് സന്തോഷമായി. ശബരി തന്റെ കഥ പറഞ്ഞു. ശബരി നൽകിയ കായ്കനികൾ ഭക്ഷിച്ചു. സജ്ജനസംഗമം, കഥാലാപം, കീർത്തനം, മഹൽതത്ത്വങ്ങളെ ഉൾക്കൊള്ളൽ, ഉപാസന, മന്ത്രോപാസന, പൂജ എന്നീ ഭക്തിമാർഗ്ഗങ്ങൾ മുക്തിസിദ്ധിക്ക് ഇടയാക്കുമെന്ന് വ്യക്തമാക്കി.

“സീത ലങ്കയിൽ രാവണന്റെ അധീനതയിലാണ്. പമ്പ കടന്ന് തെക്കോട്ടുപോയാൽ ഋഷിമൂകാചലമുണ്ട്. അവിടെ കഴിയുന്ന സുഗ്രീവനുമായി സഖ്യം ചെയ്താൽ സീതയെ സ്വായത്തമാക്കാം.” ശബരി മുക്തി നേടി. ശബരിയുടെ കഥ പാർവ്വതിയെ പുളകിതയാക്കി. ഈ കഥ കേൾക്കുന്നവർക്കും നന്മയുണ്ടാകുമെന്ന് കവി ഉത്ബോധിപ്പിക്കുന്നുണ്ട്.

ദണ്ഡകവനത്തിൽ പ്രവേശിച്ച് മഹർഷിവര്യന്മാരെ വണങ്ങി യാത്രയാരംഭിക്കുന്ന രാമാദികൾ ആദ്യം കണ്ടുമുട്ടുന്നത് വിരാധനെയാണ്. വലിയ വായും പെരുംവയറും ചോരയൊലിക്കുന്ന പുലിത്തോലുമണിഞ്ഞ വികൃതവും ബീഭത്സവുമായ പർവ്വതതുല്യനായ രാക്ഷസൻ. രാമശരമേറ്റ് പിടഞ്ഞുവീണ അവന്റെ കഥയിങ്ങനെ. ജയന്റെയും ശദപ്രദയുടെയും പുത്രൻ. ഉഗ്രതപസ്സു ചെയ്ത് ബ്രഹ്മാവിൽനിന്നും ആർക്കും വധിക്കാൻ കഴിയാത്ത വരം നേടി. അതിൽ അഹങ്കരിച്ചു തംബുരു എന്ന ഗന്ധർവ്വൻ. രംഭയെ കണ്ട് ഭ്രമിച്ച് ജോലിക്ക് വിഘ്നം വരുത്തി. ദുർവ്വാസാവിന്റെ ശാപം കൊണ്ട് മേൽപ്പറഞ്ഞ രൂപമായി. രാമചാപമേറ്റപ്പോൾ ശാപവിമുക്തനായി. സ്വരൂപം തിരിച്ചുകിട്ടിയ വിരാധൻ ശരഭംഗമഹർഷിയെപ്പറ്റി സൂചനകൾ നൽകി കൃതകൃത്യനായി. ദുരന്തകഥയും പരസ്പര സൗഹാർദ്ദത്തിലാണ് എത്തിച്ചേരുന്നത്.

ദണ്ഡകാരണ്യത്തിൽ ശരഭംഗൻ, സുതീഷ്ണൻ, അഗസ്ത്യൻ എന്നീ മഹർഷിമാരുടെ അനുഗ്രഹമേറ്റുവാങ്ങി. പഞ്ചവടിയെ ലക്ഷ്യമാക്കിക്കൊണ്ട് യാത്ര തുടർന്നു. ഒരു കൂറ്റൻ കഴുകനെ കണ്ടു. രാക്ഷസന്മാരുടെ മായാവിദ്യയാണെന്ന് ധരിച്ച് രാമൻ വധിക്കാനൊരുങ്ങുന്നു. അപ്പോൾ ‘ഹന്തവ്യനല്ല, ഭക്തനാം ജടായു ഞാൻ...’ എന്ന് പറഞ്ഞ് പൂർവ്വ കഥകൾ ഓർമ്മിപ്പിച്ചു. ദശരഥനെ ശനിദോഷത്തിൽനിന്നും രക്ഷിച്ചിട്ടുള്ളവനാണ് ജടായു. പിതാവിന്റെ സുഹൃത്തായ ജടായു സീതയുടെ രക്ഷകനാകാമെന്ന് വാക്കുകൊടുത്തു. രാമനെ വണങ്ങി ആശ്ലേഷിച്ചു.

വിനിതയുടെ പുത്രന്മാരായ ഗരുഡന്റേയും അരുണന്റേയും പുത്രന്മാരാണ് സമ്പാതി ജടായുക്കൾ. ശ്വേനിയാണ് മാതാവ്. രാമലക്ഷ്മണന്മാരെപ്പോലെ സ്നേഹസമ്പന്നരായ സഹോദരങ്ങൾ. ചെറുപ്പത്തിൽ വേഗപരീക്ഷ നടത്താനായി സൂര്യബിംബത്തെ ലക്ഷ്യമാക്കി പറന്നു. അനുജനെ സൂര്യതാപത്തിൽനിന്നും രക്ഷിക്കാൻ സമ്പാതി മുന്നോട്ടു വന്ന സമ്പാതി ചിറകുകരിഞ്ഞ് താഴെ വീണു. കുറേ കഴിഞ്ഞപ്പോൾ ജടായുവും താഴെ വീണു. സീതയെ കട്ടുകൊണ്ടുപോകുന്ന രാവണനെ ധീരതയോടെ ജടായു തടഞ്ഞു. ചന്ദ്രഹാസമേറ്റ് താഴെ വീണു. ജടായുവാണ് സീതയെ രാവണൻ കൊണ്ടുപോയ വിവരം രാമലക്ഷ്മണന്മാരെ അറിയിച്ചത്. ശ്രീരാമകടാക്ഷംകൊണ്ട് ജടായു

സായൂജ്യം നേടി. പരസ്പരധാരണയുടേയും വിശ്വാസത്തിന്റേയും നേട്ടങ്ങൾ നാം ഉൾക്കൊള്ളേണ്ടതാണ്.

രാക്ഷസചരിത്രം

പണ്ട് ലങ്ക അസുരന്മാരുടേതായിരുന്നു. ഇടക്കാലത്ത് വിഷ്ണു അവരെ പരാജയപ്പെടുത്തി; പാതാളത്തിലേക്ക് വിട്ടു. ഉത്തര കാണ്ഡം ഒന്നും രണ്ടും അദ്ധ്യായങ്ങളിൽ ശ്രീരാമനിർദ്ദേശ പ്രകാരം രാക്ഷസകഥകൾ അഗസ്ത്യമഹർഷി പറയുന്നുണ്ട്.

സുകേശന്റെ പുത്രനും രാവണന്റെ മാതാവിന്റെ പിതാവുമായ മാല്യവാൻ ബ്രഹ്മാവിനെ തപസ്സ് ചെയ്ത് ലങ്ക നേടി. മാലി, സുമാലി, മാല്യവാൻ എന്നിവർ രാക്ഷസന്മാരിൽ പ്രസിദ്ധരായിരുന്നു. സുമാലി ഒരിക്കൽ ഭൂമി കാണാൻ വന്നു. കൂടെ മകളായ കൈകസിയും ഉണ്ടായിരുന്നു. സപ്തർഷികളിൽ ഒരാളായ പുലസ്ത്യന്റെ മകനായ വിശ്രവസ്സിനെ കണ്ടുമുട്ടി. വിശ്രവസ്സ് സന്ധ്യാവന്ദനം ചെയ്യുമ്പോൾ കൈകസി കൂടിച്ചേരലിന് ആഗ്രഹിച്ചു. മഹർഷി വിലക്കി. കൈകസിയുടെ നിർബന്ധത്തിന് മഹർഷി വഴങ്ങി. അങ്ങനെ അസമയത്ത് ഉണ്ടായ പുത്രനാണ് രാവണൻ. സന്താനലാഭം ഒരു സത്കർമ്മമാണ്. ഉത്തമവിശ്വാസത്തോടെ ഉചിതമായ സമയത്ത് പിറക്കുന്ന സന്താനങ്ങളേ നല്ലവരാകൂ എന്ന് നാം ധരിക്കേണ്ടതാണ്. കൈകസി എന്നൊരു രാക്ഷസി. അവർക്ക് നാലു മക്കൾ. മൂത്തവൻ രാവണൻ. അവന് തല ഒന്നല്ല, രണ്ടല്ല, പത്തുണ്ട്. കൈകൾ രണ്ടല്ല, ഇരുപതുണ്ട്. രണ്ടാമൻ കുംഭകർണ്ണൻ. കുടംപോലത്തെ ചെവികളുള്ളവൻ. മൂന്നാമത്തേത് പെൺകുട്ടി. മുറം പോലത്തെ നഖങ്ങളുണ്ടവൾക്ക്. പേര് ശൂർപ്പണഖ. ഈ മൂന്നുപേരേയും കണ്ടാൽ ആരും ഭയന്നുപോകും. നേരെ മറിച്ചാണ് നാലാമൻ. ഭയങ്കരനല്ല. പേര് യോജിക്കും. വിഭീഷണൻ. കൂടുതൽ വിവരണം ആവശ്യമില്ല. വിശ്രവസ്സിന് ആദ്യമേ വൈശ്രവണൻ എന്നൊരു മകനുണ്ടായിരുന്നു. അയാൾ ലങ്കാധിപതിയാണ്. ഒരിക്കൽ കൈകസി വൈശ്രവണന്റെ പുഷ്പകവിമാനം കണ്ടു. അസൂയ തോന്നി. ഒരേ അച്ഛന്റെ മക്കളായിട്ടും തന്റെ മക്കളുടേയും വൈശ്രവണന്റേയും സ്ഥിതി വളരെ വ്യത്യസ്തമാണ്. അസൂയ ദുഃഖമായി. രാവണൻ അമ്മയുടെ ദുഃഖാവസ്ഥ മനസ്സിലാക്കി.

“അമ്മ ദുഃഖിക്കണ്ട. ഞാൻ വൈശ്രവണനേക്കാൾ കേമനാകും.” ഉറപ്പുകൊടുത്തു.

കരുത്തും വീറും വാശിയും ധൈര്യവുമുള്ള രാവണൻ അനുജന്മാരേയും കൂട്ടി ഗോകർണ്ണത്തുചെന്ന് തപസ്സുതുടങ്ങി. തപസ്സ് വർഷങ്ങൾ നീണ്ടു. എന്നിട്ടും ബ്രഹ്മാവ് പ്രത്യക്ഷപ്പെട്ടില്ല.

രാവണൻ പിന്മാറിയില്ല. കൂടുതൽ കൂടുതൽ തീവ്രമായ തപസ്സായി. തലകൾ അറുത്ത് ഹോമിച്ച് തുടങ്ങി. ആയിരക്കണക്കിന് വർഷങ്ങൾ കടന്നുപോയെന്നാണ് പറയപ്പെടുന്നത്. പത്താമത്തെ ശിരസ്സറുക്കാൻ വാളുയർത്തിയപ്പോൾ ബ്രഹ്മാവ് പ്രത്യക്ഷപ്പെട്ടു. വരം നൽകാൻ തയ്യാറായി. ദേവൻ, ഗന്ധർവ്വൻ, യക്ഷൻ എന്നു വേണ്ട മനുഷ്യരൊഴികെ ആരാലും വധിക്കപ്പെടരുതെന്ന വരം നേടി. മനുഷ്യൻ നിസ്സാരനാണെന്ന് രാവണൻ കരുതിയിട്ടുണ്ടാവും!

അടുത്തതായി കുംഭകർണ്ണന്റെ ഊഴമായി. ഇന്ദ്രപഥം മോഹിച്ച കുംഭകർണ്ണൻ ഇന്ദ്രത്വം എന്നത് പറഞ്ഞപ്പോൾ നിദ്രത്വമായിപ്പോയി. തെറ്റ് ബോദ്ധ്യപ്പെട്ടു. തിരുത്താൻ ശ്രമിച്ചപ്പോൾ വരം തിരിച്ചെടുക്കാൻ പറ്റില്ലെന്ന് പറഞ്ഞു. എങ്കിലും ഒരിളവ് നൽകി. ആറുമാസം ഉറക്കവും ആറുമാസം ഉണർന്ന അവസ്ഥയുമായി. വിഭീഷണൻ ധർമ്മം പിഴക്കാതെ വിഷ്ണുഭക്തനായി പാപം ചെയ്യാതെ ജീവിക്കാനുള്ള സിദ്ധി നേടി.

ലങ്കയും പുഷ്പകവിമാനവും

മക്കളുടെ വരസിദ്ധിയിൽ കൈകസിക്ക് സന്തോഷമായി. രാക്ഷസന്മാരെല്ലാം ഒത്തുകൂടി. ലങ്ക രാക്ഷസരാജ്യമാണ്. വൈശ്രവണൻ യക്ഷനാണ്. രാക്ഷസനല്ല. രാവണൻ പ്രഹസ്തനെ വൈശ്രവണനെ കാര്യം ധരിപ്പിക്കാൻ വിട്ടു. വൈശ്രവണൻ സഹോദരന്റെ വരവിന് തടസ്സമായില്ല. എന്നാൽ വിവരം പിതാവായ വിശ്രവസ്സിനെ ധരിപ്പിച്ചു. രാവണനും വൈശ്രവണനും യോജിക്കില്ലെന്നു മനസ്സിലാക്കിയ മഹർഷി വൈശ്രവണനോട് ലങ്കവിട്ട് അളകാപുരിക്ക് പോകാൻ നിർദ്ദേശിച്ചു. അങ്ങനെ രാവണന് ലങ്ക ലഭിച്ചു.

സുഖിച്ച് രസിക്കണം. എല്ലാ ലോകങ്ങളും അടക്കി ഭരിക്കണം എന്നതായി രാവണന്റെ ലക്ഷ്യം. ദ്രോഹം, കൊള്ള, കൊല എന്നിവ നിർബാധം നടത്തി. അനുജനായ രാവണന്റെ ദുർമ്മാർഗ്ഗങ്ങൾ മനസ്സിലാക്കിയ വൈശ്രവണൻ ഉപദേശിക്കാൻ ഒരു ദൂതനെ വിട്ടു. രാവണന് ദേഷ്യമായി.

"എന്നെ പഠിപ്പിക്കാൻ വന്നിരിക്കുന്നോ?"

ഒറ്റവെട്ടിനാൽ ആ ദൂതന്റെ കഥ കഴിച്ചു. ദേഷ്യവും വൈരാഗ്യവും അടങ്ങിയില്ല. ജ്യേഷ്ഠനെ ഒരു പാഠം പഠിപ്പിക്കുവാൻ ഉറച്ചു. സൈന്യവുമായി അളകാപുരിയിലേക്ക് പോയി. യക്ഷസൈന്യം തടുത്തു. ഭയങ്കര യുദ്ധം നടന്നു. രാക്ഷസന്മാർ ജയിക്കുമെന്നായി. വൈശ്രവണൻ നേരിട്ട് യുദ്ധത്തിനിറങ്ങി. ജ്യേഷ്ഠാനുജന്മാർ തമ്മിൽ ഘോരയുദ്ധമായി. ചില മഹർഷിമാർ ഇടപെട്ടു.

വൈശ്രവണനെ പിന്തിരിപ്പിച്ചു. രാവണൻ പുഷ്പകവിമാനം തട്ടിയെടുത്തു. ജയഘോഷവുമായി യാത്ര തുടർന്നു.

ചന്ദ്രഹാസം

കുറച്ചുചെന്നപ്പോൾ വിമാനം നിൽക്കുന്നു. ശിവന്റെ വാസസ്ഥലമാണ്. അനുവാദമില്ലാതെ ആർക്കും കടക്കാൻ പാടില്ല. കാവൽക്കാരനായ നന്ദികേശൻ തടുത്തു. മരിക്കാൻ മോഹമില്ലെങ്കിൽ മാറാൻ പറഞ്ഞു. നന്ദികേശന്റെ വാനരരൂപം കണ്ട് കളിയാക്കി, ചിരിച്ചുകൊണ്ട് പുച്ഛിച്ച് മുന്നോട്ടുപോയി. രാവണന്റെ ബലമറിയുന്ന നന്ദികേശൻ വിശിഷ്ടസ്ഥലം യുദ്ധഭൂമിയാക്കേണ്ടെന്നു കരുതി പിന്മാറി. പക്ഷേ, വാനരർമൂലം നശിക്കുമെന്ന് രാവണനെ ശപിച്ചു. കേട്ടതായി നടിക്കാതെ മുന്നേറിയ രാവണൻ ശിവനേയും തന്റെ ശക്തി മനസ്സിലാക്കിക്കാൻ ഉറച്ചു.

കൈലാസം പിടിച്ചുകുലുക്കി. പരിവാരങ്ങൾ ഭയന്നു. പാർവ്വതിപോലും പകച്ചു. എല്ലാവരും ചാഞ്ചാടുന്നു. കാര്യം മനസ്സിലാക്കിയ ശിവൻ രാവണന്റെ അഹങ്കാരത്തിന് മറുമരുന്ന് കൊടുക്കുവാൻ നിശ്ചയിച്ചു. ശിവൻ പെരുവിരൽ ഊന്നി. പർവ്വതം ഒന്ന് ഉയർന്നുതാഴ്ന്നു. രാവണന്റെ കൈകൾ പർവ്വതത്തിന് അടിയിലായി. എത്ര ശ്രമിച്ചിട്ടും കൈകൾ വലിച്ചെടുക്കാനാവുന്നില്ല. തെറ്റുബോദ്ധ്യമായി. കരഞ്ഞുപോയി. കര കയറാൻ ശിവനെ സ്തുതിച്ചുതുടങ്ങി. വർഷങ്ങൾ രാവണൻ വേദന സഹിച്ചുകൊണ്ടിരുന്നു എന്നാണ് പറയപ്പെടുന്നത്. എന്നിട്ടും സ്തുതി നിർത്തിയില്ല. ശിവന് ദയ തോന്നി. പെരുവിരൽ അയച്ചു. രാവണന് ആശ്വാസമായി. രാവണനെ ശിക്ഷിച്ചുവെങ്കിലും രാവണന്റെ ശക്തിയിൽ ശിവന് മതിപ്പുതോന്നി. ചന്ദ്രഹാസം എന്ന വാൾ സമ്മാനമായി നൽകി. ശിവനെ വന്ദിച്ച് രാവണൻ വാളുമായി തിരിച്ചു. ചന്ദ്രഹാസം കിട്ടിയപ്പോൾ അഹങ്കാരം കൂടുകയാണ് ചെയ്തത്. എങ്കിലും മയപുത്രിയായ മണ്ഡോദരിയെ പത്നിയാക്കി.

സത്കർമ്മങ്ങൾക്ക് സത്ഫലം

മരുത്തൻ എന്ന രാജാവ് നടത്തിയ യാഗസ്ഥലത്തേക്ക് രാവണൻ ചെന്നു. ദേവന്മാർ വേഷം മാറി. ഇന്ദ്രൻ മയിലും കാലൻ കാക്കയുമായി. വരുണൻ അരയന്നമായി. വൈശ്രവണൻ ഓന്തായി. മരുത്തൻ മാത്രം ഇളകാതെ ജപിച്ചിരുന്നു. ഒന്നുകിൽ യുദ്ധം ചെയ്യണം. അല്ലെങ്കിൽ നമസ്കരിക്കണം. രാവണൻ അലറി. രാവണന്റെ ഭീഷണി വകവെയ്ക്കാതെ മരുത്തൻ യുദ്ധത്തിനൊരുങ്ങി. യാഗവേദി യുദ്ധക്കളമാക്കാൻ പാടില്ലെന്ന് മഹർഷിമാർ ഉപദേശിച്ചു. അതോടെ മരുത്തൻ അടങ്ങി. യുദ്ധത്തിൽനിന്നും

പിന്മാറി. എന്നാൽ ഇതൊരു വിജയമായിട്ടാണ് രാവണൻ കണ്ടത്. രാവണന്റെ അഹങ്കാരം കൂടി. ഇവിടെ മറ്റൊരു സൂചനയുണ്ട്. വേഷപ്പകർച്ചയ്ക്ക് പ്രേരകമായ പക്ഷികൾക്ക് സിദ്ധികളുണ്ടായി. ഇന്ദ്രരൂപം ധരിച്ച മയിൽ സുന്ദരനായി. കാലന്റെ രൂപം ധരിച്ച കാക്ക ചിരഞ്ജീവിയായി. ബലിപിണ്ഡം ഭുജിച്ച് പിതൃക്കളെ പ്രീതിപ്പെടുത്തുന്നു. വരുണനായ അരയന്നത്തിന് വെള്ളനിറവും താമരനൂൽ ഭക്ഷണവുമായി. ഇന്ദ്രനായ ഓന്തിന് സ്വർണ്ണനിറവും കിട്ടി. അഹങ്കാരം ഒന്നിനും നല്ലതല്ലെന്ന തിരിച്ചറിവ് ഇക്കഥകൾ വ്യക്തമാക്കുന്നു.

രാവണൻ യാത്രാമദ്ധ്യേ നർമ്മദാനദി കണ്ട് പൂജയ്ക്കൊരുങ്ങി. രാവണൻ പൂജ ചെയ്യുമ്പോൾ വെള്ളപ്പൊക്കമുണ്ടായി. ഇതിന് കാരണക്കാരനായ കാർത്തവീര്യാർജ്ജുനനുമായി ഏറ്റുമുട്ടി. രാവണൻ തടവിലായി. പിതാമഹനായ പുലസ്ത്യ മഹർഷിയുടെ കാരുണ്യംകൊണ്ടാണ് രക്ഷപ്പെട്ടത്. തുടർന്ന് ബാലിയോട് നേരിട്ടപ്പോൾ ഒരുമാസം ബാലിയുടെ വാലിൽ കുടുങ്ങിക്കിടക്കേണ്ടി വന്നു. വീരനായ രാവണന്റെ ഒരു പരാജയകഥ. ശാപകഥകളും വേണ്ടുവോളം.

രാമലക്ഷ്ണന്മാരെ മോഹിപ്പിച്ച ശൂർപ്പണഖ: രാവണസഹോദരിയാണെങ്കിലും രൂപവൈകൃതംകൊണ്ട് നല്ല വിവാഹാലോചനകൾ വന്നില്ല. ഒടുവിൽ വിദ്യുജുഹൻ എന്ന രാക്ഷസൻ വിവാഹം കഴിച്ചു. അയാൾക്ക് കാര്യപ്രാപ്തി കുറവായിരുന്നു. ഒരിക്കൽ രാവണനുമൊത്ത് കാലനുമായി യുദ്ധം ചെയ്യാൻ പോയി. ആ യുദ്ധത്തിൽ യാദൃച്ഛികമായി രാവണന്റെ അസ്ത്രത്താൽ അയാൾ മരിച്ചു. രാവണൻ തിരിച്ചുവന്നപ്പോൾ ശൂർപ്പണഖ ദുഃഖിതയായി. സഹോദരിയുടെ സങ്കടത്തിൽ രാവണന് സഹതാപമുണ്ടായി. ഇഷ്ടമുള്ള ഭർത്താവിനെ കണ്ടുപിടിക്കാൻ അനുവാദം നൽകി. ഖരന്റെ നേതൃത്വത്തിൽ വൻപടയെ സംരക്ഷണത്തിനയച്ചു. അങ്ങനെ മദനപരവശയായി നടക്കുമ്പോഴാണ് രാമലക്ഷ്മണന്മാരെ കാണുന്നത്.

കബന്ധന്റെ കഥ

ശ്രീയുടെ മകനായ ദനു ഒരു സുന്ദരഗന്ധർവ്വനായിരുന്നു. രൂപഭംഗിയിൽ അഹങ്കരിച്ച് രസിച്ച് നടന്നു. ആയിടയ്ക്ക് അഷ്ടാവക്രൻ എന്ന മഹർഷി ആ വഴി വന്നു. എട്ടുവളവുള്ള ദേഹപ്രകൃതി കണ്ട് അയാൾ മഹർഷിയെ കളിയാക്കി. "നീ രൂപഭംഗിയില്ലാത്ത രാക്ഷസനാകട്ടെ" എന്ന് ശപിച്ചു. താണുകേണപേക്ഷിച്ചപ്പോൾ "ത്രേതായുഗത്തിൽ ശ്രീരാമൻ ഇതിലെ വരും. നിനക്ക് മോക്ഷം കിട്ടും" എന്ന് സമാധാനിപ്പിച്ചു. അങ്ങനെ നിരാശനായി

കഴിയുമ്പോൾ മറ്റൊരു വിപത്തുകൂടി വന്നു. ഇന്ദ്രൻ കാമധേനുവിന്റെ പുത്രിയായ നന്ദിനിയെ പിന്തുടർന്നു വന്നു. വാ പിളർന്ന് ചെന്ന ഇന്ദ്രനുമായി ഏറ്റുമുട്ടി. ഇന്ദ്രൻ വജ്രായുധംകൊണ്ട് തലയും തുടകളും വെട്ടിമാറ്റി. തലയും തുടകളും ഉടലിൽ തുളച്ചുകയറി. അങ്ങനെ കബന്ധനായി. ബ്രഹ്മാവിന്റെ വാക്ക് സഫലമാകട്ടെ എന്ന് പറഞ്ഞ് കൊന്നില്ല. എങ്ങനെ ഭക്ഷിക്കാതെ ജീവിക്കുമെന്ന് യാചിച്ചപ്പോൾ നീണ്ട കൈകളും ദംഷ്ട്രങ്ങളും ഉണ്ടായി. ഈ കബന്ധനാണ് രാമലക്ഷ്മണന്മാരെ ഭക്ഷിക്കാനൊരുങ്ങിയത്.

സംഭാഷണത്തിനിടയിൽ രാമശബ്ദം കേട്ട രാക്ഷസൻ സന്തോഷവാനായി. അവന്റെ ദാരുണകഥ പറഞ്ഞു. തന്നെ ദഹിപ്പിച്ച് മോക്ഷം നൽകാൻ അപേക്ഷിച്ചു. രാമലക്ഷ്മണന്മാർ കബന്ധന്റെ ശരീരം ചിതയിൽ വെച്ചു. വിശിഷ്ട വാസനയുള്ള ദിവ്യരൂപം ഉയർന്നു. തേജസ്വിയായി. അതോടൊപ്പം എന്നെ രക്ഷിച്ച നിങ്ങൾക്ക് മാതംഗാശ്രമത്തിലെ ശബരിയെ കണ്ടുമുട്ടാൻ കഴിയും എന്ന സൂചനയും നൽകി. ആ വാക്കുകൾ പിന്തുടർന്ന ശബരിക്കും ഒരു ദുഃഖകഥയുണ്ട്. ശബരി ചിത്രകവചൻ എന്ന ഗന്ധർവ്വന്റെ മകളും വിനിഹോത്രന്റെ ഭാര്യയുമായിരുന്നു. കാൽമാഷൻ എന്ന കിന്നരനുമായി രമിച്ചതറിഞ്ഞ് ഭർത്താവ് വേടസ്ത്രീയാവട്ടെ എന്ന് ശപിച്ചു. അറിവുകേടുകൊണ്ട് വന്ന തെറ്റ് ക്ഷമിക്കണമെന്ന് പറഞ്ഞു. ശ്രീരാമന്റെ അനുഗ്രഹം കൊണ്ട് മോക്ഷം കിട്ടുമെന്ന് സമാധാനിപ്പിച്ചു. മാതംഗാശ്രമത്തിലെ സന്ന്യാസിമാരുടെ പരിചാരികയായിരുന്നു ശബരി. അവർ ബ്രഹ്മപദം പൂകി. ശ്രീരാമദർശനം കൊണ്ട് സുകൃതമുണ്ടാകുമെന്ന് അനുഗ്രഹിച്ചു. രാമനെ തേടി തപസ്സും പൂജയുമായി ശബരി കഴിയുകയായിരുന്നു. അപ്പോഴാണ് ശ്രീരാമചന്ദ്രന്മാരെ കണ്ടുമുട്ടുന്നതും മോക്ഷം ലഭിക്കുന്നതും. ശബരി നൽകിയ സൂചനയിൽനിന്നാണ് സുഗ്രീവനുമായി സഖ്യം ചെയ്യാൻ ഇടവന്നത്.

ലക്ഷ്മണരേഖ

ആരണ്യകാണ്ഡത്തിൽ നിറഞ്ഞുനിൽക്കുന്നത് രാമലക്ഷ്മണന്മാരാണ്. അവരുടെ സാഹോദര്യസ്നേഹം അനുപമമാണ്. പ്രതിബന്ധങ്ങൾ അന്യാദൃശമാണ്. യാത്രാരംഭത്തിൽ മാതാവായ സുമിത്ര നൽകിയ ഉപദേശങ്ങൾ സഫലമാക്കാൻ ലക്ഷ്മണൻ പരമാവധി ശ്രമിക്കുന്നുണ്ട്. ദുർഘടമായ വനയാത്രാവേളകളിൽ മുമ്പേ നടന്ന് വഴി തെളിക്കുന്നു. ഭക്ഷണസാധനങ്ങൾ ശേഖരിക്കുന്നു. സാധനസാമഗ്രികൾ ശേഖരിച്ച് ആശ്രമങ്ങൾ നിർമ്മിക്കുന്നു. ഉറക്കമിളച്ച് രാമനേയും സീതയേയും സംരക്ഷിക്കുന്നു.

വിരാധൻ, കബന്ധൻ എന്നീ രാക്ഷസന്മാരെ വധിക്കാൻ സഹായിക്കുന്നു. ജടായുവിനും കബന്ധനും ശ്രീരാമനിർദ്ദേശപ്രകാരം ചിതയൊരുക്കുന്നു. ഇങ്ങനെ പ്രയത്നത്തിന്റേയും ത്യാഗത്തിന്റേയും പ്രതീകമായി ലക്ഷ്മണൻ പരിശോഭിക്കുന്നു. അതോടൊപ്പം പഞ്ചവടിയിലെ വിശ്രമജീവിതത്തിനിടയിൽ മുക്തിമാർഗ്ഗോപദേശം തേടുന്നുമുണ്ട്. എന്നുതന്നെയല്ല സീതാവിയോഗവിഷാദത്തിൽ മുങ്ങുന്ന രാമനെ പഴയ കഥകൾ സൂചിപ്പിച്ച് മനോധൈര്യം വീണ്ടെടുക്കാൻ ഉപദേശിക്കുന്നു. മാരീചന്റെ കള്ളക്കരച്ചിൽ കേട്ട് വിഹ്വലയാവുന്ന സീതയുടെ അതിരൂക്ഷമായ വാക്കുകൾപോലും സഹിക്കുന്നു. സീതയെ കാര്യങ്ങൾ ഗ്രഹിപ്പിക്കുവാൻ ശ്രമിക്കുന്നു. ഗത്യന്തരമില്ലാതെ രാമനിർദ്ദേശം മറന്ന് രാമനെ തേടിപ്പോകുന്നു. അപ്പോഴും ലക്ഷ്മണരേഖ വരച്ച് അതിനുമപ്പുറം പോകരുതെന്ന നിർദ്ദേശത്താൽ സീതയെ സംരക്ഷിക്കാൻ ശ്രമിക്കുന്നുണ്ട്.

ഈ കാണ്ഡത്തിൽ തിളങ്ങിനിൽക്കുന്ന ലക്ഷ്മണന് ശക്തി പകരുന്നത് രാമനാണ്. സീതാസംരക്ഷണത്തിൽ അത്യുത്സാഹം കാണിക്കുന്നു. രാമൻ ഒരു നല്ല ഭർത്താവായി ശോഭിക്കുന്നു. സീതയുടെ വേർപാടിൽ ഒരു സാധാരണ മനുഷ്യനെപ്പോലെ വികാരവിവശനാകുന്നു.

“വനദേവതമാരേ, മൃഗസഞ്ചയങ്ങളേ,
പക്ഷിസഞ്ചയങ്ങളേ നിങ്ങളുണ്ടോ കണ്ടു,
വനജേക്ഷണയായ സീതയെ,
സത്യം ചൊല്ലുവിൻ”

എന്നീ വരികൾ ശ്രീരാമന്റെ വിവശത വ്യക്തമാക്കുന്നു. സീതയുടെ വേർപാടിൽ അതീവ ദുഃഖിതനാകുമ്പോൾപോലും കാരണക്കാരനെന്ന് വേണമെങ്കിൽ പറയാവുന്ന ലക്ഷ്മണനെ ദേഷ്യപ്പെടുന്നില്ല. രാമലക്ഷ്മണന്മാരുടെ ഓരോ വാക്കും പ്രവൃത്തിയും ഭ്രാതൃസ്നേഹത്തിന്റെ ഉദാത്തപ്രതീകങ്ങളാണ്.

മഹതി

സീതയ്ക്ക് രാജ്ഞിയായി കഴിയുവാൻ സാധിക്കുമായിരുന്നു. ഭർതൃപരിചരണത്തിനുവേണ്ടി എല്ലാം പരിത്യജിച്ചു. ദുരിതപൂർണ്ണമായ കാനനവാസം ഏറ്റെടുത്തു. ശ്രീരാമന്റെ നിഴലായി പിന്തുടർന്നു. പുള്ളിമാന്റെ രൂപഭംഗിയിൽ ഒരു സാധാരണ സ്ത്രീയെപ്പോലെ ആകൃഷ്ടയാകുന്നു. ഇഷ്ടപ്പെട്ടത് കിട്ടാൻ ഭർത്താവിനെ നിർബന്ധിക്കുന്നു. എങ്കിലും മാരീചന്റെ വാക്കുകളിൽ വിഹ്വലയാകുന്നു. ലക്ഷ്മണനോട് പറയാൻ പാടില്ലാത്ത വിധത്തിൽ സംസാരിക്കുന്നു. ഭർത്താവിന്റെ പ്രയാസത്തിൽ പരിഭ്രാന്തയാകുന്ന

സീതയ്ക്ക് അങ്ങനെ പറയേണ്ടി വരും. സന്ന്യാസിയെ ആദരിക്കാനൊരുങ്ങുന്നു. രാമലക്ഷ്മണന്മാരുടെ നിർദ്ദേശങ്ങൾപോലും മറന്നുപോകുന്നു. വിശിഷ്ടനെന്ന് വിശ്വസിച്ച് ആദരിക്കുന്നു. വിധിയുടെ വിനയാണെങ്കിലും മഹിമയുടെ മേന്മയാണ്.

സഹവർത്തിത്വം

ഈ കാണ്ഡത്തിന്റെ പശ്ചാത്തലം വനമാണ്. മനുഷ്യനും പ്രകൃതിയുമായുള്ള ബന്ധത്തിന്റെ ഉദാത്തമാതൃക നാം പരിചയപ്പെടുന്നു. ശരഭംഗൻ, സുതീഷ്ണൻ, അഗസ്ത്യൻ എന്നീ മുനിവര്യന്മാരും മറ്റ് മഹർഷികളും ലളിതജീവിതം നയിക്കുന്നു. എന്നാൽ അവർക്ക് ഉത്കൃഷ്ട ചിന്തകളുണ്ട്. തങ്ങൾക്കും മറ്റുള്ളവർക്കും വേണ്ടി ധർമ്മകർമ്മങ്ങൾ ചെയ്യുകയാണ് അവർ. താപസന്മാരുടെ പരിചാരികയായിരുന്ന ശബരിയിലും ഈ ഗുണങ്ങൾ ദൃശ്യമാണ്. വനം വെട്ടിത്തെളിച്ച് പ്രകൃതിയുടെ സന്തുലനം തകർക്കുന്ന ആധുനികർ അവരെ കണ്ടുപഠിക്കേണ്ടതാണ്. മഹർഷിമാരെല്ലാം രാമനെ വണങ്ങുന്നു, സ്തുതിക്കുന്നു. ശ്രീരാമനും അവരെ വേണ്ടവിധം ആദരിക്കുന്നുണ്ട്. ഈ പരസ്പരധാരണയും ബഹുമാനവും നാം നിത്യജീവിതത്തിൽ പുലർത്തേണ്ടതാണ്. അഗസ്ത്യമുനിയുടെ ഉപദേശങ്ങളും അദ്ദേഹം നൽകിയ ആയുധങ്ങളും ശ്രീരാമന് പ്രതിസന്ധി ഘട്ടങ്ങളിൽ വളരെയേറെ പ്രയോജനപ്പെടുന്നുണ്ട്. വിരാധനും കബന്ധനും ശ്രീരാമൻ ശാപമുക്തി നൽകുന്നു. അവർ സീതാന്വേഷണത്തിന് രാമന് മാർഗ്ഗനിർദ്ദേശം നൽകുന്നു. ഇവിടേയും സഹവർത്തിത്വം ദർശിക്കാം.

രാമായണത്തിലെ പ്രബല കഥാപാത്രങ്ങളായ രാക്ഷസസമൂഹം ഈ കാണ്ഡത്തിൽ പ്രത്യക്ഷപ്പെടുന്നു. രാക്ഷസന്മാരുടെ നീചപ്രവൃത്തികൾ മഹർഷിമാർ ശ്രീരാമനെ ധരിപ്പിക്കുന്നുണ്ട്. ശ്രീരാമൻ അവയ്ക്ക് പരിഹാരവും ഉണ്ടാക്കുന്നു. ഭർതൃവിയോഗത്തിൽ ദുഃഖിതയായ ശൂർപ്പണഖ ഖരനും കൂട്ടരുമൊത്ത് കഴിയുമ്പോഴാണ് രാമലക്ഷ്മണന്മാരെ കാണുന്നത്. അവളുടെ കാമതൃഷ്ണ നാശത്തിന് വഴിതെളിക്കുന്നു. രാക്ഷസന്മാരുടെ പ്രച്ഛന്നവേഷത്തിന് ദൃഷ്ടാന്തങ്ങളാണ് ശൂർപ്പണഖയും രാവണനും. രാക്ഷസന്മാരാണെങ്കിലും അതിധീരന്മാരായ യോദ്ധാക്കളുടെ വീര്യമാണ് ഖരദൂഷണാദികൾ കാഴ്ചവെക്കുന്നത്. ഖരരാമയുദ്ധം വരാൻപോകുന്ന രാമരാവണയുദ്ധത്തിന് ഒരു ടെസ്റ്റ് ഡോസാണ്.

ഭോഗതൃഷ്ണ

മദനമോഹിനിയുടെ ചാപല്യങ്ങളും സ്ത്രീതന്ത്രങ്ങളുടെ പ്രവർത്തനരീതികളും ശൂർപ്പണഖയിൽ ദർശിക്കാം. രാവണന്റെ

ദ്വന്ദ്വകഥാപാത്രസ്വഭാവം ആദ്യദർശനത്തിൽതന്നെ പ്രകടമാണ്. സഹോദരീസ്നേഹവും സ്ത്രീസൗന്ദര്യവും രാവണന്റെ ദൗർഭല്യ മാണ്. സഹോദരിയുടെ സംതൃപ്തിക്കുവേണ്ടി അമ്മാവനായ മാരീചനെ ഭീഷണിപ്പെടുത്തി മാനാക്കുന്നു. ഉത്ക്കടമായ ഭോഗ തൃഷ്ണ അതിന് അടിയൊഴുക്കാകുന്നു. അതിന്റെ തിക്തഫല മാണ് സീതാപഹരണം. ഊഹക്കച്ചവടക്കാരും ഓൺലൈൻ കച്ച വടക്കാരും നൽകുന്ന വാഗ്ദാനങ്ങളിൽ വീഴുന്നവർ സീതയുടെ ഗതിയോർത്താൽ നന്ന്. രാവണസ്വഭാവത്തിന്റെ പൂർണ്ണചിത്ര ങ്ങൾ വരാനിരിക്കുന്നതേയുള്ളൂ. ജടായുവിന് ക്ഷതമേൽപ്പി ക്കുന്നു. സീതയെ അശോകവനത്തിലിരുത്തുന്നു. താക്കീത് നൽ കുന്നു. പതിവ്രതാരത്നമായ സീതയുടെ സ്വഭാവമഹിമയുടെ മിഴിവ് ഈ ഉജ്ജ്വലമുഹൂർത്തങ്ങളിൽ ദൃശ്യമാണ്. രാവണനെ പ്രതീകാത്മകമായി പുൽക്കൊടിപോലെ നിസ്സാരനാക്കുന്നു. രാമ നിൽ പൂർണ്ണസുരക്ഷ ഉറപ്പിക്കുന്നു. രാവണനാശം പ്രവചിക്കുന്നു. സീതയുടെ സ്വഭാവശുദ്ധിയും സുസ്ഥിരമനസ്സും ഇവിടെയെല്ലാം ശോഭിക്കുന്നുണ്ട്. ലക്ഷ്മണനോട് പറഞ്ഞ ദുഷിച്ച വാക്കുകൾ പോലും നാം മറന്നുപോയേക്കും.

പക്ഷിയായിട്ടുപോലും ജടായു കാണിക്കുന്ന സ്നേഹബഹു മാനങ്ങൾ ആദരണീയമാണ്. അയോദ്ധ്യാകാണ്ഡത്തിൽ ദശരഥ സുഹൃത്തായ ജടായു സൂചന നൽകുന്നുണ്ട്. ജടായു ഇവിടെ ശ്രീരാമദാസനാകുന്നു. വീരശൂരപരാക്രമിയായി രാവണനോടു പോലും എതിരിട്ട് സീതയെ രക്ഷിക്കാനൊരുങ്ങുന്നു. അംഗഭംഗം വന്ന് വീണിട്ടും സീതയോടുള്ള പ്രതിപത്തി കുറയുന്നില്ല. ആ രംഗങ്ങൾ ഹൃദയസ്പർശിയായ വിധത്തിൽ രാമനെ ധരിപ്പി ക്കുന്നുമുണ്ട്. രാമന്റെ തലോടലേറ്റ് സായൂജ്യമടയുന്നു. നിർമ്മല സ്നേഹത്തിന്റെ ധാർമ്മികപഥം ജടായു ഒരുക്കുന്നു. ശ്രീരാമനെ പ്പോലുള്ള വീരപുരുഷനുപോലും അത് ആശ്വാസം നൽകുന്നു. സാഹചര്യങ്ങൾ ഉദാത്തജീവിതത്തിന് വഴികളാണെന്ന് ജടായു പറയാതെ നമ്മെ പഠിപ്പിക്കുന്നു.

അവതാരമൂർത്തികളായ രാമാദികളും ദേവതുല്യരായ മഹർഷി മാരും വൃക്ഷലതാദികളും നന്മ വിതക്കുന്നു. എന്നാൽ രാവണാദി കൾ സ്വാർത്ഥമോഹികളും നീചന്മാരുമാണ്. ഈ കൂട്ടർക്കും വാസ ഭൂമിയാണ് വനമേഖല. ജീവജാലനിലനിൽപ്പും പ്രകൃതിയുടെ സുസ്ഥിരതയും നിലനിർത്തേണ്ടത് ഓരോരുത്തരുടേയും കർത്ത വ്യമാണെന്ന് ഭംഗ്യന്തരേണ ആരണ്യകാണ്ഡം സൂചിപ്പിക്കുന്നു.

രചനാരീതിയുടെ സവിശേഷതകൾ

സ്തുതികൾ, വർണ്ണനകൾ, കഥകൾ, സംവാദങ്ങൾ എന്നിവയി ലൂടെയാണ് ഈ കാണ്ഡത്തിന്റെയും ഇതിവൃത്തം വികസിക്കുന്നത്.

രാമകഥാമൃത ആസ്വാദനോത്സുകയായ പാർവ്വതിയെ പരമശിവൻ പ്രീതിപ്പെടുത്തുന്നു. തുഞ്ചന്റെ പൈങ്കിളി നാദധാരകളിലൂടെ നമ്മെ രസിപ്പിക്കുന്നു. ആശ്രമങ്ങളുടെ സവിശേഷതകൾ, കാനന ഭംഗി, പ്രകൃതിയുടെ പരിശോഭ എന്നിവ ഉചിതപദങ്ങളെക്കൊണ്ട് പകർത്തുന്നു. അഗസ്ത്യ ദർശനത്തിലെ

'സർവ്വർത്തു ഫലകുസുമാഢ്യ പാദപലതാ
സംപ്രീതം നാനാമൃഗസഞ്ചയ നിഷേവിധം
....
ബ്രഹ്മലോകവുമിതിനോടു നേരല്ലെന്നത്രേ
ബ്രഹ്മജ്ഞന്മാരായുള്ളോർ ചൊല്ലുന്നു കാണുന്തോറും'

എന്ന ഭാഗത്ത് പദപ്രയോഗ വൈദഗ്ധ്യവും ഭാഷാശൈലിയും പരിവർത്തന സൂചനകളും ദൃശ്യമാണ്. മനോഹരമായ മണി പ്രവാളരീതിയിൽനിന്നും ശുദ്ധമായ മലയാളത്തിലേക്കുള്ള യാത്ര! ലക്ഷ്മണന് മുക്തിമാർഗ്ഗം ഉപദേശിക്കുന്ന ഭാഗത്ത് സന്ദർഭോ ചിതമായ പദപ്രയോഗം ദൃശ്യമാണ്. അപ്പോഴും ശുദ്ധമലയാളത്തി ലേക്കുള്ള പരിവർത്തനസൂചനകളുണ്ട്. നോക്കൂ,

'ഭക്തനു നന്നായി പ്രകാശിക്കുമാത്മാവു ന്യൂനം
ഭക്തിക്കു കാരണവുമെന്തെന്നു കേട്ടാലും നീ'

അതിഗഹനമായ മുക്തിമാർഗ്ഗ പ്രയാണത്തിലും മലയാള ത്തിന്റെ പൊന്നൊളി. വിരാധൻ, ശൂർപ്പണഖ, കബന്ധൻ തുടങ്ങി യവരുടെ സൂക്ഷ്മഭാവപ്രതീതി, അനുസൃതമായ പദപ്രയോഗ ങ്ങൾ എന്നിവ ശ്രദ്ധേയമാണ്. ശ്രീരാമമേന്മ സൂചിപ്പിക്കാൻ

"ഭാനുമണ്ഡല സഹസ്രോജ്ജ്വലം രാമനാഥം
ഭാനുഗോത്രജംഭവഭയനാശനംപരം
മാനസഭവസമം മാധവംമധൂഹരം"

എന്ന് പാടുന്നതിന് പുറകെ ശൂർപ്പണഖയോട്

"എന്നാലെന്തൊരു കാര്യം നിനക്കു മനോഹരേ!
നിന്നുടെ മനോഗതം ചൊല്ലുക മടിയാതെ."

ലളിതമായ ആശയവിനിമയ രീതിയും കാണുന്നു.

"നിനക്കു നാശമടുത്തിരിക്കുന്നതു പാര-
മെനിക്കു നിരൂപിച്ചാൽ തടുത്തുകൂടാ താനും"

ലക്ഷ്മണന്റെ നേരെ പരുഷവാക്കുകൾ പറയുന്ന സീതയ്ക്ക് ലക്ഷ്മണൻ നൽകുന്ന മറുപടിയാണിത്. ഇതുപോലെ ഭാഷാപരി ണാമഗതിയുടെ സൂചനകൾ സർവ്വത്ര കാണാം. എന്തിനേറെ, ഈ കാണ്ഡത്തിലെ അവസാനത്തെ വരികൾ തന്നെ അതിന് ചൂണ്ടുപലകയാണല്ലോ?

"പൈങ്കിളിപ്പൈതൽ താനും പരമാനന്ദം പൂണ്ടു
ശങ്കര! ജയിച്ചരുളെന്നിരുന്നരുളിനാൾ."

കഥാപാത്രങ്ങളുടെ മാനസിക ഭാവങ്ങൾ പകർത്താൻ ഉതകുന്ന കാവ്യശൈലി ഉടനീളം ദർശിക്കാം. രാമനെ കാത്തിരിക്കുന്ന ശരഭംഗമഹർഷിയുടെ ഉള്ളുതുറക്കുന്ന വാക്കുകൾ

"ഞാനനേകം നാളുണ്ടു പാർത്തിരിക്കുന്നതിത്ര...

...ബന്ധവുമറ്റു കൈവല്യത്തെയും പ്രാപിക്കുന്നേൻ" എന്നാണല്ലോ.

സത്സംഗമം

തുടർന്ന് ഹൃദയസ്പർശിയായ സംഗമചിന്തകളാണ്. മാത്രമല്ല, തന്റെ പുണ്യമെല്ലാം രാമന് പകർന്നു നല്കുന്നുമുണ്ട്. രാമൻ സന്തോഷചിത്തനാകുന്നു. മഹർഷി സ്വർഗ്ഗസ്ഥനാകുന്നു. യോഗ്യനായ അതിഥിയെ സ്വീകരിച്ച അഗസ്ത്യനും ജന്മസാഫല്യം നേടുന്നു. ജടായുവും ശ്രീരാമമഹിമ കീർത്തനം ചെയ്യുന്നു. പുണ്യമായ പഞ്ചവടി എപ്പോഴും രാമനാമ സ്മരണകൾ ഉൾക്കൊള്ളുന്നു. അഗസ്ത്യൻ പരിപൂർണ്ണ തൃപ്തിയോടെ ഇന്ദ്രൻ നൽകിയ ചാപവും തൂണീരവും വാളും നൽകുന്നുണ്ട്. മാന്ത്യോപാസനയുടെ ശക്തിസിദ്ധികൾ നമുക്ക് പകർന്നുതരുന്നു. രാമനും ലക്ഷ്മണനും സീതയും ആ യതിവര്യന്മാരെ കുമ്പിട്ട് ദണ്ഡനമസ്ക്കാരം ചെയ്യുന്നു.

പിതൃസുഹൃത്തായ ജടായു രാമദർശനത്തിലും സീതാസഹായത്തിലും സംതൃപ്തനാകുന്നു. രാമന്റെ തലോടൽ അനുഭവിച്ച് അന്ത്യകർമ്മങ്ങൾ അനുഭവിക്കുന്നു. ഈ കാണ്ഡത്തിൽ കാണുന്ന ശബരിയും പൂർവ്വകഥകൾ സൂചിപ്പിച്ച് ജന്മസാഫല്യം കൈവരിക്കുന്നു. രാമൻ ഭക്തിമാർഗ്ഗങ്ങൾ ഉപദേശിക്കുന്നു. പരമഭക്തയായ ശബരി തന്റെ ചരിത്രം സൂചിപ്പിച്ചു. 'രാമരാമേതി ജപിച്ചീടുക സദാകാലം' എന്നാണ് ശിവൻ പാർവ്വതിയോടു പറയുന്നത്. ഇവിടെയെല്ലാം സത്സംഗമ സൗഖ്യമാണ്.

പുണ്യാത്മാക്കളെ ബഹുമാനിക്കുകയും ഉൾക്കൊള്ളുകയും ചെയ്യുന്ന മഹനീയ സന്ദേശം എന്നും ജീവിതസാഫല്യത്തിന് മാർഗ്ഗദർശകമാണ്. ശൂർപ്പണഖയുടേയും രാവണന്റേയും ഗൂഢോദ്ദേശങ്ങൾ വിഫലമാകുന്നു. അധർമ്മചര്യകൾ മൂലം ഖരശക്തി നിഷ്ഫലമാകുന്നു. ഇതിലൂടെയെല്ലാം സത് ചിന്തകളാണ് നമ്മെ നയിക്കേണ്ടതെന്ന് ബോധ്യപ്പെടുത്തുന്നു. സീതാപഹരണത്തിന് ഗൂഢമാർഗ്ഗങ്ങൾ നിർദ്ദേശിക്കുന്ന രാവണനെ തിരുത്താൻ മാരീചൻ ശ്രമിക്കുന്നു. തന്റെ അനുഭവം പറയുന്നു. ദുരുപദേശത്തിന്റെ ഭവിഷ്യത്തുകൾ നിരത്തുന്നു. ശ്രീരാമമേന്മ വ്യക്തമാക്കുന്നു.

രാക്ഷസവംശപരിപാലന ലക്ഷ്യം സൂചിപ്പിക്കുന്നു. അഹങ്കാരിയായ, കാമാതുരനായ രാവണനോട് ഉപദേശം വ്യർത്ഥമാണെന്ന് മാരീചന് മനസ്സിലായി.

'നന്നല്ല ദുഷ്ടായുധമേറ്റു നിര്യാണം വന്നാൽ' എന്നുറച്ചു. പുണ്യസഞ്ചയം കൊണ്ട് ജീവമുക്തിക്കുവേണ്ടി രാവണവാക്കുകൾ ശിരസ്സാ വഹിക്കുന്നു. വനയാത്രയ്ക്കിടയിലും വിരാധൻ, കബന്ധൻ എന്നിവരെ ശാപവിമുക്തരാക്കി പരിശുദ്ധരാക്കാൻ ശ്രീരാമന് കഴിയുന്നു. ജടായുവിനും ശബരിക്കും സത്ഗതി നൽകുന്നു. താപസശ്രേഷ്ഠന്മാരുടെ സത്കർമ്മങ്ങൾക്ക് സഹായിക്കുന്നു. അവരുടെ സ്നേഹവും പാരിതോഷികവും ഏറ്റുവാങ്ങുന്നു. ഇതെല്ലാം വ്യക്തമാക്കുന്നതെന്താണ്? ആര് എവിടെ താമസിക്കുന്നു എന്നതല്ല കാര്യം, എന്തു ചെയ്യുന്നു, എങ്ങനെ ചെയ്യുന്നു എന്നതാണ് പ്രധാനം. ശക്തിയും പ്രതാപവുമല്ല മുഖ്യം. നേർവഴിയും സത്പ്രവർത്തികളുമാണ് വിജയത്തിനാധാരം. വനത്തിന്റെ പശ്ചാത്തലത്തിൽപോലും തീവ്രമായ വ്രതനിഷ്ഠകൾ ജീവിതസംഭവങ്ങളാക്കുന്നു. അവയുടെ വിശുദ്ധിയോടെ, നീതിബോധത്തോടെ പ്രതിജ്ഞാപരിപാലന ലക്ഷ്യത്തോടെയാണ് രാമന്റെ യാത്ര.

ഭരണഘടനാതത്ത്വങ്ങളും പ്രതിജ്ഞകളും പാലിക്കാതെ കേസുകളിലും കോടതി പരാമർശങ്ങളിലും പെട്ട് ഉഴലുന്നവർക്ക് ആരണ്യകാണ്ഡം വഴിവെളിച്ചമാണ്. നടപ്പാതയിലെ നാട്ടുവെളിച്ചം!

■

കിഷ്കിന്ധാകാണ്ഡം

പാർവ്വതീ ദേവിയുടെ അഭിലാഷപ്രകാരം പരമശിവൻ കഥ തുടരുന്നു. തുഞ്ചന്റെ പൈങ്കിളി മലയാളികൾക്കുവേണ്ടി മധുരോദാരമായി പാടുന്നു. ആരണ്യകാണ്ഡത്തിന്റെ അവസാനഭാഗങ്ങൾ ദർശിച്ച കബന്ധന്റേയും ശബരിയുടേയും സൂചനകൾ അനുസരിച്ച് രാമലക്ഷ്മണന്മാർ പമ്പാതീരത്തെത്തുന്നു.

'ക്രോശമാത്രംവിശാലം വിശദാമൃതം...
...സത്ഫലസേവിതം സന്തുഷ്ടജന്തുകം.'

എന്നാണ് ആമുഖമായി കവി പമ്പാതീരത്തെ പരിചയപ്പെടുത്തുന്നത്. പമ്പാസരസ്സിനു ചുറ്റുമുള്ള നവരത്നഭിത്തികളിൽ സൂര്യകിരണങ്ങളേറ്റ് സ്ഫടികതുല്യമായ ജലമാണ്. ചെന്താമരകളുടെ പരാഗരേണുക്കൾ ഭക്ഷിക്കുന്ന അരയന്നങ്ങളെ കാണാം. അഭ്യാസികളെപ്പോലെ വെള്ളത്തിൽ ചാടിമറിയുന്ന മത്സ്യങ്ങളുണ്ട്. പുഷ്പങ്ങൾ സപ്തസ്വരസംഗീതം ആലപിക്കുന്ന നടനവീഥിയായി ശോഭിക്കുന്നു എന്നും മറ്റും ഇതര രാമായണങ്ങളിൽ പമ്പാസരസ്സിനെ അതിമനോഹരമായി വർണ്ണിച്ചിട്ടുണ്ട്.

ഹനുമൽ സമാഗമം, സുഗ്രീവസഖ്യം, ബാലിസുഗ്രീവ കലഹകഥ, ബാലിസുഗ്രീവയുദ്ധം, ബാലിവധം, താരോപദേശം, സുഗ്രീവരാജ്യാഭിഷേകം, ക്രിയാമാർഗ്ഗോപദേശം, ഹനുമത് സുഗ്രീവസംവാദം, ശ്രീരാമവിരഹതാപം, ലക്ഷ്മണന്റെ പുറപ്പാട്, സുഗ്രീവൻ ശ്രീരാമസന്നിധിയിൽ, സീതാന്വേഷണോദ്യോഗം, സ്വയംപ്രഭാഗതി, സ്വയംപ്രഭാസ്തുതി, അംഗദാദികളുടെ സംശയം, സമ്പാതിവാക്യം, സമുദ്രലംഘന ചിന്ത എന്നീ പതിനെട്ട് മുഖ്യവിഷയങ്ങൾ രണ്ടായിരത്തി ഇരുന്നൂറ്റി എൺപത് വരികളിൽ പകർത്തിയിരിക്കുന്നു. കാകളിയിലാണ് കിളിമൊഴികൾ.

കഥാസാരം

പമ്പാതീരത്തെ അതിമനോഹരമായ കാഴ്ച കണ്ടപ്പോൾ ശ്രീരാമൻ സീതയെ ഓർത്തു. വിരഹതാപത്താൽ പലതും പറഞ്ഞ് വിലപിച്ചുതുടങ്ങി. അനുനയഭാഷണത്തിലൂടെ ലക്ഷ്മണൻ

രാമനെ ആശ്വസിപ്പിച്ചു. പമ്പാതീരത്ത് അലഞ്ഞുനടക്കുന്ന രാമ ലക്ഷ്മണന്മാരെ സുഗ്രീവൻ കണ്ടു. ബാലിയുടെ ചാരന്മാരാണെന്ന് കരുതി പരിഭ്രമിച്ചു. ഋഷിമൂകാചലത്തിൽ ബാലി ഒരിക്കലും വരില്ലെന്ന് ഹനുമാൻ ധരിപ്പിച്ചു.

കാഴ്ചയിൽ മനോഹരന്മാരും വീരന്മാരുമാണ്. ആരാണെന്നറിഞ്ഞുവരാൻ ഹനുമാനെ നിയോഗിച്ചു. കൂടെ ഒരു നിർദ്ദേശവുമുണ്ട്. “ശത്രുക്കളാണെങ്കിൽ കൈ കൊട്ടി അറിയിക്കുക. മിത്രമാണെങ്കിൽ നിന്റെ മധുരമായ വാക്കുകളാകട്ടെ.”

സുഗ്രീവനിർദ്ദേശപ്രകാരം ബ്രഹ്മചാരി വേഷത്തിൽ ഹനുമാൻ രാമലക്ഷ്ണന്മാരെ സമീപിച്ചു.

“അതിസുന്ദരന്മാരായ നിങ്ങൾ ആരാണ്? എന്തിനാണ് ഈ കാട്ടിൽ വന്നിരിക്കുന്നത്. നിങ്ങൾ വീരന്മാരാണല്ലോ? മായാരൂപം ധരിച്ചിരിക്കുകയാണോ? ഭൂസംരക്ഷണമാണോ ലക്ഷ്യം. യഥാർത്ഥത്തിൽ നിങ്ങൾ നരനാരായണന്മാരാണെന്ന് തോന്നുന്നുവല്ലോ.” ഹനുമാൻ തൊഴുതുകൊണ്ട് അവരോട് ചോദിച്ചു.

‘നല്ല വൈയാകരണൻ വടു നിർണ്ണയം’ എന്നാണ് രാമൻ ഹനുമാന്റെ വാക്ചാതുര്യത്തെ വിലയിരുത്തുന്നത്. വാളോങ്ങി നിൽക്കുന്നവരെപ്പോലും സ്വാധീനിക്കുന്ന ബ്രഹ്മചാരിയുടെ വാക്കുകൾ കേട്ട് രാമലക്ഷ്മണന്മാർ സംതൃപ്തരായി. അവരുടെ ചരിത്രം വ്യക്തമാക്കി. ‘നീയാരെടോ സഖേ’ എന്ന് ആരായുകയും ചെയ്തു. ജ്യേഷ്ഠനായ ബാലിയെ പേടിച്ച് ഋഷിമൂകാചലത്തിൽ സുഗ്രീവനും നാലുമന്ത്രിമാരും കഴിയുന്നു. മന്ത്രിമാരിൽ ഒരാളാണ് ഞാൻ. വായുപുത്രനായ ഹനുമാനാണ്. ചേരേണ്ടവർ ചേരുന്നു എന്ന് ഹനുമാനും രാമലക്ഷ്മണന്മാർക്കും ബോധ്യമായി. ഹനുമാൻ വടുവേഷം ഉപേക്ഷിച്ചു. പരസ്പരസഹായത്തിന് തയ്യാറായി. ഹനുമാൻ ചുമലിലേറ്റി രാമലക്ഷ്മണന്മാരെ സുഗ്രീവസന്നിധിയിലെത്തിച്ചു.

സുഗ്രീവസഖ്യം

ഹനുമാൻ സന്തോഷത്തോടെ ഇങ്ങനെ പറഞ്ഞു: “അല്ലയോ സൂര്യപുത്രാ, ദുഃഖം ഉപേക്ഷിക്കൂ... നമ്മുടെ ഭാഗ്യം തെളിഞ്ഞു. ദശരഥപുത്രന്മാരായ രാമലക്ഷ്ണന്മാരാണിവർ.”

സുഗ്രീവൻ സന്തോഷത്തോടെ ആദരപൂർവ്വം രാമലക്ഷ്മണന്മാരെ സ്വീകരിച്ചു. ലക്ഷ്മണൻ എല്ലാ കഥകളും വിശദമാക്കി.

“ദുഃഖിക്കേണ്ട, ഞാൻ സീതയെ കണ്ടുപിടിച്ചു തരാം.” സുഗ്രീവൻ ഉറപ്പു നൽകി. ഒരു ദിവസം ഞാൻ ഒരു സ്ത്രീയുടെ ദയനീയമായ ശബ്ദം കേട്ടു. ശ്രദ്ധിച്ചുനോക്കി അപ്പോൾ ആകാശത്തുനിന്നും ഒരു പൊതി വീഴുന്നത് കണ്ടു. എടുത്തുനോക്കി.

ഉത്തരീയത്തിൽ പൊതിഞ്ഞ ആഭരണങ്ങൾ. ഞാനത് സൂക്ഷിച്ചു വെച്ചിട്ടുണ്ട്."

ഇത്രയും പറഞ്ഞ് സീതയുടെ ആഭരണങ്ങൾ കൊണ്ടുവന്ന് കാണിച്ചുകൊടുത്തു. രാമന്റെ നിയന്ത്രണം വിട്ടുപോയി.

"എന്നെക്കണക്കേ പിരിഞ്ഞിതോ നിങ്ങളും
തന്വംഗിയാകിയ വൈദേഹിയോടയ്യോ?"

സീതേ, നാഥേ, എന്നെല്ലാം വിലപിച്ചു. ദുഃഖിതരായ ഇരു കൂട്ടരും ധാരണയിലെത്തി. ഹനുമാൻ അഗ്നി ജ്വലിപ്പിച്ചു. അഗ്നി സാക്ഷിയാക്കി രാമസുഗ്രീവന്മാർ സഖ്യം ചെയ്തു. ബാലിയെ വധിച്ച് രാമൻ സുഗ്രീവന് രാജ്യം നൽകും. സുഗ്രീവൻ സീതയെ കണ്ടുപിടിച്ചുകൊടുക്കും. രാവണന്റെ സീതാപഹരണത്തിൽ വിഷാദവിഹ്വലനായിരുന്ന രാമൻ, ബാലി ഭാര്യയെ തട്ടിയെടുത്ത് രാജ്യത്തുനിന്നും നിഷ്കാസിതനായ സുഗ്രീവൻ. ഏതാണ്ട് തുല്യ ദുഃഖിതർ. രണ്ടുപേർക്കും ആശ്വാസമായി. വ്യത്യസ്തരീതികളി ലാണെങ്കിലും രണ്ടുപേർക്കും രാജ്യവും ഭാര്യയും നഷ്ടപ്പെട്ടിരി ക്കുന്നു.

സുഗ്രീവന് ഒരു സംശയം തോന്നി. മന്ദാരമല മത്താക്കി പാലാഴി കടഞ്ഞ ബാലിയെ തോൽപ്പിക്കാൻ ആർക്കെങ്കിലും കഴിയുമോ? സംശയനിവൃത്തിക്കായി ബാലിസുഗ്രീവകഥ പറഞ്ഞു. ദുന്ദുഭിയുടെ തല മാതംഗാശ്രമത്തിലേക്കെറിഞ്ഞ സംഭവവും മായാവിയോടൊത്തുള്ള യുദ്ധവും വിവരിച്ചു. രാമൻ ദുന്ദുഭിയുടെ തല പെരുവിരൽകൊണ്ട് പൊക്കിയെടുത്തുകൊണ്ട് ദൂരത്തേക്കിട്ടു. ബാലി അഭ്യാസം ചെയ്തിരുന്ന വട്ടത്തിലുള്ള ഏഴു സാലവൃക്ഷ ങ്ങളേയും രാമൻ ഒരമ്പുകൊണ്ട് മുറിച്ചിട്ടു. അത്ഭുതബഹുമാനങ്ങ ളോടെ സുഗ്രീവൻ രാമനെ വണങ്ങി, സ്തുതിച്ചു. രാമൻ ഭഗ വാൻ തന്നെയാണ്. തനിക്ക് ഭാഗ്യം വന്നിരിക്കുന്നു. ഹർഷപുളകി തനായ സുഗ്രീവൻ 'അങ്ങയെ എന്നും വണങ്ങാൻ സാധിക്കണ' മെന്നപേക്ഷിച്ചു. ബാലിസുഗ്രീവചരിതങ്ങളും ഹനുമാന്റെ പൈതൃക സമ്പത്തും സൂചിതകഥയിൽ വ്യക്തമാക്കുന്നുണ്ട്. ഇരുവരും പര സ്പരം വ്യഥകളും കഥകളും പൂർണ്ണമായി ഉൾക്കൊണ്ടു.

ബാലിസുഗ്രീവയുദ്ധം

സന്ധിപ്രകാരമുള്ള പ്രായോഗിക പ്രവർത്തനങ്ങൾ ആരംഭിച്ചു.

"സത്യമത്രേ നീ പറഞ്ഞതെടോ സഖേ" എന്ന ആമുഖ ത്തോടെ ബാലിയെ യുദ്ധത്തിനു വിളിക്കാൻ രാമൻ നിർദ്ദേശിച്ചു. സുഗ്രീവൻ ബാലിയെ യുദ്ധത്തിന് വെല്ലുവിളിച്ചു. ബാലി ക്രോധ ത്തോടെ അലറിപ്പാഞ്ഞുവന്നു. രണ്ടുപേരും ഘോരമായ യുദ്ധം തുടങ്ങി. രാമന് രണ്ടുപേരേയും തിരിച്ചറിയാൻ കഴിഞ്ഞില്ല.

ബാലിയുടെ പ്രഹരമേറ്റ് ദുഃഖിതനും വിവശനുമായി സുഗ്രീവൻ തിരിച്ചുവന്നു.

"ശത്രുവിനെക്കൊണ്ട് കൊല്ലിക്കുകയാണോ?" സുഗ്രീവൻ വിലപിച്ചു.

രണ്ടാളേയും തിരിച്ചറിയാൻ കഴിയാത്തതുകൊണ്ട് സഹായിക്കാൻ കഴിഞ്ഞില്ലെന്ന് രാമൻ ബോധ്യപ്പെടുത്തി. ആളെ തിരിച്ചറിയാതെ അമ്പെയ്യുന്നത് ആപത്താണെന്ന് രാമനറിയാം. ശബ്ദം തിരിച്ചറിയാതെ ശ്രവണകുമാരന്റെ നേർക്ക് അമ്പെയ്ത് ദശരഥൻ ശാപം ഏറ്റുവാങ്ങിയ കഥയുണ്ടല്ലോ.

'മിഥ്യയായ് വന്നുകൂടാ രാമഭാഷിതം' എന്നു പറഞ്ഞ് ലക്ഷ്മണനോട് സുഗ്രീവന് ഒരു മാല കൊടുക്കുവാൻ പറഞ്ഞു. ആ മാല ധരിച്ച് പൂർവ്വാധികം വാശിയോടെ സുഗ്രീവൻ ബാലിയെ യുദ്ധത്തിന് വീണ്ടും വെല്ലുവിളിച്ചു. ബാലി യുദ്ധത്തിനൊരുങ്ങി. ഭാര്യയായ താര തടഞ്ഞു.

"സുഗ്രീവന് അതിശക്തനായ ഒരു മിത്രമുണ്ടാവും. യുദ്ധത്തിന് പോകരുത്."

"ശത്രു, യുദ്ധത്തിന് വിളിക്കുമ്പോൾ ഒളിച്ചിരിക്കുന്നത് ഭീരുക്കളാണ്. ശത്രുവിനെ വധിച്ച് ഞാൻ ഉടൻ തിരിച്ചുവരും." ബാലി താരയെ ആശ്വസിപ്പിച്ചു.

താൻ പറഞ്ഞകാര്യം ബാലിക്ക് വിശ്വാസം വരാൻവേണ്ടി താര ഒരു സംഭവം പറഞ്ഞു. "നായാട്ടിനുപോയ പുത്രൻ അംഗദൻ ദശരഥപുത്രന്മാരായ രാമലക്ഷ്മണന്മാരെ കണ്ടവിവരം പറഞ്ഞിട്ടുണ്ട്. അവരുടെ കൂടെ സീതയും വന്നിട്ടുണ്ടായിരുന്നു. രാവണൻ സീതയെ തട്ടിക്കൊണ്ടുപോയി. രാമലക്ഷ്മണന്മാർ ദുഃഖിതരായി നടക്കുമ്പോൾ സുഗ്രീവനെ കണ്ടിട്ടുണ്ടാവാം. സഖ്യവും ചെയ്തിട്ടുണ്ടാകാം. രാമൻ സുഗ്രീവനെ സഹായിക്കുന്നുണ്ടാവും."

യുദ്ധത്തിന് പോകരുതെന്ന് താര കാലുപിടിച്ച് അപേക്ഷിച്ചു. ബാലി താരയെ സ്നേഹത്തോടെ ആലിംഗനം ചെയ്തു.

"രാമലക്ഷ്മണന്മാർ വന്നാൽ എന്നെ കാണും. രാമൻ വിഷ്ണുവാണ്. ഞാൻ രാമനെ കൂട്ടിക്കൊണ്ടുവരും. സുഗ്രീവനേക്കാൾ രാമന് എന്നെയാണ് പ്രിയം. ദുഃഖം വെടിഞ്ഞ് സമാധാനമായി ഇരിക്കൂ." താരയെ ആശ്വസിപ്പിച്ചുകൊണ്ട് ബാലി യുദ്ധത്തിന് കുതിച്ചു.

ബാലിസുഗ്രീവയുദ്ധം എഴുത്തച്ഛൻ തന്മയത്വമായി വർണ്ണിച്ചിട്ടുണ്ട്.

"പല്ലുകടിച്ചലറിക്കൊണ്ട് ബാലിയും" എന്നു തുടങ്ങി "രണ്ട് ശൈലങ്ങൾ തമ്മിൽ പോരുമ്പോലെയും" എന്നിങ്ങനെയുള്ള യുദ്ധവർണ്ണന ശ്രദ്ധേയമാണ്. അച്ഛൻ കൊടുത്ത മാല ബാലിയും

അച്യുതൻ കൊടുത്ത മാല സുഗ്രീവനും അണിഞ്ഞുകൊണ്ടാണ് യുദ്ധം. ബാലിയുടെ പ്രഹരമേറ്റ് വിവശനായ സുഗ്രീവൻ മറഞ്ഞു നിൽക്കുന്ന ശ്രീരാമനെ ദയനീയമായി നോക്കി. രാമൻ മഹേന്ദ്രാസ്ത്രമയച്ചു. ബാലി പിടഞ്ഞുവീണു. ചുറ്റും നോക്കിയപ്പോൾ ശ്രീരാമനെ കണ്ടു. കോപഖേദാകുലാൽ ബാലി ചോദിച്ചു.

"ഞാൻ എന്തു തെറ്റാണ് ചെയ്തത്? രാമൻ ധർമ്മം വെടിഞ്ഞത് എന്തിനാണ്? നേരിട്ടു ജയിക്കുന്നവനല്ലേ വീരൻ? എന്നോടു പറഞ്ഞിരുന്നെങ്കിൽ ഞാൻ രാവണനെ ബന്ധിച്ചുകൊണ്ടുവരുമല്ലോ? എന്തു ധർമ്മമാണ് അങ്ങ് നേടിയത്?" (ഇല്ലറം, വില്ലറം, ചൊല്ലറം, നല്ലറം എന്ന് നാല് ധർമ്മങ്ങളുണ്ട്. ജനങ്ങളെ രക്ഷിച്ചുകൊണ്ട് രാജ്യം ഭരിക്കുന്നത് ഇല്ലറം. ഗുരുമുഖത്തുനിന്നും ധനുർവേദം പഠിച്ച് നിയമാനുസൃതം യുദ്ധം ചെയ്യുന്നത് വില്ലറം. എന്തുവന്നാലും അസത്യം പറയാതെ ധർമ്മം രക്ഷിക്കുന്നത് ചൊല്ലറം. എല്ലാ ധർമ്മങ്ങളും പാലിക്കുന്നത് നല്ലറം.)

രാമൻ ശാന്തനായി ഇങ്ങനെ മറുപടി നൽകി.

"ഞാൻ ധർമ്മരക്ഷകനാണ്. മാതൃതുല്യയായ ഭ്രാതൃപത്നിയെ നീ ഭാര്യയാക്കിയില്ലേ? ധർമ്മരക്ഷ രാജാവിന്റെ കർത്തവ്യമാണ്." എന്നീ ഉപദേശങ്ങളിലൂടെ രാമൻ ബാലിയുടെ മനസ്സുണർത്തി. രാമൻ നാരായണനാണെന്ന് ബാലിക്ക് ബോധ്യപ്പെട്ടു. ക്ഷമ ചോദിച്ചു.

"അങ്ങയുടെ ബാണമേറ്റ ഞാൻ ഭാഗ്യവാനാണ്. മുക്തിക്ക് എന്നെ അനുഗ്രഹിക്കണം. എന്റെ പുത്രനായ അംഗദനെ സംരക്ഷിക്കണം. അമ്പ് വലിച്ചൂരി എന്നെ തലോടണം."

രാമൻ ബാലിയുടെ ആഗ്രഹം നിറവേറ്റി.

'ബാലി ഭഗവത് പദം ഗമിച്ചീടിനാൻ' എന്നാണ് കവി പറയുന്നത്. അംഗദനെ രാജാവായി വാഴിക്കാനുള്ള ഒരുക്കങ്ങളായി. ബാലിയുടെ മരണവിവരമറിഞ്ഞ് താര വികാരവിവശയായി വന്നു.

"രക്തത്തിൽ കുളിച്ചുകിടക്കുന്ന ഇത് ബാലി തന്നെയാണോ? അല്ല, ബാലിയാവില്ല. എനിക്ക് സഹിക്കാനാവില്ല. എനിക്കിനി പുത്രനും രാജ്യവും എന്തിനാണ്? എന്നെയും കൊല്ലൂ. കന്യാദാനഫലം കിട്ടും." രാമനോട് പറഞ്ഞു.

രുമയുമൊത്ത് സുഖിച്ചുവാഴണമെന്ന് സുഗ്രീവനോടും പറയുന്നു. ഭർതൃവിയോഗവിവശയായ താരയെ രാമൻ ആശ്വസിപ്പിക്കുന്നത് ശ്രദ്ധേയമാണ്.

താരോപദേശം

"അല്ലയോ സുന്ദരീ... ദുഃഖിച്ചിട്ടു കാര്യമില്ല. പഞ്ചഭൂതാത്മകമായ ദേഹത്തിനേ നാശമുണ്ടാവൂ. ആത്മാവിന് നാശമില്ല. ദുഃഖം

താൽക്കാലികമാണ്. കാമരാഗാദിഭാവങ്ങൾ ഉപേക്ഷിക്കൂ... ക്ഷണികമായ ദേഹമോഹം വെടിഞ്ഞ് ശാശ്വതമായ ആത്മാവിന്റെ സത്യം മനസ്സിലാക്കൂ. പുത്രനെ പാലിച്ച് രാജ്യസേവ ചെയ്യൂ."

രാമോപദേശത്തിന്റെ പൊരുൾ താര ഉൾക്കൊണ്ടു. കർത്തവ്യനിരതയായി. നാടകീയ മുഹൂർത്തങ്ങൾ വിരിഞ്ഞുല്ലസിക്കുന്ന ഉദാത്ത സന്ദർഭങ്ങൾ ഈ ഭാഗത്തുണ്ട്.

ബാലിപുത്രനായ അംഗദനുമൊത്ത് സംസ്കാരകർമ്മങ്ങൾ നടത്താൻ ശ്രീരാമൻ സുഗ്രീവനെ ഉപദേശിച്ചു. വേണ്ട ഒരുക്കങ്ങളെല്ലാം വിധിപോലെ ചെയ്തു. ബ്രാഹ്മണരുടേയും പൗരജനങ്ങളുടേയും സാന്നിധ്യത്തിൽ ശാസ്ത്രവിധിപ്രകാരം അന്ത്യകർമ്മങ്ങൾ ചെയ്തു. ശ്രീരാമനോട് അധികാരമേൽക്കാൻ സുഗ്രീവൻ അപേക്ഷിച്ചു.

"രാജാവാകേണ്ടത് നീയാണ്. ഞാനല്ല, എല്ലാം നിനക്ക് അധീനമാണ്."

അംഗദനെ പരിപാലിച്ചുകൊണ്ട് രാജ്യഭാരമേൽക്കാൻ രാമൻ സുഗ്രീവനോട് നിർദ്ദേശിച്ചു. ശ്രീരാമന്റെ ആജ്ഞപ്രകാരം അഭിഷേകകർമ്മങ്ങൾ ചെയ്ത് സുഗ്രീവൻ അധികാരമേറ്റു. അംഗദനെ ഇളയ രാജാവാക്കി.

ചാതുർമാസവ്രതം

വർഷക്കാലമായതിനാൽ സീതാന്വേഷണത്തിന് പറ്റിയ സമയമല്ല. ശ്രീരാമനും ലക്ഷ്മണനും പ്രവർഷണഗിരിയിൽ ചാതുർമാസവ്രതത്തിനൊരുങ്ങി. പ്രശാന്തരമണീയമായ സ്ഥലത്ത് വ്രതം തുടങ്ങി.

"സ്ഫാടികദീപ്തി കലർന്നു വിളങ്ങിന...
ദേവനെക്കണ്ടു സുഖിച്ചു മരുവിനാർ"

എന്നീ പന്ത്രണ്ടു വരികളിൽ ആ പ്രദേശത്തിന്റെ മനോഹാരിതയും വ്രതത്തിന്റെ മഹിമയും ചുരുക്കി പ്രതിപാദിച്ചിട്ടുണ്ട്.

ശ്രീരാമന്റെ ദിനചര്യ ഇവിടെ പ്രത്യേകം ശ്രദ്ധിക്കേണ്ടിയിരിക്കുന്നു. വനവാസകാലത്തെ സംഭവങ്ങൾ ശ്രദ്ധിച്ചാൽ അത് വ്യക്തമാകും. ദിനചര്യകൾക്കോ പ്രാർത്ഥനയ്ക്കോ വ്രതങ്ങൾക്കോ ഒരു ഭംഗവും വരുത്തുകയില്ല. പ്രഭാതവന്ദനം, സന്ധ്യാവന്ദനം എന്നിവ നടത്തുന്ന നിരവധി സന്ദർഭങ്ങൾ കാണാം. ഏതു പ്രതിസന്ധി ഘട്ടത്തിലാണെങ്കിലും അവയ്ക്ക് സമയം കണ്ടെത്തും. യഥാവിധി നിർവ്വഹിക്കും. സ്വാഭാവികമായും സുഗ്രീവാഭിലാഷം നിറവേറ്റിക്കഴിഞ്ഞാൽ സീതാന്വേഷണം ആരംഭിക്കേണ്ടതാണ്. സീതയെ കണ്ടെത്താൻ ഉത്ക്കടമായ അഭിനിവേശമുണ്ടുതാനും. എന്നിട്ടും ചാതുർമാസവ്രതത്തിനുശേഷമേ അതിനു

തുനിയുന്നുള്ളൂ. ഈ സമയനിഷ്ഠയും കൃത്യനിഷ്ഠയും ഏവർക്കും അനുകരണീയമാണെന്ന് സാന്ദർഭികമായി സൂചിപ്പിക്കട്ടെ.

ജൂലായ് ആദ്യം മുതൽ നവംബർ ആദ്യംവരെ - കൊല്ല വർഷപ്രകാരം കർക്കടകം, ചിങ്ങം, കന്നി, തുലാം - എന്നീ മാസങ്ങളിലാണ് ചാതുർമാസവ്രതം. ഈ കാലഘട്ടത്തിന്റെ ആദ്യ സമയത്താണ് കേരളീയർ കർക്കടകമാസാചരണം നടത്തുന്നത്. രാമായണപാരായണവും നാലമ്പല ദർശനവും പുണ്യപ്രദമായി കരുതുന്നു. വ്രതനിഷ്ഠയിൽ കഴിയുന്ന രാമനോട് ലക്ഷ്മണൻ ക്രിയാമാർഗ്ഗോപദേശം തേടുന്നു. മുനിമാർ അനുഷ്ഠിക്കുന്ന പുരുഷാർത്ഥ സാധകമായ നാരായണപൂജ ഫലപ്രദമായ മുക്തിമാർഗ്ഗം രാമൻ ഉപദേശിച്ചുകൊടുക്കുന്നു. പൂജാവിധികൾ അനവധിയാണ്.

"ആചാര്യന്മാരിൽനിന്നും മന്ത്രം പഠിക്കുക, യോഗ്യമായ സ്ഥലം തിരഞ്ഞെടുക്കുക, സൂര്യസന്നിധിയിലോ വിളക്കുകൊളുത്തിയോ മന്ത്രം ഉരുവിടുക, ദിവസേന കുളിച്ച് സന്ധ്യാവന്ദനാദികൾ ചെയ്തശേഷം ആചാര്യനെ ധ്യാനിച്ച് പൂജിക്കുക. പുഷ്പങ്ങളും ധൂപങ്ങളും ഭക്ഷ്യവസ്തുക്കളുമാകാം. ഉചിതമായ ഇരിപ്പിടം ഒരുക്കണം. തുടർന്ന് ശാന്തനായി പൂർണ്ണമനസ്സോടെ ധ്യാനിക്കണം. ദേവസ്വരൂപം മനസ്സിൽ ഉറക്കണം. മന്ത്രങ്ങളും സ്തോത്രങ്ങളുമാകാം. പൂജകൾക്കും മന്ത്രങ്ങൾക്കുംശേഷം നമസ്കാരം ചെയ്ത് പ്രസാദങ്ങൾ സ്വീകരിക്കണം. വിശിഷ്ടമായ രീതിയിൽ ഈ കർമ്മങ്ങൾ ചെയ്താൽ തക്കതായ ഫലം ഉണ്ടാകും."

ഈ പ്രവൃത്തികൾ ശ്രദ്ധാപൂർവ്വം മനസ്സിലുറപ്പിച്ച് കാണുകയോ കേൾക്കുകയോ ചെയ്യുന്നവർക്കും ഫലസിദ്ധിയുണ്ടാവുമെന്നാണ് വിശ്വാസം.

സുഗ്രീവാജ്ഞ

കിഷ്കിന്ധയിൽ സുഗ്രീവൻ രാജാവായി വിലസുകയാണ്. സുഖഭോഗങ്ങളിൽ മുഴുകി സഖ്യകാര്യം മറന്നു. ഉത്തമമന്ത്രിസത്തമനായ ഹനുമാൻ കാര്യങ്ങൾ ഓർമ്മിപ്പിക്കുന്നു.

"രാമൻ ചെയ്യേണ്ടതു ചെയ്തു. അങ്ങ് രാപകലുകൾ ഇല്ലാതെ സുഖിക്കുകയാണ്. 'പ്രത്യുപകാരം മറക്കുന്ന പുരുഷൻ ചത്തതിനൊക്കുമേ ജീവിച്ചിരിക്കിലും.' കാര്യഗ്രഹണമില്ലാതിരുന്നാൽ ബാലിയുടെ അവസ്ഥ വരും. സുഗ്രീവൻ വസ്തുതകൾ ഉൾക്കൊണ്ടു. നടപടിയായി. പത്തുദിക്കുകളിലേക്കും ആളുകളെ അയച്ച് പതിനഞ്ചു ദിവസത്തിനകം എല്ലാ വാനരന്മാരേയും വരുത്തണം. ഇല്ലെങ്കിൽ മരണമാണ്. ഇങ്ങനെയാകാം സുഗ്രീവാജ്ഞ എന്ന ശൈലിയുടെ ആവിർഭാവം.

ഹനുമാൻ വേണ്ട ഏർപ്പാടുകൾ വേണ്ടവിധം ചെയ്തു. ചാതുർമാസവ്രതം കഴിഞ്ഞതോടെ സീതയുടെ കാര്യമോർത്ത് രാമൻ

വീണ്ടും ദുഃഖിതനായി. സുഗ്രീവന്റെ കൃതഘ്നതയിൽ കുപിതനായി. ബാലിയെപ്പോലെ അവനേയും വധിക്കേണ്ടി വരുമല്ലോ എന്നോർത്തു. വിവരം ധരിപ്പിക്കാൻ ലക്ഷ്മണനോട് നിർദ്ദേശിച്ചു. ലക്ഷ്മണന്റെ മനസ്സിലൂടെ രാമാവതാരചിന്തകൾ കടന്നുപോയി. ക്രുദ്ധനായ ലക്ഷ്മണന്റെ വരവ് കണ്ടുതന്നെ വാനരന്മാർ പേടിച്ചു വിറച്ചു പരക്കംപാഞ്ഞു. ലക്ഷ്മണന്റെ വരവറിഞ്ഞ് അംഗദൻ മുന്നോട്ടുവന്നു. "കഴിഞ്ഞ കാര്യങ്ങൾ സുഗ്രീവനെ ധരിപ്പിക്കുക. സന്ധികാര്യങ്ങൾക്ക് താമസമുണ്ടായാൽ സുഗ്രീവന് വിനാശമാകും." ലക്ഷ്മണൻ ഓർമ്മിപ്പിച്ചു.

അംഗദൻ വസ്തുതകളുടെ ഗൗരവം ഉൾക്കൊണ്ട് വിവരം സുഗ്രീവനെ ബോധ്യപ്പെടുത്തി. സുഗ്രീവൻ മാരുതി പറഞ്ഞ കാര്യങ്ങൾ സ്മരിച്ചു. ഹനുമാനോട് അംഗദനുമൊത്ത് ലക്ഷ്മണനെ കൂട്ടിക്കൊണ്ടുവരുവാൻ നിർദ്ദേശിച്ചു. മാത്രമല്ല, സുന്ദരിയായ താരയോട് ലക്ഷ്മണന്റെ കോപം സരസസംഭാഷണങ്ങളിലൂടെ തണുപ്പിക്കുവാനും പറഞ്ഞു. താര ഉടൻ വേണ്ടത് ചെയ്തു. ലക്ഷ്മണനും ഹനുമാനും അംഗദനും നിൽക്കുന്ന സ്ഥലത്തെത്തി. ലക്ഷ്മണനെ വണങ്ങി.

"അങ്ങ് അകത്തേക്ക് വരൂ. സുഗ്രീവനുമായി സംസാരിച്ച് എല്ലാം പരിഹരിക്കാം. അങ്ങ് കോപാകുലനാകേണ്ടതില്ല. വേണ്ട ഏർപ്പാടുകൾ ചെയ്തുവരികയാണ്. വാനരന്മാരെ വരുത്തുവാൻ കൽപ്പന പുറപ്പെടുവിച്ചു കഴിഞ്ഞു."

ലക്ഷ്മണനെ താര സുഗ്രീവന്റെ അടുത്തേക്ക് കൂട്ടിക്കൊണ്ടുപോയി. സുഗ്രീവൻ യഥോചിതം ലക്ഷ്മണനെ വണങ്ങി. സഖ്യലംഘനത്തിൽ ശക്തമായ ഭാഷയിൽ ലക്ഷ്മണൻ അതൃപ്തി അറിയിച്ചു.

"അങ്ങേയ്ക്ക് യാതൊരു സംശയവും വേണ്ട. സുഗ്രീവൻ സഖ്യം ലംഘിക്കുകയില്ല. എല്ലാ വാനരന്മാരും ഉടൻ വന്നുചേരും."

ഹനുമാന്റെ വാക്കുകൾ കേട്ടപ്പോൾ ലക്ഷ്മണന്റെ സംശയം തീർന്നു. സുഗ്രീവനും ലക്ഷ്മണനും സൗഹൃദം പുനഃസ്ഥാപിച്ചു.

"എന്റെ പ്രയാസം കൊണ്ടാണ് പരുഷവചനങ്ങൾ പറഞ്ഞത്." ലക്ഷ്മണൻ വ്യക്തമാക്കി. "ഉടനെ രാമസന്നിധിയിലേക്ക് പുറപ്പെടാം."

സീതാന്വേഷണം

സുഗ്രീവനും ഹനുമാനും അംഗദനും വാനരന്മാരുമൊത്ത് ശ്രീരാമന്റെ അടുത്തെത്തി. ഇരുവരും ആലിംഗനം ചെയ്തു. അങ്ങ് എന്റെ സൈന്യത്തെ നോക്കൂ. ഇവരെല്ലാവരും ശക്തന്മാരും ദേവാംശസംഭവന്മാരുമാണ്. യുദ്ധവിദഗ്ധരാണ്. തുടർന്ന്

ജാംബവാൻ, നീലൻ, നളൻ തുടങ്ങിയവരുടേയെല്ലാം പ്രാഗത്ഭ്യം പറഞ്ഞുകേൾപ്പിച്ചു. രാമന് സന്തോഷമായി. നാല് ദിക്കുകളിലേക്കും നൂറായിരം വാനരവീരന്മാരെ അയയ്ക്കാൻ തയ്യാറായി. സുഷേണൻ പശ്ചിമദിക്കിലേക്കും ശതബലി ഉത്തരദിക്കിലേക്കും വിരുതൻ കിഴക്കേ ദിക്കിലേക്കും ഹനുമാൻ ദക്ഷിണദിക്കിലേക്കും പോകാൻ തയ്യാറായി. ഹനുമാനോടൊത്ത് അംഗദൻ, നളൻ എന്നീ വീരന്മാരേയും നിയോഗിച്ചു. ഹനുമാന്റെ കയ്യിൽ രാമനാമമുള്ള മുദ്രമോതിരം നൽകി. അടയാളവാക്യവും പറഞ്ഞുകൊടുത്തു. ജടായു, കബന്ധൻ, ശബരി എന്നിവരുടെ വാക്കുകളിൽനിന്നും രാവണൻ തെക്കോട്ടാണ് പോയതെന്ന് ഏതാണ്ട് നിശ്ചയമുണ്ടായിട്ടുണ്ട്. ശ്രീരാമന് വിശ്വാസവും സന്തോഷവും പകർന്നുകൊണ്ട് വാനരന്മാർ യാത്ര തുടർന്നു.

ഹനുമാന്റെ നേതൃത്വത്തിലുള്ള വാനരസൈന്യം ദുർഗ്ഗമമായ വനത്തിലൂടെ യാത്ര തുടങ്ങി. ദണ്ഡകവനത്തിൽ എത്തി മകളുടെ മരണത്തിന് കാരണക്കാരായ ദണ്ഡനെ ശുകമഹർഷി ശപിച്ചതിനാൽ ആ വനത്തിൽ പക്ഷിമൃഗാദികളില്ല. മരങ്ങളിൽ പൂവും കായുമില്ല. അവർ ഒരു പർവ്വതാകരനായ രാക്ഷസനെ കണ്ടു. അംഗദന്റെ അടിയേറ്റ് അവൻ നിലംപതിച്ചു. വിജയവീര്യത്തോടെ വാനരപ്പട നീങ്ങി. നടന്നുനടന്ന് അവർ തളർന്നു. ഒരു ഗുഹാമുഖത്തെത്തി. വിശ്രമിച്ചു. കാലാവധിയാകാറായി. തളരാതെ നാം മുന്നോട്ടുപോകണമെന്ന് അംഗദൻ പറഞ്ഞു. നടക്കുന്തോറും വിശപ്പും ദാഹവും ക്ഷീണവും കൂടിക്കൂടി വന്നു. കുറേദൂരം എത്തിയപ്പോൾ പക്ഷികൾ പറന്നുവരുന്നതു കണ്ടു. അവയുടെ ചുണ്ടുകളിൽനിന്നും ജലകണങ്ങൾ താഴെ വീഴുന്നുണ്ട്. ഇവിടെ അടുത്ത് ജലാശയമുണ്ടെന്ന് ഉറച്ച് അവർ നടന്നു. കണ്ണുകാണുന്നില്ല. ഇരുട്ട്... അന്യോന്യം കൈപിടിച്ച് തപ്പിത്തടഞ്ഞ് നടന്നു. കുറച്ചു കഴിഞ്ഞപ്പോൾ മനോഹരമായൊരു സ്ഥലം കണ്ടു. വൃക്ഷങ്ങളും തടാകങ്ങളും ഫലവൃക്ഷങ്ങളും നിറഞ്ഞ ദിവ്യസ്ഥലം.

സ്വയംപ്രഭ

'സ്വർണ്ണമയം മനോമോഹനം കാണ്മവർ-
കണ്ണിനുമേറ്റമാനന്ദകരം പരം'

എന്നു തുടങ്ങി പന്ത്രണ്ട് വരികളിൽ കവി ഭംഗിയായി വർണ്ണിച്ചിട്ടുണ്ട്. സ്വർണ്ണപീഠത്തിൽ തേജസ്സുറ്റ ഒരു യോഗിനിയെ കണ്ടു. സന്തോഷത്തോടും എന്നാൽ ഭയത്തോടും ഹനുമാൻ ഇങ്ങനെ ചോദിച്ചു.

"ഭവതി ആരാണ്? എന്താണിവിടെ വന്നിരിക്കുന്നത്? നിങ്ങൾ ആരെല്ലാമാണെന്ന് പറഞ്ഞാൽ ഞാൻ എന്റെ കാര്യം പറയാം."

ഹനുമാൻ സംഭവങ്ങൾ ഇങ്ങനെ ചുരുക്കിപ്പറഞ്ഞു.

അയോദ്ധ്യാരാജാവിന്റെ മൂത്തപുത്രനായ രാമൻ സഹോദരൻ ലക്ഷ്മണനും ഭാര്യയായ സീതയുമൊത്ത് വനവാസം നടത്തുകയായിരുന്നു. ദുഷ്ടനായ രാവണൻ സീതയെ അപഹരിച്ചു. ദുഃഖിതരായ അവർ ദുഃഖിതനായ സുഗ്രീവനുമായി സഖ്യം ചെയ്തു. രാമൻ ബാലിയെ വധിച്ച് സുഗ്രീവനെ രാജാവാക്കി. പ്രത്യുപകാരമായി സീതയെ അന്വേഷിച്ച് ഇറങ്ങിയവരാണ് ഞങ്ങൾ. യാത്ര ചെയ്ത് ക്ഷീണിച്ചു. വിശപ്പും ദാഹവും സഹിക്കുന്നില്ല. ഭവതിയെ കണ്ടത് ഭാഗ്യമായി."

"നിങ്ങൾ ആദ്യം വിശപ്പും ദാഹവും തീർത്ത് വരൂ. അപ്പോൾ എന്റെ കാര്യം പറയാം." യോഗിനി അറിയിച്ചു.

വാനരന്മാർ തടാകത്തിൽപോയി വിശപ്പും ദാഹവും അടക്കി സന്തുഷ്ടരായി വന്നു. സന്ന്യാസിനി കഥ ആരംഭിച്ചു.

"വിശ്വമോഹിനിയായ വിശ്വകർമ്മപുത്രിയായ ഹേമ നൃത്തം കൊണ്ട് ഇന്ദ്രനെ സന്തോഷിപ്പിച്ചു. ഇന്ദ്രൻ ഹേമയ്ക്കുവേണ്ടി മയനെക്കൊണ്ട് നിർമ്മിച്ചതാണ് ഈ സ്ഥലം. ഞാൻ ഹേമയുടെ തോഴിയാണ്. ഹേമ വളരെനാൾ ഇവിടെ സുഖിച്ചുജീവിച്ചു. കുറേ കഴിഞ്ഞപ്പോൾ ഹേമ സ്വർഗ്ഗം പൂകി. പോകുന്ന സമയത്ത് എന്നോടിങ്ങനെ പറഞ്ഞിരുന്നു. "നീ ഭയമില്ലാതെ ഇവിടെ തപസ്സു ചെയ്യൂ. ത്രേതായുഗത്തിൽ ശ്രീരാമപത്നിയെ തേടിവരുന്ന വാനരന്മാരെ സൽക്കരിക്കുക. ശ്രീരാമനെക്കണ്ട് സ്തുതിക്കുക. നിനക്ക് മോക്ഷം .കിട്ടും."

വാനരന്മാർ സന്തുഷ്ടരായി. എന്ത് പ്രത്യുപകാരമാണ് വേണ്ടതെന്ന് ചോദിച്ചു. "ധർമ്മം തേടുന്ന എനിക്ക് ഒന്നും തരേണ്ടതില്ല."

ഹനുമാൻ ഇങ്ങനെ പ്രതിവചിച്ചു. "ഞങ്ങളുടെ സമയം കഴിയാറായി. ഞങ്ങൾക്കിവിടെനിന്നും പുറത്തുകടക്കാനുള്ള വഴി പറഞ്ഞുതരണം."

നിങ്ങൾക്ക് സ്വയം ഇവിടെനിന്നും പുറത്തുകടക്കാനാവില്ല. എല്ലാവരും കണ്ണടച്ച് ഇരുന്നുകൊള്ളൂ. എന്റെ തപശ്ശക്തികൊണ്ട് പുറത്തുവിടാം." വാനരന്മാർ അങ്ങനെ ചെയ്തു. അൽപ്പസമയത്തിനുള്ളിൽ അവർ കൊടുങ്കാടിന് വെളിയിലായി.

അവർ യാത്ര തുടരട്ടെ. നമുക്ക് യോഗിയുടെ സ്ഥിതി നോക്കാം. യോഗിനി തപശ്ശക്തികൊണ്ട് ശ്രീരാമ ലക്ഷ്മണ സുഗ്രീവന്മാരുടെ അടുത്തെത്തി. പ്രദക്ഷിണം ചെയ്ത് 'ദാസീതാവഹം രഘുപതേ, രാജേന്ദ്രാ!' എന്നു തുടങ്ങി 'രാമചന്ദ്രായ നമസ്തേ നമോ നമഃ' എന്ന നൂറോളം വരികളുള്ള സ്തുതി ചെയ്തു. പരമാത്മചൈതന്യമേന്മയും ശ്രീരാമമഹിമയും ശ്രീരാമ

കഥാഗതികളും ഉൾക്കൊള്ളുന്ന സ്തുതിയിൽ രാമൻ സംപ്രീത നായി. അഭീഷ്ടം ആരാഞ്ഞു.

"അങ്ങയുടെ രൂപം കാണുന്നതിനും ജപിക്കുന്നതിനും എപ്പോഴും സാധിക്കണം. മനസ്സ് വിശുദ്ധമാകണം." സ്വയംപ്രഭ അറിയിച്ചു. ബ്രഹദാര്യാശ്രമത്തിൽചെന്ന് ധ്യാനിച്ചിരുന്നാൽ സമയ മാകുമ്പോൾ വൈകുണ്ഠസിദ്ധി ഉണ്ടാവുമെന്ന് പറഞ്ഞ് രാമൻ സ്വയംപ്രഭയെ യാത്രയാക്കി.

സമ്പാതി

ഹനുമാൻ സൈന്യം യാത്ര തുടർന്നെങ്കിലും ലക്ഷ്യത്തിലെ ത്താൻ കഴിഞ്ഞില്ല. അവർ ക്ഷീണിതരും നിരാശരുമായി. നിശ്ചിത ദിവസം കഴിഞ്ഞാൽ തന്റെ കഥ കഴിയുമെന്ന് അംഗദൻ വില പിച്ചു. ശ്രീരാമന് അംഗദനോടുള്ള വാത്സല്യം സൂചിപ്പിച്ച് ഹനു മാൻ ഉന്മേഷം പകർന്നു. അവർ യാത്ര ചെയ്ത് മഹേന്ദ്രാചല ത്തിലെത്തി. യാത്ര ചെയ്ത് തളർന്നു. ലക്ഷ്യം എത്തിയിട്ടില്ല. മട ങ്ങിച്ചെന്നാൽ സുഗ്രീവൻ വധിക്കും. അതിനേക്കാൾ നല്ലത് ഉപ വസിച്ച് മരിക്കുകയാണ് ഉചിതമെന്ന് കരുതി അവർ അവിടെ കിടന്നു. അപ്പോൾ ഗുഹയിൽനിന്നും മലയുടെ വലിപ്പമുള്ള ഒരു വലിയ പക്ഷി വരുന്നതുകണ്ടു. അവരെ കൊത്തിവിഴുങ്ങാമെന്ന സന്തോഷത്തോടെയാണ് വരവ്. ദുർവിധിയോർത്ത് വാനരന്മാർ സ്വയം പഴിച്ചു. ജടായുവിന്റെ ഭാഗ്യം പോലും തങ്ങൾക്കില്ലല്ലോ എന്ന് വിലപിച്ചു. ജടായുവിന്റെ പേര് കേട്ടപ്പോൾ ആ വലിയ പക്ഷിരൂപത്തിൽ ആനന്ദം തുടിച്ചു. സ്നേഹത്തോടെ അവരെ സമീപിച്ചു. വാത്സല്യത്തോടെ ഇങ്ങനെ ചോദിച്ചു.

"ജടായുവിന്റെ പേരുപറഞ്ഞ നിങ്ങൾ ആരാണ്? അവനെന്തു പറ്റി?"

"അവനെന്റെ പ്രിയ അനുജനാണ്. ഞാൻ സമ്പാതിയാണ്."

തുടർന്ന് പൂർവ്വകഥകൾ പറഞ്ഞു.

"നിങ്ങൾ ഇവിടെ എങ്ങനെ വന്നു?"

സമ്പാതിയുടെ ചോദ്യങ്ങൾക്ക് മറുപടിയായി അവർ കഴിഞ്ഞ കാര്യങ്ങൾ വിസ്തരിച്ചു കേൾപ്പിച്ചു. വനവാസം, സീതാപഹ രണം, ജടായുമോക്ഷം, സീതാന്വേഷണം എന്നീ കാര്യങ്ങളെല്ലാം വിശദമായി പ്രതിപാദിച്ചു. സമ്പാതി സന്തുഷ്ടനായി.

"ഞാൻ നിങ്ങളെ സഹായിക്കാം. ആദ്യം നിങ്ങൾ എനിക്ക് എന്റെ സഹോദരന്റെ ഉദകക്രിയകൾ ചെയ്യാൻ വേണ്ടതു ചെയ്തു തരണം."

വാനരന്മാർ സമ്പാതിയെ ജലസന്നിധിയിലെത്തിച്ചു. കർമ്മ ങ്ങൾക്ക് വേണ്ട കാര്യങ്ങൾ ചെയ്തുകൊടുത്തു. സമ്പാതി

അനുജനുവേണ്ട കർമ്മങ്ങൾ ചെയ്ത് സംപ്രീതനായി. അവരെ കഥ കേൾപ്പിച്ചു. അനുജന് നിഴലായി പറക്കുമ്പോൾ ചിറകു കരിഞ്ഞ് വിന്ധ്യാപർവ്വതത്തിൽ വീണു.

നിശാകരമഹർഷി

മൂന്നുദിവസം അന്ധനായി കഴിഞ്ഞു. എങ്ങനെയോ നിശാകര മഹർഷിയുടെ ആശ്രമത്തിലെത്തി. മഹർഷി വിവരം ആരാഞ്ഞു. ഞാൻ കഥകൾ പറഞ്ഞു. അദ്ദേഹം അകക്കണ്ണുകൊണ്ട് കാര്യങ്ങൾ ഗ്രഹിച്ചു.

"നീ ഒന്നുകൊണ്ടും പേടിക്കണ്ട. ദേഹമോഹമാണ് എല്ലാ ആപത്തുകൾക്കും കാരണം. നശ്വരമായ ദേഹത്തിൽ ശ്രദ്ധിക്കരുത്. ശാശ്വതമായ ആത്മസംതൃപ്തിക്ക് സത്കർമ്മങ്ങൾ ചെയ്യണം." ഉപദേശങ്ങൾ നൽകി.

ഒരു ശിശുവിന്റെ ജനനത്തിന്റെ വിവിധ വളർച്ചാസമയങ്ങൾ വ്യക്തമാക്കി. എത്ര ജന്മം കിട്ടിയാലും ഭഗവത് സ്മൃതിയില്ലെങ്കിൽ വെറുതെയാകുമെന്ന് ബോധ്യപ്പെടുത്തി. പരബ്രഹ്മജ്ഞാനോപദേശവും നൽകി. തുടർന്ന് രാമകഥയും സൂചിപ്പിച്ചു. സീതാന്വേഷണത്തിന് വരുന്ന വാനരന്മാർക്ക് മാർഗ്ഗോപദേശം നൽകിയാൽ നിനക്ക് നഷ്ടപ്പെട്ട ചിറകുകൾ തിരിച്ചുകിട്ടുമെന്ന് പറഞ്ഞിരുന്നു. അത് സത്യമായിരിക്കുന്നു. സമ്പാതി ചിറകുകൾ വിടർത്തി തല ഉയർത്തി നോക്കി. ലങ്കയിൽ സീതയെ കണ്ട കാര്യം അവരെ അറിയിച്ചു. മാർഗ്ഗവും നിർദ്ദേശിച്ചു. മഹർഷി ശ്രേഷ്ഠന്മാരുടെ വാക്കുകൾ അർത്ഥവത്താണ് എന്ന ഉപദേശത്തോടെ സമ്പാതി പറന്നുയർന്നു. സീതയുടെ ഇരിപ്പിടത്തെപ്പറ്റി സൂചനകൾ കിട്ടി. വിസ്തൃതമായ സമുദ്രം കടന്നുവേണം ലങ്കയിൽ ചെല്ലാൻ. എന്താണ് വഴി? അവർ ചിന്തിച്ചു.

ജാംബവാൻ

നൂറ് യോജന വിസ്തൃതിയുള്ള സമുദ്രം എങ്ങനെ കടക്കും? എല്ലാവരും മുഖത്തോടുമുഖം നോക്കി. ചിലർക്ക് സംശയമുണ്ടാകാതിരുന്നില്ല. ആരെങ്കിലും സമുദ്രം ചാടിക്കടന്ന് ലങ്കയിൽ എത്തിയാൽ രാവണൻ അവരെ വകവരുത്തുകയില്ലേ. ചാടുമ്പോൾ സമുദ്രത്തിൽ വീണാൽ എന്താകും സ്ഥിതി? ഇങ്ങനെ പല ചിന്തകളായി. ത്രികാലജ്ഞനും ചിരഞ്ജീവിയുമായ ജാംബവാൻ പറഞ്ഞു, "രാമഭക്തനായ സമ്പാതിയുടെ വാക്കുകൾ വെറുതെയാവില്ല."

അതോടെ സംശയം കുറേയെല്ലാം നീങ്ങി. ശക്തനായ അംഗദനെ ചിലർ നിർദ്ദേശിച്ചു. ഭാവിരാജാവായ അംഗദൻ പോകാൻ പാടില്ലെന്ന് ജാംബവാൻ പറഞ്ഞു. ഓരോരുത്തരും അവരവരുടെ

കഴിവ് പറഞ്ഞുതുടങ്ങി. പത്തുയോജന, ഇരുപത് യോജന, മുപ്പത് യോജന എന്നിങ്ങനെ... ചിലർ അങ്ങോട്ടു ചാടാം, പക്ഷേ ഇങ്ങോട്ടുവയ്യ. ചർച്ചയിങ്ങനെ നീളുമ്പോൾ ജാംബവാൻ ഹനുമാനെ നോക്കിപ്പറഞ്ഞു.

"വായുപുത്രനായ നിനക്കുമാത്രമേ സമുദ്രം ചാടിക്കടക്കാൻ പറ്റൂ. നിനക്ക് മൂന്ന് അച്ഛനുണ്ട്, മൂന്ന് അമ്മയുണ്ട്. പരമേശ്വരനും പാർവ്വതിയും, വായുഭഗവാനും സദാഗതിയും, കേസരിയും അഞ്ജനയും. അവരുടെ ശക്തിസിദ്ധികൾ നിനക്കുണ്ട്. മാത്രമല്ല, ബാല്യത്തിൽ ആദിത്യബിംബം ലാക്കാക്കി പാഞ്ഞിട്ടുമുണ്ട്."

പൂർവ്വകഥകൾ പറഞ്ഞ് ജാംബവാൻ ഹനുമാനെ പ്രോത്സാഹിപ്പിച്ചു. തന്റെ സിദ്ധികൾ മറക്കാനുള്ള ഒരു പൂർവ്വകഥ ഹനുമാനുണ്ട്. സ്വശക്തി ഹനുമാൻ തിരിച്ചറിഞ്ഞു. വീര്യം വീണ്ടെടുത്തു. ക്രമേണ വളർന്നു. വാമനമൂർത്തിയെപ്പോലെ വളർന്നു. ശ്രീരാമൻ തന്നെ മോതിരമേൽപ്പിച്ച ദൗത്യം തെളിഞ്ഞുവന്നു. ഭീമാകാരനായ പക്ഷിയെപ്പോലെ പറന്നു. ഹനുമാന്റെ ശക്തിയിലും വാക്കിലും വിശ്വസിച്ച് വാനരന്മാർ മംഗളം നേർന്നു. ഗരുഡനെപ്പോലെ വിഷ്ണുവാഹകനായി ഹനുമാൻ ലങ്കയിലേക്ക് കുതിച്ചു. ഈ കഥ പാടിയ ശാരികപ്പൈതലിനും സന്തോഷമുണ്ടായി.

ഹനുമാൻ

സീതാന്വേഷണത്തിൽ വ്യാപൃതരായ രാമലക്ഷ്മണന്മാർ ഹനുമാനെ കാണുന്നതോടെയാണല്ലോ ഈ കാണ്ഡത്തിലെ കഥകൾ വിരിയുന്നത്. ശബ്ദശാസ്ത്രനിപുണൻ എന്ന് ശ്രീരാമൻ തന്നെ പ്രശംസിക്കുന്ന ഹനുമാന്റെ കഥ ആദ്യം നോക്കാം. ജാംബവാന്റെ വാക്കുകളിൽതന്നെ കഥകളുടെ ചുരുളുകൾ ഉണ്ട്. സാക്ഷാൽ ശിവപാർവ്വതിമാരിലേക്കാണ് ആദ്യം ഹനുമാന്റെ പൈതൃകം വിരൽചൂണ്ടുന്നത്. കേസരിയും അഞ്ജനയുമാണ് നാമറിയുന്ന മാതാപിതാക്കൾ. ദേവഗുരുവായ ബൃഹസ്പദിയുടെ ആശ്രമത്തിലെ ദാസിയായിരുന്നു പുഞ്ജികസ്ഥല എന്ന വിദ്യാധരസ്ത്രീ. ഒരുദിവസം പൂക്കൾ ശേഖരിക്കാൻ പോയ അവൾ വിദ്യാധരദമ്പതിമാരുടെ ക്രീഡകൾ കാണാൻ ഇടയായി. അവരുടെ സുഖഭോഗം തനിക്കുമുണ്ടാകാൻ ആശിച്ചുപോയി. ഉത്ക്കടമായ ആവേശത്താൽ മഹർഷിയോട് രതിസുഖത്തിനപേക്ഷിച്ചു. സമയസന്ദർഭങ്ങൾ നോക്കാതെ ദുർവിചാരങ്ങളുണ്ടായ നിനക്ക് ഗണികസ്വഭാവമാണ്. ദാസിക്ക് ചേർന്നതല്ല. അന്യരെ അനുകരിക്കുന്ന നീ വാനരസ്ത്രീയായിത്തീരട്ടെ എന്ന് ശപിച്ചു.

സ്ത്രീയായ തന്റെ അവിവേകം ക്ഷമിക്കുവാൻ പുഞ്ജികസ്ഥല അപേക്ഷിച്ചു.

"നിനക്ക് പരമശിവബീജത്താൽ ഒരു പുത്രനുണ്ടാകും.

അതോടെ നിനക്ക് ശാപമോക്ഷമുണ്ടാകും." മഹർഷി അവളെ ബോധ്യപ്പെടുത്തി.

അങ്ങനെ പുഞ്ജികസ്ഥല എന്ന വിദ്യാധരസ്ത്രീ അഞ്ജന എന്ന വാനരസ്ത്രീയായി. കേസരി എന്ന വാനരൻ അവളെ ഭാര്യയായി സ്വീകരിച്ചു. അവർ ഭാര്യാഭർത്താക്കന്മാരായി രസിച്ച് ജീവിച്ചു. കുറേ കഴിഞ്ഞപ്പോൾ അവർ അഞ്ജന പർവ്വത താഴ്‌വരയിലെത്തി. കുറച്ചുകാലത്തേക്ക് രതിസുഖം ഉപേക്ഷിച്ച് ധ്യാന നിരതയായിരിക്കുവാൻ അവൾ ആഗ്രഹിച്ചു. കേസരി സമ്മതിച്ചു. വാനരസ്ത്രീ പരമശിവനെ ധ്യാനിച്ചിരിക്കുന്നുവെന്ന കാര്യം നാരദൻ ശിവനെ അറിയിച്ചു. ശിവപാർവ്വതിമാർ വനക്രീഡയ്ക്ക് പുറപ്പെട്ടു. ആ സന്ദർഭത്തിൽ വാനരക്രീഡകളിൽ തത്പരയായ പാർവ്വതി വാനരന്മാരുടെ മാരലീല ആഗ്രഹിച്ചു. പരമശിവൻ വഴങ്ങി. അവർ രസിച്ചുകഴിയവേ പാർവ്വതി ഒരു പൂർവ്വകഥയോർത്തു.

ഗജമുഖനായ ഗണപതിയുടെ പിറവി. വാനരക്കുട്ടിയെ പ്രസവിച്ച് വീണ്ടും അപമാനം സഹിക്കുവാൻ പാർവ്വതിക്ക് വിഷമമായി. വിവരം ശിവനെ അറിയിച്ചു. പരമശിവൻ നൈസർഗ്ഗികമായ കഴിവിനാൽ ബീജം പുറത്തേക്കെടുത്തു. അഞ്ജന എന്ന സ്ത്രീയുടെ ഗർഭത്തിലാക്കാൻ വായുദേവനോട് പറഞ്ഞു. വായുദേവൻ ശിവബീജം ധ്യാനത്തിലിരിക്കുന്ന അഞ്ജനയിലാക്കി. അഞ്ജനയുടെ ദിവ്യഗർഭം നാരദൻ ബാലിയുടെ ശ്രദ്ധയിൽപ്പെടുത്തി. അഞ്ജനയ്ക്ക് അതിസമർത്ഥനായ പുത്രനുണ്ടാകുന്നത് തനിക്ക് ഭീഷണിയാണെന്ന് ബാലിക്കു തോന്നി. പഞ്ചലോഹങ്ങൾ ജലരൂപത്തിലാക്കി അഞ്ജനയുടെ ഗർഭം നശിപ്പിക്കുവാൻ ശ്രമിച്ചു എന്നൊരു കഥയുമുണ്ട്. പരമശിവന്റെ ബീജമാകയാൽ ഗർഭം അലസുന്നതിന് പകരം കുണ്ഡലമായി. അഞ്ജന യഥാസമയം പ്രസവിച്ചു. മുനിവചനമനുസരിച്ച് മകനെ വിട്ടുപോകാനൊരുങ്ങി. പൂർവ്വചരിത്രം അഞ്ജന മകനെ ഗ്രഹിപ്പിച്ചു. ഭക്ഷണമെന്താണെന്ന് കുട്ടി ചോദിച്ചപ്പോൾ സൂര്യനെ നോക്കി ഇതുപോലുള്ള ഫലങ്ങൾ ഭക്ഷിക്കാമെന്ന് പറഞ്ഞു. അഞ്ജന ശാപമോചിതയായി യാത്രയായി. സൂര്യൻ ഫലമാണെന്ന് കരുതി നൂറായിരം യോജന ഉയരത്തിൽനിൽക്കുന്ന സൂര്യനു നേർക്ക് കുട്ടിയായ അവൻ ചാടി. വായുഭഗവാൻ വേഗവും ബ്രഹ്മാവ് ശക്തിയും നൽകി. വിവരമറിഞ്ഞ് ഇന്ദ്രൻ ഐരാവതത്തിലേറി തടുക്കാൻ വന്നു. ഐരാവതത്തിന്റെ മുഖത്തുള്ള രത്നങ്ങൾ കണ്ട് കുട്ടിയുടെ ഗതി അങ്ങോട്ടായി. ഇന്ദ്രൻ വജ്രായുധംകൊണ്ട് വെട്ടി. താടി മുറിഞ്ഞ് നിർജ്ജീവമായി താഴെ വീണു. പിതാവായ വായുദേവൻ ഓടിവന്ന് പുത്രനെ എടുത്ത് പാതാളത്തിലേക്ക് പാഞ്ഞു. വായുസഞ്ചാരമില്ലാതെ ജീവജാലങ്ങൾ വലഞ്ഞു. ഇന്ദ്രാദികളും വിഷ്ണുവുംകൂടി വായുദേവനെ തിരഞ്ഞു. കപില

മഹർഷിയുടെ ഗുഹയിൽ കണ്ടുമുട്ടിയതായി പറയപ്പെടുന്നു. വിഷ്ണു വായുദേവനെ ആശ്വസിപ്പിച്ചു. കുട്ടിയെ മടിയിലിരുത്തി ഭക്തനായി വാഴുക എന്ന് അനുഗ്രഹിച്ചു. പരമേശ്വരനും ഇന്ദ്രനും യമനും മറ്റും ഓരോവിധ അനുഗ്രഹങ്ങൾ നൽകി. ഇന്ദ്രായുധം കൊണ്ട് താടിയെല്ല് മുറിഞ്ഞതിനാൽ 'ഹനുമാൻ' എന്ന പേരും കിട്ടി. വിദ്യാഭ്യാസത്തിനായി സൂര്യനെ സമീപിച്ചു.

സൂര്യഭഗവാൻ തന്റെ തിരക്ക് വ്യക്തമാക്കി. സൂര്യരഥത്തിനു മുമ്പിൽ പുസ്തകം പിടിച്ച് പുറകോട്ടു നടന്ന് ഗുരുവചനങ്ങൾ സ്വീകരിച്ചു. ഒമ്പതുകോടി അമ്പത്തൊന്നു ലക്ഷത്തി എഴുപത്തെയ്യായിരം യോജന ദൂരം പതിനഞ്ചു നാഴികകൊണ്ട് സഞ്ചരിക്കുന്ന സൂര്യനെ പിന്തുടർന്ന് പഠനം പുരോഗമിച്ചു. കുറച്ചു ദിവസം കൊണ്ട് നാലുവേദങ്ങളും ആറു ശാസ്ത്രങ്ങളും പഠിച്ച് വിശാരദനായി. ആദ്യദർശനവും സംസാരവും കണ്ടപ്പോൾതന്നെ ശ്രീരാമൻ ഹനുമാനെ മഹാപണ്ഡിതനായി തിരിച്ചറിഞ്ഞു. ത്രിമൂർത്തികളുടെ വരദാനംകൊണ്ട് കുട്ടിയായ ഹനുമാൻ മഹർഷിമാരുടെ പൂജാദ്രവ്യങ്ങൾ മറിച്ചിട്ടു. 'നിന്റെ ബലം നീ അറിയാതെ പോകട്ടെ' എന്ന് ശപിച്ചു. പൂർവ്വചരിതം സിദ്ധന്മാർ പറഞ്ഞു കേൾക്കുമ്പോൾ തിരിച്ചുകിട്ടുമെന്ന് ശാപമോക്ഷവും കൊടുത്തു. ജാംബവാന്റെ വാക്കുകളെക്കൊണ്ട് ശക്തി തിരിച്ചറിഞ്ഞ ഹനുമാൻ സമുദ്രം ചാടിക്കടന്നത് അങ്ങനെയാണ്.

യുദ്ധകാണ്ഡത്തിൽ ഔഷധാഹരണത്തിന് പോകുമ്പോഴും ജാംബവാന്റെ വാക്കുകൾ ഹനുമാന് പ്രേരകമാകുന്നുണ്ട്. ഹനുമാന് ശക്തിപകരുന്ന ജാംബവാൻ ബ്രഹ്മപുത്രനാണ്. ബ്രഹ്മാവിന്റെ വിയർപ്പ് ഒഴുകിവീണ ഊരുപ്രദേശത്തുനിന്നുണ്ടായി എന്നാണ് കഥ. ബ്രഹ്മാവിന്റെ ഒരു പകൽ കഴിഞ്ഞ് രാത്രിയുടെ മൂന്നാം യാമത്തിലാണ് ജനനം. ആയുസ്സ് എത്രയെന്ന് പറയാൻ പറ്റാത്തത്ര അനന്തമാണ്. കൃത, ത്രേത, ദ്വാപര, കലിയുഗങ്ങൾ നീണ്ടുനിൽക്കുന്നതാണെന്ന് പറയാമെന്നുമാത്രം. എല്ലാ യുഗസംഭവങ്ങൾക്കും സാക്ഷിയാണ്.

ബാലിസുഗ്രീവന്മാർ

ഭർതൃഭക്തയായ ശീലാവതി ഭർത്താവായ ഉഗ്രതപസ്സിനെ ചുമലിലേറ്റി ഒരു വേശ്യാലയത്തിലേക്ക് പോകുന്നു. വഴിയിൽ അണിമാണ്ഡ്യൻ എന്ന മുനി വേദനയാൽ പിടയുന്നു. പക്ഷേ, ശീലാവതി അത് ശ്രദ്ധിക്കുന്നില്ല. ഇതുമൂലം നിന്റെ ഭർത്താവ് സൂര്യോദയത്തിന് മുമ്പ് മരിക്കട്ടെ എന്ന് മുനി ശപിക്കുന്നു. പതിവ്രതയായ ശീലാവതി സൂര്യൻ ഉദിക്കാതിരിക്കട്ടെ എന്ന പ്രതിശാപവും ചെയ്യുന്നു. സൂര്യൻ ഉദിക്കാത്തതുകൊണ്ട് വിശ്രമവിനോദത്തിനായി സൂര്യസാരഥിയായ അരുണൻ ദേവലോകത്ത്

നൃത്തം കാണാൻ പോയി. സ്ത്രീ വേഷത്തിൽ ദേവാംഗനകളുടെ കൂടെ ഇരുന്നു. ആ വനിതയുടെ രൂപഭംഗിയിൽ ആകൃഷ്ടനായ ഇന്ദ്രൻ അവളെ പ്രാപിച്ചു. അതിൽനിന്നുണ്ടായ പുത്രനാണ് ബാലി. തിരിച്ചുവന്ന അരുണൻ ആ കഥ സൂര്യനോട് പറഞ്ഞു. സൂര്യനും ആ മനോഹരമായ മോഹിനീരൂപം കാണാൻ കൊതിച്ചു. അതിലുണ്ടായ പുത്രനാണ് സുഗ്രീവൻ എന്നാണ് ഒരു കഥ. ചാപല്യപ്രവർത്തികളിൽ ജനിച്ചതുകൊണ്ട് വാനരരൂപമായതാകാം.

മറ്റൊരു കഥ ഇങ്ങനെയാണ്. ബ്രഹ്മാവിന്റെ പുത്രനായ ഇരകതാശ്വൻ (ഋഷിരജസ്സ്) മേരു പർവ്വതത്തിലെ മകളിരാം എന്ന തടാകക്കരയിലെത്തി. അവിടെയുള്ള വൃക്ഷത്തിൽനിന്ന് അവിടത്തെ പഴുത്തപഴങ്ങൾ ഭക്ഷിച്ചുകൊണ്ടിരുന്നു. താഴെ തടാകത്തിലേക്ക് നോക്കി. അതാ, മറ്റൊരു ഇരകതാശ്വൻ. പ്രതിരൂപം ശത്രുവാണെന്ന് ധരിച്ചു. ഉടൻ അവനെ വകവരുത്തുവാൻ വെള്ളത്തിലേക്ക് ചാടുകയും ജാള്യതമൂലം തിരിച്ചുകയറുകയും ചെയ്യുന്നു. അപ്പോൾ രൂപം മാറി സ്ത്രീയായിരിക്കുന്നു. സുന്ദരിയായ സ്ത്രീ. ആ സുന്ദരിയെ ഇന്ദ്രൻ കാണുന്നു. കാമവിവശനായി പ്രാപിക്കുന്നു. ബാലി പിറക്കുന്നു. ഈ മഹിളാമണിയെ സൂര്യൻ കാണുന്നു. മോഹപരവശനായി പ്രാപിക്കുന്നു. അതിൽനിന്നും സുഗ്രീവനുണ്ടായി. സ്ത്രീയായ ഇരകതാശ്വൻ പുത്രന്മാരുമൊത്ത് പിതാവിനെക്കണ്ട് കാര്യങ്ങൾ ധരിപ്പിക്കുന്നു. ബ്രഹ്മനിയോഗം അനുസരിച്ച് കിഷ്കിന്ധാവനത്തിൽ വിശ്വകർമ്മാവ് മനോഹരമായ പട്ടണം നിർമ്മിച്ചു. തുടർന്ന് ബാലി അവിടത്തെ രാജാവും സുഗ്രീവൻ ഇളയ രാജാവുമായി. ഇരകതാശ്വൻ സ്വർഗ്ഗത്തിലേക്കും പോയി.

ഇരകതാശ്വൻ സ്ത്രീയാവാൻ ഇടയായ മറ്റൊരു കഥയുമുണ്ട്. ശിവപത്നിയായ പാർവ്വതി മകളിരാം തടാകത്തിൽ കുളിക്കാൻ ഇറങ്ങാറുണ്ട്. ഒരു ദിവസം പാർവ്വതി സ്നാനം ചെയ്യുമ്പോൾ വൈരോചനൻ എന്ന രാക്ഷസൻ ആ വഴി വന്നു. സുന്ദരിയായ പാർവ്വതിയെ കാണുന്നു. പാർവ്വതിയുടെ നഗ്നശരീരകാന്തി ആസ്വദിക്കാൻ തടാകത്തിലേക്ക് സ്ത്രീരൂപത്തിൽ ചാടി. യാതൊരു മടിയും കൂടാതെ തന്റെ കൂടെ കുളിക്കുന്ന സ്ത്രീയെ പാർവ്വതി ശ്രദ്ധിച്ചു. പന്തികേടു തോന്നി. ദിവ്യശക്തിയിലൂടെ തിരിച്ചറിഞ്ഞു. ഈ അസുരൻ സ്ത്രീയാവട്ടെ എന്ന് ശപിച്ചു. ദുഷിച്ച ചിന്തയ്ക്ക് തക്ക തിരിച്ചടി കിട്ടി. തടാകം തൊടുന്ന പുരുഷന്മാരെല്ലാം സ്ത്രീകളാകുമെന്ന് ശപിച്ചു. ഈ കഥകളിൽ അവിശ്വസനീയതകൾ ഉണ്ടാകാം. പക്ഷേ ലക്ഷ്യവും മാർഗ്ഗവും ശുദ്ധമായിരിക്കണമെന്ന് നമ്മെ ഓർമ്മിപ്പിക്കുന്നുണ്ട്.

സഹോദരന്മാരായ ബാലി സുഗ്രീവന്മാർ ശത്രുക്കളായാണ് നാം ഈ കാണ്ഡത്തിൽ കാണുന്നത്. ദത്തുകൊണ്ട് ഇന്ദ്രസൂര്യന്മാരുടെ പുത്രന്മാരായ ബാലി സുഗ്രീവന്മാർ കിഷ്ക്കിന്ധാപതികളായി വാഴുകയാണ്. യമപുത്രനായ മായാവി ബാലിയെ ദ്വന്ദ്വ

യുദ്ധത്തിന് വിളിച്ചു. യുദ്ധത്തിനിടയിൽ മായാവി ഒരു ഗുഹയിൽ ഒളിച്ചു. ബാലി പിന്തുടർന്നു. ഒരു വലിയ പാറകൊണ്ട് ദ്വാരം അടച്ചു. സുഗ്രീവനെ കാവൽ നിർത്തി. ചോര വന്നാൽ ബാലി മരിച്ചുവെന്ന് കരുതാം. ഒരു മാസം കഴിഞ്ഞു. ബാലി തിരിച്ചുവന്നില്ല. ചോര കാണുകയും ചെയ്തു. ബാലി മരിച്ചെന്നു കരുതി സുഗ്രീവൻ തിരിച്ചുപോയി. രാജാവായി വാണു. കുറേ കഴിഞ്ഞപ്പോൾ ബാലി തിരിച്ചുവന്നു. സുഗ്രീവൻ തന്നെ കൊല്ലാൻ ശ്രമിച്ചതായി കരുതി. കോപിച്ച് സുഗ്രീവനെ വധിക്കാനൊരുങ്ങി. സുഗ്രീവൻ പേടിച്ചോടി. ഋഷിമൂകാചലത്തിൽ അഭയം പ്രാപിച്ചു. ബാലി അവിടേക്ക് വരില്ല. അതിനും ഒരു കഥയുണ്ട്. ദുന്ദുഭി എന്ന അസുരൻ പോത്തിന്റെ വേഷത്തിൽ ബാലിയെ എതിരിട്ടു. ശക്തനായ ബാലി കൊമ്പുപിടിച്ച് ഭൂമിയിൽ മുട്ടിച്ചു. മുഖം പിഴുതെടുത്ത് ദൂരേക്ക് എറിഞ്ഞു. ചെന്നുവീണത് മാതംഗാശ്രമത്തിലാണ്. മഹർഷി കാര്യമറിഞ്ഞു. ബാലിയെ ശപിച്ചു. ഇവിടെ വന്നാൽ തല പൊട്ടിത്തെറിക്കും. അങ്ങനെ ബാലികേറാമലയായി. അസാദ്ധ്യമായ പ്രവർത്തി എന്ന അർത്ഥത്തിൽ 'ബാലികേറാമല' മലയാളത്തിലെ ഒരു ശൈലിയാണ്. സുഗ്രീവനും മന്ത്രിയായ ഹനുമാനും അവിടെ കഴിയുമ്പോഴാണ് ശ്രീരാമനുമായി സഖ്യം ചെയ്യുന്നത്.

താര

പഞ്ചകന്യകമാരിൽ ഒരാളായ ബാലിയുടെ പത്നിയാണ് താര. വാനരരാജാവായ ബാലിയുടെ മന്ത്രി ആയിരുന്നു സുഷേണൻ. അദ്ദേഹത്തിന് നാലു ഭാര്യമാർ ഉണ്ടായിരുന്നു. സുഗന്ധ, സുമുഖി, സുദതി, സുകണ്ഠി. എന്നാൽ മക്കളുണ്ടായിരുന്നില്ല. ഒരു രാത്രി സുഷേണനും ഭാര്യയായ സുഗന്ധിയും മുറ്റത്തിരുന്ന് മക്കളില്ലാത്ത ദുഃഖം പങ്കുവെച്ചുകൊണ്ടിരിക്കുകയായിരുന്നു. അപ്പോൾ ഒരു താരകം പെട്ടെന്ന് സുഗന്ധിയുടെ മടിയിൽ വീണു. ഉടൻ തന്നെ അത് ശിശുവായി മാറി. പന്ത്രണ്ടാം ദിവസം ഗന്ധമാനസ എന്ന പുരോഹിതൻ ആ കുട്ടിക്ക് താരയെന്ന് പേരിട്ടു. നാല് അമ്മമാരുടെ ഓമനപ്പുത്രിയായി അവൾ വളർന്നു. അതിസുന്ദരിയായി വിലസിക്കൊണ്ടിരുന്നു. അങ്ങനെയിരിക്കെ ഒരിക്കൽ ബാലി മന്ത്രിമന്ദിരത്തിൽ വന്നു. സുന്ദരിയായ താരയെ കണ്ടു. അവളുടെ രൂപലാവണ്യത്തിൽ ആകൃഷ്ടനായ ബാലി അവളെ തന്റെ പത്നിയാക്കാനുള്ള ആഗ്രഹം പ്രകടിപ്പിച്ചു. സുഷേണൻ സമ്മതിക്കുകയും താര ബാലിപത്നിയാകുകയും ചെയ്തു.

കഥാപാത്രങ്ങളും പ്രതിപ്രവർത്തനങ്ങളും

അതീവ ദുഃഖത്തോടെ സീതാന്വേഷണത്തിൽ വ്യാപൃതരാവുന്ന രാമലക്ഷ്മണന്മാരെയാണ് നാം ഈ കാണ്ഡത്തിൽ ആദ്യം

കാണുന്നത്. ജ്യേഷ്ഠന്റെ ക്ഷേമത്തിനുവേണ്ടി സകലതും ത്യജിക്കുന്നതും സഹിക്കുന്നതും ലക്ഷ്മണന്റെ പ്രത്യേകതയാണ്. സുഗ്രീവസഖ്യത്തിന് പ്രേരകശക്തിയാവുന്നു. സഖ്യകാര്യങ്ങൾ മറന്ന് സുഗ്രീവൻ സുഖിക്കുന്നു. രാമൻ ദുഃഖിക്കുന്നു. അപ്പോൾ ലക്ഷ്മണൻ രാമനെ ആശ്വസിപ്പിക്കുന്നു. കോപാകുലനായി സുഗ്രീവസന്നിധിയിൽ എത്തുന്നു. സുഗ്രീവനെ കൂട്ടിക്കൊണ്ടു വരുന്നു. വാനരസൈന്യം സീതാന്വേഷണത്തിന് പോകുന്നു. ഈ ഘട്ടത്തിൽ ഒരു രാസത്വരകമായി ലക്ഷ്മണൻ കർമ്മകൗശല്യം കാണിക്കുന്നു. ചാതുർമാസ്യവ്രതസമയത്ത് ക്രിയാമാർഗ്ഗോപദേശം നേടി മാനസികപോഷണം സാധിക്കുന്നുണ്ട്. അവതാരപുരുഷന്റെ ശൈലിയിൽനിന്നും മാറി ഒരു സാധാരണ മനുഷ്യനായ രാമനെ നാം കാണ്ഡത്തിൽ കാണുന്നുണ്ട്. ഭാര്യയുടെ വേർപാടിൽ വിലപിക്കുന്നു. സുഗ്രീവന്റെ കൃതഘ്നതയിൽ അസഹിഷ്ണുവാകുന്നു. സഖ്യം സമർപ്പണമായി ബാലിക്കുനേരെ ഒളിയമ്പ് എയ്യുന്നു. വിലപിക്കുന്ന താരയെ ആശ്വസിപ്പിച്ച് കർമ്മോന്മുഖയാക്കുന്നു. കർമ്മനിരതരായ വാനരന്മാരെ പ്രോത്സാഹിപ്പിക്കുന്നു. ദൈനംദിന ജീവിതസംഭവങ്ങളുമായി താരതമ്യമുള്ള ഒട്ടേറെ രംഗങ്ങൾ ഇവിടെ കാണാം. ശ്രീരാമദുഃഖനിവാരണത്തിൽ പങ്കാളികളായി സ്വയംപ്രഭയും സമ്പാതിയും സായൂജ്യം നേടുന്നു.

നന്മയുടെ വഴികൾ

കിഷ്കിന്ധയിലെ രാജപ്രതിനിധികളായ ബാലിസുഗ്രീവന്മാർ ഈ ഭാഗത്തെ ശ്രദ്ധാകേന്ദ്രങ്ങളാണ്. വീരപരാക്രമശാലിയായ ബാലി പലപ്പോഴും അവിവേകിയാകുന്നു. തെറ്റിദ്ധാരണകൊണ്ട് അനുജനെ വധിക്കാനൊരുങ്ങുന്നു. യാഥാർത്ഥ്യമുൾക്കൊള്ളാനുള്ള സഹിഷ്ണുതയില്ല. സഹോദരപത്നിയെ ഭാര്യയാക്കാൻ മടിക്കുന്നില്ല. ഫലമോ? എതിരാളിയുടെ പകുതിബലം നേടുന്ന സിദ്ധിയുണ്ടായിട്ടും വിധിക്കു വഴങ്ങേണ്ടിവരുന്നു. എങ്കിലും ബാലി ശ്രീരാമനോടു ചോദിക്കുന്ന ചോദ്യങ്ങൾ ഉള്ളിൽ കൊള്ളുന്നതാണ്. രാമന്റെ കർമ്മസിദ്ധികൊണ്ട് അവ നേരിടുന്നു എന്നു മാത്രം. തെറ്റുകൾ തിരിച്ചറിഞ്ഞതുകൊണ്ട് ബാലിക്ക് ജന്മസാഫല്യമുണ്ടായി. സഹോദരൻ, ഭരണാധികാരി, ബലവാൻ എന്നിവർ എങ്ങനെ കർമ്മങ്ങൾ ചെയ്യണമെന്ന് ബാലിചരിതത്തിന്റെ ഗുണപാഠമാണ്.

മനഃപൂർവ്വമല്ലാത്ത ഒരു പ്രവർത്തിക്ക് സുഗ്രീവൻ ശിക്ഷിക്കപ്പെടുന്നു. രാജ്യത്തുനിന്ന് നിഷ്കാസിതനായി. എന്നാൽ വീണു കിട്ടിയ സന്ദർഭം പോലെ രാമദർശനം പ്രയോജനപ്പെടുത്തി. ശ്രീരാമസഖ്യത്താൽ രാജാവാകാൻ കഴിഞ്ഞു. എന്നാൽ ജ്യേഷ്ഠന്റെ മരണത്തിൽ വിലപിക്കുന്നുണ്ട്. അംഗദനെ അരുമയായി വളർത്തുന്നു. നല്ലകാലം വരുമ്പോൾ കഴിഞ്ഞകാര്യങ്ങൾ

മറന്ന് സുഗ്രീവൻ സുഖതൽപ്പരനാകുന്നു. എങ്കിലും വിശ്വസ്തനായ ഹനുമാന്റെ വാക്കുകേട്ട് കർത്തവ്യനിരതനാകുന്നുണ്ട്.

സുഗ്രീവാജ്ഞ വേണ്ടകാര്യങ്ങൾ വേണ്ടസമയത്ത് വേണ്ടവിധം നിർവ്വഹിക്കണമെന്ന് ഇന്നത്തെ ഭരണാധികാരികളെ ബോധ്യപ്പെടുത്തുന്നുണ്ട്. മന്ത്രിമാർക്കും സെക്രട്ടറിമാർക്കും സുഗ്രീവഹനുമാന്മാർ മാതൃകയാകുന്നു.

രാമായണത്തിലെ ജീവനാഡി എന്ന് വിശേഷിപ്പിക്കാവുന്ന ഹനുമാന്റെ ബഹുമുഖമായ പ്രവർത്തനസരണികൾ ഈ കാണ്ഡത്തിൽ ആരംഭിക്കുന്നു. സൂര്യശിഷ്യനായ ഹനുമാന്റെ പാണ്ഡിത്യം, പ്രത്യുത്പ്പന്നമതിത്വം എന്നിവയെ ശ്രീരാമൻപോലും പ്രശംസിക്കുന്നുണ്ട്. വിശ്വസ്തനായ മന്ത്രി, വിവേകിയായ ഭക്തൻ, ധീരനായ നേതാവ് എന്നീ നിലകളിൽ വായുപുത്രന്റെ ചൈതന്യം വിളങ്ങുന്നു. കർമ്മദോഷത്തിൽ സ്വശക്തി മറക്കുന്നു. ജാംബവാന്റെ വാക്കുകളിൽ പൂർവ്വതേജസ്സ് വീണ്ടെടുക്കുന്നു. മഹത്തായ ഉദ്യമത്തിനുള്ള തുടക്കം തന്നെ ശുഭോതർക്കമാണ്. പൈതൃകമായ മഹിമയും സ്വപ്രയത്നവും ഒത്തുചേർന്ന് ഉയർച്ചയുടെ സോപാനങ്ങൾ തെളിയുന്നത് നാം കാണുന്നു.

നാലുമാതാക്കളുടെ വാത്സല്യധാരയിൽ വളർന്നവളാണ് താര. ഉത്തമപത്നിയായ താര പ്രത്യക്ഷമായ സംഭവപരമ്പരകളിലൂടെ ബാലിയെ യുദ്ധത്തിൽനിന്ന് പിൻതിരിപ്പിക്കാൻ ആവുന്നത്ര ശ്രമിക്കുന്നുണ്ട്. ഫലമുണ്ടായില്ല. വിധവയായി. അക്കാലത്തെ രീതി അനുസരിച്ച് അനുജന്റെ ഭാര്യാപദവി വഹിക്കേണ്ടി വന്നു. അംഗലാവണ്യത്തിന്റെ ചതിക്കുഴികളും മനോനൈർമ്മല്യത്തിന്റെ മഹിമയും നിത്യജീവിതസംഭവങ്ങളാണല്ലോ? ക്രുദ്ധനായ ലക്ഷ്മണനെ സരസസംഭാഷണത്തിലൂടെ ശാന്തനാക്കുന്നു. ദേവനായ രാമന്റെ ശാന്തിഗീതത്താൽ കർമ്മഗതി തെളിയുന്നു. അയോദ്ധ്യയിലേക്കുള്ള മടക്കയാത്രയിൽ സീതയുടെ മനസ്സിലും താര തെളിയുന്നുണ്ട്. കുറച്ചു ഭാഗത്തേ താര പ്രത്യക്ഷപ്പെടുന്നുള്ളൂ. എന്നാൽ മഹിമകൊണ്ട് പഞ്ചകന്യകമാരിൽ ഒരാളായി ശോഭിക്കുന്നു.

സീതാന്വേഷണ വേളയിൽ ക്ഷീണിതരായ വാനരന്മാരെ ആശ്വസിപ്പിച്ച് ഭക്ഷണം കാണിച്ചുകൊടുക്കുന്ന തപസ്വിനിയാണ് സ്വയംപ്രഭ. രാമസേവകൊണ്ട് കൃതാർത്ഥയായി. രാമജപത്തിന്റെ മേന്മ ഉൾക്കൊണ്ടു. രാമകഥാസൂചനകളിലൂടെ ജീവിതപ്രതിസന്ധികൾ തരണം ചെയ്തു. ശ്രീരാമോപദേശത്തിൽ ബദരാശ്രമത്തിലെത്തി ജനനമരണദുഃഖവിമുക്തയായി. കുറഞ്ഞ സമയംകൊണ്ട് മഹിമയുള്ള പ്രവർത്തികളാൽ സ്വയംപ്രഭ നമ്മുടെ മനസ്സിൽ തെളിയുന്നു.

'പരോപകാരമേ പുണ്യം' എന്ന പാഠം പഠിപ്പിക്കുന്ന സമ്പാതിയും ഇതിനേക്കാൾ ഉയർന്ന മേഖലയിൽ വിളങ്ങുന്നു.

സഹോദരസ്നേഹത്തിന്റെ ഉത്തമ മാതൃകയാണ് സമ്പാതി. സ്വത്തുതർക്കത്താൽ സഹോദരങ്ങൾ പരസ്പരം പോരാടുന്ന ഇന്നത്തെ തലമുറ സമ്പാതിജടായുക്കളുടെ സ്നേഹചര്യകൾ കണ്ടുപഠിക്കേണ്ടതാണ്. സ്വന്തം ചരിതം പറയുന്നതോടൊപ്പം നിശാകരമഹർഷിയുടെ ഉത്ബുദ്ധ ചിന്തകളും ശാസ്ത്രവിചാരങ്ങളും കവി ഭംഗിയായി അവതരിപ്പിക്കുന്നുണ്ട്. സീതയുടെ ഇരിപ്പിടസൂചന നൽകി ജന്മസാഫല്യം നേടുന്ന ഹനുമാന് ശക്തിബോധമുണ്ടാക്കുന്ന ജാംബവാനും ഉജ്ജ്വല കഥാപാത്രമാണ്. ചിരംജീവിയായ ജാംബവാന്റെ പ്രവർത്തനങ്ങൾ കഥാഗതി ഭാസുരമാക്കുന്നു.

ഭാഷാപിതാവായ എഴുത്തച്ഛൻ കാലഘട്ടത്തിന്റെ സ്പന്ദനങ്ങൾ ഉൾക്കൊണ്ട് സ്വജനതയെ കർമ്മോന്മുഖനാക്കുന്ന കവിയാണ്. വിശാലാർത്ഥത്തിൽ ജനകീയ കവിയെന്നും വിപ്ലവകവിയെന്നും വിശേഷിപ്പിക്കാം. രാമലക്ഷ്മണന്മാർ, ബാലിസുഗ്രീവന്മാർ, സമ്പാതിജടായുക്കൾ എന്നീ ഭ്രാതൃജോടികളുടെ ജീവിതപ്രതിസന്ധികളിലൂടെ വ്യക്തിബന്ധങ്ങളുടെ ശക്തിയും സിദ്ധിയും വ്യക്തമാക്കുന്നു. തിന്മകളുടെ വേരറുക്കുന്നു. നന്മയെ പോഷിപ്പിക്കുന്നു. ഈ കാണ്ഡത്തിലെ സംഭവപരമ്പരകളും കഥയും കഥാപാത്രങ്ങളും വിശുദ്ധവും ശുഭോദർക്കവും വിജയപ്രദവുമായ ജീവിതത്തിന് വഴിയൊരുക്കുന്നു. ഹനുമത് സമാഗമവും സുഗ്രീവസഖ്യവും പ്രശ്നനിർദ്ധാരണ സരണികളാണ്. സഖ്യം ചെയ്ത് പരസ്പര കാര്യസിദ്ധി ഉറപ്പിച്ചു എന്നാണ് കവി പറയുന്നത്. താര ബാലിയോടും ഹനുമാൻ സ്വയംപ്രഭയോടും അംഗദൻ സമ്പാതിയോടും രാമകഥകൾ സൂചിപ്പിക്കുന്നുണ്ട്. വിഷ്ണുമഹിമയും അവതാരലക്ഷ്യങ്ങളും ചൂണ്ടിക്കാട്ടി ഭക്തി വളർത്തുകയാണ് കവിയുടെ തന്ത്രം.

സനാതനധർമ്മങ്ങൾ

താരോപദേശത്തിലെ

'നിശ്ശേഷ്ട കാഷ്ഠതുല്യം ദേഹമോർക്ക നീ
നിശ്ചയമാവൂ ജീവൻ നിരാമയൻ'

എന്നീ വരികളിലും ക്രിയാമാർഗ്ഗോപദേശത്തിലെ ദേഹവിശുദ്ധി വരുത്തി ആചാര്യഉപദേശപ്രകാരം ഭക്തിയോടെ ഉപാസനയും സമർപ്പണവും പൂജാവിധികളും നടത്തിയാൻ ജീവസാഫല്യവുമുണ്ടാകുമെന്ന ഉപദേശവും ശ്രദ്ധേയമാണ്. സ്വയംപ്രഭാ സ്തുതിയിൽ കവിമനോഗതം ദൃശ്യമാണ്.

'രാമരാമേതി ജപിക്കായ് വരേണമേ
രാമപാദേ രമിക്കേണമെന്മാനസം'

നിശാകര മഹർഷിയുടെ വാക്കുകളിലും ആത്മചിന്തയുടെ സത്ത് വിളയുന്നുണ്ട്.

'ദേഹാദികളിൽ മമ്മത്വമുപേക്ഷിച്ചു
മോഹമകന്നാത്മജ്ഞാനിയായ് വാഴ്ക നീ.'

എന്നതിനോടൊപ്പം സത്യവും സനാതനവും നിരുപമവുമായ ആത്മചൈതന്യപ്രവാഹം കാണാം.

ഭക്തിരസപ്രതിപാദനത്തിൽ അതീവ ശ്രദ്ധ ചെലുത്തുന്നതോടൊപ്പം സാന്ദർഭികമായി മറ്റു രസങ്ങളും പ്രതിപാദിക്കുന്നു. ബാലിസുഗ്രീവ യുദ്ധത്തിൽ വീര്യം വിളങ്ങുന്നു. ശ്രീരാമന്റെ സീതാന്വേഷണവേളയിലും താരയുടെ വിലാപത്തിലും ശോകത്തിന്റെ അലയൊലികൾ ദൃശ്യമാണ്.

മലയാളത്തിളക്കം

ഹനുമൽ സുഗ്രീവ സംവാദത്തിലെ

"പ്രത്യുപകാരം മറക്കുന്ന പൂരുഷൻ
ചത്തതിനൊക്കുമേ ജീവിച്ചിരിക്കിലും"

എന്നീ വരികളിലും അംഗദനാദികളുടെ സംശയത്തിലെ

"ആപത്തുവന്നടുത്തീടുന്ന കാലത്തു
ശോഭിക്കയില്ലെടോ സജ്ജനഭാഷിതം."

എന്നിടത്തും ലോകചിന്ത പ്രതിഫലിക്കുന്നുണ്ട്. മർക്കടമുഷ്ടി, ബാലികേറാമല, സുഗ്രീവാജ്ഞ, ഭസ്മമാക്കുക എന്നീ ഭാഷാശൈലികളും തെളിയുന്നു. വർണ്ണന, സ്തുതി, സംവാദം, ജ്ഞാനോപദേശം, കഥാകഥനം എന്നീ എഴുത്തച്ഛന്റെ കഥനോപാധികളിലൂടെയാണ് സംഭവപരമ്പരകൾ രൂപപ്പെടുന്നത്. പമ്പാതീരവർണ്ണന, ബാലിസുഗ്രീവയുദ്ധവർണ്ണന, വാനരസേനാവർണ്ണന, സ്വയംപ്രഭാവാസസ്ഥലവർണ്ണന, നിശാകരമഹർഷിയുടെ വാക്കുകൾ എന്നിവിടങ്ങളിലെല്ലാം ശബ്ദാലങ്കാരഭംഗി നിഴലിക്കുന്നു.

"എന്തിനെനിക്കിനീ പുത്രനും രാജ്യവും"

എന്നീ താരാവാക്കുകളിലും 'രാമനും ലക്ഷ്മണനാം അനുജനും ഭാമിനിയെത്തന്നെ തിരഞ്ഞു നടക്കിലും' എന്നീ ഹനുമാന്റെ വാക്കുകളിലും

"മാരുതദേവനുമുണ്ടരികേ തവ ശ്രീരാമകാര്യാർത്ഥമായല്ലോ പോകുന്നു"

എന്നീ ജാംബവാന്റെ വാക്കുകളിലും ആധുനിക മലയാളത്തിന്റെ അരുണോദയം കാണാം.

വഴിവിളക്കുകൾ

മനോഹരമായ കാനനപ്രദേശങ്ങളും തെളിഞ്ഞ പമ്പയും ഫലസമൃദ്ധമായ വൃക്ഷങ്ങളും മനുഷ്യജീവിതപോഷണമാകുന്നു. ഒരിക്കലും ഒരിടത്തും ചൂഷണസംഭവങ്ങൾ പരാമർശിക്കപ്പെടുന്നില്ല. രാജകുമാരന്മാരും വാനരന്മാരും പക്ഷികളും സസ്യങ്ങളും എല്ലാം പ്രകൃതിയുടെ വിഭിന്ന രൂപങ്ങളാണെന്ന് തിരിച്ചറിയുന്നു. കഴിവുകളും സിദ്ധികളും പരസ്പരം ഉൾക്കൊള്ളുന്നു. ആശയങ്ങൾ കൈമാറുന്നു. ഒത്തുചേർന്ന് മുന്നേറുന്നു. ശക്തിസിദ്ധികളും മുക്തിമാർഗ്ഗങ്ങളും ഉത്തമജീവിത ദിശയ്ക്ക് പ്രയോജനപ്പെടുത്തുന്നു. ശ്രീരാമസുഗ്രീവ സഖ്യവും ഹനുമാന്റെ നയചാതുര്യവും സ്വയംപ്രഭയും വാനരന്മാരുമായുള്ള സംഭാഷണവും സമ്പാതിയും വാനരന്മാരുമായുള്ള ആശയക്കൈമാറ്റവും പരസ്പരധാരണയുടെ മികവാണ്. ഇത് നാം കണ്ടുപഠിക്കേണ്ടതാണ്.

സമുദ്രലംഘനചിന്തയിൽ തളരുന്ന വാനരവീരർക്ക് ജാംബവാന്റെ വാക്കുകൾ അമൃതവാഹിനിയാകുന്നുണ്ട്. സ്വശക്തി തിരിച്ചറിയുന്ന ഹനുമാൻ സർവ്വശക്തനായി. അദ്ദേഹത്തിന്റെ ഉചിതമായ ഉത്തമമായ ഇടപെടലുകൾ നന്മയ്ക്ക് വഴിയൊരുക്കുന്നത് നാം കാണുന്നു. വിരഹ ദുഃഖവിവശനായ ശ്രീരാമൻ സുഗ്രീവസഖ്യത്താൽ ലക്ഷ്യപ്രാപ്തിയിൽ വിശ്വാസചിത്തനാകുന്നു. ഹനുമാൻ സുഗ്രീവനും ശ്രീരാമനും ഹർഷം പകരുന്നു.

സ്വയംപ്രഭയും സമ്പാതിയും ജീവിതസാഫല്യം നേടുന്നു. നിശാകരമഹർഷിയുടെ വചസ്സുകൾ ശാസ്ത്രബോധത്തിനും ആത്മവിശുദ്ധിക്കും സൂചകമാണ്. കിഷ്കിന്ധയിലെ കഥയാണ് ഇവിടെ പറയുന്നത്. എന്നാൽ അത് മാനവരാശിയുടെ ജീവിതയാത്രയിലെ വഴിത്തിരിവുകൾക്ക് വഴിയൊരുക്കുന്നുണ്ട്. വ്യഥയിലും വ്യാകുലതയിലും പ്രത്യാശയുടെ കിരണങ്ങൾ കടന്നുവരുന്നു. പ്രതിസന്ധികളിൽ പ്രതീക്ഷയുടെ പൊന്നൊളി പുളകം പകരുകയാണ്. സഹനവും സ്നേഹവും ശാന്തിദീപമായി മാറുന്നു. വിഹ്വലതയിൽ തുടങ്ങി പരീക്ഷണങ്ങളിലൂടെ ഫലപ്രാപ്തി കാണുന്നു. പരസ്പരധാരണയിലൂടെ ഏത് പ്രശ്നവും പരിഹൃതമാക്കാമെന്ന് ഈ കഥ നമ്മെ പഠിപ്പിക്കുന്നുണ്ട്.

മഹത്തായ ലക്ഷ്യങ്ങൾക്കായി വിശുദ്ധമായ മാർഗ്ഗങ്ങൾ കണ്ടെത്തി ഉദ്ദേശശുദ്ധിയോടെ പ്രവർത്തിച്ചാൽ വിജയവീര്യവും വിശ്വാസവും സാക്ഷാത്ക്കരിക്കപ്പെടുമെന്ന ഗുണപാഠം നമുക്കും മാതൃകയാക്കാം.

■

സുന്ദരകാണ്ഡം

സുന്ദരകാണ്ഡം അദ്ധ്യാത്മരാമായണം കിളിപ്പാട്ടിലെ മറ്റ് കാണ്ഡങ്ങളെ അപേക്ഷിച്ച് വലിപ്പത്തിൽ ചെറുതാണ്. 1474 വരികളേ ഉള്ളൂ. എന്നാൽ ഭാഷയുടെ വശ്യതയിലും മധുരമനോഹരമായ കാവ്യശൈലിയിലും ഏറ്റവും മികച്ചതാണെന്ന് പറയാം. ആരംഭിക്കുന്നതു തന്നെ എത്ര ഹൃദ്യമാണ്. നോക്കൂ,

'സകലശുകകുലവിമലതിലകിതകളേബര!
സാരസ്യ പീയൂഷ സാരസർവ്വസ്വമേ!
കഥയ മമ കഥയ മമ കഥകളതിസാദരം
കാഗുത്സ്ഥ ലീലകൾ കേട്ടാൽ മതിവരാ'

കളകാഞ്ചി വൃത്തത്തിലുള്ള ഈ കിളിമൊഴികൾ അമൃതവാഹിനികളാണ്. മൂന്നക്ഷരവും അഞ്ചുമാത്രയുമുള്ള നാല് ഗണങ്ങൾ വീതമുള്ള ഈരടികളാണ് കാകളി. ആ കാകളിയിൽ ഒന്നാമത്തെ വരിയിൽ രണ്ടോ മൂന്നോ ഗണങ്ങൾക്ക് എല്ലാ അക്ഷരങ്ങളും ലഘുവാകും. അതായത് പതിനെട്ടോ പതിനാറോ അക്ഷരങ്ങളുണ്ടാകും. രണ്ടാമത്തെ വരി കാകളിയെപ്പോലെത്തന്നെ.

രഘുകുലാധിപനായ രാമന്റെ കഥകൾ തുടർന്നും കേൾക്കാൻ ശക്തിസ്വരൂപിണിയായ പാർവ്വതി അതീവതൽപ്പരയാകുന്നു. അർദ്ധനാരീശ്വരനായ ശിവന്റെ കഥാകഥനം കിളിമകളുടെ മൊഴികളിലൂടെ ഒഴുകുകയാണ്. ജാംബവാന്റെ ഉത്തേജനത്തിൽ ഉന്മേഷവാനായി ഹനുമാൻ സർവ്വവീര്യബലനായി വളർന്നത് നാം കണ്ടു. വാമനനെപ്പോലെ നിമിഷങ്ങൾക്കകം അത്ഭുതപ്രതിഭാസമായി! കൈകൾ ഉയർത്തി, കാലുകൾ വിടർത്തി വിഷ്ണുവാഹനമായ ഗരുഡനെപ്പോലെ പറന്നു. മഹേന്ദ്രപർവ്വതത്തിൽ നിന്നും കുതിച്ചുകൊണ്ടിരുന്നു. ത്രികൂടപർവ്വതമുകളിൽ വിരാജിക്കുന്ന ലങ്കയാണ് ലക്ഷ്യം. ശ്രീരാമൻ നൽകിയിരിക്കുന്ന അടയാളമോതിരമാണ് ശക്തികേന്ദ്രം. പോകുന്നതിന് മുമ്പ് വാനരന്മാർക്ക് ഉറപ്പ് കൊടുത്തിട്ടുണ്ട്. സീതാദേവിയെ കണ്ടുപിടിച്ചിരിക്കും. രാവണന്റെ അന്ത്യം അടുത്തിരിക്കുന്നു. ഈ മനോവീര്യത്തിന്റെ, നിശ്ചയദാർഢ്യത്തിന്റെ വിജയചരിത്രമാണ് ഇനി വിരിയുന്നത്.

സമുദ്രലംഘനം, മാർഗ്ഗവിഘ്നം, ലങ്കാലക്ഷ്മിമോക്ഷം, സീതാ സന്ദർശനം, രാവണന്റെപുറപ്പാട്, രാവണന്റെഇച്ഛാഭംഗം, ഹനുവൽസീതാസംവാദനം, ലങ്കാമർദ്ദനം, ഹനുമാൻ രാവണസഭയിൽ, ലങ്കാദഹനം, ഹനുമാന്റെപ്രത്യാഗമനം എന്നിങ്ങനെ 11 മുഖ്യഭാഗങ്ങളാണ് സുന്ദരകാണ്ഡത്തിലുള്ളത്.

കഥാസാരം

ഹനുമാൻ ലക്ഷ്യത്തിലെത്താൻ ആകാശത്തിലൂടെ അതിവേഗത്തിൽ കുതിച്ചു. കുറച്ചു ചെന്നപ്പോൾ അതാ കേൾക്കുന്നു, ഒരു അലർച്ച!

സുരസ

നാഗമാതാവായ സുരസ.

"ഇതിലെ പോകുന്നവർ എന്റെ ഭക്ഷണമാണ്." സുരസ പറഞ്ഞു. ഭക്ഷിക്കാൻ ഹനുമാനെ സമീപിച്ചു. "ശ്രീരാമന്റെ കാര്യത്തിന് പോവുകയാണ് വഴിമാറണം." ഹനുമാൻ പറഞ്ഞു.

വഴങ്ങിയില്ല. ലക്ഷ്യം നിറവേറ്റിയാൽ ഞാൻ തിരിച്ചുവന്ന് വഴിപ്പെടാമെന്ന് ഹനുമാൻ പറഞ്ഞുനോക്കി.

"എനിക്ക് വിശപ്പ് സഹിച്ചുകൂടാ." വായ് പിളർന്ന് ഹനുമാനെ വിഴുങ്ങാനൊരുങ്ങി. ഹനുമാൻ അതിലും വലിപ്പത്തിൽ വായ് പിളർന്നു. ഹനുമാനും സുരസയും മത്സരിച്ച് അഞ്ച്, പത്ത്, ഇരുപത് എന്നിങ്ങനെ വായ് പിളർന്നു. സുരസ അമ്പത് യോജന വലിപ്പത്തിൽ വായ് പിളർന്നു. തന്ത്രശാലിയായ ഹനുമാൻ സൂക്ഷ്മശരീരനായി സുരസയുടെ വായിലൂടെ പുറത്തുവന്നു. 'ശുഭേ, ഭുജംഗമാതാവേ' എന്ന് സ്തുതി ചൊല്ലി. സുരസ താൻ വന്നകാര്യം വ്യക്തമാക്കി.

"നിന്റെ ശക്തി പരീക്ഷിക്കാൻ ദേവന്മാർ പറഞ്ഞിട്ട് വന്നതാണ്. ലക്ഷ്യം നിറവേറ്റി. നിനക്ക് വിജയം സുനിശ്ചിതമാണ്."

സുരസ അമരാവതിയിലേക്ക് പോയി. ഹനുമാൻ യാത്ര തുടർന്നു. മൈനാകപർവ്വതം കടലിൽനിന്നും മനുഷ്യവേഷത്തിൽ പൊങ്ങിവന്നു. "അൽപ്പം വിശ്രമിക്കൂ. മധുരഫലങ്ങൾ ഭക്ഷിക്കാം. യാത്രയ്ക്ക് ഉന്മേഷം കിട്ടും" എന്നെല്ലാം അറിയിച്ചു. ലക്ഷ്യം നിറവേറ്റാതെ വിശ്രമമില്ല. ക്ഷണം സ്വീകരിച്ചതായി കരുതണം എന്ന് മറുപടി നൽകി യാത്രയുടെ ആക്കം കൂട്ടി. ഉടൻ സിംഹിക എന്ന രാക്ഷസി മുമ്പിൽ വന്നു. നിഴൽ കണ്ട് ആളെ തിരിച്ചറിയാൻ കഴിയുന്ന ഛായാഗ്രഹിണിയാണവൾ. നിഴൽപിടിച്ചു നിർത്തി. ഹനുമാൻ ഒറ്റച്ചവിട്ടിൽ അവളുടെ കഥ കഴിച്ചു. ഹനുമാന്റെ യാത്ര ലക്ഷ്യത്തോടടുക്കുകയാണ്.

മനോഹരമായ ലങ്ക

ദക്ഷിണദിക്ക് നോക്കി കുതിക്കുന്ന ഹനുമാൻ ദക്ഷിണവാരിധി മദ്ധ്യത്തിലുള്ള ലങ്ക കണ്ടു. അതിമനോഹരം. കുസുമമയമായ മണിനിലയങ്ങൾ, സുമഫലങ്ങൾ നിറഞ്ഞ പൂങ്കാവനങ്ങൾ, മതിലുകൾ, കിടങ്ങുകൾ. 'കണ്ടിതു ലങ്കാനഗരം നിരുപമം' എന്ന എഴുത്തച്ഛന്റെ ചുരുങ്ങിയ വാക്കുകളിൽ എല്ലാം ഒതുങ്ങിയിരിക്കുന്നു.

സമുദ്രലങ്കനത്തിൽ പർവ്വത തുല്യനായിരുന്ന ഹനുമാൻ ഉടൻ കടുകിനോട് സമനായി. ലങ്കയിൽ പ്രവേശിക്കാനൊരുങ്ങി. അതാ ഒരു ഘോരരാക്ഷസി പ്രത്യക്ഷയാകുന്നു. "നീയാര്? എന്തിനുവന്നു" എന്ന് അലറി. നീ ആരാണെന്ന മറുചോദ്യമായി ഹനുമാൻ. ലങ്കാലക്ഷ്മി കുപിതയായി.

"ഞാൻ ലങ്കാലക്ഷ്മിയാണ്. എന്റെ അനുവാദമില്ലാതെ ഇവിടെ ആർക്കും പ്രവേശനമില്ല." തുടർന്ന് അവർ തർക്കമായി. ഹനുമാന്റെ വാക്കുകളിൽ ദേഷ്യം വന്ന ലങ്കാലക്ഷ്മി ഹനുമാനെ അടിച്ചു. ഹനുമാൻ ഇടതുകൈ കൊണ്ട് ഒന്ന് പ്രഹരിച്ചു. രാക്ഷസി വീണുപിടഞ്ഞു. അൽപ്പസമയം കഴിഞ്ഞ് എഴുന്നേറ്റു. ബ്രഹ്മനിയോഗപ്രകാരം വന്ന കഥ പറഞ്ഞു. ഹനുമാന് ലക്ഷ്യ പ്രാപ്തിക്ക് അനുഗ്രഹം നൽകി മറഞ്ഞു.

ഹനുമാൻ ലങ്കയിൽ വിഹഗവീക്ഷണം നടത്തി. പാട്ട്, നൃത്തം, മേളങ്ങൾ, മന്ത്രോച്ചാരണം എന്നിവ കേൾക്കുന്നു. ഓരോന്നിനും പ്രത്യേക പ്രത്യേക സ്ഥലങ്ങൾ. രാവണ-കുംഭകർണ്ണ-വിഭീഷണന്മാരുടെ മനോഹരമണിമന്ദിരങ്ങൾ. ലങ്കയുടെ പ്രതാപൈശ്വര്യങ്ങളുടെ നീണ്ട വർണ്ണന വാല്മീകി രാമായണത്തിലുണ്ട്. നിരന്തരമായ തിരച്ചിലുകൾക്കൊടുവിൽ ശിംശിപാവൃക്ഷച്ചുവട്ടിൽ ഇരിക്കുന്ന സീതയെ കണ്ടു. രാക്ഷസ സ്ത്രീകളുടെ മധ്യത്തിൽ ദുഃഖിതയായി നിർമ്മലഗാത്രിയായ സീത. രാമനാമം ജപിക്കുകയാണ്. പരവശയാണ്. ആ കാഴ്ച കണ്ടപ്പോൾ ഹനുമാന്റെ മനസ്സ് പിടഞ്ഞു. എന്നാൽ ലക്ഷ്യം സാധിച്ച സംതൃപ്തിയുണ്ട്. ക്ഷീണിതയും ദുഃഖിതയുമാണെങ്കിലും സീതയുടെ മുഖത്ത് കുലമഹിമ നിഴലിക്കുന്നുണ്ട്. ഹനുമാൻ ലങ്കയിൽ പ്രവേശിച്ച ദിവസം രാവണൻ ഒരു ദുഃസ്വപ്നം കണ്ടു. രാമശരമേറ്റുള്ള സുഖമരണം. ഈ സമയത്ത് മൂന്ന് ചിത്രങ്ങൾ നമ്മുടെ മുമ്പിൽ തെളിയുന്നു. ദുഃഖിതയായ സീത, സീതയുമായി അഭിരമിക്കാൻ കാംക്ഷിക്കുന്ന രാവണൻ, ലക്ഷ്യപ്രാപ്തി മോഹിക്കുന്ന ഹനുമാൻ.

അഴകിയ രാവണൻ

സർവ്വാഭരണ വിഭൂഷിതനായ രാവണൻ സീതയെ സമീപിക്കുന്നു. വാദ്യഘോഷങ്ങൾ ഹനുമാൻ കേട്ടു. രാവണൻ മധുര വചനങ്ങളാൽ സീതയെ വശത്താക്കാൻ ശ്രമിക്കുകയാണ്.

അസംഖ്യം സേവകരുണ്ട്. ശൃംഗാരഭൂഷണമായ വേഷം. അഴകിയ രാവണൻ എന്ന ശൈലി അങ്ങനെ വന്നതാകാം. ഭീതിദയായ സീത ഉരസിജം തുടകളാൽ മറച്ച് മുഖം കുനിച്ചിരിക്കുന്നു. പ്രാണനാഥനെ ധ്യാനിക്കുന്നു. രാവണന്റെ മധുരവചനങ്ങൾ ഒഴുകുകയാണ്.

"അല്ലയോ സുമുഖീ, സുന്ദരീ, ഭഗവതീ എന്നാണ് ഭാഗ്യമറിയുന്നത്? അല്ലയോ ഓമലേ ദശരഥതനയനെക്കൊണ്ട് നിനക്ക് ഒരു ഗുണവുമില്ല. ശക്തിഹീനനനും തിരിച്ചറിവില്ലാത്തവനുമാണ്. ഭവതിയുടെ മഹിമ അവനറിയുന്നില്ല. കയ്യിൽ വന്നുചേരുന്ന ദിവ്യരത്നം ഉപേക്ഷിച്ച് ചെമ്പ് മോഹിക്കുന്നത് ഉചിതമാണോ? എന്റെ പത്നിയായാൽ ഭവതിക്ക് സകല സുഖഭോഗങ്ങളും വന്നുചേരും. പൂജ്യനായ എന്നെ സ്വീകരിക്കൂ." അനുനയത്തിൽ പറഞ്ഞു.

സീത വർദ്ധിച്ച ദേഷ്യത്തോടെ പ്രതീകാത്മകമായി ഒരു പുൽക്കൊടി നുള്ളിയിട്ടു. സന്ന്യാസവേഷത്തിൽവന്ന് ആരുമില്ലാത്തപ്പോൾ കട്ടുകൊണ്ടുവന്ന നീചപ്രവർത്തി ഓർമ്മിപ്പിച്ചു. അതിന്റെ ഫലം നിന്റെ മരണമാണ്. രഘുകുലനായകൻ കടൽ കടന്നുവന്ന് എന്നെ കൊണ്ടുപോകും. നിന്നെ കൊല്ലും, ലങ്ക നശിക്കും. ബ്രഹ്മനിയോഗപ്രകാരമുള്ള എന്റെ ജനനം തന്നെ നിന്റെ നാശത്തിനാണ്.

സീതയുടെ അതിപരുഷമായ വാക്കുകൾ കേട്ട് രാവണൻ അതീവക്രുദ്ധനായി. സീതയെ വെട്ടുവാൻ വാളുയർത്തി. പൂർവ്വാർജിത തേജസ്സാൽ മണ്ഡോദരി തടുത്തു. ഭർത്താവിനെ സ്മരിച്ച് ദുഃഖിതയായ സീത ക്ലേശപൂർവ്വം പാതിവ്രത്യം കാത്തുസൂക്ഷിക്കുകയാണ്. ഉത്തമപത്നിയുടെ ശക്തിയോടെ മണ്ഡോദരി രാവണനോട് പറഞ്ഞു:

"അല്ലയോ ധീരാ, വീരാ, അങ്ങ് ദുഷ്കീർത്തിയുണ്ടാക്കരുത്. ഏതു വർഗ്ഗത്തിലെ ഏതു സുന്ദരിയേയും അങ്ങേയ്ക്ക് സ്വന്തമാക്കാമല്ലോ? ഈ പാപത്തിൽനിന്നും പിന്മാറണം. മണ്ഡോദരിയുടെ വാക്കുകൾ കേട്ട് ലജ്ജിതനായി. സീതയെ അനുനയിപ്പിച്ച് നയചാതുര്യത്തോടെ വശത്താക്കാൻ രാക്ഷസസ്ത്രീകളെ ചുമതലപ്പെടുത്തി. രണ്ടുമാസം അവധി തരുന്നു. ഞാൻ കാത്തിരിക്കാം. രാവണൻ സീതയോടായി പറഞ്ഞു. ഗത്യന്തരമില്ലാതെ രാവണൻ വ്യസനത്തോടും പാരുഷ്യത്തോടും കൊട്ടാരത്തിലേക്ക് നടന്നു.

വാല്മീകി രാമായണത്തിൽ ഈ ഭാഗം അതിവിസ്തൃതമാണ്. ഏകജട, പ്രഘസ, ചണ്ഡോദരി, അജമുഖി എന്നീ രാക്ഷസസ്ത്രീകൾ രാവണവാക്കുകളാൽ ഉത്തേജിതരായി. വാക്കുകൊണ്ടും ഭാവംകൊണ്ടും സീതയെ ഭീഷണിപ്പെടുത്തിക്കൊണ്ടിരുന്നു. രാമനെ ധ്യാനിച്ച് സീത ദുഃഖം സഹിച്ചു. ആത്മശക്തി

കൊണ്ട് രക്ഷാശക്തി കണ്ടെത്തി. ത്രിജട എന്ന രാക്ഷസ സ്ത്രീ മറ്റുള്ളവരെ ഒരു സ്വപ്നം ധരിപ്പിച്ചു. രാമൻ സീതയെ കൊണ്ടു പോകും, രാവണനെ കൊല്ലും. ഇതായിരുന്നു സ്വപ്നച്ചുരുക്കം. ഇത് രാക്ഷസിമാരെ ഭയപ്പെടുത്തി. സീതയ്ക്ക് ആശ്വാസം പകർന്നു. സീത ദുഃഖിതയായി, പരിക്ഷീണ വിജയിയായി ഇരിക്കുകയാണ്. ഇതെല്ലാം ഹനുമാൻ വീക്ഷിക്കുന്നുണ്ടായിരുന്നു. ജാഗ്രതയോടെ പദ്ധതികൾ ആലോചിച്ചു. രാക്ഷസികളും മയങ്ങുകയാണ്.

മുദ്രമോതിരം

ഹനുമാൻ വൃക്ഷക്കൊമ്പിലിരുന്ന് കിട്ടിയ സന്ദർഭം പ്രയോജനപ്പെടുത്തുവാൻ തീരുമാനിച്ചു. രാമചരിതം സ്തുതിച്ചുതുടങ്ങി. രാമന്റെ ജനനം, വനവാസം, സീതാപഹരണം, ജടായുസദ്ഗതി, സുഗ്രീവസഖ്യം, സമുദ്രതരണം, സീതയുടെ വിരഹാവസ്ഥ എല്ലാം ഹൃദ്യമായ രീതിയിൽ സ്തുതിച്ചു. മനോഹരമായ, ഹൃദയഹാരിയായ ചരിതങ്ങൾ സീത കേട്ടു. താൻ സ്വപ്നം കാണുകയാണോ? സന്ന്യാസിയെകണ്ട് ഭ്രമിച്ചതുകൊണ്ടുണ്ടായ ആപത്ത് ഓർത്തു. രാക്ഷസന്മാർക്ക് പല മായാജാലങ്ങളുമുണ്ടാകും. കർണ്ണാമൃതചരിതങ്ങൾ വീണ്ടും കേൾക്കുന്നു. സീതയ്ക്ക് ഒരു സൂത്രം തോന്നി.

“ഇതു പറയുന്ന ആൾ ഉത്തമപുരുഷനാണെങ്കിൽ എന്റെ മുന്നിൽ വരൂ. എനിക്ക് കാണണം.”

രാവണന്റെ ജാലവിദ്യകളാണെന്ന് കരുതി വീണ്ടും തലകുനിച്ചിരുന്നു. ഉചിതസന്ദർഭമായി ഹനുമാൻ കരുതി. ശാന്തനായി ഇങ്ങനെ പറഞ്ഞു.

“അല്ലയോ ദേവീ... ഞാൻ ശ്രീരാമന്റെ ദൂതനാണ്. സൂര്യപുത്രനായ സുഗ്രീവന്റെ മന്ത്രിയായ ഹനുമാനാണ്. എനിക്ക് കളങ്കമില്ല, ചതിയില്ല. ഇതെല്ലാം സത്യമാണ്.”

ഹനുമാന്റെ ശുദ്ധവും വ്യക്തവും യുക്തിയുക്തവുമായ വാക്കുകൾ കേട്ട് കുലീനനാണെന്ന് ഊഹിച്ചു.

“ഇവിടെ വരുവാനുണ്ടായ കാര്യങ്ങൾ പറയൂ.” സീത പ്രതിവചിച്ചു.

ഹനുമാൻ സ്വകീയ ശൈലിയിൽ പറഞ്ഞുതുടങ്ങി.

“അല്ലയോ സുന്ദരീ, എല്ലാം ശ്രീരാമനാണേ സത്യമാണ്.”

കഥകളുടെ ചുരുൾ അഴിച്ചു. പുള്ളിമാന്റെ വരവ്, സീതാപഹരണം, ജടായുവിന്റെ തടയൽ, ശബരീവചനങ്ങൾ, ശ്രീരാമസുഗ്രീവസഖ്യം, ബാലിവധം, സീതാന്വേഷണം, മുദ്രമോതിരം, അടയാളവാക്യം എല്ലാം വശ്യമായി വർണ്ണിച്ചു. അതെല്ലാം

ഹൃദയസ്പർശിയായി. ഹനുമാൻ വിനീതനായി രാമനാമാങ്കിത മായ മുദ്രമോതിരം സീതയ്ക്ക് നൽകി. ജനകപുത്രി സന്തുഷ്ട യായി. മോതിരം മാറോടുചേർത്തുപിടിച്ചു. ആനന്ദക്കണ്ണീർ ഒഴുക്കി. സീതയുടെ വികാരവിചാരങ്ങൾ വാക്കുകളായി.

"അല്ലയോ വാനരശ്രേഷ്ഠാ, അങ്ങ് ഭക്തനാണ്, വിശ്വസ്ത നാണ്. ഉത്തമപുരുഷനെയേ രാമൻ അയയ്ക്കൂ. എന്റെ ദുഃഖം അങ്ങ് മനസ്സിലാക്കിയല്ലോ. രണ്ടുമാസം കഴിഞ്ഞാൽ രാവണൻ എന്നെ കൊല്ലും. അതിനുമുമ്പ് എന്റെ സ്ഥിതി രാമനെ അറിയി ക്കണം. രാവണനെ കൊന്ന് എന്നെ രക്ഷിക്കണം."

എല്ലാം രാമനെ അറിയിക്കാമെന്ന് ഹനുമാൻ ഉറപ്പു നൽകി.

"ഭവതി ഒട്ടും പരിഭ്രമിക്കേണ്ട. ശ്രീരാമദേവൻ രാവണനെ വധിക്കും. വാനരസൈന്യം എന്തിനും പോന്നവരാണ്. രഘു വരന് ബോധ്യം വരാൻ അടയാളവാക്യം പറഞ്ഞുതന്നാലും."

സീത തലയിൽ ചൂടിയിരുന്ന ചൂഡാമണി നൽകി. ചിത്രകൂട ത്തിൽവെച്ച് കാകാകൃതി പൂണ്ടുവന്ന ജയന്തനെ വധിച്ച കഥ കേൾപ്പിച്ചു. വാനരസൈന്യം ലങ്ക ഭസ്മമാക്കുമെന്ന് ഹനുമാൻ ഉറ പ്പിച്ചു പറഞ്ഞു. വാനരന്മാർക്ക് രാക്ഷസന്മാരെ നേരിടാൻ പറ്റുമോ എന്ന് സീതയ്ക്ക് സംശയമായി. ഉടൻ ഹനുമാൻ പർവ്വതതുല്യനായി.

"എന്നെപ്പോലുള്ള അനേകലക്ഷം വാനരന്മാരുണ്ട്. അവരോ ടൊത്ത് കടൽ കടന്ന് ശ്രീരാമദേവൻ വരും. രാവണനെ വക വരുത്തും. ഒരു സംശയവും വേണ്ട."

ഹനുമാൻ സീതയ്ക്ക് വീണ്ടും ഉറപ്പുനൽകി. മടക്കയാത്രയ്ക്ക് തടസ്സമുണ്ടാകില്ലെന്ന് സീത ഹനുമാനെ അനുഗ്രഹിച്ചു.

"അമ്മേ മടക്കയാത്രയ്ക്ക് അനുമതി നൽകൂ. ഭവതിക്കൊരു ദുഃഖവും ഉണ്ടാകില്ല. ഉടൻതന്നെ രാമൻ വന്ന് ഭവതിയെ വീണ്ടെടുക്കും." ഹനുമാൻ ഒരിക്കൽകൂടി സമാധാനിപ്പിച്ചു.

സീതയുടെ ആശിർവാദവാക്കുകൾ ഹനുമാന് പുളകമേകി.

ഹനുമാൻ വിചാരിച്ച കാര്യം സാധിച്ചു. അതുമാത്രം പോരാ. രാവണനെ താൻവന്ന വിവരം അറിയിക്കണം. ഒരു വഴി കണ്ടെത്തി. അശോകവനത്തിലെ പൂന്തോട്ടം തല്ലിത്തകർത്തു. പക്ഷികൾ ഉച്ചത്തിൽ കരഞ്ഞുകൊണ്ട് പറന്നു. കോലാഹലം കേട്ട് രാക്ഷസന്മാർ ഉണർന്നു. ഹനുമാന്റെ വീരപരാക്രമം കണ്ട് അവർ ഭയന്നു. വിവരം രാവണനെ അറിയിച്ചു. ദശമുഖൻ കോപാകുലനായി. കാവൽക്കാരെ കൊന്ന് ഉദ്യാനം തകർത്ത വാനരനെ ഒരു പാഠം പഠിപ്പിക്കുവാൻ നൂറായിരം ഭടന്മാരെ അയച്ചു. ഹനുമാന്റെ സിംഹനാദം കേട്ട് ചിലർ മോഹാലസ്യപ്പെട്ടു

വീണു. മറ്റുചിലർ ഭയന്നോടി. കുറേപേരെ അടിച്ചുകൊന്നു. രാക്ഷസന്മാരുടെ നാശം രാവണനെ കൂടുതൽ ചൊടിപ്പിച്ചു. നാശകാരിയായ വാനരനെ പിടിച്ചുകൊണ്ടുവരുവാൻ മന്ത്രിപുത്രന്മാരേയും പത്തുസൈന്യാധിപന്മാരേയും നിയോഗിച്ചു. സുകൃതക്ഷയത്തിൽ ദുഃഖിച്ച രാവണൻ കൂടുതൽ ക്രുദ്ധനായി, ക്ഷീണിതനായി. നേരിടാൻ പോയ സൈന്യാധിപന്മാരെ കൊന്നു എന്ന വാർത്തയാണ് കേട്ടത്.

അക്ഷയകുമാരൻ

ഇളയപുത്രനായ അക്ഷയകുമാരൻ പിതാവിനെ ആശ്വസിപ്പിച്ച് ഹനുമാനെ നേരിടാനൊരുങ്ങി. ശക്തനായ അക്ഷയകുമാരനും ക്ഷണനേരംകൊണ്ട് യമപുരിയിലെത്തി. വിവരമറിഞ്ഞ് രാവണൻ കൂടുതൽ ദുഃഖിതനായി. വിവരമറിഞ്ഞ ഇന്ദ്രജിത്തെത്തി.

"പിതാവേ, ഖേദിക്കേണ്ട, ബ്രഹ്മാസ്ത്രത്താൽ ഞാനവനെ ഉടൻ ബന്ധിച്ചുകൊണ്ടുവരാം. ഒരു വാനരൻ നമ്മളോട് എതിരിടുന്നത് അവിശ്വസനീയമാണ്. അങ്ങ് ഒരുവിധത്തിലും ദുഃഖിക്കരുത്."

ഈ വിധത്തിൽ പിതാവിനെ ആശ്വസിപ്പിച്ച് വിപുലമായ സന്നാഹത്തോടെ ഇന്ദ്രജിത്ത് പുറപ്പെട്ടു. രണ്ടുപേരും തമ്മിൽ ഉഗ്ര പോരാട്ടം നടന്നു. തേരാളിയെ വധിച്ചു. സാധാരണ അസ്ത്രങ്ങളെല്ലാം നിഷ്പ്രഭമാകുന്നു. രക്ഷയില്ലാതെ ബ്രഹ്മാസ്ത്രംതന്നെ പ്രയോഗിച്ചു. വായുപുത്രൻ ബ്രഹ്മാസ്ത്രത്തെ ബഹുമാനിച്ചു, വിധേയനായി. ഉടനെ ഇന്ദ്രജിത്ത് ഹനുമാനെ ബന്ധിച്ച് പിതാവിന്റെ മുമ്പിൽവെച്ച് വണങ്ങി. "രാമദൂതന് ബന്ധനത്തിൽ ദുഃഖമില്ല. ഹനുമാൻ തികഞ്ഞ രാമഭക്തനാണ്."

"മരണജനിമയവികൃതി ബന്ധമില്ലാതോർക്കൂ
മറ്റുള്ള ബന്ധനംകൊണ്ടെന്തു സങ്കടം?"

ബ്രഹ്മാസ്ത്രത്തിന്റെ തേജസ്സിനെ ഹനുമാൻ മനസ്സാ വണങ്ങി എന്ന് കരുതിയാൽ മതി. വിജയാഹ്ലാദത്തിൽ ഇന്ദ്രജിത്ത് പറഞ്ഞു.

"രാക്ഷസന്മാരെ കൊന്നവനെ ഞാൻ ബ്രഹ്മാസ്ത്രത്താൽ ബന്ധിച്ചിരിക്കുന്നു. ഇവൻ സാമാന്യനല്ല. മന്ത്രിമാരുമായി ആലോചിച്ച് വേണ്ടത് ചെയ്യണം." ഇന്ദ്രജിത്തിന്റെ വാക്കുകേട്ട് രാവണൻ ഹനുമാന്റെ വിക്രിയകൾക്ക് കാരണം കണ്ടെത്താനും ആരുടെ ദൂതനാണെന്നറിയാനും മന്ത്രിമുഖ്യനായ പ്രഹസ്തനെ ചുമതലപ്പെടുത്തി. പ്രഹസ്തൻ ഹനുമാനോട് പറയുന്നു: "സത്യം പറയണം, ഇത് ബ്രഹ്മസഭയ്ക്ക് തുല്യമായതാണ്. എന്തിനു വന്നു? അസത്യവും അധർമ്മവും ലങ്കയിലില്ല."

ഹനുമാൻ അൽപ്പസമയം ധ്യാനിച്ചു. പുഞ്ചിരിയോടെ പറഞ്ഞു തുടങ്ങി.

രാമദൂതൻ

“പൂജ്യനാം രാമദൂതൻ ഞാനറിക നീ...” എന്ന് തുടങ്ങി “സത്യം മയോക്തം വിരിഞ്ചാദി സമ്മതം” എന്നുവരെയുള്ള ഇരുന്നൂറ്റി ഇരുപതോളം വരികളിൽ ഹനുമാന്റെ സംഭാഷണ ചാതുര്യം തെളിയുന്നുണ്ട്. ഞാൻ രാമദൂതനാണെന്ന് പറഞ്ഞ് രാമന്റെ മഹിമ വ്യക്തമാക്കി. “ഭൂപതിഭൂതിവിഭൂഷണസമ്മിളിതൻ.” തുടർന്ന് രാമകഥാസാരവും സൂചിപ്പിച്ചു. കൂട്ടത്തിൽ രാവണന്റെ ക്രിയകളും സൂചിപ്പിച്ചു. “ദേഹികൾക്കേറ്റം പ്രിയം ദേഹമോർക്ക നീ” എന്ന വാസ്തവോക്തിയിൽ എല്ലാം അടങ്ങിയിരിക്കുന്നു. “ഞാൻ ബ്രഹ്മാസ്ത്രത്തെ ബഹുമാനിക്കുന്നു. എനിക്ക് മരണഭയമില്ല. ജനനമരണഭയങ്ങൾ സംസാരകാരിണയാണ്.” കൂട്ടത്തിൽ രാവണന് ഒരുപദേശവുമുണ്ട്.

“ത്യജമനസി ദശവദനാ രാക്ഷസീ ബുദ്ധിയേ” പരമാത്മാവിന്റെ മഹിമ വെളിപ്പെടുത്തി. സച്ചിന്മയം സത്യബോധനം, സനാതനം എന്ന് സ്ഥാപിച്ചു. രാവണന് പരമഗതി വരുവാൻ ഒരുപദേശവും നൽകുന്നുണ്ട്. “രാമനാമം ജപിക്കുക. പരകളത്രമോഹം ഉപേക്ഷിക്കുക, സീതയെ രാമന് നൽകുക, രാമസേവയിലൂടെ ശത്രുഭാവം മാറ്റുക. രാമജപത്താൽ ജന്മദുഃഖങ്ങൾ അകലും.” ഈ മുനിവചനങ്ങൾ സർവ്വസത്യമാണ്.

പരോക്ഷമായുള്ള ഈ അധിക്ഷേപ വാക്കുകൾ കേട്ട് രാവണൻ കോപാകുലനായി. ധിക്കാരിയായ ഇവനെ വെട്ടിനുറുക്കണം. ഭയവും വിനയവും ലവലേശമില്ല. രാമനേയും കാനനവാസിയായ സുഗ്രീവനേയും ജാനകിയേയും നിന്നെയും കൊല്ലുന്നതാണെന്ന് ആക്രോശിച്ചു. രാവണന്റെ നിന്ദ്യമായ വാക്കുകൾ കേട്ട് കോപംകൊണ്ട് പല്ലിറുമ്മി ഹനുമാൻ പ്രത്യുത്തരം നൽകി.

“നിന്നെപ്പോലെ നൂറായിരം രാവണന്മാർ വന്നാലും എന്റെ ചെറുവിരലിനുപോലും തുല്യമല്ല. പിന്നെയാണോ നീ?”

“ആയുധപാണികളേ, ഇവനെ കൊല്ലൂ.” രാവണൻ ആജ്ഞ പുറപ്പെടുവിച്ചു.

“അരുത്, ദൂതനെ കൊല്ലരുത്, അധർമ്മമാണ്.” വിഭീഷണൻ യുക്തിപൂർവ്വം താക്കീതു നൽകി. “അടയാളമുണ്ടാക്കി വിട്ടാൽ മതി. വാനരന്മാർക്ക് വാലാണ് പ്രധാനം. അതിനാൽ വാലിൽ തുണി ചുറ്റി തീ കൊളുത്തി വിടണം. രാത്രിയിൽ വന്ന കള്ളനാണെന്ന് പറഞ്ഞ് വാദ്യഘോഷത്തോടെ എല്ലായിടത്തും കൊണ്ടുനടക്കണം. വാലിന് നാശം വന്ന ഇവനെ വാനരന്മാർ കൂട്ടത്തിൽ കൂട്ടില്ല.”

രാവണസഭ നിശ്ചയിച്ചു. വസ്ത്രങ്ങൾ കൊണ്ടുവന്ന് ചുറ്റിത്തുടങ്ങി. ഭാവഭേദമില്ലാതെ വാൽ വളരുന്നു. ചുറ്റുന്നവരുടെ കൈ കഴയ്ക്കുന്നു. എത്ര വസ്ത്രം കൊണ്ടുവന്നാലും തുണി

തികയുന്നില്ല. പിന്നെയും വാൽ ബാക്കിതന്നെ. വാൽ ചുറ്റിത്തീർക്കുക എളുപ്പമല്ലെന്ന് ബോധ്യമായി. അതിനാൽ വാലിന് തീ കൊളുത്താൻ തീരുമാനിച്ചു. കയർകൊണ്ട് വരിഞ്ഞുകെട്ടി. തീ കൊളുത്തി. കള്ളനെന്ന് കൊട്ടിഘോഷിച്ചുകൊണ്ട് നടന്നു. പശ്ചിമ ഗോപുരത്തിലെത്തി. വായുപുത്രൻ കൃശശരീരനായി. ബന്ധം വേർപ്പെട്ടു. ഉയർന്ന് പൊങ്ങി. തന്നെ വഹിച്ചവരെ കൊന്നു. ഉയർന്ന മാളികകളിൽ കയറി ഒന്നിൽനിന്നും മറ്റൊന്നിലേക്ക് ചാടി. തീ ആളിപ്പടർന്നു. പുക ആകാശത്തോളം ഉയർന്നു. സീതയിരിക്കുന്ന സ്ഥലമൊഴികെ എല്ലാം ചാമ്പലാക്കി. രാക്ഷസന്മാരുടെ വിലാപം ഉയർന്നു. തനയാ, പ്രാണനാഥാ, ദൈവമേ എന്നെല്ലാം ഭയവിഹ്വലരായി രാക്ഷസന്മാർ കരഞ്ഞു.

"എല്ലാം രാവണന്റെ ദുർവൃത്തിയുടെ ഫലമാണ്. വിധിയാണ്." രാക്ഷസസ്ത്രീകൾ മുറവിളികൂട്ടി.

പൂന്തോട്ടവും വീടുകളുമെല്ലാം കുറേയേറെ ചാമ്പലായി. രാമസ്തുതികൊണ്ട് ഹനുമാന് അഗ്നിശീതളമായി. വിനയപൂർവ്വം സീതയുടെ അടുത്തെത്തി. "ഞാൻ വിവരമെല്ലാം പറയും. രാമസൈന്യം വരും. ഭവതിയെ കൊണ്ടുപോകും, ദുഃഖിക്കേണ്ട, പരിഭ്രമിക്കേണ്ട." പവനസുത വാക്കുകൾ കേട്ട് സീത സന്തോഷത്തോടെ ഹനുമാന് യാത്രാമംഗളങ്ങൾ നേരുന്നു.

കൃതകൃത്യൻ

ഹനുമാൻ സമുദ്രതീരത്തുചെന്ന് തീ കെടുത്തി. ചുറ്റിയിരുന്ന വസ്ത്രങ്ങൾ അഴിച്ചുമാറ്റി ദൂരേക്ക് എറിഞ്ഞു. മറുകരയിലേക്ക് കുതിച്ചു. ഉച്ചത്തിലുള്ള ഹനുമാന്റെ ശബ്ദം കേട്ട് കാര്യം സാധിച്ചതായി വാനരന്മാർ ഊഹിച്ചു. ഉത്ക്കണ്ഠാകുലരായി നിൽക്കുന്ന അവരോട് ഹനുമാൻ പറഞ്ഞു. "കണ്ടിതു സീതയെ."

അവരുടെ അടുത്തെത്തി. കഥകൾ കേൾപ്പിച്ചു. ദശരഥപുത്രനോട് വിവരം പറയാൻ തിടുക്കമായി. അവർ പ്രസ്രവണാചലത്തിലെത്തി. വാനരന്മാർക്ക് കടുത്ത വിശപ്പും ദാഹവുമുണ്ട്. സുഗ്രീവൻ സംരക്ഷിക്കുന്ന ഇവിടം പൂക്കളും കായ്കളും നിറഞ്ഞതാണ്. വാനരന്മാരുടെ ആഗ്രഹപ്രകാരം വേണ്ടത് ഭക്ഷിച്ചുകൊള്ളുവാൻ അംഗദൻ അനുവാദം നൽകി. കാവൽക്കാർ തടുത്തു. വാനരശ്രേഷ്ഠന്മാർ അവരെ പ്രഹരിച്ചു. അവർ സുഗ്രീവനെ വിവരം അറിയിച്ചു. സുഗ്രീവൻ കാര്യം ഗ്രഹിച്ചു. സന്തോഷവാനായി രാമനോട് കാര്യം പറഞ്ഞു. വാനരന്മാർ കാര്യം സാധിച്ചിട്ടുണ്ടാകും. അപ്പോഴേക്കും വാനരന്മാർ വന്നുചേർന്നു. ഹനുമാൻ പറഞ്ഞു.

"കനിവിനൊടു കണ്ടേനഹം ദേവിയെത്തത്ര
കർബുരേന്ദ്രാലയേ സങ്കടമെന്നിയേ"

തുടർന്ന് ചരിത്രങ്ങൾ വ്യക്തമാക്കി. സീതയെ കണ്ടകാര്യവും അടയാളമോതിരം നൽകിയതും ചൂഡാരത്നം സ്വീകരിച്ചതും അടയാളവാക്യവുമെല്ലാം വേണ്ടപോലെ വ്യക്തമാക്കി. സുഗ്രീവനും ശ്രീരാമനും അതീവ സന്തോഷമായി. അവർ ഹർഷപുളകിതരായി മാരുത തനയനെ പുണർന്നു. “സർവ്വസ്വവും മമ തരുന്നേൻ നിനക്കു ഞാൻ” എന്ന വാക്യത്തിൽ രാമൻ എല്ലാം ഉൾക്കൊള്ളിച്ചു.

രഘുകുലാധിപ കഥ പരമശിവൻ പറയുന്നതുകേട്ട് പാർവ്വതി സന്തുഷ്ടയായി വണങ്ങി.

വായുപുത്രൻ ശക്തിയും വേഗവും സമാർജ്ജിച്ചുകൊണ്ട് സീതയെത്തേടി സമുദ്രത്തിലൂടെ കുതിക്കുന്നു. വിശ്രമിച്ച് ക്ഷീണം തീർക്കാൻ മൈനാകപർവ്വതം കടലിൽനിന്ന് പൊങ്ങിവരുന്നു. ഇവിടെ രണ്ട് കഥകളുണ്ട്. പണ്ട് പർവ്വതങ്ങൾക്ക് ചിറകുണ്ടായിരുന്നുപോൽ! അവ സ്വച്ഛന്ദം സഞ്ചരിച്ചിരുന്നു. തങ്ങളുടെമേൽ പർവ്വതമിരിക്കുമോയെന്ന് മനുഷ്യർക്കും മഹർഷിമാർക്കും പേടിയായി. ഇന്ദ്രൻ വജ്രായുധം ഉപയോഗിച്ച് പർവ്വതങ്ങളുടെ ചിറകരിഞ്ഞു. വായുഭഗവാന്റെ സഹായത്താൽ മൈനാകം കടലിലൊളിച്ചു. അതിനാൽ മൈനാകം വായുവിന്റെ മകനാണെന്നു പറയാം. ഹനുമാൻ ജ്യേഷ്ഠനും. മൈനാകത്തിന് ഹനുമാനെ സേവിക്കാൻ പ്രേരണ നൽകുന്നത് സമുദ്രമാണ്.

ഭഗീരഥപ്രയത്നം

സൂര്യവംശരാജാവായ സഗരൻ എന്ന രാജാവിനാൽ സൃഷ്ടിക്കപ്പെട്ടതാണ് സാഗരം. അയോദ്ധ്യയിലെ രാജാവായിരുന്നു സഗരൻ. സഗരനെ കൊടുംതപസ്സിൽ ഭൃഗുമഹർഷി അനുഗ്രഹിച്ചു. കേശിനിയെന്ന ഭാര്യയിൽ അസമജ്നൻ എന്ന പുത്രൻ പിറന്നു. സുമതിയെന്ന ഭാര്യ പ്രസവിച്ച മാംസപിണ്ഡം വളർന്നു. അതിൽ നിന്നും അറുപതിനായിരം പുത്രന്മാരുണ്ടായി. അസമജ്നൻ അനുജന്മാരെ പിടിച്ച് നദിയിലേക്കിട്ട് നോക്കിരസിച്ചിരുന്നു. നാട്ടുകാരും രാജാവും അവനെ വെറുത്തു. രാജാവ് അവനെ പുറത്താക്കി. അവന്റെ പുത്രൻ അംശുമാൻ സത്സ്വഭാവിയായിരുന്നു. സഗരരാജാവ് ഒരു യാഗം തുടങ്ങി. ആ യാഗാശ്വത്തെ രക്ഷിക്കാൻ അംശുമാൻ തയ്യാറായി. ദേവേന്ദ്രൻ രാക്ഷസവേഷത്തിൽ യാഗാശ്വത്തെ കട്ടുകൊണ്ടുപോയി. ഉടൻ സഗര രാജാവ് അറുപതിനായിരം പുത്രന്മാരോടും കട്ടവനെ കൊന്ന് കുതിരയെ തിരിച്ചുകൊണ്ടുവരുവാൻ കൽപ്പിച്ചു.

ആഴിയും ഊഴിയും കുഴിച്ചുനോക്കി. സർപ്പങ്ങളും ഗന്ധർവ്വന്മാരും രാക്ഷസന്മാരും സഗരപുത്രന്മാരുടെ ശല്യം ബ്രഹ്മാവിനെ ധരിപ്പിച്ചു. ഭൂമിയെല്ലാം വാസുദേവന്റെയാണ്. അദ്ദേഹം കപിലനായവതരിച്ച് എല്ലാം രക്ഷിക്കുമെന്ന് ബ്രഹ്മാവ് ആശ്വസിപ്പിച്ചു.

സഗരസുതന്മാർ അന്വേഷണം തുടർന്നുകൊണ്ടിരുന്നു. കുറേ കഴിഞ്ഞപ്പോൾ ഒരിടത്ത് കപിലമഹർഷിയേയും വിഷ്ണു വിനേയും യാഗാശ്വത്തേയും കണ്ടു. കണ്ണടച്ചിരിക്കുന്ന കപില മഹർഷിയാണ് കള്ളൻ എന്നവർ ഊഹിച്ചു. ദുഷ്ടാ... എന്ന് ആക്രോശിച്ച് അവർ കപിലമഹർഷിയോട് എതിരിട്ടു. കുപിതനായ മഹർഷി ഒരു ഹൂങ്കാരം പുറപ്പെടുവിച്ചു. അതിൽ സഗരപുത്രന്മാർ വെണ്ണീറായി. മക്കളെ കാണാഞ്ഞ് സഗരരാജാവ് ചെറുമകനായ അംശുമാനെ വിട്ടു. നീണ്ട യാത്രയിൽ മരിച്ച പിതാക്കന്മാരുടെ ചാമ്പൽ കണ്ടു. ഉദകക്രിയ നടത്താൻ തീരുമാനിച്ചു. വെള്ളമില്ല. പിതൃമാതുലനായ ഗരുഡൻ ഗംഗാജലംകൊണ്ട് ഉദകക്രിയ ചെയ്യണമെന്ന് പറഞ്ഞു.

ആദ്യം യാഗാശ്വത്തെ കൊണ്ടുപോയി യാഗം പൂർണ്ണമാക്കണം. യാഗം യഥാവിധി നടന്നു. ഗംഗയെ ഭൂമിയിലെത്തിക്കാൻ വഴി കണ്ടില്ല. സഗരൻ മരിച്ചു. അംശുമാൻ രാജാവായി. ദിലീപൻ എന്ന പുത്രനുണ്ടായി. അംശുമാൻ തപസ്സനുഷ്ഠിച്ച് സ്വർഗ്ഗാരോഹണം ചെയ്തു. ദിലീപനും പുണ്യകർമ്മം ചെയ്തു. പക്ഷേ പിതൃക്കൾക്ക് വേണ്ട കർമ്മങ്ങൾ ചെയ്യാൻ കഴിഞ്ഞില്ല. ദിലീപന്റെ പുത്രനായ ഭഗീരഥൻ രാജാവായി. പുത്രന്മാരില്ലാതെ ദുഃഖിതനായി. രാജ്യം മന്ത്രിമാരെ ഏൽപ്പിച്ച് ഉഗ്രതപസ്സുചെയ്തു. ബ്രഹ്മാവ് പ്രത്യക്ഷപ്പെട്ട് വരപ്രസാദം അനുവദിച്ചു. സഗരനും പുത്രന്മാർക്കും വംശാവലിക്കും ഗംഗാജലത്തിൽ പിതൃഗതി ചെയ്യണം. നിന്റെ മനോരഥം വിഷമമേറിയത്. എന്നാലും സാധിപ്പിക്കാമെന്ന് പറഞ്ഞു. പക്ഷേ, ഗംഗാജലം ആർക്കും താങ്ങാനാവില്ല. അതിന് ശിവനെ പ്രസാദിപ്പിക്കണം. ഉഗ്രതപസ്സുകൊണ്ട് ഭഗീരഥൻ ശിവനെ പ്രസാദിപ്പിച്ചു. ശിരസ്സുകൊണ്ട് ഗംഗയെ താങ്ങിനിർത്താമെന്ന് ശിവൻ വാക്കുകൊടുത്തു. അങ്ങനെ ഗംഗ ശിവശിരസ്സിലൂടെ ഭൂമിയിലേക്കൊഴുകി. വീണ്ടും തപസ്സിലൂടെ പൂർവ്വപിതാക്കളുടെ ഭൗതികഅവശിഷ്ടം ഗംഗാജലം കൊണ്ട് നനച്ചു എന്നും മറ്റുമാണ് കഥകളുടെ പോക്ക്. ഭഗീരഥപ്രയത്നമെന്ന ശൈലിയുടെ അർത്ഥം നിരന്തരമായ തീവ്രയജ്ഞമാണെന്ന് നമുക്ക് മനസ്സിലാക്കാം.

സൂര്യവംശരാജാവായ സഗരനോടുള്ള പ്രതിപത്തികൊണ്ടാണ് വരുണൻ മൈനാകത്തെ ഹനുമാന് ക്ഷീണം തീർക്കാൻ ഉയർത്തിയത്. സ്വകർമ്മത്തിൽ അതീവ ജാഗ്രതയുള്ള ഹനുമാൻ അനുജന്റെ സ്ഥാനമുള്ള മൈനാകത്തിന്റെ ക്ഷണം സ്നേഹപൂർവ്വം നിരസിച്ചു. കവിവാക്യം ശ്രദ്ധിക്കുക:

“അലമലമിതരുതരുതു രാമകാര്യാർത്ഥമാ-
യാശു പോകും വിധൗ പാർക്കരുതെങ്ങുമേ”

എന്ന ഉപദേശവും മറ്റൊന്നും തോന്നരുതെന്ന അഭ്യർത്ഥനയും

കൈകൊണ്ട് ഒരു തലോടലും നടത്തി. ഇതിൽ ഹനുമാന്റെ മഹിമയുടെ മികച്ച ചിത്രം കാണാം.

ലങ്കാലക്ഷ്മി

രാവണന്റെ ശിക്ഷ ഭയന്ന് അതീവജാഗ്രതയോടെ ലങ്ക കാക്കുന്ന ലങ്കാലക്ഷ്മി രാക്ഷസരൂപത്തിലാണ് ഹനുമാനെ നേരിടുന്നത്. അഷ്ടലക്ഷ്മികളിൽ വിജയലക്ഷ്മിയായിരുന്നു. ബ്രഹ്മാവിന്റെ ഭണ്ഡാരത്തിലായിരുന്നു വാസം. ബ്രഹ്മാവിന്റെ സമ്മതമില്ലാതെ സരസ്വതീദേവിക്ക് ഭണ്ഡാരം തുറക്കാൻ സമ്മതം നൽകി. രാവണന്റെ കാവൽക്കാരി ആകട്ടെയെന്ന് ബ്രഹ്മാവ് ശപിച്ചു. ശാപമോചനത്തിന് യാചിച്ചപ്പോൾ സീതാന്വേഷണത്തിന് ഹനുമാൻ വരും. അവന് കീഴ്പ്പെടുക. മോക്ഷം കിട്ടുമെന്ന് സമാധാനപ്പെടുത്തി. ശാപമോക്ഷത്തിൽ സന്തുഷ്ടയായ ലങ്കാലക്ഷ്മി ഹനുമാന് മംഗളം നേരുന്നു. ജോലിയിൽ ആത്മാർത്ഥത വേണമെന്ന സന്ദേശം ഈ കഥ ഓർമ്മപ്പെടുത്തുന്നു.

ജയന്തന്റെ കഥ

സംഭാഷണത്തിലൂടെ സീതയുടെ വിശ്വാസം നേടാൻ ഹനുമാന് കഴിഞ്ഞു. പരീക്ഷണ നിരീക്ഷണങ്ങളിലൂടെ സീത ഹനുമാന്റെ ഭക്തിയും മഹത്വവും മനസ്സിലാക്കി. ശ്രീരാമന്റെ അടയാളമോതിരത്തിന്റെ സ്ഥാനത്ത് ചൂഡാരത്നം അടയാളമായി നൽകി. അടയാളവാക്യമായി പറഞ്ഞ ജയന്തന്റെ കഥയിൽ ഒരു കഥയുണ്ട്. ചിത്രകൂടപർവ്വതത്തിൽ രാമലക്ഷ്മണന്മാരും സീതയും ആശ്രമം കെട്ടി താമസിക്കുന്ന സമയം. അന്നൊരു ദിവസം ശ്രീരാമൻ മന്ദാകിനിയിൽ നീരാടി. പൂക്കളുടെ സൗന്ദര്യം ആസ്വദിച്ച് സീതയുടെ മടിയിൽ തലവെച്ചുകിടന്നു. ആ സൗഖ്യത്തിൽ ശ്രീരാമൻ ഉറങ്ങിപ്പോയി. ഉണങ്ങാനിട്ടിരുന്ന ഭക്ഷ്യവസ്തുക്കളെ ഒരു കാക്ക വന്ന് കൊത്തി. സീത ഒരു കല്ലെടുത്ത് എറിഞ്ഞു. ക്രുദ്ധനായ കാക്ക സീതയെ കൊത്തി മുറിവേൽപ്പിച്ചു. ഞെട്ടിഉണർന്ന ശ്രീരാമൻ സീതയുടെ ദേഹത്തുനിന്ന് ചോര ഒലിക്കുന്നതു കണ്ടു. ദിവ്യശക്തികൊണ്ട് ഇന്ദ്രന്റെ മകൻ ജയന്തൻ കാക്കയായി വന്നതാണെന്ന് ഗ്രഹിച്ചു. ഒരു ദർഭപ്പുല്ലെടുത്ത് ബ്രഹ്മാസ്ത്രമന്ത്രം ജപിച്ചു വിട്ടു. അത് ജയന്തന്റെ നേരെ പാഞ്ഞു ചെന്നു. കാക്ക ഓടി. ശരം പിന്തുടർന്നു. പലരേയും ശരണം പ്രാപിച്ചു. രക്ഷ കിട്ടിയില്ല. അവസാനം ശ്രീരാമനെത്തന്നെ അഭയം തേടി. ബ്രഹ്മാസ്ത്രം പാഴാവില്ലെന്ന് ബോധ്യപ്പെടുത്തി. കാക്കയുടെ ഒരു കണ്ണ് പോയി. സീതയുടെ വേദന തന്റേതിനേക്കാൾ ശ്രീരാമന് ദുഷ്ക്കരമായിരുന്നു. അതാണ് നീതിമാനായിരുന്നിട്ടുപോലും അസ്ത്രം പ്രയോഗിച്ചത്. സ്നേഹത്തിന്റേയും

വിശ്വാസത്തിന്റേയും മഹിമ ഈ കഥയിൽ ഒളിഞ്ഞുകിടപ്പുണ്ടെന്ന് മനസ്സിലാക്കാം. ഇതാണ് സീത അടയാളവാക്യമായി നൽകിയത്.

മണ്ഡോദരി

രാവണപത്നിയായ മണ്ഡോദരി മഹത്തായ പൈതൃകത്തിന്റെ ഉടമയാണ്. പ്രതിനായികയായിട്ടല്ല ചിലപ്പോൾ സീതയേക്കാൾ ഉൽക്കൃഷ്ട ഗുണങ്ങളുള്ള വ്യക്തിയായാണ് കാവ്യത്തിൽ പ്രത്യക്ഷപ്പെടുന്നത്. സീതയെപ്പോലും അതിശയിപ്പിക്കുന്ന സ്വഭാവമഹിമകൾ മണ്ഡോദരിക്കുണ്ട്.

മുജ്ജന്മത്തിൽ മന്ദാകിനിയെന്ന പേരിൽ പാർവ്വതിയുടെ ദാസിയായിരുന്നു. ഒരു ദിവസം പാർവ്വതി കുളിക്കാൻ പോയപ്പോൾ മന്ദാകിനിയും അനുഗമിച്ചു. സ്നാനം തുടങ്ങിയപ്പോൾ വാകപ്പൊടി കണ്ടില്ല. അതെടുക്കാൻ വിട്ടുപോയിരുന്നു. വേഗം പോയി വാകപ്പൊടി കൊണ്ടുവരുവാൻ മന്ദാകിനിയെ വിട്ടു. മന്ദാകിനി വീട്ടിൽ വരുമ്പോൾ ശിവനും ഗംഗയും അകത്ത്. എന്തു ചെയ്യണമെന്നറിയാതെ പുറമെ നിന്നു. കുറേ കഴിഞ്ഞപ്പോൾ ഗംഗ പുറത്തുകടന്നു. മന്ദാകിനി വാകപ്പൊടിയുമായി കുളക്കടവിലെത്തി. പാർവ്വതി താമസിക്കാൻ കാരണമാരാഞ്ഞു. മന്ദാകിനി ഒന്നും പറഞ്ഞില്ല. പാർവ്വതിക്ക് ദേഷ്യമായി. മന്ദാകിനി എന്തൊക്കെയോ വിക്കിവിക്കി പറയൻ ശ്രമിക്കുന്നുണ്ടായിരുന്നു. അപ്പോഴേക്കും നീ മണ്ഡൂകമായി തീരട്ടെയെന്ന് പാർവ്വതി ശപിച്ചുപോയി. മന്ദാകിനിയുടെ ഭാവപ്പകർച്ചയിൽ പാർവ്വതി കാര്യങ്ങൾ ഊഹിച്ചു.

“നീ ദേവാംഗനയാണെന്ന് ഒരാളറിയും. അദ്ദേഹം നിന്നെ വളർത്തും.” ശാപമോക്ഷവും നൽകി. എന്നാൽ ഒന്ന് ഓർമ്മിപ്പിച്ചു. “നീ രുദ്രന്റെ സദാചാരവിരുദ്ധ പ്രവർത്തനത്തിന് കൂട്ടുനിന്നു. നിന്റെ ഭർത്താവ് സ്ത്രീസൗന്ദര്യത്തിൽ അമിതഭ്രമമുള്ളവനായിരിക്കും.’

ഈ കഥ മറ്റൊരു രൂപത്തിലും പ്രചാരത്തിലുണ്ട്.

വാകപ്പൊടിയെടുക്കാൻ ചെന്ന മന്ദാകിനിയെ ശിവൻ പ്രാപിച്ചു. കന്യകയും ദാസിയുമായ തന്റെ അവസ്ഥ മന്ദാകിനി ശിവനെ ബോധ്യപ്പെടുത്തി. ശിവൻ പ്രതിവിധി കണ്ടെത്തി. എന്റെ ബീജം നിന്റെ ഉദരത്തിൽ സുഷുപ്താവസ്ഥയിൽ കിടക്കും. നിന്റെ ഭർത്താവുമൊത്തുള്ള സംഗമശേഷമേ അത് ജാഗ്രാവസ്ഥയിലാവൂ എന്ന് ആശ്വസിപ്പിച്ചു. വർഷങ്ങൾ കഴിഞ്ഞ് മണ്ഡോദരി രാവണപത്നിയാവുന്നു. അവരുടെ ക്രീഡയെ തുടർന്ന് ശിവബീജം വളർന്നുണ്ടായ പുത്രനായതിനാൽ രാവണിക്ക് കാനിനീയൻ എന്നൊരു പേരുണ്ടായതായി പറയുന്നു.

പാൽക്കടൽ കടഞ്ഞപ്പോൾ പിറന്ന സുലക്ഷണയെ ഒരു ഗന്ധർവ്വനു കൊടുത്തു. അയാൾ സുലക്ഷണയെ പാർവ്വതിയുടെ തോഴിയാക്കി തപസ്സിനുപോയി എന്നും മറ്റുമാണ് ചില കഥകൾ. കഥകളിൽ ഭാവനയും അതിശയോക്തിയും കാണാം. എന്നിരുന്നാലും എല്ലാവരും നിയമവിധേയരാണെന്ന സത്യം ഓർമ്മപ്പെടുത്തുന്നു. ആലോചനയില്ലാതെ പ്രവർത്തിച്ചാൽ പാളിച്ചകൾ വന്നുചേരും. അതിനു വലിയ വില നൽകേണ്ടിവരികയും ചെയ്യും. ഈ കാര്യങ്ങൾ നാം നിത്യജീവിതത്തിൽ ധാരാളം കാണുന്നുണ്ടല്ലോ.

കാലം കടന്നുപോയി. കൈലാസത്തിൽ സന്ധ്യസമയത്ത് നടരാജനൃത്തത്തിന് ഒരു പുതിയ മാളിക പണിയാൻ ശിവൻ ആഗ്രഹിച്ചു. ദേവശിൽപ്പിയായ വിശ്വകർമ്മാവിന് മറ്റു തിരക്കുകളുണ്ടായിരുന്നു. അതിനാൽ മയനെ പ്രധാനശിൽപിയാക്കി. കൈലാസവാസത്തിനിടയിൽ മയൻ ഒരു ദിവസം കുളിക്കടവിൽ കുളിക്കാൻ പോയി. ഒരു ശബ്ദം കേട്ടു. കയ്യിൽ വെള്ളമെടുത്തു. ഒരു തവളക്കുട്ടി. അത് ഉടൻ ഒരു പെൺകുട്ടിയായി. മക്കളില്ലാതിരുന്ന മയൻ അവളെ ഭാര്യ സുവർണ്ണയെ ഏൽപ്പിച്ചു. ആ ദമ്പതികൾ അവളെ അരുമമകളായി ഓമനിച്ചു വളർത്തി. മണ്ഡോദരി എന്ന മനോഹരിയായി. രാവണൻ ശിവനിൽനിന്നും ചന്ദ്രഹാസവും അമ്മയ്ക്ക് പ്രാർത്ഥിക്കുവാൻ ശിവലിംഗവുമായി വരുമ്പോൾ അതിസുന്ദരിയായ മയപുത്രിയായ മണ്ഡോദരിയെ കണ്ടു. പാർവ്വതിയെ മോഹിച്ച രാവണൻ, പാർവ്വതിക്ക് തുല്യയായ മണ്ഡോദരിയെ ഭാര്യയാക്കാൻ ആഗ്രഹിച്ചു. വിവരം മയനെ അറിയിച്ചു. മയൻ മകളെ രാവണനു നൽകി. ദിവ്യശക്തിയുള്ള വേൽ സമ്മാനമായി കൊടുക്കുകയും ചെയ്തു. പാർവ്വതിയുടെ ശാപത്താൽ മണ്ഡൂകമായ സുലക്ഷണയ്ക്ക് ശിവന്റെ ആഗ്രഹപ്രകാരം പാർവ്വതി ശാപമോക്ഷം നൽകി, മക്കളില്ലാത്ത മയന് നൽകി എന്നൊരു രൂപാന്തരവുമുണ്ട്.

ഇന്ദ്രജിത്ത്

രാവണ-മണ്ഡോദരി ദമ്പതിമാരുടെ പ്രഥമസന്താനം രാവണി. പ്രസവസമയത്ത് മേഘഗർജ്ജനം പോലുള്ള ശബ്ദം പുറപ്പെടുവിച്ചതുകൊണ്ട് മേഘനാദൻ എന്നൊരു പേരുണ്ടായി. കന്യക പ്രസവിച്ചതുകൊണ്ട് കാനീനൻ. ഇന്ദ്രനെപ്പോലും ജയിച്ചതുകൊണ്ട് ഇന്ദ്രജിത്ത് എന്ന പേരിലാണ് കൂടുതൽ പ്രസിദ്ധി.

സിദ്ധികളും ദിവ്യായുധങ്ങളും സ്വായത്തമാക്കിയ രാവണൻ ഇന്ദ്രനോട് യുദ്ധം ചെയ്തു. വീരപരാക്രമിയാണെങ്കിലും രാവണൻ ക്ഷീണിതനായി. വിവരമറിഞ്ഞ് മേഘനാദൻ സൈന്യവുമായി സ്വർഗ്ഗത്തിലെത്തി. പിതാവിന്റെ ദയനീയാവസ്ഥ കണ്ട്

മേഘനാദൻ ദേവസൈന്യത്തിലേക്ക് പാഞ്ഞുകയറി. ദേവകൾക്ക് തടുക്കാനായില്ല. അവർ ഓടിയൊളിച്ചു. ദേവേന്ദ്രനുമായി നേർക്കുനേർ പോരായി. മേഘനാദൻ യുദ്ധത്തിൽ ദേവേന്ദ്രനെ വീഴ്ത്തി. നാഗാസ്ത്രത്താൽ വരിഞ്ഞുകെട്ടി രഥത്തിലിട്ടു. ലങ്കയിൽ പിതാവിന്റെ മുമ്പിൽ എത്തിച്ചു. കൈകാലുകളെ ചങ്ങലയിട്ടു പൂട്ടി. ദേവലോകത്തിന് നാഥനില്ലാതായി. ബൃഹസ്പതിയും കൂട്ടരും ബ്രഹ്മാവിനെ കാര്യം ധരിപ്പിച്ചു. ബ്രഹ്മാവ് രാവണനെ സമീപിച്ചു. ഇന്ദ്രനെ ജയിച്ചല്ലോ... ഇനി വിട്ടയച്ചുകൂടെ എന്ന് ചോദിച്ചു.

"രാവണിയാണ് ബന്ധിച്ചത്. അവന്റെ അഭിപ്രായമനുസരിച്ച് ചെയ്യാം."

ഉടൻ രാവണിയെ വരുത്തി. ബ്രഹ്മാവ് പറഞ്ഞു. "എത്ര നാളായി ഇന്ദ്രൻ ബന്ധനത്തിൽ കഴിയുന്നു? ഇനിയും കോപം മാറിയില്ലേ? ദേവരാജ്യം നശിക്കുന്നു. ഇന്ദ്രനെ വിട്ടയയ്ക്കൂ."

ഇന്ദ്രജിത്ത് ഇങ്ങനെയാണ് മറുപടി നൽകിയത്: "ഇന്ദ്രന്റെ അഹങ്കാരം നശിപ്പിക്കാനാണ് ഇങ്ങനെ ചെയ്തത്. ഇന്ദ്രനെ വിട്ടയയ്ക്കാം. പക്ഷേ എനിക്ക് ബ്രഹ്മാസ്ത്രം നൽകണം. ഇന്ദ്രജിത്ത് എന്ന പ്രസിദ്ധിയും വേണം."

ബ്രഹ്മാവിന് സമ്മതിക്കേണ്ടി വന്നു. അങ്ങനെ ഇന്ദ്രജിത്തായി. സത്യയുദ്ധം, ശാഠ്യയുദ്ധം, മായായുദ്ധം എന്നിവയിൽ അതിനിപുണനാണ്. (ന്യായ,ധർമ്മ,വിധിപ്രകാരമുള്ളതാണ് സത്യയുദ്ധം. മര്യാദ അൽപ്പം പോലുമില്ലാത്തതാണ് ശാഠ്യയുദ്ധം. യുദ്ധത്തിനിടയിൽ പലവിധത്തിൽ വേഷപ്പകർച്ചയിലൂടെ ജയം നേടുന്നതാണ് മായായുദ്ധം.) ഈ മൂന്ന് യുദ്ധങ്ങളിലും ഇന്ദ്രജിത്ത് അതിപ്രഗത്ഭനാണ്.

കഥാപാത്രങ്ങളും പ്രതിപ്രവർത്തനങ്ങളും

സുന്ദരകാണ്ഡത്തിലെ മുഖ്യ കഥാപാത്രം ഹനുമാനാണ്. ആദ്യം മുതൽ അന്ത്യംവരെ നിറഞ്ഞുനിന്ന് പ്രതാപശാലിയായി വിലസുന്നു. കുരങ്ങിന് സുന്ദരൻ എന്ന് പര്യായമുണ്ട്. രചനാസിദ്ധികൾകൊണ്ട് അതിമനോഹരമാണ് ഈ കാണ്ഡം. അതിനാൽ സുന്ദരകാണ്ഡം എന്ന പേര് തികച്ചും അന്വർത്ഥമാണ്. കിഷ്ക്കിന്ധാകാണ്ഡത്തിൽ നാം പരിചയപ്പെട്ട വായുപുത്രൻ വാഗ്മിയാണ്, വിശ്വസ്തനാണ്, സേവനനിരതനാണ്.

നയതന്ത്രവിദഗ്ദ്ധൻ

ഈ കാണ്ഡത്തിൽ ഇതിനുപുറമെ പൗരുഷ വീര്യപരാക്രമങ്ങൾ പ്രോജ്ജ്വലിക്കുന്നുമുണ്ട്. മാത്രമല്ല, നയതന്ത്രകൗശലവും

പ്രത്യുത്പന്നമതിത്വവും വേണ്ടുവോളമുണ്ട്. സമുദ്രലംഘനത്തിന് ശക്തനായി വളരുന്നു. സിംഹിയെ തോൽപ്പിക്കാൻ കൊതുകുരൂപത്തിലാകുന്നു. ഛായാഗ്രഹിണിയേയും ലങ്കാലക്ഷ്മിയേയും ഒറ്റയടിയാൽ നിലംപരിശാക്കുന്നു. ലങ്കചുറ്റി നടന്ന് നേരിട്ട് എല്ലാം ഗ്രഹിക്കുന്നു. നിശ്ശബ്ദനായി ശിംശിപാവൃക്ഷക്കൊമ്പിലിരുന്ന് രാവണവിക്രിയകൾ കാണുന്നു. രാമസ്തുതിയിലൂടെ സീതയുടെ വിശ്വാസം നേടുന്നു. നയതന്ത്രവിദഗ്ദ്ധന്റെ രീതിയിൽ അടയാളവും അടയാളവാക്യവും നൽകുന്നു. അവ സ്വീകരിക്കുന്നുമുണ്ട്. വീരനായ അക്ഷയകുമാരനെ വകവരുത്തുന്നു. ബ്രഹ്മാസ്ത്രത്തെ മാനിച്ച് ഇന്ദ്രജിത്തിന് വഴങ്ങുന്നു. വാൽ ചുരുട്ടി ഉയർന്ന പീഠത്തിലിരിക്കുന്നു. നൂറുനൂറായിരം രാവണന്മാർ എന്റെ ചെറുവിരലിനുപോലും പോരായെന്ന് പറഞ്ഞ് രാവണനെ അസ്വസ്ഥനാക്കുന്നു. തന്നെ കൂട്ടം തെറ്റിക്കാൻ വാലിന് തീ കൊളുത്തിയതിനു പ്രതികാരമായി കൊട്ടാരങ്ങൾ തീയിട്ട് നശിപ്പിക്കുന്നു. തിരിച്ചുവരുമ്പോൾ 'ഞാൻ സീതയെ കണ്ടു..' എന്ന ചെറുവാക്യത്തിലൂടെ ശ്രീരാമന് ആശ്വാസമേകുന്നു. ഇങ്ങനെയുള്ള നിരവധി പ്രവർത്തനങ്ങളിൽ ഹനുമാന്റെ വ്യക്തിമഹിമ വിളങ്ങുന്നുണ്ട്. മാത്രല്ല, "സർവ്വസ്വവും മമ തരുന്നേ നിനക്കു ഞാൻ" എന്ന് ശ്രീരാമൻ പറയത്തക്കവിധം വിശ്വസ്തനായി ശോഭിക്കുന്നുണ്ട്. ദുഃഖിതയായ സീതയുടെ വ്യക്തമായ ചിത്രം നൽകുന്നു. ഈ കാണ്ഡം ഹനുമാന്റെ വീരപരാക്രമങ്ങളുടേയും നയതന്ത്രചാതുര്യത്തിന്റേയും സാക്ഷിപത്രമാണ്. ആധുനിക നയതന്ത്രപ്രതിനിധികൾക്ക് ഹനുമാൻ മാർഗ്ഗദർശകനാണ്.

അവസാനഭാഗത്തു മാത്രമേ ശ്രീരാമനെ കാണുന്നുള്ളൂ. എന്നാൽ ഉടനീളം രാമതേജസ്സ് ഒഴുകുന്നുണ്ട്. മൈനാകം, ലങ്കാലക്ഷ്മി, ത്രിജട എന്നിവർ രാമപ്രഭാവത്തിൽ ത്രസിക്കുന്നവരാണ്. ഹനുമാന്റെ വാക്കിലും മനസ്സിലും രാമൻ നിറഞ്ഞുനിൽക്കുന്നു. സീതയുടെ മനസ്സിൽ രാമനേയുള്ളൂ. വിഭീഷണനും മണ്ഡോദരിയും രാമമഹിമ തിരിച്ചറിയുന്നു. എന്തിന്, രാവണൻ പോലും രാമബാണത്താൽ സ്വർഗ്ഗം പൂകാൻ മോഹിക്കുന്നുണ്ട്.

ഭാവശുദ്ധി

പതിവ്രതാരത്നത്തിന്റെ ഉത്തമമാതൃകയാണ് സീത. അശോകവനത്തിൽ ഖിന്നയായി ഇരിക്കുമ്പോഴും മനസ്സിന്റെ സിദ്ധി കൊണ്ട് ചൈതന്യം വിതുമ്പുന്നു. നിന്ദ്യമായ വാക്കുകൾ കേട്ടിട്ടും നിരീക്ഷണ പരീക്ഷണങ്ങളിലൂടെ രാവണസ്വഭാവം സീത തിരിച്ചറിയുന്നു. അടയാളവാക്യം നൽകി ഹനുമാന്റെ ദൗത്യം സാക്ഷാത്ക്കരിക്കപ്പെടാൻ വഴിയൊരുക്കുന്നു. പുൽക്കൊടി നുള്ളിയിട്ട് രാവണനെ പുച്ഛിക്കത്തക്ക മനഃശക്തിയും ധൈര്യവും സീതയ്ക്കുണ്ട്. കവി വചനം നോക്കാം.

"ദശവദന! സുദൃഢമനുചിതമിതു നിനയ്ക്ക നീ
തത്ഫലം നീതാനനുഭവിക്കും ദ്രുതം."

രാവണരാജധാനിയിലിരുന്നുകൊണ്ട് ഇങ്ങനെ പറയുന്ന സീത ഭാരതസ്ത്രീകൾതൻ ഭാവശുദ്ധിക്ക് മാതൃകയാണ്.

രാവണന് പൈതൃകമായും സ്വകീയമായും വീരപരാക്രമങ്ങളുണ്ട്. എന്നാൽ അവയെ നശിപ്പിക്കുന്ന രോഷവും അവിവേകവും സ്ത്രീലമ്പടത്തവും വിനയാകുന്നു. ശാപചിത്രങ്ങൾ നിരന്നിട്ടും കാമപരവശനായി സീതയെ സമീപിക്കുന്നു. അന്തസ്സാരശൂന്യമായ വാഗ്ദാനങ്ങൾ നൽകുന്നു. കവിവാക്കുകൾ ശ്രദ്ധിക്കാം.

"കളയരുതു സമയമിഹ ചെറുതുവെറുതേതുമമ്മേ
കാന്തേ കളത്രമായ് വാഴ്ക നീ സന്തതം
കിളിമൊഴികൾ പലരുമിഹ വിടുപണികൾ ചെയ്യുമ-
ക്കാലനും പേടിയുണ്ടെന്നെ മനോഹരേ."

തുടർന്നുള്ള ഏതാനും വരികളിലും ഇപ്രകാരമുള്ള പ്രലോഭനങ്ങൾ കാണാം. ഹനുമാനോടുള്ള പെരുമാറ്റം മറ്റൊരു പൊങ്ങച്ചമാണ്. തിരിച്ചടി ഏറ്റുവാങ്ങുന്നു. ഹനുമാനെ നിസ്സാരനായി കാണുമ്പോൾ ഹനുമാൻ മറുപടി നൽകുന്നത് നിന്നെപ്പോലുള്ളവർ എന്റെ ചെറുവിരലിനുപോലും പോരാ എന്നാണ്. തന്നിഷ്ടക്കാരനാണെങ്കിലും പ്രശ്നങ്ങൾ ചർച്ച ചെയ്യുന്നുണ്ട്. മണ്ഡോദരിയുടേയും വിഭീഷണന്റേയും വാക്കുകൾ കുറെയെല്ലാം ഉൾക്കൊള്ളുന്നുണ്ട്. പൂർവ്വികമായ സിദ്ധികൊണ്ടാവാം ന്യൂനതകളുണ്ടെങ്കിലും രാവണനിൽ ചില മേന്മകൾ കാണാം.

സ്ഥാനമല്ല, പെരുമാറ്റ രീതിയാണ് മാന്യത നേടിക്കൊടുക്കുന്നതെന്ന് തലമുറകൾ കണ്ടുപഠിക്കേണ്ടതാണ്.

നൈസർഗ്ഗിക സിദ്ധികളാൽ മണ്ഡോദരിക്ക് രാവണനെപ്പോലും ചിലപ്പോഴെങ്കിലും നിയന്ത്രിക്കാൻ കഴിയുന്നുണ്ട്. സീതയെ കൊന്ന് ദുഷ്കീർത്തി ഉണ്ടാക്കരുതെന്ന് മണ്ഡോദരി രാവണനെ ഓർമ്മിപ്പിക്കുന്നു. യുദ്ധകാണ്ഡത്തിൽ മണ്ഡോദരിയുടെ ഉചിതമായ ഇടപെടലുകൾ നമുക്ക് കാണാം.

ഇന്ദ്രജിത്തിന് പിതൃസ്നേഹവും വീര്യവുമുണ്ട്. എന്നാൽ അതിരുകടന്ന ആത്മവിശ്വാസവും പിതൃഭക്തിയും പലപ്പോഴും ദോഷമാണ് ഉണ്ടാക്കുന്നത്. രാവണസഹോദരനായിട്ടും വിഭീഷണൻ സന്മാർഗ്ഗചിന്തകൾ നിലനിർത്തുന്നത് ശ്ലാഘനീയമാണ്.

കർണ്ണാനന്ദകരമായ കളകാഞ്ചി മൊഴികൾ കരളിനും കുളിർമ്മ പകരുന്നതാണ്. സുന്ദരകാണ്ഡത്തിൽ കളകാഞ്ചി വൃത്തത്തിന്റെ മഹിമയും കാന്തിയും നിറഞ്ഞുനിൽക്കുന്നു. മലയാളത്തിലെ പ്രമുഖരായ കവികൾ വിഭിന്ന ആശയക്കാരാണെങ്കിലും ഒരു

കാര്യത്തിൽ അവർക്ക് ഒരേ അഭിപ്രായമാണ്. തങ്ങളുടെ സാഹിത്യസൃഷ്ടികൾക്ക് അസ്തിവാരമിട്ടത് അദ്ധ്യാത്മരാമായണം കിളിപ്പാട്ടാണെന്ന് എല്ലാവരും തറപ്പിച്ചു പറയുന്നുണ്ട്. മധുരമനോഹരവും അർത്ഥസമ്പുഷ്ടവും ആദ്യന്തം അത്യന്തം ഉദാത്തമാണ്; പഠനാർഹമാണ്. പദങ്ങൾ അനർഗ്ഗളം ഒഴുകുകയാണ്.

കാവ്യചിത്രങ്ങൾ

'സകലശുകകുലതിലകിതകളേബരേ' എന്നു തുടങ്ങി 'കിളിമകളുമതി സരസമിങ്ങനെ ചൊന്നതു കേട്ടു മാലോകരും തെളിയണമേ.' എന്നുവരെയുള്ള കാവ്യഭാഗം യഥാർത്ഥത്തിൽ സ്വരഗംഗാപ്രവാഹമാണ്. പീയൂഷ പോഷണനിധിയാണ്.

'നിഖിലദിശിപലരുമിഹകേൾക്കുമാറുച്ചത്തിൽ
നീളേവിളിച്ചുപറഞ്ഞുനടത്തുവിൻ'

ഈ വിധത്തിലുള്ള കാവ്യാരാമത്തിൽ മണിപ്രവാളത്തിന്റേയും ശുദ്ധ മലയാളത്തിന്റേയും മനോഹരമായ സംഗമം ദർശിക്കാം. പ്രകൃതിരമണീയവും സമ്പത് സമൃദ്ധവുമായ ലങ്കാവർണ്ണന, വിവശയെങ്കിലും കുലീനയായ സീതയുടെ ഇരിപ്പ്, അഴകിയ രാവണന്റെ പുറപ്പാട്, രാവണസഭയിലെ ഹനുമാന്റെ പ്രകടനം, ലങ്കാദഹനം എന്നീ ഭാഗങ്ങളിലെല്ലാം സ്വഭാവോക്തിയുടെ സ്വച്ഛന്ദപരിശോഭ അത്യാകർഷകമായിട്ടുണ്ട്.

'സുമുഖി! കപികുലതിലകനായ സൂര്യാത്മജൻ
സുഗ്രീവഭൃത്യൻ ജഗത്പ്രാണനന്ദനൻ
കപടമൊരുവരൊടുമൊരുപൊഴുതുമറിയുന്നീല
കർമ്മണാവാചാ മനസാപി മാതാവേ!'

ഹനുമാന്റെ ഈ വാക്കുകൾ ഹനുമാന്റെയും സീതയുടെയും രേഖാചിത്രങ്ങളാണ്. വായുപുത്രൻ കനകമണിമയ നിലയങ്ങൾ അഖിലം കത്തിച്ചുകത്തിച്ച് അഗ്നിജ്വാലകൾ ഉയർന്നുപൊങ്ങുന്ന വർണ്ണന ചമത്ക്കാരഭംഗി നിറഞ്ഞുകവിയുന്നതാണ്.

'അനലശിഖകളുമനിലസുഖഹൃദയവും തെളി-
ഞ്ഞാഹന്ത! വിഷ്ണുപദം ഗമിച്ചു തദാ
....
പുനരനിലസുതനിതി ദഹിപ്പിച്ചതെങ്കിലും
ഭൂതിപരിപ്പൂർണ്ണമായ്‌വന്നിതത്ഭുതം'

എന്നീ വരികളിലെ ശബ്ദാലങ്കാര മേളനത്തിൽ കാവ്യചാരുത ഉദാത്തമേഖലയിൽ വിലസുന്നു. സ്വഭാവോക്തി, അതിശയോക്തി, രൂപകം, ശ്ലേഷം എന്നീ അലങ്കാരങ്ങൾ പരസ്പരപൂരിതങ്ങളാകുന്നു. രാക്ഷസസ്ത്രീകളുടെ വിലാപധാര സ്വാഭാവികമായ

ക്ഷോഭപ്രകടനമാണ്. മൈനാകത്തിന്റെ ആതിഥ്യമര്യാദയിലും ലങ്കാലക്ഷ്മിയുടെ മോക്ഷത്തിലും ഉദാത്താലങ്കാരത്തിന്റെ ദീപ്തി കാണാം. എന്തിനേറെ പറയുന്നു, സുന്ദരകാണ്ഡം അലങ്കാരസമ്പത്തിന്റെ വിളനിലമാണ്. നാടകീയത മുറ്റുന്ന രംഗങ്ങൾ വളരെയേറെയുണ്ട്. സ്വഭാവചിത്രങ്ങളുടെ വർണ്ണചാരുത വിസ്മയാവഹമാണ്. വർണ്ണന, കഥാകഥനം, സംഭാഷണം, സംവാദം, സ്തുതി, ശാശ്വത തത്ത്വോപദേശങ്ങൾ എന്നീ രചനാസിദ്ധികളിലൂടെ കഥാതന്തു വികസിക്കുന്നു. പര്യായപദസമുച്ചയപ്രവാഹത്തിലൂടെ ഭക്തിരസഭാവം രസപദവിയിലേക്ക് വികസിക്കുന്നു. മനഃശുദ്ധി ഉത്തേജിപ്പിച്ച് സംസ്കാരം പോഷിപ്പിക്കുന്നു.

'അഴകിയ രാവണൻ', 'അംബരചുംബി' എന്നീ ശൈലികൾ ഭാഷയെ പോഷിപ്പിക്കുന്നു. ആചാര്യന്റേയും സംവിധായകന്റേയും മികവിൽ കഥ ഉജ്ജ്വലമാകുന്നു. തമിഴിന്റേയും മണിപ്രവാളത്തിന്റേയും സ്വാധീനത്തിൽനിന്നും പടിപടിയായി മലയാളകവിത തനിമയിൽ എത്തുകയാണ്.

ഇതിഹാസകാവ്യമായ രാമായണത്തിലെ ഈ കാണ്ഡം പിന്നീടുണ്ടായ സന്ദേശകാവ്യ പ്രസ്ഥാനത്തിന് അസ്തിവാരമിടുന്നുണ്ട്. വിധിയുടെ വിളയാട്ടംകൊണ്ട് വിരഹദുഃഖമനുഭവിക്കേണ്ടി വരുന്ന പ്രണയിനികൾ, അവർക്ക് ആശ്വാസം പകരുന്ന സന്ദേശവാഹകൻ, ഹൃദയരഹസ്യത്തുടിപ്പായ അടയാളവാക്യം, മാർഗ്ഗവർണ്ണന, ഭൂപ്രദേശ വർണ്ണനകൾ, ദൗത്യനിർവ്വഹണം, ആശ്വാസകിരണങ്ങൾ എന്നീ സന്ദേശകാവ്യഘടകങ്ങൾ ഈ കാണ്ഡത്തിൽ ഒളിഞ്ഞും തെളിഞ്ഞുമുണ്ട്.

കാളിദാസന്റെ മേഘസന്ദേശവും സംസ്കൃതത്തിലെ കോകസന്ദേശവും കോകിലസന്ദേശവും ഈ മൂശയിൽ വിളഞ്ഞതാകാം. മലയാളത്തിലെ ഉണ്ണുനീലി സന്ദേശം, മയൂരസന്ദേശം എന്നീ കൃതികളിലും സുന്ദരകാണ്ഡത്തിന്റെ രൂപഭാവങ്ങൾ കാണാം.

കാവ്യരസവും ഭാവചിത്രങ്ങളും നിറഞ്ഞുനിൽക്കുന്ന സുന്ദരകാണ്ഡം ഭാഷാപരമായും സാഹിത്യപരമായും പഠനാർഹമാണ്. ഉദാത്തകവിതയുടെ നിത്യഭാസുരദീപമാണ്.

■

യുദ്ധകാണ്ഡം

ഭാഷാപിതാവായ എഴുത്തച്ഛന്റെ അദ്ധ്യാത്മരാമായണം കിളിപ്പാട്ടിന്റെ ഏതാണ്ട് നാലിലൊരുഭാഗം യുദ്ധകാണ്ഡമാണ്. അയ്യായിരത്തി ഒരുന്നൂറ്റി അമ്പത്തിനാല് വരികൾ 'നാരായണഹരേ.. നാരായണഹരേ...' എന്നീ സ്തുതികളിൽ തുടങ്ങി 'ഭക്ത്യാ പറഞ്ഞടങ്ങിക്കിളിപ്പൈതലും ചിത്തം തെളിഞ്ഞുകേട്ടു മാലോകരും' എന്ന മംഗളചിന്തയിൽ പര്യവസാനിക്കുന്നു. ചന്ദ്രചൂഢനായ ശിവൻ ചന്ദ്രികാസ്മിതത്തോടെ ചന്ദ്രാനനയായ പാർവ്വതിക്ക് രാമചരിതം തുടർന്ന് കേൾപ്പിക്കുന്നു. പൈങ്കിളിപ്പൈതൽ നമുക്കുവേണ്ടി പാടുന്നു. കാകളിയുടെ കമനീയത കേട്ടുനോക്കാം, കണ്ടുനോക്കാം, രസിച്ചുനോക്കാം.

പ്രാരംഭസ്തുതി, ശ്രീരാമാദികളുടെ നിശ്ചയം, ലങ്കാവിവരണം, യുദ്ധയാത്ര, രാവണാദികളുടെ ആലോചന, രാവണകുംഭകർണ്ണസംഭാഷണം, രാവണവിഭീഷണസംഭാഷണം, വിഭീഷണൻ ശ്രീരാമസന്നിധിയിൽ, ശുകബന്ധനം, സേതുബന്ധനം, രാവണശുകസംവാദം, ശുകന്റെ പൂർവ്വവൃത്താന്തം, മാല്യവാന്റെ വാക്യം, യുദ്ധാരംഭം, രാവണന്റെ പുറപ്പാട്, കുംഭകർണ്ണവധം, അതികായവധം, ഇന്ദ്രജിത്തിന്റെ വിജയം, ഔഷധയാത്ര, കാലമേനിയുടെ പുറപ്പാട്, ദിവ്യൗഷധഫലം, മേഘനാദവധം, നാരദസ്തുതി, രാവണവിലാപം, രാവണന്റെ ഹോമവിഘ്നം, രാമരാവണയുദ്ധം, അഗസ്ത്യാഗമനം, അഗസ്ത്യസ്തുതി, രാവണവധം, വിഭീഷണരാജ്യാഭിഷേകം, സീതാസ്വീകാര്യം, ദേവേന്ദ്രസ്തുതി, അയോദ്ധ്യയിലേക്കുള്ള യാത്ര, അയോദ്ധ്യാപ്രവേശം, രാജ്യാഭിഷേകം, വാനരാദികൾക്ക് അനുഗ്രഹം, ശ്രീരാമന്റെ രാജ്യഭാരഫലം, രാമായണത്തിന്റെ ഫലശ്രുതി എന്നിങ്ങനെ നാൽപ്പതോളം പ്രധാനഭാഗങ്ങളാണ് ഈ കാണ്ഡത്തിലുള്ളത്.

കഥാസാരം

ഹനുമാൻ അസാദ്ധ്യമായ സമുദ്രലംഘനം നടത്തി, നേരിട്ട രാക്ഷസരെ നശിപ്പിച്ചു. ലങ്ക ചുട്ടുകരിച്ചു. ഈ വീരകൃത്യങ്ങൾ

ചെയ്ത വായുപുത്രനെ എല്ലാവരും പ്രശംസിച്ചു. ഇനിയുള്ള കാര്യങ്ങൾ വിഷമമേറിയതായി രാമന് തോന്നി.

"അങ്ങ് ഒന്നുകൊണ്ടും പേടിക്കേണ്ട ഈ വാനരന്മാർ അങ്ങേയ്ക്കുവേണ്ടി എന്തും ചെയ്യാൻ പോന്നവരാണ്, സദാ സന്നദ്ധരാണ്." സുഗ്രീവൻ അറിയിച്ചു.

തുടർപ്രവർത്തനത്തിനുവേണ്ടി ലങ്കാകാര്യങ്ങൾ ശ്രീരാമൻ ആരാഞ്ഞു. സമുദ്രമദ്ധ്യത്തിൽ ചിത്രകൂടാചലത്തിൽ സ്ഥിതി ചെയ്യുന്ന ലങ്കയുടെ ചിത്രം ഹനുമാൻ വ്യക്തമാക്കി.

"എഴുന്നൂറു യോജന വിസ്താരമുള്ള മതിൽ ചുറ്റുമുണ്ട്. ഏഴു നിലകളുള്ള നാലു ഗോപുരങ്ങൾ കാണാം. കിടങ്ങുകൾ, യന്ത്രപ്പാവ എന്നിവയാൽ എല്ലാം സുരക്ഷിതമാണ്. അനേകായിരം ഭടന്മാരുണ്ട്. അതിമനോഹരമായ കൊട്ടാരം, മന്ത്രശാല, നാടകശാല, ഭോജനശാല എന്നിങ്ങനെ ഓരോന്നിനും പ്രത്യേക സ്ഥാനങ്ങളും സംവിധാനങ്ങളുമുണ്ട്."

തുടർന്ന് സീതയെ കണ്ടു പറഞ്ഞ കാര്യങ്ങളും ധരിപ്പിച്ചു. രാവണസഭ, വിഭീഷണന്റെ ധർമ്മോക്തി, ലങ്കാദഹനം എന്നിവയും വിശദമാക്കി. അതോടൊപ്പം താമസം കൂടാതെ നാം കാര്യങ്ങൾ നടപ്പാക്കണമെന്ന നിർദ്ദേശവും സമർപ്പിച്ചു. ഇപ്പോൾ നല്ല സമയമാണ്.

ഉത്രം ഉത്തമം

"ഉത്രം നക്ഷത്രം ഉചിതമാണ്. നമുക്ക് ഉടൻ നീങ്ങാം." സുഗ്രീവനോട് പറഞ്ഞു. "സൈന്യാധിപനായ നീലന്റെ നേതൃത്വത്തിൽ മുമ്പിലും ഇരുവശങ്ങളിലും സൈന്യം നിരക്കണം. ശ്രീരാമനും ലക്ഷ്മണനും സുഗ്രീവനും അംഗദനും സുരക്ഷിതരായിരിക്കണം. ഗജൻ, ഗവയൻ, ഗവാക്ഷൻ, മൈന്ദൻ, സുഷേണൻ, നളൻ, ശതബലി എന്നിവരുടെ നേതൃത്വത്തിൽ സൈന്യം പിന്തുടരണം."

ഇപ്രകാരം സൈന്യം വിന്യസിച്ച് യാത്ര തുടങ്ങി. കാടും മേടും കടന്നു. ഫലങ്ങൾ ഭക്ഷിച്ചു. മഹേന്ദ്രാചലത്തിൽ എത്തി. സന്ധ്യാവന്ദനം നടത്തി. സമുദ്രതരണചിന്ത ശ്രീരാമനെ അസ്വസ്ഥനാക്കി.

രാവണസഭ

ശ്രീരാമാദികൾ സമുദ്രതരണ ചിന്തയിൽ മുഴുകുമ്പോൾ രാവണാദികൾ മന്ത്രിസഭ ചേർന്ന് യുദ്ധപദ്ധതികൾ ചർച്ച ചെയ്തുകൊണ്ടിരുന്നു. ഹനുമാന്റെ വിക്രിയകളും അവൻ വരുത്തിയ

കെടുതികളും വിശദമാക്കി. തുടർപദ്ധതികൾ നിർദ്ദേശിക്കാൻ എല്ലാവർക്കും അവസരം നൽകി.

"വീരപരാക്രമിയും നീതിശാസ്ത്രനിപുണനുമായ രാവണനു മുമ്പിൽ ശ്രീരാമനും വാനരസൈന്യവും നിസ്സാരമാണ്. അതു കൊണ്ട് ഉടൻ യുദ്ധംചെയ്ത് അവരെ ഒരു പാഠം പഠിപ്പിക്കണം." മഹോദരൻ എന്ന മന്ത്രി നിർദ്ദേശിച്ചു.

വേദാന്തകൻ, നരകാന്തകൻ എന്നിവർ അതിനെ പിൻതാങ്ങി.

"ലോകങ്ങൾ ജയിച്ച അങ്ങ് മനുഷ്യനായ രാമനെ പേടി ക്കേണ്ടതില്ല. ഇന്ദ്രനെ ജയിച്ച ഇന്ദ്രജിത്തിനും കാലനെ ജയിച്ച അങ്ങേക്കും എന്തിനാണ് ഭയം?"

രാവണന്റെ വീരചരിതങ്ങൾ പറഞ്ഞ് അവർ രാവണനെ യുദ്ധോത്സുകനാക്കി. മന്ത്രിമാരുടെ വാക്കുകളിൽ വിശ്വാസം തോന്നിയ രാവണൻ അനുജനായ കുംഭകർണ്ണന്റെ അഭിപ്രായം ആരാഞ്ഞു.

കുംഭകർണ്ണൻ ഇപ്രകാരം പറഞ്ഞു: "ജ്യേഷ്ഠാ, അങ്ങയുടെ പ്രവൃത്തികൾ തെറ്റായിപ്പോയി. രാമൻ നാരായണനാണ്. സീത ലക്ഷ്മിയാണ്. അങ്ങയുടെ ഉപദേശികളുടെ വാക്കുകൾ ഉചിത മല്ല." നിത്യജീവിതത്തിലെ ഉദാഹരണങ്ങൾ ഉദ്ധരിച്ചുകൊണ്ട് പറഞ്ഞു.

"മീനങ്ങളെല്ലാം രസത്തിങ്കൽ മോഹിച്ചു
താനേ ബളിശം വിഴുങ്ങി മരിക്കുന്നു.
അഗ്നിയെക്കണ്ടു മോഹിച്ചു ശലഭങ്ങൾ
മഗ്നമായ് മൃത്യുഭവിക്കുന്നിതവ്വണ്ണം
ജാനകിയെക്കണ്ടു മോഹിക്ക കാരണം
പ്രാണവിനാശം ഭവാനുമകപ്പെടും."

കുംഭകർണ്ണന്റെ വാക്കുകൾ ഇന്ദ്രജിത്തിനു പിടിച്ചില്ല. രാമ നേയും സൈന്യത്തേയും ഞാൻ കൊന്നൊടുക്കുമെന്ന് ഇന്ദ്ര ജിത്ത് വാക്കുകൊടുത്തു. അനുജനായ വിഭീഷണന്റെ അഭിപ്രായം തിരക്കി.

വിഭീഷണൻ വിനീതനായി പറഞ്ഞു, "അങ്ങ് എന്റെ വാക്കു കൾ ഉൾക്കൊള്ളണം. അങ്ങോ ഇന്ദ്രജിത്തോ മന്ത്രിസത്തമ ന്മാരോ രാമനെ ജയിക്കാൻ പ്രാപ്തരല്ല. രാമൻ സാക്ഷാൽ വിഷ്ണുവാണ്. അവതാരകഥകൾ സൂചിപ്പിച്ചു. രാമചരിതചിത്ര ങ്ങൾ നിരത്തി. വീരനാണെങ്കിലും രാവണന് അനേകം ശാപ ങ്ങൾ വന്നുചേർന്നിട്ടുണ്ട്. ബ്രഹ്മശാപം, നളകുബേരശാപം, വേദ വതീശാപം എന്നിവ ആപത്സൂചനകളാണ്.

"ഇഷ്ടം പറയുന്ന ബന്ധുക്കളാരുമേ
കഷ്ടകാലത്തിങ്കലില്ലെന്നു നിർണ്ണയം"

"സീതയെ മോചിപ്പിച്ചില്ലെങ്കിൽ വംശംതന്നെ നശിക്കും. അതുകൊണ്ട് സീതയെ തിരിച്ചുനൽകണം. അതാണ് ഭൂഷണം."

രാവണൻ ക്രുദ്ധനായി.

"മിത്രഭാവത്തിലിരിക്കുന്ന ഇവനെപ്പോലുള്ളവരാണ് യഥാർത്ഥ ശത്രുക്കൾ. നീ വധാർഹനാണ്." രാവണൻ ആക്രോശിച്ചു.

മരണം ഉറച്ചവന് ദിവ്യൗഷധം ഫലിക്കില്ലെന്ന് ബോദ്ധ്യപ്പെട്ട വിഭീഷണൻ ശ്രീരാമനെ സേവിക്കാൻ തയ്യാറായി.

"അങ്ങ് എനിക്ക് അച്ഛന് തുല്യനാണ്. ഞാൻ കാരണം അങ്ങ് ദുഃഖിക്കരുത്. ഞാൻ പോകുന്നുവെന്ന് വിഭീഷണൻ ധരിപ്പിച്ചു.

സേവനം ഭൂഷണം

വിഭീഷണൻ ശ്രീരാമസന്നിധിയിലേക്ക് യാത്രയായി. നാലു മന്ത്രിമാരുമായി ശ്രീരാമാദികൾ ഇരിക്കുന്നതിനു മുകളിലെത്തി. ശ്രീരാമനെ സ്തുതിച്ചു.

"അങ്ങയെ സേവിക്കാൻ ഞാൻ വന്നിരിക്കുകയാണ്. ജ്യേഷ്ഠൻ എന്നെ വിശ്വസിക്കാത്തതുകൊണ്ട് ഞാൻ ജന്മമരണമോക്ഷാർത്ഥം അങ്ങയെ സമീപിക്കുന്നു. എന്നെ സ്വീകരിക്കണം."

"ശത്രുക്കളുടെ വാക്കുകൾ വിശ്വസിക്കരുത്. രാക്ഷസന്മാർ മായാവികളാണ്. ഇവനെ വധിക്കണം." സുഗ്രീവൻ പറഞ്ഞു.

മറ്റുള്ള വാനരന്മാരും അത് ശരിവെച്ചു.

അപ്പോൾ മാരുതി പറഞ്ഞു. "ശത്രുപക്ഷത്ത് ജനിച്ചതുകൊണ്ട് ശത്രുവാകണമെന്നില്ല. അവരിലും നല്ലവരുണ്ടാകും. ധർമ്മം പാലിക്കണം."

എല്ലാവരുടേയും വാക്കുകൾ കേട്ട ശ്രീരാമൻ പറഞ്ഞു, "ഹനുമാൻ പറഞ്ഞത് ശരിയാണ്. ജാംബവാദികളായ നീതിജ്ഞരേ, നിങ്ങൾ ഒരു കാര്യം മനസ്സിലാക്കണം. ആത്മരക്ഷയ്ക്ക് ആശ്രയിക്കുന്നവരെ ഉപേക്ഷിക്കരുത്. സ്വന്തം തുടയിലെ മാംസം നൽകി പക്ഷിയെ രക്ഷിച്ച ശിബിയുടെ വംശത്തിലുള്ളവരാണ് നാം. കാട്ടാളന് സ്വയം ഭക്ഷണമായ പ്രാവിന്റെ കഥയും നാം ഉൾക്കൊള്ളേണ്ടതാണ്. എന്നെ ചതിക്കാൻ ആർക്കും സാധ്യമല്ല. പിന്നെ ഞാൻ ആരെ പേടിക്കണം? അതുകൊണ്ട് വിഭീഷണനെ ഉടൻ വരുത്തണം."

സുഗ്രീവനോട് വിഭീഷണനെ കൂട്ടിക്കൊണ്ടുവരാൻ പറഞ്ഞു. വിഭീഷണൻ ശ്രീരാമന്റെ കാൽക്കൽ വീണ് സാഷ്ടാംഗം നമസ്കരിച്ചു. ശ്രീരാമന്റെ മനോഹരരൂപം കണ്ട് മനസ്സുതെളിഞ്ഞു.

"ശ്രീരാമ! സീതാമനോഹര! രാഘവ!" എന്നു തുടങ്ങി ഭീത നാമെന്നെ രക്ഷിച്ചുകൊള്ളേണമേ എന്നുവരെയുള്ള എഴുപ തോളം വരികളിൽ രാമനെ സ്തുതിച്ചു. ശ്രീരാമ മഹിമ നിറഞ്ഞു നിൽക്കുന്ന നീണ്ട സ്തുതി. സന്തുഷ്ടനായ രാമൻ ഇഷ്ടമുള്ള വരം നൽകാൻ തയ്യാറായി. വിഭീഷണൻ വ്യക്തമാക്കി.

"അങ്ങയെ നമസ്കരിക്കാൻ കഴിഞ്ഞ ഞാൻ ഭാഗ്യവാനാണ്. കൃതാർത്ഥനാണ്. അങ്ങയുടെ ഭക്തിയല്ലാതെ എനിക്ക് മറ്റൊന്നും വേണ്ട."

ഭക്തനായ നിനക്ക് മുക്തിയുണ്ടാകുമെന്ന് അനുഗ്രഹിച്ചു. ഉടൻ തന്നെ ലക്ഷ്മണനോട് വിഭീഷണനെ ലങ്കാധിപനായി അഭി ഷേകം ചെയ്യാൻ ഏർപ്പാട് ചെയ്യാൻ പറഞ്ഞു. വിധിപോലെ അഭിഷേകം നടന്നു. സുഗ്രീവൻ വിഭീഷണനെ സ്നേഹപൂർവ്വം പുണർന്നു. ഇരുവരും ശ്രീരാമസേവയ്ക്ക് കൂട്ടായ സംരംഭങ്ങൾക്ക് തയ്യാറായി.

വിഭീഷണൻ ശ്രീരാമസന്നിധിയിലേക്ക് പോന്നപ്പോൾ രാവ ണൻ സുഗ്രീവനെ വശത്താക്കാൻ ശുകനെ വിട്ടു. ശുകൻ സുഗ്രീ വനോട് ഇപ്രകാരം പറഞ്ഞു, "ലങ്കാധിപതിക്ക് നിന്നോട് പ്രിയ മാണ്. അദ്ദേഹത്തിന്റെ സർവ്വസഹായവും നിനക്കുണ്ടാവും. എന്തിനാണ് അൽപ്പന്മാരെ കൂട്ടുപിടിക്കുന്നത്. നീ വാനരന്മാരു മായി കിഷ്കിന്ധയിൽ പോയി രാജാവായി വാഴണം."

ഇതുകേട്ട വാനരന്മാർ ശുകനെ പിടിച്ച് പ്രഹരിച്ചുതുടങ്ങി. ശുകൻ രാമനെ വിളിച്ച് കരഞ്ഞു. "ഞാൻ ദൂതനാണ് എന്നെ കൊല്ലരുത്. ധർമ്മം രക്ഷിക്കണം."

ഈ വാക്കുകൾ കേട്ട് രാമൻ വാനരന്മാരോട് പ്രഹരം നിർ ത്താൻ കൽപ്പിച്ചു.

"ഞാൻ രാവണനോട് എന്താണ് പറയേണ്ടത്?" ശുകൻ തിരക്കി.

ബാലിയെ കൊന്നതുപോലെ രാമൻ രാവണനേയും കൊല്ലു മെന്ന് അറിയിക്കുവാൻ സുഗ്രീവൻ മറുപടി നൽകി.

സേതുബന്ധനം

ശ്രീരാമൻ ശുകനെ ബന്ധിച്ച് സൂക്ഷിക്കാൻ ഏർപ്പാടുചെയ്തു. സമുദ്രതരണത്തെപ്പറ്റി ശ്രീരാമവിഭീഷണസുഗ്രീവാദികൾ ആലോചന തുടങ്ങി. സമുദ്രരാജാവായ വരുണനെ വരുത്തുവാൻ നിശ്ചയിച്ചു. ശ്രീരാമൻ വരുണപ്രസാദത്തിന് തപസ്സുതുടങ്ങി. മൂന്നുദിവസം കഴിഞ്ഞിട്ടും വരുണൻ പ്രത്യക്ഷപ്പെട്ടില്ല. സ്വതവേ ശാന്തനായ ശ്രീരാമൻ കോപാകുലനായി. വില്ലുകുലച്ച് സമുദ്രത്തെ ഇളക്കി

മറിച്ചു. എല്ലാം ഞാൻ ഭസ്മമാക്കുമെന്ന ശ്രീരാമന്റെ വാക്കുകൾ കൊണ്ട് പ്രപഞ്ചമാകെ വിറച്ചു. ദിവ്യരൂപമായ വരുണൻ വന്ന് ശ്രീരാമനെ വന്ദിച്ചു, സ്തുതിച്ചു. രാമമഹിമ വ്യക്തമാക്കി. ഭക്തനായ എന്നോട് കരുണ കാണിക്കണമെന്ന് അപേക്ഷിച്ചു. തൊടുത്ത ശരം വെറുതെയാകില്ല. ഏതെങ്കിലും ദിക്ക് കാണിക്കാൻ രാമൻ നിർദ്ദേശിച്ചു. വരുണൻ പറഞ്ഞപ്രകാരം ചിത്രദ്രുമകൽപ്പം എന്ന സ്ഥലത്തേക്ക് ശരം പാഞ്ഞു. ആ സ്ഥലം മനോഹരമാണ്. പക്ഷേ അവിടെ പാപികളായ രാക്ഷസന്മാരുണ്ട്. രാമശരത്താൽ രാക്ഷസന്മാർ ഒടുങ്ങി. ചിത്രദ്രുമകൽപ്പം സുരക്ഷിതമായി. നന്മനിറഞ്ഞ സ്ഥലമായി ശോഭിച്ചു. നല്ലവരുടെ ഏതു പ്രവർത്തിയും നന്മയായിശോഭിക്കുമല്ലോ! നന്മ മേന്മയാണ്.

വിശ്വകർമ്മാവിന്റെ പുത്രനായ നളന്റെ നേതൃത്വത്തിൽ സേതുബന്ധനം നടത്താമെന്ന് വരുണൻ പറഞ്ഞു. അങ്ങയുടെ കീർത്തി ലോകമെങ്ങും വ്യാപിക്കുമെന്ന് പറഞ്ഞ് വരുണൻ വണങ്ങി പിൻവാങ്ങി. ശ്രീരാമാദികൾ നളനെ വിളിച്ചുവരുത്തി. പദ്ധതികൾ ആസൂത്രണം ചെയ്തു. കുമുദൻ ഒമ്പത് പർവ്വതങ്ങൾ കൊണ്ടുവന്ന് മുഹൂർത്തക്കല്ലിട്ടു. തുടർന്ന് കല്ലും പാറയുമായി പണി തുരുതുരാ നീങ്ങി. വെറും അഞ്ചുദിവസം കൊണ്ട് നളന്റെ നേതൃത്വത്തിൽ നൂറുയോജന നീളവും പത്തുയോജന വീതിയുമുള്ള അണ തീർത്തു. ഇന്നത്തെ കാലത്ത് എന്തെല്ലാം വൈതരണികൾ തരണം ചെയ്ത് എത്രനാളുകൊണ്ടാണ് ഓരോ പണിയും തീർക്കുന്നത്? പണി തീരുമ്പോഴേക്കും അടങ്കൽതുക പല മടങ്ങായി വർദ്ധിക്കും. എന്നിട്ടും സുരക്ഷിതമാണോ? സേതുബന്ധനം നടക്കുമ്പോൾ ഒരു അണ്ണാൻ മണ്ണിൽകിടന്നുരുണ്ട് ആ മണ്ണ് അണയിൽ കൊണ്ടിട്ടുകൊണ്ടിരുന്നു. ഇതുകണ്ട് സന്തുഷ്ടനായ ശ്രീരാമൻ അണ്ണാറക്കണ്ണന്റെ പുറത്ത് തലോടി. അതാണ് അണ്ണാറക്കണ്ണന്മാരുടെ പുറത്തുള്ള വര എന്നൊരു പഴമൊഴിയുണ്ട്. 'അണ്ണാറക്കണ്ണനും തന്നാലായത്' എന്ന ഭാഷാശൈലി അങ്ങനെ രൂപപ്പെട്ടതാകാം.

സേതുബന്ധനത്തിന്റെ മുന്നോടിയായി ശ്രീരാമൻ ശിവലംഗപ്രതിഷ്ഠ നടത്തിയതായി പറയപ്പെടുന്നുണ്ട്. ഇന്നത്തെ രാമേശ്വരം ക്ഷേത്രം അതാണെന്ന് കരുതിവരുന്നു. ശ്രീരാമാദികൾ സേതുബന്ധനത്തിലൂടെ ലങ്കയിലെ സുബേലാചലോപരിയിൽ എത്തി. മനോഹരമായ പ്രാസാദസങ്കുലവും ഭൗതിക സൗകര്യങ്ങളും വീക്ഷിച്ചു. ബന്ധിതനായ ശുകനെ മോചിപ്പിക്കാൻ ഉത്തരവ് നൽകി. സകലകാര്യങ്ങളും രാവണനെ ധരിപ്പിക്കട്ടെ. ശ്രീരാമാദികൾ കണ്ട ലങ്കയിലെ സംവിധാനങ്ങൾ എല്ലാവരെയും അതിശയിപ്പിക്കുന്നതായിരുന്നു.

ഉപദേശങ്ങൾ

ശുകൻ തിരിച്ചെത്തിയപ്പോൾ വൈകുവാനുള്ള കാരണം രാവണൻ ആരാഞ്ഞു. ഉണ്ടായ സംഭവങ്ങളെല്ലാം ശുകൻ വിസ്തരിച്ചു പറഞ്ഞു. മാത്രമല്ല സീതയെ തിരിച്ചുനൽകിയില്ലെങ്കിൽ കൊല്ലുമെന്നും ലങ്കാനഗരി നശിപ്പിക്കുമെന്നുമുള്ള താക്കീതുമുണ്ട്. വാനരന്മാരുടെ വീരപരാക്രമങ്ങൾ എണ്ണിയെണ്ണി ധരിപ്പിച്ചു. അവർക്ക് വിഭീഷണന്റെ സഹായവും ഒത്താശയുമുണ്ട്. ശ്രീരാമൻ പരമാത്മാവാണെന്നും സീത യോഗമായാദേവിയാണെന്നും ഓർമ്മിപ്പിച്ചു. കൂട്ടത്തിൽ ജീവിതത്തിന്റെ നശ്വരതയും പരമാത്മ ചൈതന്യത്തിന്റെ പ്രഭാവവും ഭംഗിയായി അവതരിപ്പിച്ചു. സീതയെ തിരിച്ചുനൽകി രാമപ്രസാദം നേടി മുക്തിതേടുകയാണ് അഭികാമ്യമെന്ന ഉപദേശവും നൽകി. ശുകന്റെ തത്ത്വോപദേശങ്ങൾ കേട്ട് രാവണൻ ക്രുദ്ധനായി.

“ഭൃത്യനായ നീ ആചാര്യനാവണ്ട. നീ ഇതിനുമുമ്പ് തന്നിട്ടുള്ള ഉപകാരങ്ങളോർത്ത് നിന്നെ വധിക്കുന്നില്ല. എന്റെ ക്ഷമ പരീക്ഷിക്കാതെ ഉടൻ മുമ്പിൽനിന്ന് പോകൂ.” രാവണൻ ആജ്ഞാപിച്ചു.

ബ്രാഹ്മണശ്രേഷ്ഠനായിരുന്ന ശുകൻ ശാപംകൊണ്ട് രാക്ഷസനായി. ശ്രീരാമമഹിമ വർണ്ണിച്ച് രാവണന് ആത്മതത്ത്വോപദേശം നൽകി. ശുകൻ ശാപവിമുക്തനായി. ശുകൻ പോയശേഷം രാവണന്റെ അമ്മയുടെ അച്ഛനായ മാല്യവാൻ വന്നു. കുശലപ്രശ്നത്തിനുശേഷം ലങ്കയിൽ കാണുന്ന അത്ഭുതകാര്യങ്ങൾ മാല്യവാൻ ചൂണ്ടിക്കാണിച്ചു.

“ചോരവർഷം ഉണ്ടാകുന്നു. ദേവബിംബങ്ങൾ ഇളകുന്നു. പശുക്കളിൽനിന്നും കഴുത ജനിക്കുന്നു. എലി പൂച്ചയെ എതിർക്കുന്നു. പാമ്പുകൾ ഗരുഡനുനേരെ തിരിയുന്നു. എവിടെയും അശാന്തിയാണ്. ഇതെല്ലാം ദുസ്സൂചനകളാണ്. അതിനാൽ സീതയെ തിരിച്ചുനൽകി രാമഭക്തനായി രാക്ഷസകുലത്തെ സംരക്ഷിക്കണം.”

“സത്യമത്രേ ഞാൻ പറഞ്ഞതു കേവലം
പഥ്യം നിനക്കിതു ചിന്തിക്ക മാനസേ”

അപ്രിയമായ വാക്കുകൾ കേട്ട് രാവണൻ നീരസത്തോടെ പറഞ്ഞു, “അങ്ങ് മനുഷ്യനായ രാമനെ പുകഴ്ത്തുന്നതെന്തിനാണ്? വാനരങ്ങളെ കൂട്ടുപിടിച്ചിരിക്കുന്ന അവൻ മൂഢനാണ്. രാമൻ പറഞ്ഞിട്ട് എന്നോട് പറയുന്നതാവാം. വേണ്ട സമയത്ത് ഞാൻ വിളിക്കാം. അങ്ങയുടെ വാക്കുകൾ എനിക്ക് സഹിക്കാൻ പറ്റുന്നില്ല.”

രാവണൻ മന്ത്രിമാരുമായി അകത്തേക്ക് പോയി.

നേർക്കുനേർ

രാവണസൈന്യവും രാമസൈന്യവും യുദ്ധത്തിനൊരുങ്ങി. യുദ്ധസന്നദ്ധനായി നിൽക്കുന്ന രാവണന്റെ നേർക്ക് രാമൻ ശരം വിട്ടു. രാവണന്റെ കിരീടങ്ങൾ തകർന്നുവീണു. ഉടൻ യുദ്ധരംഗ ത്തിറങ്ങാൻ രാവണൻ പ്രഹസ്തന് ആജ്ഞ നൽകി. കിഴക്കേ കോട്ടയിൽ പ്രഹസ്തനും തെക്കേ കോട്ടയിൽ വജ്രദംഷ്ട്രനും പടിഞ്ഞാറേ കോട്ടയിൽ ഇന്ദ്രജിത്തും വടക്കേ കോട്ടയിൽ രാവ ണനും സുശക്തരായി നിരന്നു. നീലൻ കിഴക്കേ ഗോപുരത്തും അംഗദൻ തെക്കേ ഗോപുരത്തും ഹനുമാൻ പടിഞ്ഞാറെ ഗോപു രത്തും ശ്രീരാമൻ വടക്കേ ഗോപുരത്തിലും തയ്യാറായി. രാമ രാവണയുദ്ധം തുടങ്ങി. ശരങ്ങൾ, കല്ലുകൾ, മുഷ്ടിപ്രഹരങ്ങൾ എന്നിവ കൊണ്ട് യുദ്ധം മുറുകി. രാക്ഷസന്മാർ വാനരന്മാരുമായി യുദ്ധം തുടങ്ങി. ശ്രീരാമൻ വാനരന്മാർക്ക് രക്ഷയായി.

രാവണൻ വിദ്യുത്ജിഹനുമായി മായയാൽ ശ്രീരാമന്റെ ശിരസ്സുമായി സീതാസന്നിധിയിലെത്തി. സത്യമാണെന്ന് കരുതി സീത വിഷമിച്ചു. വിഭീഷണപത്നിയായ സരമ ഇതെല്ലാം മായാ പ്രയോഗമാണെന്ന് സീതയെ ധരിപ്പിച്ചു. ശ്രീരാമനിർദ്ദേശപ്രകാരം അംഗദൻ രാവണനോട് ഇപ്രകാരം പറഞ്ഞു,

“ഒന്നുകിൽ സീതയെ കൊണ്ടുവന്നുതരിക, അല്ലെങ്കിൽ യുദ്ധ ത്തിന് പുറപ്പെടുക. ലങ്കയെയും രാക്ഷസരെയും നശിപ്പിക്കും.

അംഗദന്റെ അധിക്ഷേപ വാക്കുകൾ കേട്ട് രോഷാകുലനായ രാവണൻ അംഗദനെ വധിക്കാൻ കൽപ്പിച്ചു. രാക്ഷസന്മാർ അംഗദനോട് എതിരിട്ടു. അംഗദൻ രാക്ഷസന്മാരെ ചുഴറ്റിയെ റിഞ്ഞു, പ്രസാദങ്ങൾ തകർത്തു. വിവരം രാമനെ ബോധിപ്പിച്ചു. തുടർന്ന് സുഷേണൻ, കുമുദൻ, നളൻ, ഗജൻ എന്നിവർ നിരന്ന് കല്ലും മലകളും എടുത്തെറിഞ്ഞു. വാളും പരിചയും ഗദയും കുന്തവുമായി രാക്ഷസന്മാർ നിരന്നു. ഘോരയുദ്ധമായി.

ആകാശസഞ്ചാരികൾ നോക്കിനിന്നു. ഇന്ദ്രജിത്ത് വന്നു. അംഗദൻ തേർ തകർത്ത് തേരാളിയെ കൊന്നു. ഇന്ദ്രജിത്ത് മറ്റൊരു തേരിൽ കയറി. ജംബാലി തേരാളിയോടുകൂടി ഹനു മാനെ നേരിട്ടു. സുഗ്രീവൻ പ്രഹസ്തനുമായി ഏറ്റുമുട്ടി. നീലൻ കുംഭനുമായും യുദ്ധം മുറുകി. വാനരന്മാർ മുന്നേറിക്കൊണ്ടിരിക്കു മ്പോൾ സൂര്യൻ അസ്തമിച്ചു. ഇന്ദ്രജിത്ത് നാഗാസ്ത്രമെയ്ത് രാമാദികളെ ബോധം കെടുത്തി. പെരുമ്പറകൊട്ടി ജയഘോഷം മുഴക്കി. ഗരുഡൻ പ്രത്യക്ഷപ്പെട്ടു. നാഗാസ്ത്രബന്ധനം തീർന്നു. കൂടുതൽ ശക്തരായി വാനരന്മാർ മുന്നേറി. ശത്രുക്കളെ കൊന്ന് വിജയിച്ചു എന്ന് ഇന്ദ്രജിത്ത് പറഞ്ഞതാണല്ലോ. രാവണൻ സംശ യിച്ചു. ദൂതന്മാർ രാവണന്റെ സംശയം മാറ്റി. വൃത്താന്തങ്ങൾ

ധരിപ്പിച്ചു. നാണമുണ്ടെങ്കിൽ പുറത്തുവരുവിൻ... എന്നീ വാനരന്മാരുടെ വാക്കുകൾ കേട്ട് രാവണൻ ധൂമാക്ഷനോട് പടയുമായി മുന്നേറാൻ കൽപ്പിച്ചു.

വാദ്യഘോഷങ്ങൾ മുഴങ്ങി. ധൂമാക്ഷൻ പടിഞ്ഞാറെ ഗോപുരത്തിൽ മാരുതിയുമായി യുദ്ധമായി. കുന്തം, വെൺമഴു, ശരം എന്നിവയാൽ രാക്ഷസന്മാരും കല്ലും മരങ്ങളും മലയുമായി വാനരന്മാരും നേർക്കുനേർ പോരാട്ടമായി. ധൂമാക്ഷൻ ഗദയുമായി തേരിൽനിന്ന് ചാടി മാരുതിയെ എതിരിട്ടു. ഇരുവരും വീറും വാശിയും പ്രകടമാക്കി. മാരുതി ധൂമാക്ഷനെ യമലോകത്തേക്ക് പറഞ്ഞുവിട്ടു. രാക്ഷസന്മാർ പേടിച്ചുവിറച്ച് കോട്ടയ്ക്കുള്ളിൽ അഭയം തേടി. മഹാബലവാനായ വജ്രദംഷ്ട്രനെ ആശിർവദിച്ച് രാവണൻ അയച്ചു. തെക്കേ ഗോപുരത്തിൽ അംഗദനും വജ്രദംഷ്ട്രനും ശക്തമായി ഏറ്റുമുട്ടി. രാക്ഷസന്മാരും വാനരന്മാരിൽ വളരെപ്പേരും വീണു. അംഗദൻ വാള് പിടിച്ചെടുത്ത് വജ്രദംഷ്ട്രന്റെ കഴുത്തറുത്തു. വിവരമറിഞ്ഞ് രാവണൻ മറ്റൊരു വീരനായ അകമ്പനെ വിട്ടു. പടിഞ്ഞാറെ ഗോപുരത്തിൽ മാരുതിയുമായി പോരായി. മാരുതി ക്ഷണനേരംകൊണ്ട് അവന്റെ കഥ കഴിച്ചു.

രാവണൻ വിഹഗവീക്ഷണം നടത്തി. വിപുലമായ വാനരസൈന്യത്തെ കണ്ടു. മന്ത്രിപ്രമുഖനായ പ്രഹസ്തനെ വരുത്തി. നടന്ന പൂർണ്ണവിവരങ്ങൾ ധരിപ്പിച്ചു. ചെല്ലുന്നവരെ അവർ കൊന്നൊടുക്കുകയാണ്. ഞാനോ കുംഭകർണ്ണനോ നീയോ പോയേ പറ്റൂ എന്നായി രാവണൻ. ഉടൻ നാല് മന്ത്രിമാരും നാലംഗപ്പടയും ഒരുങ്ങി. കുംഭഹനും മഹാനാഥനും ദുർമുഖനും ജംബാരിയുമായി നീങ്ങി. കിഴക്കേ ഗോപുരനടയിൽ വായുപുത്രനോട് എതിരിട്ടു. ഘോരമായ യുദ്ധമായി. ഇരുപക്ഷത്തേയും വളരെപ്പേർ ഒടുങ്ങി. രക്തം പുഴയായി ഒഴുകി. ജാംബവാൻ കുംബഹനേയും ദുർമുഖനേയും വകവരുത്തി. മഹാനാഥനേയും പ്രഹസ്തനേയും ദ്വന്ദയുദ്ധത്തിൽ നീലൻ വീഴ്ത്തി.

മന്ത്രിപ്രവരന്മാരുടെ നാശവാർത്തകൾ കേട്ട് രാവണന് ദുഃഖവും അതിലേറെ കോപവുമുണ്ടായി. ആഭരണവിഭൂഷിതനായി ആലവട്ട വെൺചാമരങ്ങളുമായി ചാപബാണ സഞ്ചയങ്ങളോടെ വലിയ സൈന്യ പിൻബലത്തോടെ വടക്കേ ഗോപുരത്തിൽ രാമനെ എതിരിടാൻ ഒരുങ്ങി. വിസ്തൃതമായ സൈന്യത്തിലെ വീരന്മാരുടെ വിവരങ്ങൾ വിഭീഷണൻ രാമന് നൽകി. പൂർണ്ണശോഭയോടെ ചാപബാണങ്ങളുമായി അകമ്പൻ വരുന്നു. സിംഹത്തേരിൽ വരുന്നത് ആദ്യം രാമസൈന്യത്തെ ജയിച്ച ഇന്ദ്രജിത്താണ്. കാന്തിയേറിയ വീരൻ രാവണപുത്രനായ അതികായനാണ്. ആനപ്പുറത്ത് മഹോദരൻ വരുന്നു. കുതിരപ്പുറത്ത്

പരിഘവുമായി നരകാന്തകൻ. വെള്ളത്തേരിൽ ത്രിശൂലവുമായി വരുന്നത് ത്രിശിരസ്സാണ്. മറ്റൊരു രാവണപുത്രനായ വേദാന്ത കനും കുംഭകർണ്ണപുത്രന്മാരായ കുംഭനും നികുംഭനും ഉണ്ട്. രാവണനാശം വരുത്തുമെന്ന് രാമൻ വിഭീഷണനോട് പറഞ്ഞു. ശത്രുക്കൾ അകത്തുകടക്കാതിരിക്കാൻ വേണ്ടതെല്ലാം ചെയ്യാൻ രാമൻ നിർദ്ദേശിച്ചു. രാവണൻ വാനരസൈന്യത്തെ വകവരുത്തി ത്തുടങ്ങി. രാമൻ വില്ലും ശരവുമായി ഒരുങ്ങിയപ്പോൾ ലക്ഷ്മ ണൻ പോകാനൊരുങ്ങി. രാക്ഷസന്മാർ മായാവികളാണ്. ശിവൻ കൊടുത്ത ചന്ദ്രഹാസവുമുണ്ട് എന്നുപറഞ്ഞ് ലക്ഷ്മണനെ പിൻ തിരിപ്പിച്ചു. സീതയെ അപഹരിച്ച രാവണനെ കണ്ടപ്പോൾ ഹനു മാൻ കുതിച്ചുചാടി.

“നിനക്ക് ആപത്ത് അടുത്തിരിക്കുന്നു. നിന്റെ പുത്രൻ അക്ഷയകുമാരനെ വകവരുത്തിയത് ഞാനാണ്.”

ആദ്യം രാവണൻ വിറച്ചു. എന്റെ ഒറ്റടിയേറ്റാൽ പിന്നെ ആരും ജീവിച്ചിരിക്കില്ലെന്ന് പറഞ്ഞ് ഹനുമാനെ പ്രഹരിച്ചു. ഹനു മാൻ മോഹാലസ്യപ്പെട്ടു. നീലൻ പരാക്രമിയായി രാവണന്റെ കൊടിമരത്തിലും തേരിലും നൃത്തമായി. രാവണൻ നീലനേയും വീഴ്ത്തി. പാവകാസ്ത്രവുമായി പാവകപുത്രനെ തടഞ്ഞു. ലക്ഷ്മ ണൻ ശരങ്ങൾ വർഷിച്ചു. വില്ലുമുറിച്ചു. രാവണൻ മയൻ കൊടുത്ത വേലെടുത്ത് എറിഞ്ഞു. ലക്ഷ്മണൻ നിലത്തുവീണു. ലക്ഷ്മ ണനെ എടുത്തുപൊക്കാൻ രാവണൻ ശ്രമിച്ചെങ്കിലും സാധിച്ചില്ല. തക്കംനോക്കി ഹനുമാൻ രാവണനെ അടിച്ചു. രാവണൻ ചോര ഛർദ്ദിച്ച് തേരിൽ വീണു. ഉടൻ ഹനുമാൻ ലക്ഷ്മണനെ എടുത്ത് ശ്രീരാമസന്നിധിയിലെത്തിച്ചു. ഹനുമാന്റെ കഴുത്തിലിരുന്ന് രാമൻ രാവണനെ എതിരിട്ടു. ഭയങ്കര പോരാട്ടമായി. രാവണൻ രാമന്റെ നേരെ ശരം തൊടുത്തുവിട്ടു. രാമൻ രാവണന്റെ മാറിടത്തിലേക്ക് അമ്പെയ്തു. രാവണൻ ബോധരഹിതനായി വീണു. ആയുധ ങ്ങൾ നഷ്ടമായി. തേരും കൊടിയും നശിപ്പിച്ചു. തേരാളിയെ വധിച്ചു.

രാമൻ രാവണനോട് ഇങ്ങനെ പറഞ്ഞു, “ഇന്നിനി വിശ്ര മിക്കൂ. നാളെ ആയുധങ്ങളുമായി വരൂ. രാമശരങ്ങളേറ്റ് വിവശനായ രാവണൻ ചിന്താകുലനായി മടങ്ങി.

കുംഭകർണ്ണൻ

രാമൻ ദിവ്യൗഷധംകൊണ്ട് ലക്ഷ്മണൻ, മാരുതി, വാനരന്മാർ എന്നിവരെ ശുശ്രൂഷിച്ചു. രാവണൻ ഭൃത്യന്മാരോട് തന്റെ വ്യാകു ലതകൾ പങ്കുവെച്ചു.

“വീര്യവും ബലവും കീർത്തിയും നഷ്ടമായിത്തുടങ്ങി. കഷ്ട കാലം വരവായി. തന്റെ ശാപകഥകൾ തെളിഞ്ഞുവരുന്നു. ബ്രഹ്മാവ്, അനാരണ്യൻ, വേദവതി, നന്ദികേശൻ, നളകുബേരൻ, രംഭ, മുനികൾ എന്നിവർ പറഞ്ഞത് പരമാർത്ഥമാവുകയാണോ? ശാപങ്ങൾ മിഥ്യയായി കരുതിയിരുന്നെങ്കിലും ഇപ്പോൾ സത്യ മായിത്തീരുന്നതായി തോന്നുന്നു.”

കുംഭകർണ്ണനെ ഉണർത്താൻ നിർദ്ദേശം നൽകി. ഉറക്കം തുട ങ്ങിയിട്ടേയുള്ളൂ. ആന, കുതിര എന്നിവ ഗർജ്ജനങ്ങൾ മുഴക്കി. തലയിൽ വെള്ളം വർഷിച്ചു. ആനകൾ മൂക്കിലെ രോമം വലിച്ചു എന്നുപോലും അതിശയോക്തികരമായി പറയുന്നുണ്ട്. ഉണരു മ്പോൾ കഴിക്കുവാനുള്ള വിഭവങ്ങൾ സജ്ജമാക്കി. ചോറ്, മത്സ്യ മാംസാദികൾ, മദ്യം, രക്തം എന്നിവയുടെ സാന്നിധ്യത്തിൽ ഒരു വിധം കുംഭകർണ്ണനെ ഉണർത്തി. ഇഷ്ടംപോലെ ഭക്ഷിച്ചു. ഭൃത്യ ന്മാർ കാര്യങ്ങൾ വ്യക്തമാക്കി. ജ്യേഷ്ഠനെ കണ്ടുവണങ്ങി വേണ്ടതു ചെയ്യാൻ മഹോദരൻ പറഞ്ഞു. വണങ്ങിയ അനുജനെ രാവണൻ ആലിംഗനം ചെയ്തു. കാര്യങ്ങൾ വ്യക്തമാക്കി. ശൂർ പ്പണഖയ്ക്ക് അംഗഭംഗം വരുത്തിയതും സീതയെ കൊണ്ടു വരേണ്ടി വന്നതും രാമൻ സൈന്യത്തോടെ വന്ന് നിരന്നതും പ്രഹസ്തൻ തുടങ്ങിയവരെ വധിച്ചതുമെല്ലാം വിശദമാക്കി.

“ഞാൻ അതീവ ഖിന്നനാണ്. രാമലക്ഷ്മണന്മാരേയും വാനര പ്പടയേയും നശിപ്പിച്ച് നീയെന്നെ രക്ഷിക്കണം.”

പൂർവ്വാർജ്ജിതവും സ്വകീയവുമായ കുംഭകർണ്ണൻ ചില കാര്യ ങ്ങൾ വ്യക്തമാക്കി. കുംഭകർണ്ണന്റെ നീതിവാക്യമെന്നാണ് കവി വിശേഷിപ്പിക്കുന്നത്. നന്മതിന്മകൾ തിരിച്ചറിയണം. സീതയെ രാമനു നൽകണമെന്നുപറഞ്ഞ അനുജനെ പറഞ്ഞുവിട്ടത് ശരി യായില്ല. ആപത്തുവരുമ്പോൾ എല്ലാം കീഴ്മേൽമറിയും. ധർമ്മം വെടിഞ്ഞ് പലരും പ്രശംസ ചൊരിയും. ഈ കർമ്മസുഖം ആത്മാഭിമാനം കെടുത്തും. മൂഢരായ മന്ത്രിമാരുടെ വാക്കുകൾ വിലയ്ക്കെടുക്കുന്നവർ നാടും കുലവും നശിപ്പിക്കും. ശബ്ദം തിരിച്ചറിയാതെ ഓടിച്ചെന്ന് മൃഗങ്ങൾ നശിക്കുന്നു. തീ കണ്ട് മോഹിച്ച് ശലഭങ്ങൾ വെന്തുകരിയുന്നു. കൊളുത്തിലെ ഇരയെ കണ്ട് ഭ്രമിച്ച് മത്സ്യം സ്വയം നാശമുണ്ടാക്കുന്നു. ഈ പ്രപഞ്ച സത്യങ്ങളുടെ സാരം ഉൾക്കൊള്ളണം. രാമൻ നാരായണനും സീത മായാദേവിയുമാണ്. നാരദൻ ഈ കഥകൾ എന്നോട് മുമ്പേ പറഞ്ഞിട്ടുണ്ട്. അങ്ങ് ദിവ്യബലങ്ങൾ നേടിയിട്ടുണ്ട്. നിസ്സാ രനായ മനുഷ്യനെ കൊല്ലാൻ പറ്റില്ലെന്ന് ധരിച്ചിരിക്കുകയാണ്. ധർമ്മം രക്ഷിക്കാൻ നാരായണൻ മനുഷ്യനായി ജനിക്കണമെന്ന് ബ്രഹ്മാവ് പണ്ടേ നിശ്ചയിച്ചിട്ടുണ്ട്. സത്യസങ്കൽപ്പനായ രാമൻ

പരബ്രഹ്മവും സനാതനവുമാണ്. രാമാവതാരത്തിന് സമയമായി. കൂടെ ഒരുപദേശവും നൽകുന്നു.

"മായാമനുഷ്യവേഷംപൂണ്ടരാമനെ-
ക്കായേനവാചാമനസാഭജിക്ക നീ
ഭക്തി കണ്ടാൽ പ്രസാദിക്കും രഘൂത്തമൻ
ഭക്തിയല്ലോ മഹാജ്ഞാനമതാവെടോ
ഭക്തിയല്ലോ സതാം മോക്ഷപ്രദായിനി
ഭക്തിഹീനന്മാർക്കു കർമ്മവും നിഷ്ഫലം"

പ്രത്യാശയോടെ പാടുപെട്ടുണർത്തിയ അനുജന്റെ വാക്കുകൾ ദശകണ്ഠന് അസഹ്യമായി. ഉഗ്രരോഷത്തോടെ പറഞ്ഞു. "എനിക്ക് നിന്റെ ജ്ഞാനോപദേശം വേണ്ട, നീ ഉറങ്ങിക്കോളൂ. ദുഃഖം മാറി സുഖമായിരിക്കുമ്പോൾ നിന്റെ ധർമ്മോപദേശങ്ങൾ കേൾക്കാം. പറ്റുമെങ്കിൽ യുദ്ധത്തിൽ രാമനെ വധിച്ചുവരിക."

കാര്യങ്ങൾ പന്തിയല്ലെന്ന് കുംഭകർണ്ണൻ മനസ്സിലാക്കി. യുദ്ധത്തിൽ രാമനാൽ വധിക്കപ്പെട്ടാൽ മോക്ഷമാണെന്നുറച്ചു. തന്റെ അത്യുഗ്രമായുള്ള ശൂലവുമായി യുദ്ധക്കളത്തിൽ പ്രവേശിച്ചു. വാനരന്മാർ ഭയന്നോടി. ഈ ഉഗ്രനായ രാക്ഷസവീരൻ ആരാണെന്ന് രാമൻ വിഭീഷണനോട് ചോദിച്ചു. "എന്റെ ജ്യേഷ്ഠനായ കുംഭകർണ്ണനാണ്. ശക്തിമാനും ബുദ്ധിമാനും സിദ്ധനുമാണ്. ഇവനെ ജയിക്കാൻ പ്രയാസമാണ്." രാമനെ ധരിപ്പിച്ചു.

ഉടൻ വിഭീഷണൻ ജ്യേഷ്ഠന്റെ കാൽക്കൽ വീണ് നമസ്കരിച്ചു. "ജ്യേഷ്ഠാ, ഈ അനുജനെ അനുഗ്രഹിക്കണം. സീതയെ രാമന് തിരിച്ചുനൽകാൻ ഞാൻ പറഞ്ഞപ്പോൾ വാളെടുത്ത് എന്നെ വെട്ടാൻ തയ്യാറായി. അങ്ങനെ എനിക്ക് നാലുമന്ത്രിമാരുമായി പോരേണ്ടി വന്നു. രാമനെ അഭയം പ്രാപിച്ചു."

കുംഭകർണ്ണൻ സന്തുഷ്ടനായി. അനുജനെ തലോടിക്കൊണ്ട് പറഞ്ഞു. "നീ ധന്യനാണ്. എന്നും രാമനെ സേവിക്കണം. രാമസന്നിധിയിലേക്ക് പോകൂ."

വിഭീഷണൻ ദുഃഖിതനായി ജ്യേഷ്ഠനെ വണങ്ങി. ചിന്താവിവശനായി രാമന്റെ അടുത്തെത്തി. കുംഭകർണ്ണൻ വാനരന്മാരെ തുരുതുരാ കൊന്നൊടുക്കി. അവർ ഭയത്തോടെ ഓടി. സുഗ്രീവൻ മലയെടുത്ത് എറിഞ്ഞു. കുംഭകർണ്ണൻ മാറിടംകൊണ്ട് തടുത്തു. സുഗ്രീവനെ ശൂലംകൊണ്ട് കുത്തി. സുഗ്രീവൻ ബോധംകെട്ട് വീണു. യുദ്ധം ജയിച്ചെന്ന് പറഞ്ഞ് രാക്ഷസന്മാർ സുഗ്രീവനെ എടുത്തുകൊണ്ട് ഓടി. കൊട്ടാരമുകളിൽനിന്നും രാക്ഷസസ്ത്രീകൾ പനിനീർ മുക്കിയ മാലകൾ എടുത്തെറിഞ്ഞു. സുഗ്രീവൻ മോഹാലസ്യത്തിൽനിന്നും ഉണർന്നു. നഖംകൊണ്ട് രാക്ഷസന്മാരുടെ മൂക്കും ചെവിയും മുറിച്ച് മോചിതനായി. അഭിമാനിയായ

സുഗ്രീവൻ ഭയചകിതനായി വരുന്നത് കണ്ട് ലക്ഷ്മണൻ ബാണങ്ങൾ വർഷിച്ചു.

കുംഭകർണ്ണൻ വാനരന്മാരെ വീഴ്ത്തിക്കൊണ്ട് ശ്രീരാമനെ സമീപിച്ചു. രാമൻ ബാണംകൊണ്ട് ശൂലവും വലതുകയ്യും അറുത്തു. രാക്ഷസന്മാരും വാനരന്മാരും മരിച്ചുകൊണ്ടിരുന്നു. ഇടത്തേ കയ്യിൽ മഹാസാലവുമായി കുംഭകർണ്ണൻ വീറോടെ വന്നു. രാമൻ ഇന്ദ്രാസ്ത്രമെയ്ത് വൻ നാശമുണ്ടാക്കി. രാക്ഷസവീരൻ വീണ്ടും അടുത്തപ്പോൾ അർദ്ധചന്ദ്രാകാരമായ അമ്പെയ്ത് പാദങ്ങൾ മുറിച്ചു. വായ് പിളർന്ന് വിഴുങ്ങാൻ വന്നപ്പോൾ ദൈവതാസ്ത്രമെയ്ത് കഴുത്ത് മുറിച്ചു. മുഖം ലങ്കയിലും ശരീരം കടലിലുമായി വീണു. ദേവന്മാരും ഗന്ധർവ്വന്മാരും പുഷ്പവൃഷ്ടി നടത്തി. നാരദൻ ശ്രീരാമനെ സ്തുതിച്ചു. വിശുദ്ധമായ പര്യായപദങ്ങൾകൊണ്ട് ബ്രഹ്മസ്വരൂപമായ, സത്യസ്വരൂപമായ സർവ്വലോകേശനായ രാമനെ പാടിപ്പുകഴ്ത്തി. രാമകഥാപീയൂഷപാനസായൂജ്യം പകർന്നു. കുംഭകർണ്ണനാശംകൊണ്ട് പകുതി ആപത്ത് പോയി. നാളെ ലക്ഷ്മണൻ മേഘനാഥനെ കൊല്ലും. മറ്റന്നാൾ രാമൻ രാവണനെ കൊന്ന് ലോകത്തെ രക്ഷിക്കുമെന്ന് പറഞ്ഞ് ആത്മവീര്യം പകർന്നു.

'മാനവവീരാ ജയിക്ക ജയിക്ക നീയെന്ന്' ആശംസിക്കുകയും ചെയ്തു.

എട്ട് പ്രമുഖർ

കുംഭകർണ്ണവധ വിവരമറിഞ്ഞ് രാവണൻ അതീവ ദുഃഖിതനായി. മോഹാലസ്യപ്പെട്ടു. ഉണർന്ന് പലതും പറഞ്ഞ് വിലപിച്ചു തുടങ്ങി. അതികായന്റെ നേതൃത്വത്തിൽ എട്ട് പ്രമുഖർ സമരസന്നദ്ധരായി വന്നു. "അങ്ങ് ദുഃഖിക്കേണ്ട. ശത്രുക്കളുടെ കഥ ഞങ്ങൾ കഴിക്കാം. ഞങ്ങളെ അനുഗ്രഹിച്ചാൽ മതി."

"യുദ്ധം ചെയ്ത് എന്റെ സങ്കടം തീർക്കൂ." രാവണൻ പ്രതിവചിച്ചു.

സകല യുദ്ധസന്നാഹങ്ങളും വിപുലമായ സൈന്യവും നൽകി. സൈന്യത്തിന്റെ വരവുകണ്ട് വാനരന്മാർ പകച്ചു. എങ്കിലും കല്ലും മലയും മരങ്ങളുമെറിഞ്ഞ് രാക്ഷസന്മാർക്ക് നാശമുണ്ടാക്കി. രാക്ഷസവീരർ ശരങ്ങൾ വർഷിച്ചുകൊണ്ടിരുന്നു. തലയോടുകൾ ചിതറി, ചോരപ്പുഴയൊഴുകി. രാക്ഷസന്മാരുടെ നാശം കണ്ട് അരിശം മൂത്ത് നരാന്തകൻ കുതിരപ്പുറത്ത് കുന്തവുമായി അന്തകനെപ്പോലെ പാഞ്ഞുവന്നു. അംഗദൻ മുഷ്ടിപ്രയോഗം കൊണ്ട് അവനെ വകവരുത്തി. ദേവാന്തകൻ, മഹോദരൻ, ത്രിശിരസ്സ്

എന്നിവർ അംഗദനെ വളഞ്ഞു. ഹനുമാനും നീലനും സഹായ ത്തിനെത്തി. മാരുതി ദേവാന്തകന്റേയും ത്രിശിരസ്സിന്റേയും തല വെട്ടി. നീലൻ മഹോദരനെ കാലപുരിക്കയച്ചു.

മഹാപാർശ്വൻ വന്നപ്പോൾ ഋഷഭൻ അവനെ കൊന്നു. കൂട്ടു കാരുടെ മരണസാക്ഷിയായ രാവണപുത്രനായ അതികായൻ ആവനാഴികൾ നിറച്ച് സധൈര്യം മുന്നോട്ടു കുതിച്ചു. വാനരന്മാർ പലരും ഭയന്ന് ഓടിമറഞ്ഞു. ലക്ഷ്മണൻ എതിരിട്ടു. രക്ഷയില്ല, പകച്ചുപോയി. വായുഭഗവാൻ ലക്ഷ്മണന്റെ കാതിൽ മന്ത്രിച്ചു. “അതികായന് ബ്രഹ്മാവ് നൽകിയ കഞ്ചുകമുണ്ട്. അതിനാൽ സാധാരണ അസ്ത്രം ഏൽക്കുകയില്ല. ബ്രഹ്മാസ്ത്രം പ്രയോഗി ക്കണം. എന്നാലേ നിനക്ക് ഇനി ഇന്ദ്രജിത്തിനേയും വധിക്കാൻ കഴിയൂ. രാമൻ രാവണനെ കൊന്ന് ലോകത്തെ രക്ഷിക്കും.”

ലക്ഷ്മണൻ ശ്രീരാമനെ വിവരം ധരിപ്പിച്ച് ബ്രഹ്മാസ്ത്രം പ്രയോഗിച്ച് അതികായന്റെ കണ്ഠം മുറിച്ചു. അവന്റെ ശിരസ്സ് രാമപാദങ്ങളിൽ അർപ്പിച്ച് വാനരന്മാർ കൈകൂപ്പി. വിവരമറിഞ്ഞ് രാവണൻ വിധിയെ പഴിച്ചു. തമ്പിയും മക്കളും പടനായകന്മാരും മരിച്ചല്ലോ. ദൈവമേ എന്താണിത്? എന്നിങ്ങനെ വിലപിച്ചുതുടങ്ങി.

മുന്നേറ്റം

ഇന്ദ്രജിത്ത് ചെന്ന് പിതാവിനെ നമസ്കരിച്ചു. ഇങ്ങനെ പറഞ്ഞു. “ഞാൻ ജീവിച്ചിരിക്കുമ്പോൾ അച്ഛൻ ദുഃഖിക്കേണ്ടി വരില്ല. ശത്രുക്കളെ അറുതി വരുത്താൻ എന്നെ അനുഗ്രഹി ക്കണം.”

“സുഖമേ ജയിച്ചു വരിക നീ.” രാവണൻ ആശീർവദിച്ചു.

ശങ്കരപ്രീതിക്കുവേണ്ടി നികുംഭിലയിൽ ചെന്ന് ഗുരുപദേശ പ്രകാരം പൂജാവിധികൾ നടത്തി പ്രീതിനേടി. വിപുലമായ സൈന്യത്തോടെ അങ്കത്തട്ടിൽ കടന്നു. വാനരന്മാർ രക്ഷസന്മാ രോട് എതിർത്തു. ഉഗ്രമായ യുദ്ധമായി. രാക്ഷസപ്പടയുടെ നാശം കണ്ട് ഇന്ദ്രജിത്ത് മറഞ്ഞു.

ബ്രഹ്മാസ്ത്രം തൂകി. വാനരന്മാരുടെ ദേഹത്ത് അമ്പുകൾ നിറയെ തറച്ചു. ചിലർ മോഹാലസ്യപ്പെട്ടു. മൈന്ദൻ, ഗജൻ, നളൻ, ഗന്ധമാദൻ, നീലൻ, ജാംബവാൻ, സുഷേണൻ, കുമുദൻ, ഋഷഭൻ, കേസരി, ശതബലി എന്നുവേണ്ട സകല വാനരനായക ന്മാരും വീണു. അംഗദനും സുഗ്രീവനും പോലും പിടിച്ചുനിൽ ക്കാനായില്ല. മാത്രമല്ല രാമലക്ഷ്മണന്മാരേയും എയ്തു വീഴ്ത്തി. ശംഖനാദം മുഴക്കി വിജയിയായി യാത്രയായി. ദാരുണരംഗങ്ങൾ നടക്കുമ്പോൾ വിഭീഷണൻ യുദ്ധക്കളത്തിൽ ഉണ്ടായിരുന്നില്ല. വന്നപ്പോൾ ക്ഷീണിതനായ മാരുതിയെക്കണ്ടു. രണ്ടുപേരും കൂടി

നടക്കുമ്പോൾ ജാംബവാനെ കാണുന്നു. ബോധമുണ്ട്, പക്ഷേ കണ്ണു തുറക്കുന്നില്ല. ശബ്ദം കേട്ട് വിഭീഷണനാണെന്ന് തിരിച്ച റിഞ്ഞു. മാരുതി ജീവിച്ചിരിപ്പുണ്ടോ എന്ന് ചോദിച്ചു. രാമലക്ഷ്മ ണന്മാരേക്കാൾ മാരുതിയോട് വാത്സല്യമെന്തെന്ന് വിഭീഷണൻ തിരക്കി.

"മാരുതിയുണ്ടെങ്കിൽ മറ്റാർക്കും സങ്കടമില്ല. മാരുതപുത്രൻ മരിച്ചാൽ മറ്റെല്ലാവരും മരിച്ചതുതന്നെ." ജാംബവാൻ പറഞ്ഞു.

ജാംബവാന്റെ കാൽക്കൽ വീണ മാരുതിയെ ആശ്ലേഷണം ചെയ്തുകൊണ്ട് ജാംബവാൻ ഇങ്ങനെ പറഞ്ഞു.

"നീ ഹിമവാന്റെ വടക്കേ അറ്റത്തുള്ള കൈലാസത്തിൽ നിന്നും ദിവ്യൗഷധങ്ങൾ കൊണ്ടുവരണം. രണ്ട് കൊടുമുടികൾ ക്കിടയിൽ വിശല്യകരണി, സന്താനകരണി, സുവർണ്ണകരണി, മൃതസഞ്ജീവനി എന്നീ നാല് ഔഷധങ്ങൾ ഉണ്ട്. അവയ്ക്ക് ആദിത്യശോഭയുണ്ട്. വേഗം പോയി അവ കൊണ്ടുവരിക."

വായുപുത്രൻ മേരുവിനോളം വളർന്ന് വായുവേഗത്തിൽ കുതിച്ചു. ഹനുമാൻ ഔഷധാഹാരണത്തിനുപോയ കാര്യം ചാര ന്മാർ വഴി രാവണൻ അറിഞ്ഞു. ഹനുമാന്റെ യാത്ര തടസ്സപ്പെടു ത്താൻ രാവണൻ കാലനേമിയുടെ സഹായം തേടി. രാത്രിയിൽ ഒറ്റയ്ക്കുവരുന്ന രാവണനെക്കണ്ട് അത്ഭുതത്തോടെ വിവരം തിരക്കി. രാവണൻ എല്ലാം പറഞ്ഞുകേൾപ്പിച്ചു. ഏതുവിധേനയും ഹനുമാന്റെ യാത്രയ്ക്ക് തടസ്സം ഉണ്ടാക്കിയേ പറ്റൂ എന്ന് ധരി പ്പിച്ചു. കാലനേമി തന്ത്രപൂർവ്വം രാവണനെ പ്രശംസിച്ചു. രാവ ണന്റെ ഇതുവരെയുള്ള പ്രവർത്തികളെല്ലാം തെറ്റാണെന്ന് സമർ ത്ഥിച്ചു. സീതയെ രാമന് നൽകണം. രാജ്യം അനുജനെ ഏൽ പ്പിച്ച് സന്ന്യാസജീവിതം നയിച്ച് സാർത്ഥകമാക്കണം. മോഹങ്ങ ളുടെ നശ്വരതയും ധ്യാനത്തിന്റെ മേന്മയും ഭംഗിയായി അവതരി പ്പിച്ചു. കൂടെ നല്ലൊരു ഉപദേശവും നൽകി.

"ദേവം പരിപൂർണ്ണംമേകം സദാഹൃദി
ഭാവിതം ഭാവരൂപം പുരുഷം പരം
നാമരൂപാദിഹീനം പുരാണ ശിവം
രാമദേവം ഭജിച്ചിടു നീ സന്തതം."

രാവണൻ ദേഷ്യത്താൽ വാളോങ്ങി ആക്രോശിച്ചു. "ആദ്യം നിന്നെ വെട്ടിനുറുക്കിക്കൊള്ളട്ടെ. കാര്യങ്ങൾ പിന്നെയാകാം."

കാലനേമി

കാലനേമി ഭവിഷ്യത്ത് മനസ്സിലാക്കി ഇപ്രകാരം പറഞ്ഞു.

"ഞാൻ നിന്റെ കൽപ്പന അനുസരിക്കാം. എനിക്ക് സത്ഗതി കിട്ടുമല്ലോ."

മുനിവേഷത്തിൽ ഹിമാലയ പാർശ്വത്തിൽ ചെന്ന് മായാവില സിതമായ ഒരാശ്രമം ഉണ്ടാക്കി, ധ്യാനനിരതനായി. ഈ സമയത്ത് ഔഷധം തേടിവന്ന ഹനുമാൻ ആശ്രമം കണ്ടു. അൽപ്പം വിശ്ര മിക്കാമെന്ന് കരുതി. തന്റെ മനോവിഭ്രമമാണോ എന്ന ശങ്ക ഉണ്ടാകാതിരുന്നില്ല. താപസിയെക്കണ്ട് ദാഹം തീർക്കാം. ഔഷധ സ്ഥലം ചോദിച്ചറിയാം. ഈ വിചാരങ്ങളോടെ വായുതനയൻ ശിവപൂജ ചെയ്യുന്ന താപസശ്രേഷ്ഠനെ സമീപിച്ചു. നമസ്കരിച്ചു. താൻ ശ്രീരാമദൂതനാണെന്ന് പറഞ്ഞു. "കടുത്ത ദാഹമുണ്ട്. കുടി ക്കാൻ പറ്റിയ ജലമുള്ള സ്ഥലം കാട്ടിത്തരണം."

സന്യാസവേഷധാരി സൗമ്യനായി പറഞ്ഞു. "ഞാൻ യോഗ സിദ്ധികൊണ്ട് എല്ലാം മനസ്സിലാക്കുന്നു. അങ്ങ് വിശപ്പും ദാഹവും തീർക്കുക. ശ്രീരാമനിരീക്ഷണത്തിൽ എല്ലാവരും സുര ക്ഷിതരാണ്." കമണ്ഡലു നിറയ്ക്കുന്ന സ്ഥലം കാട്ടിക്കൊടുക്കു വാൻ ഏർപ്പാട് ചെയ്തു. "കണ്ണടച്ച്, വെള്ളം കുടിച്ച് ദാഹം തീർത്തുവരിക. ഔഷധം കണ്ടുപിടിക്കാൻ ഞാൻ മന്ത്രോപദേശം നൽകാം."

യോഗിയുടെ വാക്ക് വിശ്വസിച്ച് ഹനുമാൻ വാപീതടത്തിൽ ചെന്നു. വെള്ളം കുടിക്കാൻ തുടങ്ങി. ഒരു ഭയങ്കര മത്സ്യം. അത് വായ് തുറന്ന് തന്നെ വിഴുങ്ങാൻ വരികയാണ്. കപിവരൻ ആഞ്ഞടിച്ചു. ആ മത്സ്യം ദേഹം ഉപേക്ഷിച്ച് മേൽപ്പോട്ടുപോയി. ദിവ്യരൂപമായ ഒരു മഹിളാമണിയെ ആകാശത്ത് കണ്ടു. ആ ദിവ്യ തേജസ്സ് ഹനുമാനോട് പറഞ്ഞു. "ഞാൻ ധന്യമാലിയെന്ന അപ്സരസ്സായിരുന്നു. മുനിശാപത്താൽ രാക്ഷസിയായതാണ്. എനിക്ക് മോക്ഷം കിട്ടിയതിൽ സന്തോഷമുണ്ട്. നീ കണ്ട സന്ന്യാസി കാലമേനി കപടവേഷത്തിൽ വന്നതാണ്. ആ ദുഷ്ടനെ വധിച്ച് നീ ഔഷധങ്ങൾ നേടുക. നിനക്ക് മംഗളം ഭവിക്കും."

മാരുതി തിരിച്ച് സന്യാസിവര്യന്റെ അടുത്തെത്തി.

"വൈകാൻ കാരണമെന്താണ്? ഇനിയും സമയം കളയണ്ട. ഞാൻ മൂലമന്ത്രോപദേശം നൽകാം. ദക്ഷിണ നൽകി അഭി വാദനം ചെയ്യുക." മഹർഷി അരുളിച്ചെയ്തു.

വായുപുത്രൻ ഒറ്റയടിയാൽ കപടസന്യാസിയെ കാലപുരിയി ലേക്കയച്ചു.

യാത്ര തുടർന്നു. ക്ഷീരാർണ്ണവും ദ്രോണാചലവും കണ്ടു. ചെടികളെ നോക്കി. എത്ര തിരക്കിയിട്ടും കാണുന്നില്ല. ഔഷധാ ദ്രിയും ഔഷധവും തേടി സമയം കളയുന്നത് ഉചിതമല്ലെന്ന് കരുതി ഹനുമാൻ പർവ്വതപ്രദേശം തന്നെ പൊക്കിയെടുത്തു. ദ്രുതഗതിയിൽ ശ്രീരാമസന്നിധിയിൽ എത്തി. പർവ്വതം താഴെ

വെച്ചു. വാനരപ്പടയാളികൾ ഉത്സാഹികളായി എഴുന്നേറ്റു. ശ്രീരാമാദികൾക്ക് സന്തോഷമായി. പർവ്വതം പൂർവ്വസ്ഥാനത്തുതന്നെ കൊണ്ടുവയ്ക്കണം. അല്ലെങ്കിൽ കാറ്റുതട്ടി പിടയുന്ന രാക്ഷസന്മാരും എഴുന്നേൽക്കും. വായുപുത്രൻ മിന്നൽവേഗത്തിൽ പർവ്വതം പൊക്കിയെടുത്ത് സ്വസ്ഥാനത്ത് കൊണ്ടുവെച്ച് തിരിച്ചെത്തി.

ശ്രീരാമലക്ഷ്മണാദികളും സൈന്യവും പൂർവ്വാധികം ഉത്സാഹഭരിതരായി. സുഗ്രീവനും അംഗദനും ഇനിയും സമയം കളയണ്ട എന്ന് പറഞ്ഞു. ശക്തമായ ആക്രമണത്തിനൊരുങ്ങി. മതിലുകൾ, കിടങ്ങുകൾ, ഗൃഹങ്ങൾ എന്നിവ തരിപ്പണമാക്കണം. രാക്ഷസന്മാർ നേരിടാൻ വന്നാൽ അവരുടേയും കഥ കഴിക്കണം. വാനരപ്പട ഗോപുരങ്ങൾ, മണിമാളികകൾ, ആയുധപ്പുരകൾ എന്നിവ തീയിട്ടു. ആളുകളും ആനകളും കുതിരകളും വെന്തുവീണു തുടങ്ങി. ലങ്ക പേടിയാൽ വിറച്ചു. രാക്ഷസസ്ത്രീകളുടെ മുറവിളികൾ മുഴങ്ങി. രാവണൻ കുംഭകർണ്ണപുത്രന്മാരെ യുദ്ധത്തിന് നിയോഗിച്ചു. കുംഭനും നികുംഭനും പ്രജംഘനും യുവാക്ഷനും ശോണിതാക്ഷനും വൻ പടയും പടക്കോപ്പുകളുമായി അണിനിരന്നു. അതിഭയങ്കരമായ പോരാട്ടമായി. ഇരുകൂട്ടരും വീരപരാക്രമങ്ങൾ പ്രകടമാക്കി. രാക്ഷസസേനയ്ക്ക് കനത്ത നാശമുണ്ടായി. ക്രുദ്ധനായി വന്ന അകമ്പൻ മരിച്ചു. പ്രജംഘൻ, യുവാക്ഷൻ, ശോണിതാക്ഷൻ എന്നിവരെ അംഗദൻ നേരിട്ടു. മൈദനും വിവദനും ചേർന്ന് അവരെ വധിച്ചു. വീരനായി കുതിച്ചുവരുന്ന കുംഭനെ കണ്ട് വാനരന്മാർ പകച്ചു. സുഗ്രീവൻ മുന്നോട്ട് വന്ന് കുംഭനെ സമുദ്രത്തിലേക്കെറിഞ്ഞു. അവൻ ശക്തനായി തിരിച്ചുവന്ന് എതിരിട്ടു. സുഗ്രീവൻ അവന്റെ ജീവനെടുത്തു. ജ്യേഷ്ഠന്റെ വീഴ്ച കണ്ട നികുംഭൻ പരിഘവുമായി പാഞ്ഞുവന്നു. മാരുതിയുടെ നേർക്ക് പാഞ്ഞു. പവനസുതന്റെ അടിയേറ്റ് പരിഘം തകർന്നു. മുഖം പറിച്ചെടുത്തു. രാക്ഷസന്മാർ പേടിച്ചോടി. വാനരവീരന്മാരുടെ നീക്കം ശക്തമായി. ഖരപുത്രനായ മകരാക്ഷൻ വൻ സന്നാഹത്തോടെ വന്ന് ശരപ്രവാഹമുണ്ടാക്കി. വാനരന്മാർ ഭയചകിതരായി ശ്രീരാമസന്നിധിയിലെത്തി. രാമൻ അമ്പും വില്ലുമായി നേരിട്ടു. മകരാക്ഷൻ ശക്തമായ പ്രത്യാക്രമണം നടത്തി. മകരാക്ഷൻ ക്ഷീണിതനായപ്പോൾ രാമൻ കൊടിയും തേരും തകർത്തു, ചാപം ഒടിച്ചു. മകരാക്ഷൻ ശൂലവുമായി പോരാടി. ശ്രീരാമൻ പാവകാസ്ത്രം കൊണ്ട് കഴുത്തറുത്തു. ഇതറിഞ്ഞ് രാവണൻ യുദ്ധത്തിനൊരുങ്ങി.

ഇന്ദ്രജിത്ത് വീഴുന്നു

വിവരമറിഞ്ഞ് ഇന്ദ്രജിത്ത് വന്നു. "അച്ഛൻ വിശ്രമിക്കൂ, ഒട്ടും ദുഃഖിക്കേണ്ട. ഞാൻ ശത്രുനാശം ഉണ്ടാക്കാം."

യുദ്ധസന്നദ്ധനായി. ഇതറിഞ്ഞ ലക്ഷ്മണൻ ബ്രഹ്മാസ്ത്ര മെയ്ത് രാക്ഷസവംശത്തെ ഉന്മൂലനം ചെയ്യണമെന്ന് പറഞ്ഞു. രാമൻ ബ്രഹ്മാസ്ത്രത്തിന്റെ പ്രത്യേകത വ്യക്തമാക്കി. ആയുധം നഷ്ടപ്പെട്ടവരോടും പേടിച്ചോടുന്നവരോടും ദയ യാചിക്കുന്നവ രോടും ബ്രഹ്മാസ്ത്രം പ്രയോഗിക്കരുത്. ഞാൻ അവനോട് യുദ്ധം ചെയ്യാം. ധൈര്യമായിരിക്കൂ. രാമൻ ആശ്വസിപ്പിച്ചു. ഇന്ദ്ര ജിത്ത് മായയാൽ സീതയെ തേരിലിരുത്തി പടിഞ്ഞാറെ ഗോപുര ത്തിലൂടെ പുറത്തുവന്നു. സീതയെക്കണ്ട് വാനരന്മാർ ദുഃഖിച്ചു. ഇന്ദ്രജിത്ത് മായാസീതയുടെ തലവെട്ടി. ചോര തെറിച്ചു. മാരുതി പറഞ്ഞ വിവരങ്ങൾ കേട്ട് ശ്രീരാമൻ മോഹാലസ്യപ്പെട്ടു. ശ്രീരാ മന്റെ തല മടിയിൽവെച്ച് ലക്ഷ്മണൻ തലോടി. സർവ്വരും അതീവദുഃഖിതരായി. വിവരമറിഞ്ഞ് വിഭീഷണൻ വന്നു. "സീതയെ ആർക്കും കൊല്ലാൻ പറ്റില്ല. ഇതെല്ലാം ഇന്ദ്രജിത്തിന്റെ തന്ത്ര മാണ്. അവൻ നികുംഭിലയിൽ ഹോമം നടത്തുകയാണ്. ഹോമം പൂർത്തിയായാൽ അവനെ ആർക്കും വധിക്കാൻ പറ്റില്ല. ഉടനെ ഹോമം മുടക്കണം. ശ്രീരാമസ്വാമി ദുഃഖം വെടിഞ്ഞ് എഴുന്നേൽ ക്കണം. ഹോമം മുടക്കാൻ ഞങ്ങളെ അനുഗ്രഹിക്കണം."

വിഭീഷണന്റെ വാക്കുകൾ ശ്രീരാമന് ആശ്വാസമേകി. വാനര ന്മാരെ അനുഗ്രഹിച്ച് ഹോമവിഘ്നത്തിന് നിയോഗിച്ചു. മൈദൻ, കേസരി, ഗയൻ, ഗവാക്ഷൻ എന്നിവർ ലക്ഷ്മണനുമൊത്ത് ഹോമം മുടക്കാൻ തയ്യാറായി പോയി. കല്ലും മരങ്ങളും മറ്റുമെ റിഞ്ഞ് ഹോമത്തിന് ശല്യം ചെയ്തു. ഉപദ്രവം സഹിക്കവയ്യാ തായപ്പോൾ ഇന്ദ്രജിത്ത് പുറത്തുവന്നു. ഹോമം മുടങ്ങി. ഇതാണ് പറ്റിയ സമയമെന്ന് വിഭീഷണൻ മുന്നറിയിപ്പ് നൽകി.

ലക്ഷ്മണന്റെ നേതൃത്വത്തിൽ യുദ്ധമായി. ലക്ഷ്മണസമീപം ഇന്ദ്രജിത്ത് വിഭീഷണനെ കണ്ടു.

"ശത്രുവിനുവേണ്ടി വേല ചെയ്യുന്ന ഇവൻ വംശനാശം വരുത്തും. അച്ഛന്റെ സഹോദരനായി പോയത് കഷ്ടമായി പ്പോയി." ഇന്ദ്രജിത്ത് പറഞ്ഞു.

"നീയും അച്ഛനുമാണ് കുലത്തെ മുടിക്കുന്നത്. ഞാൻ കുലത്തെ രക്ഷിക്കാൻ ശ്രമിക്കുകയാണ്. എന്റെ പരാക്രമം നീ കണ്ടതല്ലേ. ഇന്ന് നീ ജന്തുക്കൾക്ക് ഭക്ഷണമാകും." ഇന്ദ്രജിത്ത് ലക്ഷ്മണന് മുന്നറിയിപ്പ് നൽകി.

ലക്ഷ്മണനും ഇന്ദ്രജിത്തും വീറോടെ മാറി മാറി ഉഗ്രശര ങ്ങൾ തൊടുത്തുവിട്ടുകൊണ്ടിരുന്നു. ഇന്ദ്രജിത്ത് പെട്ടെന്ന് മറഞ്ഞു. വീണ്ടും തേരുമായി വന്നു. അതിഘോരമായ യുദ്ധമായി. നാരദൻപോലും മുമ്പ് കണ്ടിട്ടില്ലാത്ത യുദ്ധമെന്ന് പുകഴ്ത്തി.

“പണ്ടുലോകത്തിങ്കലിങ്ങനെയുള്ള, പോ-
രുണ്ടായതില്ലിനിയുണ്ടാകയുമില്ല
കണ്ടാലുമീദൃശം വീരപുരുഷന്മാ-
രുണ്ടോ ജഗത്തിങ്കൽ മറ്റിവരെപ്പോലെ!”

അതിഭയാനകമായ രണഘോഷങ്ങൾ മുഴക്കി മൂന്ന് ദിവസം യുദ്ധം തുടർന്നു. ഗത്യന്തരമില്ലാതെ ലക്ഷ്മണൻ ശ്രീരാമനെ വിചാരിച്ച് വാസവദൈവതാസ്ത്രം പ്രയോഗിച്ചു. രാവണപുത്രനായ ഇന്ദ്രജിത്തിന്റെ കണ്ഠം മുറിച്ചു. ഉടൻ ഭൂമിയിൽ വീണു. സമുദ്രത്തിൽ വിശുദ്ധിവരുത്തി അസ്ത്രം അമ്പുറയിൽ തിരിച്ചെത്തി. ദേവന്മാർ സന്തോഷിച്ചു. വിജയസൂചകമായി ശംഖ് മുഴങ്ങി. വാനരസേനയോടൊപ്പം ലക്ഷ്മണൻ ശ്രീരാമനെ വണങ്ങി. രാമൻ സന്തോഷത്തോടെ അനുജനെ പുണർന്നു. നീ മഹാകാര്യമാണ് ചെയ്തത്. ദശകണ്ഠൻ യുദ്ധത്തിന് വന്നാൽതന്നെ പൂർവ്വ തേജസ്സ് ഉണ്ടാകയില്ല.

സുപാർശ്വൻ

ഇന്ദ്രജിത്തിന്റെ മരണവാർത്തയറിഞ്ഞ് രാവണൻ ഖേദത്താൽ മോഹാലസ്യപ്പെട്ടു. ക്ഷീണിതനായി “ഹാ...പാ! കുമാരാ മണ്ഡോദരി നന്ദനാ, വീര മനോഹരാ...” എന്നെല്ലാം പറഞ്ഞ് വിലപിച്ചു. കർമ്മദോഷത്തെ പഴിച്ചു. “പുത്രന്റെ മരണത്തിന് കാരണം ജാനകിയാണ്. അവളെ വെട്ടി ചോര കുടിക്കണം.” എന്നെല്ലാം ആക്രോശിച്ച് ഖഡ്ഗവുമായി ഇറങ്ങി. സീത പേടിച്ച് വിറച്ചു.

ബുദ്ധിമാനും നയതന്ത്രജ്ഞനുമായ ശുപാർശ്വൻ തടഞ്ഞുകൊണ്ട് ബോധിപ്പിച്ചു. “അങ്ങ് ബ്രഹ്മകുലജാതനാണ്. ജഗത്രയ സമ്മതനാണ്. സോമവേദജ്ഞനാണ്. എല്ലാവിധത്തിലും ബഹുമാന്യനാണ്. സ്ത്രീവധം കൊണ്ട് ദുഷ്കീർത്തി വരുത്തിവയ്ക്കരുത്. വീരനായി യുദ്ധം ചെയ്യൂ. രാമനെ വധിക്കൂ. എന്നിട്ട് ഇഷ്ടാനുസരണം സീതയെ സ്വന്തമാക്കൂ. അതാണ് ഭൂഷണം.”

ശുപാർശ്വന്റെ വാക്കുകൾ ഉചിതമാണെന്ന് രാവണന് ബോധ്യപ്പെട്ടു. ശേഷിച്ച മന്ത്രിമാരുമായി ആലോചിച്ച് സർവ്വസന്നാഹങ്ങളോടെ പോരിനിറങ്ങി. രാമബാണമേറ്റ് ഭീരുവായി രാവണന് കൊട്ടാരത്തിലേക്ക് മടങ്ങേണ്ടിവന്നു. ഗുരുവായ ശുക്രനെ സമീപിച്ച് വിവരങ്ങൾ ധരിപ്പിച്ചു. ഉപദേശങ്ങൾ തേടി. “ദേവന്മാരെ പ്രസാദിപ്പിക്കണം. പെട്ടെന്ന് ഒരു ഗുഹ തീർത്ത് അതിരഹസ്യമായി ഹോമം നടത്തുക. തടസ്സമില്ലാതെ ഹോമം നടത്തിയാൽ അഗ്നികുണ്ഠത്തിൽനിന്നും ബാണചാപരഥാദികൾ വരും. അപ്പോൾ നിനക്ക് അജയ്യനാകാം.” ഗുരു ഉപദേശിച്ചു.

തന്ത്രങ്ങൾ

ഗുരു നിർദ്ദേശപ്രകാരം സർവ്വവിധ ഒരുക്കങ്ങളോടെ ധ്യാന നിരതനായി രാവണൻ ഹോമം തുടങ്ങി. പുക ആകാശത്തോളം ഉയർന്ന് പൊങ്ങി. വിഭീഷണന് കാര്യം മനസ്സിലായി. ഹോമം പൂർത്തിയായാൽ രാവണനെ വധിക്കാൻ പറ്റില്ല. അതിനാൽ ഉടനെ യാഗം മുടക്കണം. വിവരം രാമനെ ധരിപ്പിച്ചു. ശ്രീരാമ സുഗ്രീവ നിർദ്ദേശപ്രകാരം മാരുതഅംഗനാദികൾ ഹോമസ്ഥല ത്തെത്തി. കരുതൽ സന്നാഹങ്ങൾ തകർത്ത് ഗുഹയിൽ കയറി. ധ്യാനനിരതനായിരിക്കുന്ന രാവണനെ കണ്ടു. കാവൽക്കാരെ അടിച്ചൊതുക്കി. ഹോമദ്രവ്യങ്ങൾ വലിച്ചെറിഞ്ഞു. രാവണനെ ഉപദ്രവിച്ചു. ഒരു കുലുക്കവുമില്ല. മണ്ഡോദരിയെ കൈപിടിച്ച് വലിച്ചുകൊണ്ടുവന്നു. വസ്ത്രങ്ങൾ അഴിക്കാൻ തുടങ്ങി.

"വാനരന്മാരുടെ തല്ലുകൊള്ളേണ്ടിവന്നല്ലോ. രാക്ഷസേശ്വരാ എന്നെ രക്ഷിക്കൂ." മണ്ഡോദരി വിലപിച്ചു.

എന്നിട്ടും രാവണന് ഒരു കുലുക്കവുമില്ല. വാനരന്മാരുടെ ഉപ ദ്രവം കൂടി. മണ്ഡോദരിയുടെ വിലാപം മുഴങ്ങി. "ഭാര്യയെ ശത്രു ക്കൾ അടിക്കുന്നത് കണ്ടിരിക്കുന്നത് ഭൂഷണമാണോ? നാണ മില്ലേ? അങ്ങ് മൂഢനായിപ്പോയല്ലോ."

മണ്ഡോദരിയുടെ വിലാപം സഹിക്കവയ്യാതായപ്പോൾ ഹോമം നിർത്തി. വാളുമായി അംഗദന്റെ അടുത്തേക്കുവന്നു. ഹോമം മുടക്കി എന്ന് ആർത്തുവിളിച്ച് വാനരന്മാർ പുറത്തേക്ക് പോയി. ഹോമം മുടക്കിയ കാര്യം ശ്രീരാമനെ ധരിപ്പിച്ചു.

രാവണൻ പത്നിയെ സമാധാനിപ്പിച്ചു. "ജനിച്ചാൽ മരണ മുണ്ടാകും. ഭവതി ദുഃഖമകറ്റൂ. അജ്ഞാനമാണ് ശോകം. ദേഹ മോഹമാണ് ശോകഹേതു. ജ്ഞാനിയായി ആത്മശോഭ നേടൂ. ഞാൻ രാമലക്ഷ്മണന്മാരെ വധിക്കും. അല്ലെങ്കിൽ രാമബാണമേറ്റ് മരിക്കും. അങ്ങനെ സംഭവിക്കുകയാണെങ്കിൽ ചിതയിൽചാടി മരി ച്ചാൽ സത്ഗതിയാകും."

മണ്ഡോദരി ധർമ്മപത്നീ നിർവ്വഹണത്തിനൊരുങ്ങി. രാവ ണന് സത്ബുദ്ധിയുണ്ടാക്കാൻ ശ്രമിച്ചു. ശ്രീരാമനെ ആർക്കും വധിക്കാൻ സാധിക്കുകയില്ല. ദശാവതാര കഥകൾ സൂചിപ്പിച്ചു. "അങ്ങയെ വധിക്കാനാണ് രാമൻ മനുഷ്യനായി പിറന്നിരിക്കു ന്നത്. എല്ലാം നഷ്ടപ്പെട്ടിട്ട് സീതയെക്കൊണ്ട് എന്തുനേടാനാണ്? സീതയെ രാമന് തിരിച്ചുനൽകണം. രാജ്യഭാരം അനുജനെ ഏൽ പ്പിച്ച് നമുക്ക് തപസ്സനുഷ്ഠിക്കാം." മണ്ഡോദരി പലതും പറഞ്ഞു നോക്കി.

അതിനെല്ലാം രാവണൻ ഇങ്ങനെ മറുപടി നൽകി. "പുത്ര മിത്രാദികൾ മരിച്ചിട്ട് തപസ്സുചെയ്ത് ഞാൻ എന്തു നേടാനാണ്?

അതിലും നല്ലത് രാമനുമായുള്ള യുദ്ധത്തിലെ വീരചരമമാണ്.” മണ്ഡോദരിയെ ആശ്വസിപ്പിച്ചുകൊണ്ട് രാവണൻ ചതുരംഗസേനയോടെ പടക്കളത്തിലേക്ക് പോയി. സൈന്യം നിരന്നു. വാനരന്മാർക്ക് പേടിയായി. രാമൻ അവരെ ആശ്വസിപ്പിച്ചു. “നിങ്ങൾ പേടിക്കേണ്ട. ഞാൻതന്നെ യുദ്ധം ചെയ്ത് ജയിക്കും.”

രാമരാവണയുദ്ധം

രാമരാവണയുദ്ധം അതിഭയങ്കരമായി മുന്നേറി. ഓരോ രാക്ഷസന്മാർക്കും രാമൻ തങ്ങളോട് യുദ്ധം ചെയ്യുന്നതായി തോന്നി. ആളും ആനയും കുതിരയും രഥങ്ങളും തകർന്നുവീണ് പടക്കളം നിറഞ്ഞു. കഴുകന്മാർ വട്ടമിട്ട് പറന്നുകൊണ്ടിരുന്നു. അവർണ്ണനീയമായ യുദ്ധക്കാഴ്ച ദേവന്മാർ ആകാശത്തുനിരന്നു. നാരദൻ രാമനെ സ്തുതിച്ചുതുടങ്ങി. രാക്ഷസസ്ത്രീകളുടെ മുറവിളികൾ മുഴങ്ങി. അവർ വിലപിച്ചുതുടങ്ങി. “രാവണൻ മഹാപാപിയാണ്. അവനാണ് ഈ വിപത്ത് വരുത്തിവച്ചത്. ആ പാപിയുടെ കർമ്മഫലം നമ്മളും അനുഭവിക്കേണ്ടി വന്നു.” രാക്ഷസസ്ത്രീകളുടെ വിലാപങ്ങൾ വർദ്ധിച്ചുകൊണ്ടിരുന്നു.

വിരൂപാക്ഷനും മഹോദനും മഹാപാർശ്വനും വടക്കേ ഗോപുരത്തിൽ പോരാടി. സുഗ്രീവനും മാരുതിയും അവരുമായി ഏറ്റുമുട്ടി. താമസാസ്ത്രം, അസുരാസ്ത്രം, ആജ്ഞേയാസ്ത്രം, ഗാന്ധർവ്വാസ്ത്രം എന്നിവ പ്രയോഗിച്ച് വൻ നാശമുണ്ടാക്കി. രാവണൻ മയൻ കൊടുത്ത ദിവ്യാസ്ത്രം പ്രയോഗിച്ചു. പല നിലകളിൽ വിവിധ അസ്ത്രങ്ങളുടെ പ്രയോഗം കൊണ്ട് യുദ്ധം അതിഭയങ്കരമായി. രാവണന്റെ ഗാന്ധർവ്വാസ്ത്രം രാമൻ സൗരാസ്ത്രംകൊണ്ട് തടുത്തു. രാമനും രാവണനും ഇടതടവിടാതെ ശരവർഷമായി. രാവണന്റെ തേരാളിയെ കൊന്നു. ചാപം മുറിച്ചു. വിഭീഷണൻ ഗദകൊണ്ട് കുതിരകളെ കൊന്നു. ദശമുഖൻ വിഭീഷണനുനേരെ മയൻ കൊടുത്ത വേൽ പ്രയോഗിച്ചു. ലക്ഷ്മണശരങ്ങളേറ്റ് രാവണന്റെ ശരീരത്തിൽനിന്നും രക്തമൊഴുകി. രാവണൻ ലക്ഷ്മണനെ നോക്കി അലറി. ‘‘നീ വിഭീഷണനെ രക്ഷിച്ചോ. ശക്തിയുണ്ടെങ്കിൽ എന്റെ വേൽമുറിക്കൂ.”

രാവണൻ പ്രയോഗിച്ച വേലേറ്റ് ലക്ഷ്മണൻ തളർന്നുവീണു. രാമൻ വേൽ വലിച്ചൂരി. സുഷേണനോട് വേണ്ട മരുന്നുനൽകി രക്ഷിക്കാൻ നിർദ്ദേശിച്ചു. രാവണനിഗ്രഹത്തിനു പിറന്ന ഞാൻ രാവണനെ കൊന്നിരിക്കുമെന്ന് പറഞ്ഞ് രാമൻ വീരനായി മുന്നേറി. എങ്കിലും ലക്ഷ്മണന്റെ മുറിവേറ്റ കിടപ്പ് വ്യാകുലതകൾ ഉണ്ടാക്കി. അശക്തനാകുന്നതായി ആവലാതിപ്പെട്ടു. ലക്ഷ്മണന്റെ പരിക്ക് നിസ്സാരമാണെന്ന് സുഷേണൻ അറിയിച്ചു. ഹനുമാനെ

പഴയ മരുന്നുകൾ കൊണ്ടുവരാൻ നിർദ്ദേശിച്ചു. നിമിഷങ്ങൾക്കുള്ളിൽ മരുന്നെത്തി. മരുന്നിന്റെ പ്രഭാവംകൊണ്ട് ലക്ഷ്മണൻ ഉണർന്നു. രാമനെ ഉത്തേജിപ്പിച്ചു. "താപസന്മാർക്ക് നൽകിയ വാക്കുകൾ വിഫലമാക്കരുത്. രാവണനെ വധിച്ച് ലോകത്തെ രക്ഷിക്കൂ."

ലക്ഷ്മണവാക്കുകളിൽ ഉന്മേഷവാനായ രഘുനാഥൻ ദശകണ്ഠനുമായി ഏറ്റുമുട്ടി. യുദ്ധം ശക്തമായപ്പോൾ രാമൻ ക്ഷീണിച്ചു. നാരദൻ വിവരം ദേവേന്ദ്രനെ അറിയിച്ചു.

മാതലി

ദേവേന്ദ്രൻ തന്റെ തേരാളിയായ മാതലിയെ തേരുമായിപ്പോയി രാമനെ സഹായിക്കാൻ നിയോഗിച്ചു. മാതലി തേരുമായി വന്ന് രാമനെ വിവരം ധരിപ്പിച്ചു. രാമൻ തേരിൽക്കയറി. രാവണൻ ഇതെല്ലാം കണ്ട് രൂക്ഷമായി ദേവേന്ദ്രനെ നോക്കി. ലോകനാഥനായ രാമനും രാക്ഷസപ്രവരനായ രാവണനും അതിശയകരമായി ഏറ്റുമുട്ടി. രാമന്റെ ഗാന്ധർവ്വാസ്ത്രം രാവണൻ രാക്ഷസാസ്ത്രംകൊണ്ട് തടുത്തു. ലങ്കാധിപതി നാഗാസ്ത്രം തൊടുത്തപ്പോൾ അയോദ്ധ്യാധിപതി ഗരുഡാസ്ത്രം കൊണ്ട് തടുത്തു. മാതലിക്കുനേരെ രാവണൻ അസ്ത്രങ്ങൾ പ്രയോഗിച്ചു. കൊടി മുറിച്ചു. കുതിരകൾക്ക് മുറിവേറ്റു. രാവണസാരഥി പെട്ടെന്ന് പിൻവലിഞ്ഞു. അൽപ്പം കഴിഞ്ഞ് വീണ്ടും വന്നു. രാവണൻ സൂതനോട് പിൻവാങ്ങാനുള്ള കാരണമാരാഞ്ഞു. "നീ ഭീരുവാകുന്നു. നിനക്ക് രാമനോടാണോ കൂറ്?'

സാരഥി ഉചിതമായ മറുപടി നൽകി. "എനിക്ക് അങ്ങയോട് ദേഷ്യമില്ല. രാമനോട് കൂറുമില്ല. ആപത്ത് കണ്ടറിഞ്ഞ് പ്രവർത്തിക്കേണ്ടത് തേരാളിയുടെ കടമയാണ്. അങ്ങയുടെ ആലസ്യം തീർക്കാനാണ് ഞാൻ പിൻവലിഞ്ഞത്. അത് എന്റെ കടമയാണല്ലോ?"

സന്തുഷ്ടനായ രാവണൻ തേരാളിക്ക് ഒരു കൈവള പാരിതോഷികമായി നൽകി. രാവണൻ കൂടുതൽ ഊർജ്ജസ്വലതയോടെ പടവെട്ടി മുന്നേറി. എങ്ങുനിന്നോ അഗസ്ത്യമുനി പ്രത്യക്ഷപ്പെട്ടു. രാമൻ തേരിൽനിന്നും ഇറങ്ങി വന്ദിച്ചു. നിനക്ക് ഉയർച്ചയ്ക്കുവേണ്ടിയാണ് ഞാൻ വന്നത്. ദുഃഖവും ആപത്തും വരുമ്പോൾ അവ അകന്നുപോകാൻ ആദിത്യഹൃദയമന്ത്രം ജപിക്കൂ. അനേകവിശേഷണപദാവലികൊണ്ട് ആദിത്യമഹിമ സൂചിപ്പിച്ചു.

ആദിത്യഹൃദയമന്ത്രം

"നാദാത്മകൻ നാരദാദിനിഷേവിതൻ
ജ്ഞാനസ്വരൂപനജ്ഞാനവിനാശനൻ

ധ്യാനിച്ചുകൊൾക നീ നിത്യമിദ്ദേവനെ
സന്തതം ഭക്ത്യാ നമസ്കരിച്ചീടുക."

എന്ന് തുടങ്ങി

'സന്താപനാശകരായ നമോ നമോ:
അന്തകാരാന്തകരായ നമോ നമഃ

....

സത്വപ്രധാനായ തത്ത്വായതേ നമഃ
സത്യസ്വരൂപായ നിത്യം നമോ നമഃ
ഇത്ഥമാദിത്യഹൃദയം ജപിച്ചു നീ
ശത്രുക്ഷയം വരുത്തീടുക സത്വരം"

എന്നുവരെയുള്ള അതിമഹത്തായ ആദിത്യഹൃദയമന്ത്രം കേൾപ്പിച്ചു. പരസ്പരം വണങ്ങി മഹർഷി വിമാനമേറി. ശ്രീരാമൻ നവോന്മേഷത്തോടെ ജാഗ്രതയോടെ പേടിയില്ലാതെ തേർതെളിക്കാൻ മാതലിക്ക് നിർദ്ദേശം നൽകി. ശരസഞ്ചയം കൊണ്ടുണ്ടായ പൊടിപടലത്താൽ ദിക്കുകൾ മൂടി. രാവണന്റെ കൊടിമരം മുറിച്ചിട്ടു. രാവണവീരൻ മാതലിയുടേയും കുതിരകളുടേയും നേരെ തുരുതുരെ അമ്പുകൾ പൊഴിച്ചു. ശൂലം, മുസലം എന്നിവ പ്രയോഗിച്ചു മുന്നേറി. ഇരുവരും തികഞ്ഞ ജാഗ്രതയോടെ തന്ത്രപൂർവ്വം പോരാട്ടമായി. മുമ്പെങ്ങും ഉണ്ടായിട്ടില്ലാത്ത ഭയങ്കരമായ പടഹപ്രവാഹം! എല്ലാവരും പേടിച്ചുവിറച്ചു. ദേവാദികൾക്ക് സന്തോഷമായി. കാറ്റുനിലച്ചു. സൂര്യൻ മങ്ങി. രാവണശിരസ്സുകൾ രാമൻ വീഴ്ത്തി. എന്നാൽ അവ വീണ്ടും മുളച്ചു. പല തവണ മുറിച്ചിട്ടിട്ടും പത്തുതല പിന്നേയും കണ്ടു. ഇതര രാക്ഷസന്മാരെ ലാഘവത്തോടെ എതിരിട്ട രാമൻ വിയർക്കുന്നു. രാവണന് ബാണങ്ങൾ പുഷ്പതുല്യമാകുന്നു. നക്തഞ്ചരാധിപന്റെ തപോബലം അവർണ്ണനീയം എന്നാണ് കവി പറയുന്നത്. ഏഴുദിവസം ഇതേവിധം യുദ്ധം തുടർന്നു. രാമന്റെ വിഷമാവസ്ഥ ഉൾക്കൊണ്ട മാതലി രാമനെ ഓർമ്മിപ്പിച്ചു. "അങ്ങ് ദുഃഖിക്കരുത്. അഗസ്ത്യമഹർഷി തന്നിട്ടുള്ള പൈതാമഹാസ്ത്രം പ്രയോഗിക്കൂ."

രാമൻ പ്രതിവചിച്ചു. "നീ ഓർമ്മിപ്പിച്ചതു നന്നായി."

ബ്രഹ്മാസ്ത്രം

ഉടൻ ബ്രഹ്മാസ്ത്രമെടുത്തു. വിശ്വമാകെ വിസ്മയകരമായ പ്രകാശമായി. ഏറ്റവും ശ്രേഷ്ഠമായതാണ് ബ്രഹ്മാസ്ത്രം. ജ്വലിക്കുന്നതാണ്, കത്തിപ്പടരുന്നതാണ്, തേജസ്സുള്ളതാണ്, സർപ്പത്തെപ്പോലുള്ളതാണ്, വജ്രസാരമാണ്. അതിഭയങ്കരവും വിചിത്രവും മഹാനാദവും മനോഹരവുമാണ്. രഘുപതി ആദ്യബാണം

തൊടുത്തു. രാവണന്റെ ഹൃദയം പിളർന്നു. ഭൂമിയെ ഭേദിച്ച് സമുദ്രത്തിൽചെന്ന് ചോര കഴുകിക്കളഞ്ഞ് അമ്പുകൾ രാമന്റെ ഉറയിൽ തിരിച്ചുവന്നു. രാവണൻ തേരിൽനിന്നും വൻമരം പോലെ മറിഞ്ഞുവീണു. ദേവന്മാർ കൽപ്പകപ്പൂമലർ തൂകി. സൂര്യൻ തെളിഞ്ഞു. കാറ്റുവീശി. താപസന്മാർ വിജയഘോഷം മുഴക്കി. ശേഷിച്ച രാക്ഷസസൈന്യം പേടിച്ചോടി മറഞ്ഞു. സുഗ്രീവൻ, മാരുതി, അംഗദൻ എന്നിവർ ആർത്തുവിളിച്ചു. ജ്യേഷ്ഠന്റെ വീഴ്ചയിൽ വിഭീഷണന് വിഷാദമുണ്ടായി. "എനിക്കീ കാഴ്ച കാണേണ്ടി വന്നല്ലോ" എന്ന് വിലപിച്ചു.

ലോകനാഥനായ രാമൻ വിഭീഷണനെ ഇങ്ങനെ സാന്ത്വനിപ്പിച്ചു. "എന്നോട് എതിരിട്ട് മരിച്ച രാവണൻ സ്വർഗ്ഗപ്രാപ്തനായി. വീരമൃത്യുവിനേക്കാൾ ഉചിതമായ സ്വർഗ്ഗീയ സിദ്ധിയില്ല. നീ ഒട്ടും ദുഃഖിക്കേണ്ടതില്ല. ഉടൻതന്നെ ശേഷക്രിയകൾ ചെയ്യണം."

"ആര്യപുത്രാ... നാഥാ..." എന്നെല്ലാം വിളിച്ച് രാവണപത്നിമാർ ഓടിയെത്തി. ചിലർ ദേഹത്തുവീണു. ചിലർ ആദരവോടെ കെട്ടിപ്പിടിച്ചു. വേറെ ചിലർ കൈകളും ശിരസ്സും എടുത്ത് മടിയിൽവെച്ചു. ചുറ്റും ഇരുന്നും കിടന്നും അലമുറയിട്ടു. മണ്ഡോദരി ദുഃഖം അമർത്താൻ കഴിയാതെ പൊട്ടിക്കരഞ്ഞു. "ഇന്ദ്രനെപ്പോലും വിറപ്പിച്ച നാഥാ, അങ്ങയെ ഒരു മനുഷ്യൻ വധിച്ചെന്നോ? ഞാൻ പലവട്ടം പറഞ്ഞതല്ലേ? രാമൻ മനുഷ്യനല്ല, അവതാരമാണെന്ന്. ഖരവധവും സേതുബന്ധനവും കുംഭകർണ്ണവധവും ഓമനപ്പുത്രന്മാരുടെ മരണവും അതാണല്ലോ ഓർമ്മിപ്പിക്കുന്നത്? ഇതെല്ലാം എത്രവട്ടമാണ് പറഞ്ഞിട്ടുള്ളത്. സീതയെ കൊതിച്ചത് നാശത്തിനാണ്. പാതിവ്രത്യശക്തിയുടെ പ്രതികാരമാണിതെല്ലാം. സീതയേക്കാൾ നല്ല എത്ര സുന്ദരിമാരുണ്ട്? ഞാൻ തന്നെ വിദ്യയിലും സൗന്ദര്യത്തിലും സീതയേക്കാൾ മികച്ചതല്ലേ? അങ്ങയുടെ വിഭ്രാന്തിയാണ് വിനാശമായത്. പ്രാണനാഥാ, എന്നേയും കൊണ്ടുപോകൂ. പ്രിയതമൻ മരിച്ചിട്ടും ഞാൻ മരിക്കുന്നില്ലല്ലോ" എന്നെല്ലാം പുലമ്പി വിഷമം സഹിക്കവയ്യാതെ മോഹാലസ്യപ്പെട്ടുവീണു.

ശ്രീരാമൻ സ്ത്രീകളെ മാറ്റി ഉടൻ ഉദകക്രിയകൾ ചെയ്യാൻ നിർദ്ദേശിച്ചു. ജ്യേഷ്ഠനാണെങ്കിലും അധർമ്മിയായതുകൊണ്ട് വിഭീഷണൻ വിമുഖത കാണിച്ചു. ശ്രീരാമൻ പ്രപഞ്ചവസ്തുതകൾ വ്യക്തമാക്കി. വിഭീഷണനെ കർമ്മോത്സുകനാക്കി. "മരണശേഷം ആരും ശത്രുക്കളല്ല. മാത്രമല്ല, രാവണൻ വീരമൃത്യുവാണ് പ്രാപിച്ചിട്ടുള്ളത്."

വിഭീഷണൻ ആ വാക്കുകളുടെ അന്തസ്സത്ത ഉൾക്കൊണ്ടു. സകല വേഷഭൂഷാദികളോടെ മൃതദേഹം അലങ്കരിച്ചു. യാഗ

ശാലയിൽനിന്നും അഗ്നിഹോത്രം കൊണ്ടുവന്നു. രാജോചിതവും അഗ്നിഹോത്രവിധത്തിലും സകല ബഹുമതികളോടെ, ആഡംഭര ങ്ങളോടെ അന്ത്യകർമ്മങ്ങൾ നിർവ്വഹിച്ചു.

വിഭീഷണാഭിഷേകം

രാവണന്റെ സംസ്കാരച്ചടങ്ങുകൾ കഴിഞ്ഞപ്പോൾ ശ്രീരാമൻ രാജധാനിയിൽചെന്ന് വിഭീഷണാഭിഷേകത്തിനുള്ള ഒരുക്കങ്ങൾ ചെയ്യാൻ ലക്ഷ്മണനോട് നിർദ്ദേശിച്ചു. വാനരന്മാരും രാക്ഷസ ന്മാരും ഒത്തുചേർന്ന് അഭിഷേകത്തിനുള്ള ദ്രവ്യങ്ങൾ ശേഖരിച്ചു. താപസന്മാർ എത്തി. വാദ്യഘോഷങ്ങളോടെ വിഭീഷണന്റെ രാജ്യാഭിഷേകം യഥോചിതം നടത്തി. ചരിത്രത്തിലെല്ലാം വിജയി കൾ വെട്ടിപ്പിടിച്ച രാജ്യം സ്വന്തമാക്കുന്നതല്ലേ നാം കാണുന്നത്? എന്നാൽ രാമായണത്തിലെ കാഴ്ച അതല്ല. ബാലിവധത്തിനു ശേഷം രാജ്യം സുഗ്രീവനു നൽകി. രാവണവധത്തിനുശേഷം അനന്തരാവകാശിയായ വിഭീഷണനെത്തന്നെ രാജാവായി വാഴിച്ചു. അതാണ് രാമചരിതത്തിന്റെ മഹിമ. എല്ലാം സാർത്ഥക മായതിനാൽ രാമൻ അതീവസന്തുഷ്ടനായി.

ശ്രീരാമൻ സുഗ്രീവനുമായി ചർച്ച ചെയ്ത് സീതയെ വിവരം ധരിപ്പിക്കുവാൻ ഹനുമാനെ ചുമതലപ്പെടുത്തി. ഇവിടേയും രാമന്റെ ആദർശനിഷ്ഠ കാണാം. ഇപ്പോൾ ലങ്കാധിപതിയായി ട്ടുള്ള വിഭീഷണ അനുമതിയോടെ മാത്രമേ എന്തും നടക്കാവൂ എന്നാണ് ശ്രീരാമനിശ്ചയം. ഹനുമാൻ വേണ്ടപ്പെട്ടവരുടെയെല്ലാം നിശ്ചയപ്രകാരം സീതയെ വിവരം ധരിപ്പിച്ചു. സീത ദുഃഖിത യായി മലിനവസ്ത്രധാരിയായാണിരിക്കുന്നത്. വിഭീഷണനിർദ്ദേശ പ്രകാരം രാക്ഷസസ്ത്രീകൾ സീതയെ അണിയിച്ചൊരുക്കി. സീത വരുന്നതറിഞ്ഞ് വാനരന്മാർ തിക്കിത്തിരക്കി മുന്നോട്ടുവന്നു കൊണ്ടിരുന്നു. വിഭീഷണൻ അവരെ നിയന്ത്രിക്കാൻ ശ്രമിച്ച പ്പോൾ രാമൻ തടഞ്ഞു. "അവർ സീതയെ കണ്ടുകൊള്ളട്ടെ." രാമൻ വ്യക്തമാക്കി. സീത വന്നുചേർന്നു.

അഗ്നിശുദ്ധി

അക്കാലത്തെ സമ്പ്രദായമനുസരിച്ച് അഗ്നിശുദ്ധി പരിശോധ നയ്ക്ക് ഒരുക്കങ്ങളായി. ചാരിത്ര്യശങ്ക പരിഹരിക്കണം. സുന്ദരി യായ സീത അന്യഭവനത്തിൽ കഴിഞ്ഞവളാണ്. രാവണൻ സ്ത്രീ ലമ്പടനുമാണ്. എന്തും സംഭവിച്ചിരിക്കാം. മറ്റുള്ളവർക്കുണ്ടാകാ വുന്ന ഈ ശങ്ക പരിഹരിക്കണമെന്ന് രാമൻ പറഞ്ഞതായി ചില രാമായണങ്ങളിൽ കാണുന്നുണ്ട്. എന്നാൽ എഴുത്തച്ഛൻ ആദർശ

പുരുഷനായ രാമനെക്കൊണ്ട് അങ്ങനെ ചിന്തിപ്പിക്കുന്നില്ല, പറയിപ്പിക്കുന്നുമില്ല. ഞാൻ ഭർത്താവിനെയല്ലാതെ ആരേയും ഓർത്തിട്ടില്ല, സത്യം തെളിയട്ടെ എന്നു പറഞ്ഞ് സീത അഗ്നികുണ്ഡത്തിന് മൂന്ന് വലംവെച്ച് തീയിൽ ചാടി. മായാസീത എന്ന് എഴുത്തച്ഛൻ പ്രത്യേകം പറയുന്നുണ്ട്. ചാടുകയല്ല, നടക്കുകയാണ് ചെയ്തതെന്ന പക്ഷവുമുണ്ട്. യാതൊരു ഭാവഭേദവുമില്ലാതെ അഗ്നിപരീക്ഷ ഫലപ്രദമായി. സീതയുടെ മഹിമയ്ക്ക് ഇത് മാറ്റുകൂട്ടുന്നു. വിരിഞ്ചനും ഇന്ദ്രനുമടക്കം സർവ്വരും വിസ്മയ ചരിതരായി. ശ്രീരാമന്റെ ആത്മപ്രബോധനമായ ജീവിതചര്യാമേന്മ എല്ലാവരും വാനോളം പുകഴ്ത്തി. ഈ സമയത്തെ ബ്രഹ്മസ്തുതി പ്രത്യേകം പ്രസ്താവ്യമാണ്.

"വന്ദേപദം പരമാനന്ദമദ്വയം
.... രാമം രമണീയരൂപം ജഗദപി-
രാമംസദൈവസീതാഭിരാമം ഭജേ"

എന്നുള്ള മധുരമനോഹരമായ, ശബ്ദാർത്ഥ സുരഭിലമായ വിരിഞ്ചസ്തുതിയിൽ ശ്രീരാമഭദ്രന്റെ മനം തെളിഞ്ഞു, ആനന്ദസാന്ദ്രമായി. ജഗദാശ്രയഭൂതയായ സീതയെ സ്വീകരിക്കുവാൻ എല്ലാവരും അപേക്ഷിച്ചു. ശ്രീരാമൻ സീതാദേവിയെ ആമോദത്തോടെ സ്വീകരിച്ചു. ഈ രംഗം ദർശിച്ച ദേവേന്ദ്രസ്തുതിയും ഉത്കൃഷ്ടമാണ്.

"രാമചന്ദ്രാ! പ്രഭോ! പാഹിമാം പാഹിമാം" എന്നു തുടങ്ങി മഹാദേവൻപോലും അങ്ങയെ സ്തുതിക്കുന്നതായി വ്യക്തമാക്കി.

ഈ വാക്കുകൾ കേട്ട് ഹർഷപുളകിതനായ രാമൻ ഇന്ദ്രനോട് ഇങ്ങനെ പറഞ്ഞു:

"യുദ്ധത്തിൽ മരിച്ച വാനരന്മാരെ ജീവിപ്പിക്കണം. അവർ ഭക്ഷിക്കുമ്പോൾ ഫലങ്ങൾ മധുരമുള്ളതാകണം. നദി തേനായി ഒഴുകണം." എല്ലാം അങ്ങനെയാകട്ടെ എന്ന് ഇന്ദ്രൻ അനുഗ്രഹിച്ചു. ഉറങ്ങി ഉണർന്നവരെപ്പോലെ വാനരന്മാർ ഉത്സാഹികളായി എഴുന്നേറ്റു. ആ രംഗങ്ങൾ കണ്ട് സംതൃപ്തനായ ചന്ദ്രചൂഡൻ ശ്രീരാമചന്ദ്രനോട് ഇപ്രകാരം പറഞ്ഞു. "നിന്റെ പിതാവ് നിന്നെ കാണാൻ വന്നിരിക്കുന്നു. ചെന്ന് നമസ്ക്കരിക്കൂ. സന്തോഷചിത്തനായ രഘുനന്ദനൻ ലക്ഷ്മണനും സീതയുമായി പിതാവിനെ വണങ്ങി. എല്ലാവരേയും ചാരിതാർത്ഥ്യത്തോടെ ദശരഥൻ അനുഗ്രഹിച്ചു. മാത്രമല്ല, ആനന്ദസംപ്രീതനായി ഇങ്ങനെ പറഞ്ഞു.

"എന്റെ മകനായി പിറന്ന അങ്ങ് ജനനമരണദുഃഖങ്ങൾ അകറ്റിയിരിക്കുന്നു."

ഹർഷപുളകിതരായി എല്ലാവരും യാത്രാമൊഴി പറയാതെ പറഞ്ഞു. നാരദൻ തുടങ്ങിയ മഹർഷിമാർ ശ്രീരാമദേവനെ വാഴ്ത്തി.

ഭരതപ്രതിജ്ഞ

ഒരു ദിവസം തന്റെ ആതിഥ്യം സ്വീകരിക്കുവാൻ വിഭീഷണൻ അപേക്ഷിച്ചു. ശ്രീരാമൻ സ്നേഹപൂർവ്വം അത് നിരസിച്ചു. “അനുജൻ ഭരതൻ തന്റെ വരവ് കാത്തിരിക്കുകയാണ്. സമയമായി. ഒരുദിവസം താമസിച്ചാൽ ഭരതൻ തീയിൽചാടി ആത്മഹത്യചെയ്യുമെന്ന് പ്രതിജ്ഞ എടുത്തിട്ടുണ്ട്. എനിക്ക് നിന്നിൽ സ്നേഹക്കുറവില്ല, വാത്സല്യക്കുറവില്ല. എനിക്കുപകരം വാനരന്മാരെ പൂജിച്ചാൽ മതി.”

വസ്തുതകൾ ഉൾക്കൊണ്ട വിഭീഷണൻ യാത്രയ്ക്ക് പുഷ്പകവിമാനം സജ്ജമാക്കി. ശ്രീരാമനും സീതയും ലക്ഷ്മണനും പുഷ്പകവിമാനത്തിൽ കയറി. സുഗ്രീവൻ കിഷ്ക്കിന്ധയിലേക്ക് പോവുക, വിഭീഷണൻ ലങ്ക ഭരിക്കുക എന്ന് രാമൻ അറിയിച്ചു. കൗസല്യാദി മാതാക്കളെ കാണാൻ അവർ ആഗ്രഹം പ്രകടിപ്പിച്ചു. രാമന് അത് ഉചിതമായി തോന്നി. രാമൻ സമ്മതം മൂളി. എല്ലാവരും ചേർന്ന് യാത്രയായി.

യാത്രാവേളയിൽ ശ്രീരാമൻ ഓരോ സ്ഥലവും സീതയ്ക്ക് പരിചയപ്പെടുത്തി. രാമേശ്വരകഥ പറഞ്ഞു. കിഷ്കിന്ധയായപ്പോൾ വാനരന്മാർക്ക് പത്നിമാരെ കാണാൻ അവസരം നൽകണമെന്ന് സീത പറഞ്ഞു. അത് യാഥാർത്ഥ്യമാക്കി. ഋഷിമൂകാചലം, ശൃംഗിപുരം, സരയൂ, അയോദ്ധ്യ എന്നിവിടങ്ങളിലെ ചരിതങ്ങൾ സൂചിപ്പിച്ചു. വിമാനം ഭരദ്വാജാശ്രമത്തിൽ ഇറങ്ങി. മഹർഷിയിൽ നിന്നും അനുഗ്രഹങ്ങൾ ഏറ്റുവാങ്ങി. ഭരതനെ കണ്ട് വസ്തുതകൾ അറിഞ്ഞുവരുവാൻ ഹനുമാനെ നിയോഗിച്ചു. ഗുഹനെ വിവരം ധരിപ്പിച്ചു. ഹനുമാൻ മനുഷ്യവേഷത്തിൽ നന്ദിഗ്രാമത്തിൽ ചെന്ന് ഭരതനെ കണ്ടു. പരസ്പരം വണങ്ങി. എല്ലാകാര്യങ്ങളും ധരിപ്പിച്ചു. ഭരതൻ സന്തോഷത്താൽ വികാരഭരിതനായി. ഹനുമാനെ ആലിംഗനം ചെയ്തു. എല്ലാം വിശദമാക്കി.

ശ്രീരാമനെ സ്വീകരിക്കാൻ ആഡംബരമായ ഒരുക്കങ്ങൾ ചെയ്യാൻ ശത്രുഘ്നനെ ചുമതലപ്പെടുത്തി. ഹനുമാൻ ശ്രീരാമനെ വിവരം ധരിപ്പിച്ചു. പുഷ്പകവിമാനം അയോദ്ധ്യയുടെ മുകളിലെത്തി. അയോദ്ധ്യാവാസികൾ ഉത്സാഹഭരിതരായി ആദരവോടെ വിമാനത്തിൽനിന്നും ഇറങ്ങിയവരെ സ്വീകരിച്ചു. ദശരഥപുത്രന്മാർ നാലുപേരും ഹർഷപുളകിതരായി. പരസ്പരം ആലിംഗനം ചെയ്തു. സുഗ്രീവാദികളും ഭരതനെ വണങ്ങി. സുഗ്രീവനെ

അഞ്ചാമത്തെ സഹോദരനായി സ്വീകരിച്ചു. മനുഷ്യവേഷധാരികളായ വാനരന്മാർക്കും സന്തോഷമായി. മാതാക്കളും മക്കളെ സ്വീകരിച്ചു. ആനന്ദതുന്ദിലവും വികാരസാന്ദ്രവുമായ നിമിഷങ്ങൾ. ഭരതൻ രാമനെ നമസ്ക്കരിച്ചു. ജന്മദത്തമായ രാജ്യം അങ്ങേയ്ക്ക് നൽകുന്നതായി ഭരതൻ പ്രഖ്യാപിച്ചു. അങ്ങയുടെ കാരുണ്യം കൊണ്ട് അയോദ്ധ്യയെ സമ്പന്നമാക്കാൻ എനിക്ക് കഴിഞ്ഞു. ഭരതനെ എല്ലാവരും പ്രശംസിച്ചു. ശ്രീരാമൻ പുഷ്പകവിമാനത്തെ അതിന്റെ ഉടമസ്ഥനായ വൈശ്രവണന്റെ അടുത്തേക്ക് പറഞ്ഞയച്ചു. എല്ലാവരും കുലഗുരുവായ വസിഷ്ഠനെ വണങ്ങി. ബ്രഹ്മരൂപനും നിർമ്മലനും നിരുപമനും നിത്യനുമായ ഈശ്വരൻ തന്നെയാണ് രാമനെന്ന സത്യം വസിഷ്ഠൻ വ്യക്തമാക്കി. അയോദ്ധ്യാപതിയായി രാമനെ അവരോധിക്കാൻ ഏർപ്പാടുകൾ ചെയ്തു.

രാമരാജ്യം

ശത്രുഘ്നന്റെ നേതൃത്വത്തിൽ സകലവിധ ഏർപ്പാടുകളും ചെയ്തു. വാദ്യഘോഷങ്ങൾ മുഴങ്ങി. മന്ത്രങ്ങൾ മാറ്റൊലി കൊണ്ടു. ജനങ്ങൾ ആഹ്ലാദചിത്തരായി എത്തിച്ചേർന്നു. വാമദേവൻ, ജാബാലി, ഗൗതമൻ, വാല്മീകി എന്നീ മുനിമാരും ബ്രാഹ്മണരും വന്നു. അതിവിശിഷ്ടമായ രീതിയിൽ അഭിഷേക ചടങ്ങുകൾ യഥാവിധി നടന്നു. പാർവ്വതീപരമേശ്വരന്മാരടക്കം സർവ്വരും രാവണനിൽനിന്നും പ്രപഞ്ചത്തെ രക്ഷിച്ച ശ്രീരാമനെ വാനോളം പുകഴ്ത്തി. സുഗ്രീവൻ, അംഗദൻ എന്നിവർക്കെല്ലാം സമ്മാനങ്ങൾ നൽകി. അതിവിശിഷ്ടമായ രത്നമാല സീതക്ക് കൊടുത്തു. സീത ആ മാല ഊരി ശ്രീരാമനേയും ഹനുമാനേയും മാറി മാറി നോക്കി. ഏറ്റവും ഇഷ്ടമുള്ള ആൾക്ക് മാല നൽകാൻ രാമൻ പറഞ്ഞു. സീത സന്തോഷത്തോടെ ഹനുമാന് നൽകി. ഒരു ആപത്ഘട്ടത്തിൽ ഏറ്റവും ദുഃഖിതയായി ഇരുന്നപ്പോൾ സന്തോഷവാർത്തയും പ്രത്യാശയും പകർന്നത് ഹനുമാനാണ്. ആ മാരുതിയല്ലാതെ മറ്റാരാണ് യോഗ്യൻ? ഭക്തപ്രവരനായ ഹനുമാനോട് ശ്രീരാമൻ വേണ്ട വരം ചോദിച്ചു.

"അങ്ങയുടെ നാമം ഉച്ചരിച്ചുകൊണ്ട്, കേട്ടുകൊണ്ട് കഴിയാനുള്ള ഭഗവത് ഭക്തി മാത്രം മതി." ഹനുമാൻ അറിയിച്ചു.

ശ്രീരാമൻ അനുഗ്രഹിച്ചുകൊണ്ട് ഇങ്ങനെ പറഞ്ഞു:

"മൽക്കഥയുള്ള നാൾ മുക്തനായ് വാഴ്ക നീ
ഭക്തികൊണ്ടേ വരൂ ബ്രഹ്മത്വവും സഖേ"

സീതയും മാരുതിതനയനെ അകമഴിഞ്ഞ് അനുഗ്രഹിച്ചു. സന്തോഷാശ്രുക്കൾ പൊഴിച്ചുകൊണ്ട് വായുപുത്രൻ തുടരെ

ത്തുടരെ വണങ്ങി. ശ്രീരാമസീതാനുഗ്രഹം വേണ്ടുവോളം ലഭിച്ച് ഉഗ്രതപസ്സിനായി ഹിമാലയത്തിലേക്ക് പോയതായി കാണുന്നു. വനയാത്രാരംഭത്തിൽ സേവനം കാഴ്ചവെച്ച ഗുഹനെ വരുത്തി വിശിഷ്ടവസ്തുക്കൾ നൽകി. സുഗ്രീവനും വാനരശ്രേഷ്ഠന്മാർക്കും പാരിതോഷികങ്ങൾ നൽകി. അവരവരുടെ രാജ്യത്തേക്ക് അയച്ചു. രാജ്യാഭിഷേക ചടങ്ങിൽ പങ്കെടുത്ത രാജാക്കന്മാർക്കും ബ്രാഹ്മണന്മാർക്കും പണ്ഡിതന്മാർക്കും എന്നുവേണ്ട സകലർക്കും വേണ്ടത് നൽകി. പിതൃതുല്യനായ ജ്യേഷ്ഠനെ വിട്ട് ശ്രീരാമന് ബഹുവിധ സഹായങ്ങൾ നൽകിയ വിഭീഷണനും അവസ്ഥയ്ക്കനുസരിച്ച് പാരിതോഷികങ്ങൾ നൽകി. വിഷ്ണുഭക്തനായി, ലങ്കാധിപതിയായി നീണാൾ വാഴുവാൻ അനുഗ്രഹിച്ചു.

ശ്രീരാമദേൻ പ്രശംസനീയമായ രീതിയിൽ രാജ്യഭരണം നടത്തി. സമ്പത്തും കീർത്തിയും നാൾക്കുനാൾ വർദ്ധിച്ചുവന്നു. സംഘർഷങ്ങളില്ലാത്ത, സമാധാനം നിറഞ്ഞ സമ്പത്സമൃദ്ധമായ സത്ഭരണം. അതിന്റെ മഹിമകൊണ്ട് സഹസ്രാബ്ദങ്ങൾ കഴിഞ്ഞിട്ടും രാമരാജ്യം സ്വപ്നസ്വർഗ്ഗമാണ്. നമ്മുടെ രാഷ്ട്രപിതാവായ ഗാന്ധിജി ത്യാഗസുരഭിലമായ സ്വാതന്ത്ര്യലബ്ധിക്കുശേഷം വിഭാവനം ചെയ്തതും രാമരാജ്യമാണ്. ഉദാത്തമായ ഫലശ്രുതിയോടെയാണ് സുദീർഘമായ യുദ്ധകാണ്ഡം അവസാനിക്കുന്നത്.

ശിവശങ്കരപ്രോക്തമായ രാമായണം അത്യുത്തമമാണ്. അത് പഠിച്ചാൽ എല്ലാവിധ ഐശ്വര്യങ്ങളുമുണ്ടാകും. പുത്രമിത്ര സൗഭാഗ്യങ്ങൾ വന്നുചേരും. ഈ വിശുദ്ധ ചരിതം കേൾക്കുന്നവർക്കും സർവ്വവിധാഭ്യുന്നതി കൈവരിക്കും. പരമശിവൻ ശക്തിസ്വരൂപിണിയായ പ്രിയതമയ്ക്ക് പകർന്നുനൽകിയ ഈ ജീവാമൃതം ഉൾക്കൊണ്ട് സർവ്വസിദ്ധികളും ലഭിക്കുമെന്ന പൈങ്കിളി പ്രവചനം സാർത്ഥകമാകട്ടെ.

സൂചിതകഥകൾ

സൂചിതകഥകളിലൂടെ കഥയ്ക്കും കഥാഗതിക്കും കഥാപാത്രങ്ങൾക്കും ശക്തിയും തേജസ്സും നൽകുന്നത് ഒരു രചനാതന്ത്രമാണ്. സേതുബന്ധനം നടത്തി ശ്രീരാമനും വാനരസൈന്യവും ലങ്കയിലെത്തി. വിവരമറിഞ്ഞ രാവണനും യുദ്ധത്തിന് ഒരുക്കമായി. രാവണമന്ത്രിസഭ കൂടിയപ്പോൾ സ്തുതിപാഠകന്മാർ രാവണനെ പ്രശംസിച്ച് വിജയം ഉറപ്പിച്ചു. എന്നാൽ അനുജനായ കുംഭകർണ്ണൻ ശ്രീരാമന്റെ നിജസ്ഥിതി മനസ്സിലാക്കി യുദ്ധം ഉപേക്ഷിക്കാനാണ് നിർദ്ദേശിച്ചത്. ഇത് രാവണനും ഇന്ദ്രജിത്തിനും ഹിതമായില്ല. രാവണൻ വിഭീഷണന്റെ അഭിപ്രായം ആരാഞ്ഞു.

വിഷ്ണുഭക്തനായ വിഭീഷണൻ തന്ത്രപൂർവ്വം ശ്രമിക്കുകയാണ്. ദശാവതാര കഥകൾ അവതരിപ്പിക്കുന്നു. ശ്രീരാമന്റെ ഇതുവരേയുള്ള അമാനുഷിക ശക്തിവിശേഷങ്ങൾ സൂചിപ്പിക്കുന്നു. മാത്രമല്ല, ദിവ്യമായ ലങ്ക ചുട്ടെരിക്കാൻ ആർക്കും സാധ്യമല്ല. സീതയുടെ പാതിവ്രത്യശക്തികൊണ്ടാണ് ഹനുമാന് ഇതെല്ലാം കഴിഞ്ഞത്.

ശാപപ്രവാഹം

രാവണൻ പ്രബലനും ദിവ്യനുമാണെങ്കിലും വന്നുചേർന്നിട്ടുള്ള പതിന്നാല് ശാപകഥകളിലൂടെ ആപത്ത് ഓർമ്മിപ്പിക്കുകയാണ്. വൈശ്രവണപുത്രനായ നളകുബേരന്റെ ഭാര്യയെ ബലമായി ചുംബിച്ചു. തന്റെ ഭാര്യയും പുത്രീസ്ഥാനീയയുമായ രംഭവയെ പീഡിപ്പിച്ചതിൽ നളകുബേരൻ ശപിച്ചിട്ടുണ്ട്. വേദവതിയുടെ ശാപകഥ ബാലകാണ്ഡത്തിൽ സൂചിപ്പിച്ചിട്ടുണ്ടല്ലോ. കൈലാസത്തിലേക്ക് കടക്കാൻ ശ്രമിച്ചപ്പോൾ തടഞ്ഞ നന്ദികേശനെ ആക്ഷേപിച്ചു. കുരങ്ങന്മാരാൽ നിന്റെ രാജ്യവും നീയും നശിക്കുമെന്ന ശാപം ഏറ്റുവാങ്ങിയിട്ടുണ്ട്. മറ്റൊരിക്കൽ ബ്രാഹ്മണസ്ത്രീകളെ ബലമായി വശത്താക്കാൻ ശ്രമിച്ചു. അവരുടെ നിലവിളി കേട്ട് കന്യകമാർ മൂലം നീയും നിന്റെ വംശവും നശിക്കുമെന്ന ബ്രാഹ്മണശാപവും വാങ്ങിയിട്ടുണ്ട്. മാണ്ഡവ്യ, അഷ്ടാവക്രമഹർഷിമാരുടെ ശാപവും പലപ്പോഴായി വന്നുചേർന്നിട്ടുണ്ട്. ഇതെല്ലാം ഓർത്ത് സീതയെ നൽകണമെന്ന് ഉപദേശിച്ചപ്പോൾ 'ആചാര്യൻ ചമയേണ്ടെന്ന്' പറഞ്ഞ് വിഭീഷണനെ വധിക്കാനാണ് ഒരുങ്ങിയത്. അങ്ങനെയാണ് വിഭീഷണൻ രാമസന്നിധിയിലെത്തിയത്.

വിഭീഷണൻ തന്റെ ദുര്യോഗകഥകൾ പറഞ്ഞ് രാമനോട് അഭയം യാചിച്ചു. സുഗ്രീവനും കൂട്ടരും വിഭീഷണന്റെ വാക്കുകൾ വിശ്വസിച്ചില്ല. എന്നാൽ ഹനുമാന്റെ ചിന്ത ഇങ്ങനെയായിരുന്നു. രാക്ഷസകുലത്തിൽ ജനിച്ചതുകൊണ്ട് ശത്രുവാകണമെന്നില്ല. അഭയം തേടുന്നവരെ രക്ഷിയ്ക്കണം. ശ്രീരാമൻ ഇതിനോട് യോജിച്ചു. ജാതിമതാധികൾ നോക്കാതെ രാജാവ് ധർമ്മം സംരക്ഷിക്കണം. ദുഃഖിതരെ സഹായിക്കണം.

ധർമ്മചിന്ത

ഒരിക്കൽ ഒരു വൃക്ഷത്തിൽ ഇണപ്പക്ഷികൾ രസിച്ചുകഴിയുകയായിരുന്നു. പെട്ടെന്ന് ഒരു കാട്ടാളൻ വന്ന് പെൺപ്രാവിനെ എയ്തുവീഴ്ത്തി. ആൺപ്രാവിന് തീരാദുഃഖമായി. രാത്രിയായി. കാറ്റും മഴയുമുണ്ട്. കാട്ടാളൻ മരച്ചുവട്ടിൽ വിറച്ചുനിൽക്കുകയാണ്.

വിശപ്പുകൊണ്ടും തണുപ്പുകൊണ്ടും ആകെ വിഷമിക്കുന്നു. ഈ കാഴ്ച ആൺപക്ഷിയുടെ മനസ്സലിയിച്ചു. പക്ഷി പറന്നുപോയി തീയുമായി വന്ന് കാട്ടാളന് തീ നൽകി. കാട്ടാളൻ ഉണങ്ങിയ ഇലകൾ കത്തിച്ച് പ്രാവിനെ ചുട്ടുതിന്നു. എന്നിട്ടും വിശപ്പുതീർന്നില്ല. തളർച്ച തീരുന്നില്ല. ഇതുകണ്ട ആൺപ്രാവ് തീയിലേക്ക് വീണ് പിടഞ്ഞുചത്തു. കാട്ടാളൻ അതിനെ ഭക്ഷിച്ച് തൃപ്തനായി. തന്റെ ഇണയെ കൊന്നവന് സ്വയം തീറ്റയായ പക്ഷി നമ്മെ പലതും പഠിപ്പിക്കുന്നില്ലേ? ആ പക്ഷിയുടെ മനസ്സെങ്കിലും ഞാൻ കാണിക്കേണ്ടതല്ലേ എന്നായി ശ്രീരാമന്റെ ചിന്ത. അത് മറ്റുള്ളവരെ മനസ്സിലാക്കി. അതോടെ വിഭീഷണനെ സ്വീകരിച്ചു. ഭാവി സൂചനയായി ലങ്കാധിപതിയായി അഭിഷേകവും ചെയ്തു. അഭയം തേടി വരുന്നവർക്ക് ആവുന്നത്ര സഹായം നൽകണമെന്ന ധാർമ്മികചിന്ത ഈ കഥ നമ്മളിൽ ഉണർത്തുന്നു.

ശുകകഥ

വിഭീഷണൻ രാവണപക്ഷത്ത് നിന്ന് മാറി ശ്രീരാമസേവകനായി. സുഗ്രീവന് മനംമാറ്റമുണ്ടാക്കാൻ വിട്ട ശുകനെ ശ്രീരാമനിർദ്ദേശപ്രകാരം വാനരന്മാർ കെട്ടിയിട്ടു. ശാർദ്ദൂലൻ എന്ന മറ്റൊരു ദൂതൻ രാവണനെ വിവരം ധരിപ്പിച്ചു. തിരിച്ചുവന്ന ശുകൻ നടന്ന കാര്യങ്ങൾ വ്യക്തമാക്കി. രാവണനെ ഭവിഷ്യത്തുകൾ ധരിപ്പിച്ചു. രാവണനിൽ ധർമ്മചിന്തകളുണർത്താനും ശ്രമിച്ചു. സീതയെ വിട്ടുകൊടുത്ത് ശ്രീരാമഭക്തനായി വിഷ്ണുപദം പ്രാപിക്കാൻ ഉപദേശിച്ചു. ഈ ഉപദേശ ശ്രവണമാത്രയിൽ രാവണൻ ഉഗ്രകോപിയായി. പൂർവ്വോപകാരങ്ങളോർത്ത് കൊല്ലാതെ വിട്ടു എന്നുമാത്രം.

രാവണന് ധർമ്മോപദേശങ്ങൾ നൽകുന്ന ശുകകഥ നമുക്ക് പരിശോധിക്കാം. ശുകൻ ബ്രാഹ്മണനും മഹർഷിയുമായിരുന്നു. യാഗാദികൾ ചെയ്ത് ബ്രഹ്മപദനിഷ്ഠനായി; ജ്ഞാനിയായി. വജ്രദംഷ്ട്രൻ എന്ന രാക്ഷസന് ശുകനോട് എന്തോ നീരസം തോന്നിയിരുന്നു. അസൂയയ്ക്കും കഷണ്ടിക്കും മരുന്നില്ലെന്നാണല്ലോ പറയാറ്. പകപോക്കാൻ തക്കംനോക്കി നിന്നിരുന്നു. അങ്ങനെയിരിക്കെ ഒരിക്കൽ അഗസ്ത്യമഹർഷി ശുകാശ്രമത്തിലെത്തി. എനിക്ക് വല്ലാത്ത വിശപ്പ് എന്നു പറഞ്ഞ് ഭക്ഷണം കഴിക്കാൻ വേണ്ടി കുളിക്കാൻ പോയി. സൂത്രശാലിയായ വജ്രദംഷ്ട്രൻ ഇതാണ് പറ്റിയ സമയമെന്ന് ഉറപ്പിച്ചു. അഗസ്ത്യവേഷത്തിൽ ശുകനോട് പറഞ്ഞു, "എനിക്ക് ഭക്ഷണത്തിന് മാംസക്കറിയുണ്ടായാൽ നന്ന്."

ശുകൻ പത്നിയെ വിവരം ധരിപ്പിച്ചു. അവർ അത് വിശ്വസിച്ചു. അഗസ്ത്യമഹർഷി സ്നാനം കഴിഞ്ഞ് ഭക്ഷണത്തിനിരുന്നു. ശുകപത്നീവേഷത്തിൽ വജ്രദംഷ്ട്രൻ മർത്യമാംസം വിളമ്പി. ഉടൻ മറഞ്ഞു. മനുഷ്യമാംസം കണ്ട മഹർഷി ക്രുദ്ധനായി. "നീ മനുഷ്യനെ ഭക്ഷിക്കുന്ന രാക്ഷസനാകട്ടെ" എന്ന് ശപിച്ചു. ശുകന് ദുഃഖവും വിഷമവുമായി. എങ്കിലും ധൈര്യം അവലംബിച്ച് ശാന്തനായി പറഞ്ഞു. "അങ്ങ് മാംസക്കറി വേണമെന്ന് പറഞ്ഞിട്ടാണല്ലോ ഞാനൊരുക്കിയത്. പിന്നെയെന്തിനാണ് എന്നെ പഴിക്കുന്നത്? ചെയ്യാത്ത കുറ്റത്തിന് എന്നെ ശപിച്ചല്ലോ."

ഇത്രയുമായപ്പോഴേക്കും മഹർഷിയുടെ കോപം ശമിച്ചു. ദിവ്യജ്ഞാനംകൊണ്ട് സംഗതികൾ മനസ്സിലാക്കി. ദുഷ്ക്കർമ്മം! എന്തു ചെയ്യാം! ശുകൻ ഉണ്ടായ കാര്യങ്ങൾ വിശദീകരിച്ചു. അഗസ്ത്യൻ പ്രതിവചിച്ചു. "നമ്മൾ വഞ്ചിതരായി. രാക്ഷസന്മാരുടെ തന്ത്രമാണ്. പക്ഷേ ശാപം തിരിച്ചെടുക്കാൻ പറ്റില്ല. ഇനി ഒരു പാധിയേ ഉള്ളൂ. ശാപമോക്ഷം. ത്രേതായുഗത്തിൽ ശ്രീരാമന്റെ പത്നി സീതയെ രാവണൻ കട്ടുകൊണ്ടുപോകും. സീതയെ അന്വേഷിച്ച് വാനരസേനയുമായി രാമൻ ലങ്കയിൽ വരും. നീ രാവണദൂതനായി ശ്രീരാമനെ സമീപിക്കണം. തിരിച്ചുവന്ന് രാവണനെ വിവരം ധരിപ്പിക്കണം. തത്ത്വോപദേശങ്ങളിലൂടെ രാവണനെ രാമപ്രീതനാക്കാൻ ശ്രമിക്കണം. എന്നാൽ ശാപവിമുക്തിയുണ്ടാകും."

മുനിവചനം സഫലമായി. ശുകൻ കൃത്യം നിർവ്വഹിച്ചതോടെ ബ്രാഹ്മണനാവുകയും ചെയ്തു.

കവി പറയുന്നു: 'സത്യം തപോധനവാക്യം മനോഹരം' നാം കണ്ടത് അതാണ്.

ഈ കഥ നമ്മെ പലതും പഠിപ്പിക്കുന്നു. എത്ര ഉന്നതനായാലും വാക്കുകൾ ശ്രദ്ധിച്ചേ പ്രയോഗിക്കാവൂ. വാക്കുകൾ അസ്ത്രങ്ങളാണ്. അവ തിരിച്ചെടുക്കാൻ പറ്റില്ല. പ്രകോപനമുണ്ടായാൽ പോലും 'പുറത്ത് പോകണം' എന്നും മറ്റും ആരും ആരോടും പറയരുത്. നന്മ ചെയ്താൽ തീർച്ചയായും ഫലം കിട്ടും. വാക്കുകൊണ്ടും പ്രവൃത്തികൊണ്ടും വിചാരംകൊണ്ടും നന്മ നേടാം. വിതച്ചതേ കൊയ്യൂ. എല്ലാവരും ഓർത്തിരിക്കേണ്ടതാണ്.

അതികായൻ

രാവണന്റെ മൂന്ന് പുത്രന്മാരുടെ ചരിതമാണ് മുഖ്യമായും രാമായണത്തിലുള്ളത്. സുന്ദരനായ ഇളയമകൻ അക്ഷയകുമാരൻ യുദ്ധം തുടങ്ങുന്നതിനു മുമ്പുതന്നെ മാരുതപുത്രന്റെ മർദ്ദനമേറ്റ് മരിച്ചു. മൂത്ത പുത്രനാണ് സാക്ഷാൽ ഇന്ദ്രജിത്ത്. ഇന്ദ്രജിത്തിന്റെ

വീരപരാക്രമങ്ങൾ രാമലക്ഷ്മണന്മാരെപ്പോലും വിറപ്പിച്ചു. മറ്റൊരു പുത്രനായ അതികായൻ പേര് അന്വർത്ഥമാക്കിയവനാണ്. കുംഭകർണ്ണവധത്തെ തുടർന്ന് തളർന്ന ദശാസ്യന് ആശ്വാസം പകർന്ന അതികായനെയാണ് നാം പരിചയപ്പെടുന്നത്. ത്രിശിരസ്സ്, ദേവാന്തകൻ, നരാന്തകൻ, മഹാപാർശ്വൻ, മഹോദരൻ തുടങ്ങി എട്ട് വീരന്മാരുമായി ചേർന്നാണ് അതികായൻ രാമസൈന്യത്തെ വിറപ്പിക്കുന്നത്. രാവണവീരൻ കുബേരനിൽനിന്നും പുഷ്പകവിമാനം തട്ടിയെടുത്ത് മടങ്ങുമ്പോൾ മയൂരപർവ്വതത്തിലെത്തി. അവിടെ ഗന്ധർവ്വസ്ത്രീകൾ പൂക്കളറുക്കുന്നു. അവരിൽ അതിസുന്ദരിയായ ചിത്രാംഗദയിൽ രാവണൻ ഭ്രമിച്ചു.

മാരലീലകൾ മതിവരുവോളം നടത്തി. ചിത്രാംഗദ ഗർഭിണിയായി. ഒരു കുട്ടിയെ പ്രസവിച്ചു. കുട്ടിയുമായി തന്റെ ഭർത്താവിന്റെ അടുത്തേക്ക് പോകാൻ പറ്റില്ലെന്ന് അവൾ പറഞ്ഞു. ഈ കുട്ടിയെ നല്ലപോലെ വളർത്തൂ എന്ന് പറഞ്ഞ് ചിത്രാംഗദ കുട്ടിയെ രാവണനെ ഏൽപ്പിച്ചു. ദശമുഖൻ കുട്ടിയുമായി തിരിക്കുമ്പോൾ കൊടുമുടിയിൽ രഥം തടഞ്ഞു. കുട്ടി തെറിച്ച് ഭൂമിയിൽ വീണു. കുട്ടിക്ക് ആപത്ത് സംഭവിച്ചിരിക്കുമെന്ന് കരുതി. നോക്കുമ്പോൾ കുട്ടി ചിരിച്ചുല്ലസിക്കുന്നു. സന്തോഷത്തോടെ കുട്ടിയെ എടുക്കാൻ നോക്കി. പറ്റുന്നില്ല. രാവണബീജത്തിന്റെ പ്രഭാവംകൊണ്ട് കുട്ടി വാമനനെപ്പോലെ വളർന്നു എന്നാണ് കഥ. കുട്ടിയേയുംകൊണ്ട് രാവണൻ തിരിച്ചെത്തി. കായം (ദേഹം) മേന്മയാൽ അതികായൻ എന്ന പേരു നൽകി.

രാവണപത്നിയായ ധന്യമാലി പുത്രനായി വളർത്തി. ധന്യമാലിയുടെ സ്വന്തം പുത്രനാണെന്നും പറയപ്പെടുന്നുണ്ട്. അതികായൻ രാവണപുത്രനും ഇന്ദ്രജിത്തിന്റെ അനുജനും ധന്യമാലിയുടെ മകനുമാണ്. കൈലാസമുയർത്തിയ രാവണൻ തന്റെ മകനായ അതികായനെ ബ്രഹ്മാവിന്റെയും വിഷ്ണുവിന്റെയും ഇരിപ്പിടമായ മഹാമേരു ഉയർത്തണമെന്ന ലക്ഷ്യത്തോടെയാണ് വളർത്തിയത്. കുലഗുരുവായ ശുക്രാചാര്യന്റെ അഭ്യാസത്തിൽ തൃപ്തനായില്ല. സാക്ഷാൽ ശിവഭഗവാന്റെ അരുമശിഷ്യനായി. പാശുപതാസ്ത്രം നേടി. ബ്രഹ്മാവിൽനിന്നും കഞ്ചുകവും ബ്രഹ്മാസ്ത്രവും നേടിയിട്ടുണ്ട്. ഇതെല്ലാമറിഞ്ഞ അതികായന്റെ അമ്മാവനായ ചന്ദ്രാക്ഷൻ തന്നെ അപമാനിച്ച ഇന്ദ്രനെ തോൽപ്പിക്കാൻ നിർദ്ദേശിച്ചു. അതികായൻ ഇന്ദ്രനുമായി ഉഗ്രയുദ്ധമായി. പരവശനായ ഇന്ദ്രൻ വിഷ്ണുവിനെ അഭയം പ്രാപിച്ചു. വിഷ്ണു ദേവേന്ദ്രനുവേണ്ടി അതികായനെ നേരിട്ടു. ഇരുവരും ശരവർഷമായി. ഗത്യന്തരമില്ലാതെ വിഷ്ണു ചക്രായുധം വിട്ടു. അതികായൻ മന്ത്രം ജപിച്ച് പാശുപതാസ്ത്രം വിട്ടു. രണ്ടു ദിവ്യായുധങ്ങൾ ഏറ്റുമുട്ടി. തർക്കമായി വാദപ്രതിവാദമായി. ഒടുവിൽ

ലോകനാശത്തെ കരുതി വിഷ്ണു ഇടപെട്ടു. ഇന്ദ്രനുമായുള്ള യുദ്ധം അവസാനിപ്പിക്കുവാൻ അതികായനോട് പറഞ്ഞു.

അതികായൻ പറഞ്ഞു, "ഇന്ദ്രൻ അഹങ്കാരിയാണ്. എന്റെ മാതുലനായ ചന്ദ്രാക്ഷനെ അപമാനിച്ചിട്ടുണ്ട്. അത് തീർക്കണം."

വിഷ്ണു ഇന്ദ്രനെ കൂട്ടിക്കൊണ്ടുവന്നു. ചന്ദ്രാക്ഷനോട് മാപ്പു പറയിപ്പിച്ചു. തർക്കം തീർന്നു, യുദ്ധം നിലച്ചു. ചുരുക്കത്തിൽ അതികായൻ ശുക്രന്റേയും ശിവന്റേയും ശിഷ്യനാണ്. ബ്രഹ്മ പ്രസാദത്തിൽ പാശുപതാസ്ത്രവും നേടിയിട്ടുണ്ട്. ദേഹരക്ഷ യ്ക്കായി ബ്രഹ്മാവ് നൽകിയ കഞ്ചുകവുമുണ്ട്. ദേവാന്തകനും നരകാന്തകനും മഹോദരനും മറ്റും ചേർന്നുവന്ന അതികായൻ യുദ്ധത്തിൽ വാനരസൈന്യത്തെ വെള്ളം കുടിപ്പിച്ചു. ലക്ഷ്മണ നേയും ഹനുമാനേയും വട്ടം കറക്കിയിട്ടുണ്ട്. വായുഭഗവാൻ നിർ ദ്ദേശിച്ചപ്രകാരം കഞ്ചുകം തകർത്തിട്ടേ ലക്ഷ്മണന് ബ്രഹ്മാ സ്ത്രംകൊണ്ട് തോൽപ്പിക്കാൻ കഴിഞ്ഞുള്ളൂ. ശക്തിയും ഭാഗ്യവും അഹങ്കാരമായി മാറിയാൽ ആപത്തുണ്ടാകും. നല്ലവർക്ക് സഹായ വഴികൾ തനിയെ വന്നുചേരും. ഇതെല്ലാം ജീവിതപാഠങ്ങളാകട്ടെ.

സുലോചന

അദ്ധ്യാത്മരാമായണം കിളിപ്പാട്ടിൽ ഇന്ദ്രജിത്തിന്റെ പത്നി യായ സുലോചന വിളങ്ങുന്നില്ല. എന്നാൽ ഇതര കൃതികളിൽ നിന്നും മികവുറ്റ കഥാപാത്രമാണ്. പൂർവ്വജന്മത്തിൽ അനന്തന്റെ (ലക്ഷ്മണന്റെ) പുത്രിയായിരുന്നുവത്രെ. ദേവശിൽപ്പിയായ വിശ്വ കർമ്മാവിന്റെ മകളാണ് സുലോചന. ലങ്കയിലെ ഉദ്യാനം സ്വർഗ്ഗ ത്തിലെ നന്ദനോദ്യാനത്തേക്കാൾ വിശിഷ്ടമായിരുന്നു.

ഒരു ദിവസം ലങ്കയിലെ ഉദ്യാനം കാണാൻ സുലോചന പിതാവായ വിശ്വകർമ്മാവുമൊത്ത് വന്നു. വിശുദ്ധിയും സൗന്ദ ര്യവും ഒത്തുചേർന്ന അവളെ മണ്ഡോദരിക്ക് ഇഷ്ടമായി. വലിയ കാര്യമായി. അവൾ തന്റെ മകനായ ഇന്ദ്രജിത്തിന് ചേർന്നവളാ ണെന്ന് ഉറപ്പിച്ചു. അസുരശിൽപ്പിയായ മയൻ മുഖാന്തിരം വിവരം വിശ്വകർമ്മാവിനെ അറിയിച്ചു. സുലോചനയുടെ ജാതകത്തിൽ സന്താനഭാഗ്യം ഉണ്ടായിരുന്നില്ല. തന്നെയുമല്ല ചെറുപ്പത്തിൽ തന്നെ വിധവയാകുമെന്നുമുണ്ട്. വിശ്വകർമ്മാവിന് ചിന്തയായി. രാവണന്റേയും ഇന്ദ്രജിത്തിന്റേയും സ്വഭാവം നല്ലപോലെ അറിയാം. സമ്മതിച്ചില്ലെങ്കിൽ അവർ ബലമായി കൊണ്ടുപോകാനും മടി ക്കില്ല. ഒടുവിൽ വിശ്വകർമ്മാവ് മണ്ഡോദരിയുടെ നിർബന്ധത്തിന് വഴങ്ങി. അങ്ങനെ സുലോചന ഇന്ദ്രജിത്തിന്റെ പത്നിയായി. ഇന്ദ്ര ജിത്ത് സിദ്ധനും ശക്തനുമാണ്. നാഗാസ്ത്രംകൊണ്ട് എല്ലാവ രേയും ബന്ധിച്ചു. ബ്രഹ്മാസ്ത്രം പ്രയോഗിച്ച് രാമലക്ഷ്മണന്മാരെ

പോലും തളർത്തി, വിജയഘോഷം മുഴക്കിയ ആളാണ് ഇന്ദ്രജിത്ത്. ഗത്യന്തരമില്ലാതെ ലക്ഷ്മണൻ ബ്രഹ്മാസ്ത്രംകൊണ്ട് ഇന്ദ്രജിത്തിനെ വധിച്ചു. കഴുത്തും തലയും വേർപെട്ട അത്യന്തം ദയനീയാവസ്ഥ. സുലോചനയ്ക്ക് ദുഃഖം താങ്ങാനായില്ല. ശരീരഭാഗങ്ങൾ കൂട്ടിയോജിപ്പിക്കുവാൻ രാവണനോട് അപേക്ഷിച്ചു. മകന്റെ മരണത്തിൽ തകർന്ന ദശാനനൻ അതിന് വഴിപ്പെട്ടില്ല. സുലോചനയുടെ സ്ത്രീത്വശക്തിയുടെ മഹിമ ഉൾക്കൊണ്ട് ശ്രീരാമൻ അതിന് സമ്മതമേകി. തലയും ശരീരവും യോജിപ്പിച്ച് സംസ്കരിക്കാൻ തുടങ്ങി. സുലോചന അതിൽചാടി വെന്ത് വെണ്ണീറായി. അക്കാലത്തെ സ്ഥിതിക്ക് അതൊരു ഭാഗ്യമാണ്. താരയ്ക്കോ മണ്ഡോദരിക്കോ അതിന് കഴിഞ്ഞിട്ടില്ല. പണക്കൊഴുപ്പിൽ ഭ്രമിച്ച് മതിമറന്ന് പെൺമക്കളെ കല്യാണം കഴിപ്പിച്ച് കൊടുക്കുന്നവർക്ക് ഇതൊരു പാഠമാണ്. മരീചികയിൽ മരുപ്പച്ച ഉണ്ടായിക്കൊള്ളണമെന്നില്ല. നന്മയാണ് മേന്മ.

കഥാപാത്രങ്ങളും പ്രതിപ്രവർത്തനങ്ങളും

ഈ കാണ്ഡത്തിൽ ഒട്ടേറെ കഥാപാത്രങ്ങളും ഒട്ടനവധി സംഭവപരമ്പരകളുമുണ്ട്. ശ്രീരാമചന്ദ്രൻ ഈ കാണ്ഡത്തിൽ ആദ്യന്തം നിറഞ്ഞുനിൽക്കുന്നു. ലങ്കയിൽ ചെന്ന് സീതയെ കണ്ട് ആശയവിനിമയം നടത്തി ലങ്കയെ വിവരിക്കുന്ന ഹനുമാനെ പ്രശംസിക്കുന്നതാണ് തുടക്കം. ലങ്കാവർണ്ണന കേട്ട് ശ്രീരാമന്റെ മനസ്സിൽ ചിത്രം തെളിഞ്ഞു. സേതുബന്ധനം വഴി ലങ്കയിൽ എത്തി. രാവണസഹോദരനായ വിഭീഷണനെ സ്വീകരിച്ചു. ദൂതനായി വന്ന ശുകനിലൂടെ രാവണന് സംഭ്രാന്തിയുണ്ടാക്കി. തുടർന്ന് ശത്രുപക്ഷത്തെ വീരന്മാരുടെ ചരിതങ്ങൾ ഗ്രഹിച്ചു. തുടർന്നങ്ങോട്ട് ഏതാണ്ട് 130 പേജിൽ യുദ്ധചരിതങ്ങളാണ്. പ്രത്യക്ഷമായും പരോക്ഷമായും രാമൻ യുദ്ധപരമ്പരകളിൽ പങ്കാളിയാണ്.

രാവണന്റെ സേനാനായകന്മാരേയും മന്ത്രിപ്രവരന്മാരേയും തറപറ്റിച്ചു. വീരനായ കുംഭകർണ്ണനേയും ശക്തരായ കുംഭനികുംഭന്മാരേയും വകവരുത്താൻ വേണ്ടത് ചെയ്തുകൊടുത്തു. ഇന്ദ്രനെ വിറപ്പിച്ച ഇന്ദ്രജിത്തിനേയും ഇന്ദ്രനെക്കൊണ്ട് മാപ്പുപറയിപ്പിച്ച അതികായനേയും നേരിടാനുള്ള ഊർജ്ജം ലക്ഷ്മണന് നൽകി. ഒടുവിൽ നീണ്ട പോരാട്ടത്തിനുശേഷമാണെങ്കിലും രാവണനെ നേരിട്ട് വധിച്ചു. സ്വതവേ ശാന്തനായ ശ്രീരാമൻ വീരനായി, യുദ്ധനായകനായി മാറുന്നത് നാം കാണുന്നു. ആവുന്നത്ര ധർമ്മയുദ്ധം നടത്താൻ പരിശ്രമിച്ചിട്ടുണ്ട്. എല്ലാവരേയും ഉപദേശിച്ചിട്ടുമുണ്ട്. സ്വതവേ ശാന്തനാണെങ്കിലും വീരനായ ചരിത്രപുരുഷനാണ്.

വീരധീരശൗര്യങ്ങളുണ്ടെങ്കിലും ശാന്തനായ മനുഷ്യനാണ്, സേവന നിരതനാണ്.

സേവനനിരതൻ

അഭയം തേടുന്ന രാവണസഹോദരനായ വിഭീഷണനെ സ്വീകരിക്കുന്നു, വിശ്വസിക്കുന്നു, വിശ്വസ്തനാക്കുന്നു. വരുണ നോട് കോപിക്കുന്നെങ്കിലും ശാന്തനായി ശരം പിൻവലിച്ച് ചിത്ര ദ്രുമദ്വീപിലെ ദുഷ്ടന്മാരെ വകവരുത്തുകയാണ്. വാനരന്മാരുടെ മർദ്ദനമേറ്റ് വിലപിക്കുന്ന ശുകന് രക്ഷകനാകുന്നു. അതോടൊപ്പം ശുകനിലൂടെ പ്രതിയോഗിക്ക് വിഭ്രാന്തിയുണ്ടാക്കുന്നു. ഇന്ദ്ര ജിത്തിന്റെ ദാരുണമരണത്തിൽ വിലപിക്കുന്ന സുലോചനയ്ക്ക് തലയും ശിരസ്സും ചേർത്ത് ഉടൽ ഒന്നായി കാണുക എന്ന അന്തിമാഭിലാഷം സാക്ഷാത്ക്കരിക്കാൻ തയ്യാറാകുന്നു. ബദ്ധ ശത്രുവാണെങ്കിലും രാവണന് വീരോചിതവും രാജോചിതവുമായ സംസ്കാരകർമ്മങ്ങൾ നടത്താൻ നടപടിപകൾ സ്വീകരിക്കു ന്നുണ്ട്. രാവണവധത്തിനുശേഷം രാജ്യം സ്വന്തമാക്കാതെ അവ കാശിയായ വിഭീഷണനെ രാജാവായി വാഴിക്കുകയാണ്. അഗ്നി പരീക്ഷ നടത്തിയാണ് സീതയെ സ്വീകരിക്കുന്നതെങ്കിലും സീതയെ സർവ്വാംഗവിഭൂഷിതയായി കൊണ്ടുവരാനാണ് ആജ്ഞ നൽകുന്നത്. അയോദ്ധ്യയിലേക്കുള്ള മടക്കയാത്രയിൽ ഒരു ഉത്തമപതിയുടെ സ്നേഹപ്രകടനങ്ങൾ ദർശിക്കാം. അമ്മമാരേയും സഹോദരങ്ങളേയും വികാരനിർഭരനായിട്ടേ സ്വീകരിക്കാൻ കഴി യുന്നുള്ളൂ. രാജാഭിഷേകത്തിനുശേഷം ഏവർക്കും വിശിഷ്ട സമ്മാനങ്ങൾ നൽകുന്നു. വിഭീഷണൻ, സുഗ്രീവൻ, ഹനുമാൻ, ഗുഹൻ എന്നിവരെ സ്നേഹബഹുമാനങ്ങളായൽ കർത്തവ്യനിരത രാക്കുന്നു. അവതാരപുരുഷന്റെ കഴിവും രാജാവിന്റെ പ്രത്യുൽ പ്പന്നമതിത്വവും വിവേകശാലിയുടെ വിചിന്തനങ്ങളും ശ്രീരാമ നിൽ സമഞ്ജസമായി വിളങ്ങുന്നുണ്ട്. മനനശാലിയായ മനു ഷ്യന്റെ സകല സവിശേഷതകളും ഒത്തുചേരുന്ന ഒരുത്തമ മനു ഷ്യനാണ് ശ്രീരാമൻ.

വിഷവൃക്ഷങ്ങൾ

സ്വകീയമായും പൈതൃകമായും ഒട്ടേറെ സ്വഭാവമഹിമകൾ ലങ്കാധിപനായ രാവണനുണ്ട്. അരോഗദൃഢഗാത്രനാണ്, വിജ്ഞാ നിയാണ്, മഹാധീരനാണ്, വിശ്വപ്രസിദ്ധനാണ്. ഈ വിശിഷ്ട ഗുണസമുച്ചയങ്ങളെ അഹങ്കാരവും വിഷയലമ്പടത്വവും മൂലം കളഞ്ഞുകുളിക്കുന്നു. അവസരവാദികളായ മന്ത്രിമാരുടേയും സേനാനായകന്മാരുടേയും മായാവലയത്തിൽ പെട്ടുപോകുന്നു.

മുത്തച്ഛനും ഭാര്യയും സഹോദരങ്ങളും ഉപദേശിച്ചു. ചെവിക്കൊണ്ടില്ല. പൂജ്യന്മാരെ ആട്ടിക്കളഞ്ഞു എന്നുതന്നെ പറയാം. ദൂതനായ ശുകനും സഹായിയായ കാലമേനിയും കാര്യങ്ങൾ ധരിപ്പിക്കാൻ ആവുന്നത്ര ശ്രമിക്കുന്നുണ്ട്. അതിരുകടന്ന സ്വാഭിമാനവും കായബലവും വെടിമരുന്നിന് തീ കൊളുത്തുന്നതുപോലെയായിരുന്നു. ഒന്നൊഴിഞ്ഞാൽ മറ്റൊന്ന്. സഹോദരന്റേയും സേനാനായകന്മാരുടേയും മക്കളുടേയും മരണം കണ്ട് മനംമാറ്റമുണ്ടാകേണ്ടതാണ്. ധർമ്മപത്നിയായ മണ്ഡോദരി ഉചിതമായ രീതിയിൽ ഉപദേശിക്കുന്നുമുണ്ട്. എന്നിട്ടും ഫലമുണ്ടായില്ലെന്നു മാത്രമല്ല, ആസക്തിയും ആധിപത്യവും വളമായി വിഷവൃക്ഷം വളർന്നു. അവതാരപുരുഷനായ ശ്രീരാമനെപ്പോലും ഭീതിപ്പെടുത്തുന്ന യുദ്ധതന്ത്രങ്ങളും പരാക്രമവുമാണ് കാഴ്ചവെച്ചത്. ലോകനന്മയ്ക്കുവേണ്ടി ശ്രീരാമന് രാവണനെ വധിക്കേണ്ടി വന്നു. എന്നാലും രാവണൻ വീരസ്വർഗ്ഗം പൂകി എന്നാണ് വിഭീഷണനെ ധരിപ്പിക്കുന്നത്. സാമൂഹ്യചലനങ്ങൾ മനസ്സിലാകാത്ത ഭരണാധികാരികൾക്ക് നിലനിൽപ്പില്ല. അടിതെറ്റിയാൽ ആനയും വീഴുമല്ലോ. ചില കോക്കസ്സുകളിൽപെട്ട് അടിപതറിവീണ ഭരണാധികാരികളെ ചരിത്രത്തിൽ കാണുന്നുണ്ടല്ലോ. വ്യക്തിപരിഗണനകൾക്കതീതമായി വിഷിഷ്ടന്മാരെ മാത്രമേ ഉപദേഷ്ടാക്കളാക്കാവൂ എന്ന സന്ദേശവും രാവണചരിത്രം നൽകുന്നുണ്ട്.

വിശിഷ്ടനായിരുന്നിട്ടും ദുരിതങ്ങൾ വിളിച്ചുവരുത്തിയ ലങ്കേശ്വരന്റെ സഹോദരന്മാരായ കുംഭകർണ്ണനും വിഭീഷണനും വിഭിന്ന സ്വഭാവക്കാരായിരുന്നു. സീതയെ തിരിച്ചുനൽകി രാജ്യത്തെ രക്ഷിക്കാൻ കുംഭകർണ്ണൻ രണ്ടുതവണ ഉപദേശിക്കുന്നുണ്ട്. പോത്തിന്റെ ചെവിയിൽ വീണ വായിച്ചിട്ടെന്തുകാര്യം? കുംഭകർണ്ണന്റെ നീതിവാക്യമെന്നാണ് കവി വിശേഷിപ്പിക്കുന്നത്. കുംഭകർണ്ണൻ ജ്യേഷ്ഠനുവേണ്ടി മരിക്കാനിറങ്ങുകയാണ്. യുദ്ധത്തിനുമുമ്പ് ശത്രുപാളയത്തിലെത്തി അനുജനെ കാണുന്നു. നിന്റെ തീരുമാനം ഉചിതമായി എന്ന് പ്രശംസിക്കുന്നു. വംശം നിലനിർത്താൻ കഴിയട്ടെ എന്ന് ആശംസിക്കുന്നുമുണ്ട്.

ഇരുമ്പുലയ്ക്കയുമായി വന്നെത്തിയ രാക്ഷസവീരൻ രാമസൈന്യത്തെ വിറപ്പിച്ചു. സുഗ്രീവൻ എടുത്തെറിഞ്ഞ മല മാറുകൊണ്ട് തടുത്തു. ശൂലമെറിഞ്ഞ് സുഗ്രീവനെ വീഴ്ത്തി. ലക്ഷ്മണനേയും വെള്ളം കുടിപ്പിച്ചു. സാക്ഷാൽ രാമൻ തന്നെ എതിരിട്ടു. രാമൻ വലതുകൈയും ശൂലവും ബാണംകൊണ്ട് മുറിച്ചു. എന്നിട്ടും ഇടതുകൈയ്യിൽ മഹാസാലവുമായി രാമനെ എതിരിട്ടു. അർദ്ധചന്ദ്രാകാരമായ അമ്പുകൊണ്ട് കാലുകൾ മുറിച്ചു. ഒടുവിൽ മുഖവും

ഉടലും വെവ്വേറെ സ്ഥലങ്ങളിൽ വീണ് അതിദാരുണമായ അന്ത്യ മുണ്ടായി. നന്മയുണ്ടായിട്ടും തിന്മയുടെ കാർമേഘം അതുമറച്ചു. കർമ്മഫലം അനുഭവിച്ചേ പറ്റൂ. എല്ലാ അഹങ്കാരികളും ഓർത്തി രുന്നാൽ നന്ന്.

വിജ്ഞാനിയായ വിഭീഷണൻ രാവണന്റെ മനംമാറ്റം അസാ ദ്ധ്യമാണെന്ന് ബോധ്യപ്പെട്ടപ്പോൾ സ്വയം മാറി. നന്മ ഉൾക്കൊണ്ടു. പക്ഷേ പിതൃതുല്യനെ എതിരിട്ടില്ല. രാവണന്റേയും ഇന്ദ്രജിത്തി ന്റേയും വിമർശനങ്ങളും ആക്ഷേപങ്ങളും സഹിച്ച് നന്മയുടെ പക്ഷത്തുതന്നെ നിന്നു. അതിനാൽ ശ്രീരാമന്റെ വിശ്വസ്തനായി. ലങ്കാധിപതിയായി. ലക്ഷ്യവും മാർഗ്ഗവും വിശുദ്ധമായിരുന്നാൽ വിജയവും സുചരിതവും വന്നുചേരുമെന്ന് വിഭീഷണന്റെ കഥ നമ്മെ പഠിപ്പിക്കുന്നു.

ഇന്ദ്രജിത്ത് വിശ്വേശ്വരന്മാരുടെ അനുഗ്രഹവും പാരിതോഷിക ങ്ങളും നേടിയവനാണ്. വില്ലാളിവീരനാണ്, അതിനിപുണനാണ്. സത്ഗുണസമ്പന്നയായ മണ്ഡോദരി അമ്മ, സുന്ദരിയും സുശീല യുമായ സുലോചന പത്നി, പക്ഷേ ഫലമെന്ത്? രാവണപുത്ര നായി പിറന്നില്ലേ. രാവണന്റെ അതേ സ്വഭാവം തന്നെ.

ഇളയച്ഛന്മാർ അച്ഛന്റെ തെറ്റുകൾ ചൂണ്ടിക്കാണിച്ച് നേർവഴി നിർദ്ദേശിക്കുന്നുണ്ട്. അവരുടെ വാക്കുകൾക്ക് വില കൽപ്പി ക്കാതെ അച്ഛനെ വീണ്ടും തെറ്റിന് പ്രേരിപ്പിക്കുകയാണ്. 'വിനാശ കാലേ വിപരീതബുദ്ധി' എന്നാണല്ലോ? ബ്രഹ്മാസ്ത്രം പ്രയോ ഗിച്ച് ഹനുമാനെ ബന്ധിക്കുന്നു. രാവണസദസ്സിൽ കൊണ്ടു വരുന്നു. ഫലമോ? രാവണവീരന് ഹനുമാന്റെ പരിഹാസം കേൾ ക്കേണ്ടിവരുന്നു. ഹനുമാന് നൽകിയ ശിക്ഷ ലങ്കയുടെ തേജസ്സ് നശിപ്പിക്കുന്നതായി മാറുന്നു. ലക്ഷ്യത്തിനനുസരിച്ചല്ലേ ഫലങ്ങളു ണ്ടാവൂ.

ഇരുട്ടുകൂടുമ്പോൾ നാഗാസ്ത്രമെയ്ത് ശത്രുപക്ഷത്തെ തോൽ പ്പിച്ചെന്ന് വിശ്വസിക്കുന്നു. വിജയം ഘോഷിക്കുന്നു. ഗരുഡ സാന്നിദ്ധ്യംകൊണ്ട് ശത്രുക്കൾ പൂർവ്വാധികം ശക്തരാവുകയാണ്. വീമ്പിളക്കി ബ്രഹ്മാസ്ത്രം പ്രയോഗിച്ചതിന്റെ ഫലങ്ങൾ നാം കണ്ടല്ലോ? കുംഭകർണ്ണപുത്രന്മാരായ കുംഭനികുംഭന്മാരുടേയും ഖരപുത്രനായ മകരാക്ഷന്റേയും മരണത്തിൽ മനമുരുകുന്ന രാവ ണന് വിജയപ്രതീക്ഷ കൊടുക്കുന്നു. പട നയിക്കുന്നു. മാതാ സീതയെ തേരിൽവെച്ച് വധിക്കുന്നു. ഇത് സീതയ്ക്ക് വിഭ്രാന്തി യുണ്ടാക്കുന്നുണ്ട്. പക്ഷേ ഫലം മറിച്ചായിപ്പോയി. നികുംഭില യിൽ ഹോമം തുടങ്ങുന്നു. ഹോമം മുഴുമിപ്പിക്കാതെ യുദ്ധക്കള ത്തിലേക്ക് കുതിക്കുകയാണ്. ഇളയച്ഛനായ വിഭീഷണനെക്കണ്ട്

പഴിക്കുന്നുമുണ്ട്. വീരപരാക്രമങ്ങളോടെ ലക്ഷ്മണനേയും ഹനുമാനേയും എതിരിട്ടു. അവരെ പരവശരാക്കി. മൂന്നുദിവസം ഉഗ്രയുദ്ധം നടന്നു. ഗത്യന്തരമില്ലാതെ ലക്ഷ്മണന് ബ്രഹ്മാസ്ത്രം കൊണ്ട് തല സമുദ്രത്തിലും ഉടൽ ലങ്കയിലും വീഴ്ത്തേണ്ടിവന്നു. വാളെടുക്കുന്നവൻ വാളാൽ എന്നാണല്ലോ! അഹങ്കാരവും അവിശുദ്ധ മാർഗ്ഗങ്ങളും അന്ധമായ പിതൃആരാധനയുമാണ് ഇന്ദ്രജിത്തിന്റെ ദാരുണ അന്ത്യത്തിന് ഇടയാക്കിയത്. താൻകുഴിച്ച കുഴിയിൽ താൻതന്നെ വീഴുമെന്ന് പറയുന്നത് എത്രയോ സത്യമാണ്! വീരപരാക്രമങ്ങളോ നേട്ടങ്ങളോ അല്ല, വിശുദ്ധിയാണ് മേന്മയെന്ന വാസ്തവം നാം ഉൾക്കൊള്ളണം.

പ്രഹസ്തൻ, പ്രജംഘൻ, രൂപാക്ഷൻ, ശോണിതാക്ഷൻ, മകരാക്ഷൻ ആദിയായ രാക്ഷസന്മാർ സമർത്ഥരും വീരപരാക്രമികളുമാണ്. എന്നാൽ അന്ധമായ രാവണാരാധന അവരെ വഴിപിഴപ്പിക്കുന്നു. തങ്ങളുടെ നാഥന്മാരെ നേർവഴിക്ക് നയിക്കുന്നതിനു പകരം പ്രതികാരദാഹികളായി മാറുകയാണ്. ഫലമോ ലക്ഷ്യം നിറവേറ്റാതെ ദാരുണമായ അന്ത്യമാണ്. അടിയന്തിരാവസ്ഥക്കാലത്തും തുടർന്ന് പല സന്ദർഭങ്ങളിലും മതിമറന്ന് പ്രവർത്തിച്ച പലരും വിധിക്കുവഴങ്ങേണ്ടിവന്നത് നാം കണ്ടിട്ടുണ്ടല്ലോ? ഇപ്പോഴും ഇടയ്ക്കെല്ലാം ചരിത്രത്തിന്റെ ആവർത്തനങ്ങളുണ്ട്. ജനനന്മ ലക്ഷ്യമാക്കി മനസ്സാക്ഷിയെ മുറുകെപ്പിടിച്ച് മുന്നോട്ടു പോകണം എന്നത് ഏവർക്കുമുള്ള മുന്നറിയിപ്പാണ്.

പാർവ്വതിയുടെ സഖിയും മയന്റെ പുത്രിയുമായ മണ്ഡോദരി ഐശ്വര്യദേവത വിളയാടുന്ന ലങ്കയിലെ റാണിയായി. ഗുണഗണങ്ങളുടെ മേന്മ നശിപ്പിക്കുന്ന, തിന്മയുടെ വിത്തുവിളയിക്കുന്ന രാവണൻ എന്ന വൻ വിഷവൃക്ഷച്ചുവട്ടിൽ അവൾക്ക് ശാന്തിയില്ല. രാവണനെപ്പോലെ തന്നിഷ്ടക്കാരനായ ഒരു ധിക്കാരിയെ ഒരു പരിധിവരെ പിടിച്ചുനിർത്താൻ കഴിയുന്നു എന്നത് നേട്ടം തന്നെയാണ്. അഴകിയ രാവണനായി വന്ന് സീതയെ വശത്താക്കാൻ കഴിയാതെ ക്രുദ്ധനായി സീതയെ വെട്ടാൻ വാളോങ്ങുമ്പോൾ തടുത്തുനിർത്തുവാൻ മണ്ഡോദരിക്ക് കഴിയുന്നുണ്ട്.

സീതയുടെ മേന്മയും രാമന്റെ മഹിമയും നശിപ്പിക്കാൻ രാവണൻ സദാ പാടുപെടുന്നുണ്ട്. ബന്ധുമിത്രാദികൾ നശിച്ചിട്ട് പ്രതാപം എന്തിനാണെന്ന് രാവണനോട് ചോദിക്കാൻ മണ്ഡോദരി ധൈര്യം കാണിക്കുന്നു. രാജ്യം വിഭീഷണനെ ഏൽപ്പിച്ച് സന്ന്യസിക്കാമെന്ന് ഉപദേശിക്കുന്നു. അതൊന്നും രാവണൻ ചെവിക്കൊണ്ടില്ല. കൂടുതൽ കൂടുതൽ കെടുതികളും ആപത്തുകളും പാപങ്ങളും വരുത്തിക്കൊണ്ടേയിരുന്നു. നിരാശപ്പെടാതെ നന്മയ്ക്കുവേണ്ടി മണ്ഡോദരി പ്രാർത്ഥിച്ചു, യത്നിച്ചു. രാവണന്റെ

ഹോമകുണ്ഡത്തിനടുത്തേക്ക് മണ്ഡോദരിയെ പിടിച്ചുകൊണ്ടുവന്ന് വാനരന്മാർ ഉപദ്രവിക്കാൻ തുടങ്ങിയപ്പോൾ മണ്ഡോദരിയുടെ സകലനിയന്ത്രണങ്ങളും വിട്ടു. അതിദാരുണമായി വിലപിക്കുന്നു. “വാനരന്മാരുടെ തല്ലുകൊള്ളേണ്ടി വന്നല്ലോ? ഹോമവും ധ്യാനവും എന്തിനാണ്? ഭാര്യയെ പീഢിപ്പിക്കുന്നത് കണ്ടിരിക്കുന്നത് ഭൂഷണമാണോ?” എന്നീ ചോദ്യങ്ങളെ തുടർന്ന്

‘നാണവും പത്നിയും വേണ്ടീലവനു തൻ-
പ്രാണഭയം കൊണ്ട് മൂഢൻ മഹാഖലൻ’

എന്നും മറുപടി പറയേണ്ടി വന്നു.

രാവണൻ വാളുമായി വാനരന്മാരെ ഓടിച്ചു. നാഥേയെന്ന് സംബോധന ചെയ്തു. സ്നേഹത്തോടെ മണ്ഡോദരിയെ സമീപിച്ചു. ജനിച്ചാൽ മരണമുണ്ടാകുമെന്ന് ധരിപ്പിക്കുന്നു. “ശോകം കളയുക വല്ലഭേ” എന്ന് ആശ്വസിപ്പിക്കുന്നു. രാവണനെക്കൊണ്ട് ഇത്രയെങ്കിലും പറയിപ്പിക്കാൻ മണ്ഡോദരിക്ക് മാത്രമേ കഴിയൂ. ഭർത്താവും പുത്രന്മാരും ബന്ധുമിത്രാദികളും നഷ്ടപ്പെട്ട ഒരു ദുഃഖപുത്രിയാണ് മണ്ഡോദരി. പൂർണ്ണമായി വിജയിച്ചില്ലെങ്കിലും എന്നും ചില ഉദാത്ത മാതൃകകൾ മണ്ഡോദരിയിൽ ദൃശ്യമാണ്. ഏതാണ്ട് ഇതുപോലെതന്നെയാണ് വിശ്വകർമ്മപുത്രിയും ഇന്ദ്രജിത്തിന്റെ പത്നിയുമായ സുലോചനയുടെ ദാരുണചിത്രം. രാവണരാജധാനിയിൽ പരവശയായി ദുഃഖിതയായി കഴിയുന്ന ജനകപുത്രിക്ക് ആശ്വാസം പകരുന്ന സരമയും ത്രിജടയും രാക്ഷസജാതിയിലെ സുകൃതികളാണ്.

മാർഗ്ഗദീപങ്ങൾ

ശ്രീരാമപക്ഷത്തേക്ക് വന്നാൽ മുൻചൊന്നതിൽനിന്നും തികച്ചും വ്യത്യസ്തവും മാതൃകാപരവുമായ പ്രതിനിധികളെ കാണാം. വനയാത്രയ്ക്കുമുമ്പ് അമ്മയായ സുമിത്ര നൽകിയ ഉപദേശം അണുവിട പിഴയ്ക്കാതെ ലക്ഷ്മണൻ പിൻതുടരുന്നു. ഊണിലും ഉറക്കത്തിൽപോലും ശ്രീരാമസേവയാണ് ചിന്ത. രാമൻ വ്യാകുലചിത്തനാകുമ്പോഴും തളരുമ്പോഴും താങ്ങായി, തുണയായി ലക്ഷ്മണനെ കാണാം. സുഗ്രീവൻ, അംഗദൻ, ഹനുമാൻ എന്നിവരുമൊത്ത് രാവണസേനയിലെ പ്രമുഖരെ വകവരുത്തുന്നത് ലക്ഷ്മണനാണ്. അതികായനേയും ഇന്ദ്രജിത്തിനേയും തറപറ്റിക്കുന്നതും ലക്ഷ്മണൻ തന്നെ. വീരനായും ദാസനായും സേവകനായും ലക്ഷ്മണൻ സദാ ശോഭിച്ചുകൊണ്ടിരിക്കും. രാവണവധാനന്തരം അയോധ്യയിലേക്കു വരുന്ന രാമാദികളെ സ്വീകരിക്കുന്ന ഭരതന്റെ ചിത്രം ആർക്കും മറക്കാനൊക്കുകയില്ല.

ശ്രീരാമദാസനായി മെതിയടി പൂജിച്ച് സന്യാസജീവിതം നയിച്ച് രാജ്യം പുഷ്ടിപ്പെടുത്തിയ ഭരണതന്ത്രജ്ഞനാണ് ഭരതൻ. ജ്യേഷ്ഠന്റെ വരവു കാത്ത് സ്ഥാനം വിട്ടുകൊടുത്ത് ശ്രീരാമനെ രാജാവായി വാഴിക്കുന്ന ഭരതനെ സ്ഥാനമോഹികളായ ഇന്നത്തെ ആളുകൾ കണ്ടുപഠിക്കേണ്ടതാണ്. ഭരതന്റെ സഹായിയായി അണിയറ ഒരുക്കങ്ങൾ ചെയ്യുന്ന ശത്രുഘ്നനും മികച്ച സഹോദരൻതന്നെ. സ്വത്തിനുവേണ്ടി പടവെട്ടുന്ന ഇന്നത്തെ തലമുറയ്ക്ക് അയോദ്ധ്യയിലെ രാജപുത്രന്മാരായ സഹോദരങ്ങൾ മാർഗ്ഗദീപങ്ങളാണ്.

ബ്രഹ്മാവും പരമശിവനും ദേവേന്ദ്രനുമടക്കം ദേവാദികൾ ഈ കാണ്ഡത്തിൽ സന്ദർഭോചിതമായി ഇടപെടുന്നുണ്ട്. ദേവേന്ദ്രൻ തേരും തേരാളിയും നൽകുന്നു. അഗസ്ത്യൻ ആദിത്യഹൃദയ മന്ത്രം ഉപദേശിക്കുന്നു. വരുണനും രാമപദത്തിൽ പങ്കാളിയാണ്. ഹനുമാന്റെ പിതാവായ വായുഭഗവാന്റെ അവസരോചിതമായ ഇടപെടലാണ് അതികായന്റെ ബ്രഹ്മദത്തമായ കഞ്ചുകകഥ ഓർമ്മിപ്പിച്ചത്. അതോടെ അതികായവധവും സാധിക്കുന്നു. പുഷ്പകവിമാനവും അതിന്റേതായ പങ്കുവഹിക്കുന്നു. മനുഷ്യനും പ്രകൃതിയും അടക്കം സർവ്വതും ഒത്തുചേരുന്ന പ്രപഞ്ചകഥയായി രാമായണം രൂപപ്പെടുന്നു.

രചനാസിദ്ധികൾ

കാവ്യമർമ്മങ്ങളായ നവരസങ്ങളും അവയ്ക്ക് തുല്യമായി എഴുത്തച്ഛൻ വിളയിക്കുന്ന ഭക്തിരസവും ഈ കാണ്ഡത്തിൽ സന്ദർഭോചിതമായി പരിശോഭിക്കുന്നു.

"നാരായണ ഹരേ! നാരായണാ ഹരേ!

നാരായണ ഹരേ! നാരായണാ ഹരേ!" എന്ന മധുരമനോഹരവും അർത്ഥസാന്ദ്രവുമായ വരികളിൽ തുടങ്ങി "ചിത്തം തെളിഞ്ഞു കേട്ടൂ മാലോകരും" എന്ന ശുഭസൂചനയോടെയാണ് ഈ കാണ്ഡം അവസാനിക്കുന്നത്. ഭക്തിയിലൂടെ, സന്മാർഗ്ഗദീപം തെളിയിക്കുകയാണ് കവിയുടെ ലക്ഷ്യം. അതിന് അനുയോജ്യമായ രീതിയിൽ ഓരോ കഥാപാത്രവും ഓരോ കഥാസന്ദർഭവും ഭക്തിയുടെ മായികപ്രഭ പ്രസരിപ്പിക്കുകയാണ്. ഉഗ്രമായ സമുദ്രം എങ്ങനെ കടക്കും, എന്താണ് എങ്ങനെയാണ് ദേവിയെ കാണാൻ കഴിയുക എന്നെല്ലാം വ്യാകുലപ്പെടുന്ന സാക്ഷാൽ അവതാരപുരുഷനായ ശ്രീരാമന് സുഗ്രീവൻ പ്രതീക്ഷയുടെ പൂക്കൾ നൽകുന്നു.

വാനരന്മാർ ശക്തന്മാരാണ്, എന്തിനും പോന്നവരാണ്. 'നല്ല നിമിത്തങ്ങൾ കാൺക രഘുപതേ' എന്ന സുഗ്രീവ വാക്യം

പടിപടിയായി യാഥാർത്ഥ്യമാകുന്നു. നല്ല ചിന്തയ്ക്കും സത്പ്രവർത്തികൾക്കും ഉത്തമഫലം ലഭിക്കുമല്ലോ! രാമരാവണയുദ്ധത്തിൽ നാശനഷ്ടങ്ങൾ, മരണങ്ങൾ വളരെയേറെയാണ്.

"ചോര പുഴയായി ഒഴുകി
താതാ! സഹോദര! നന്ദനാ! വല്ലഭാ!
നാഥാ നമുക്കവലംബനമാരയ്യോ!"

എന്നെല്ലാമുള്ള രാക്ഷസസ്ത്രീകളുടെ മുറവിളികൾ മുഴങ്ങി. കുംഭകർണ്ണനും രാവണനും രാമവധത്താൽ വിശുദ്ധരായി. തിന്മയുടെ തായ്‌വേരറുത്ത് നന്മയുടെ നീരൊഴുക്കുകൾ സൃഷ്ടിക്കാൻ കഴിഞ്ഞു.

ദൂതനായ ശുകനും മുത്തച്ഛനായ മാല്യവാനും സഹോദരനായ കുംഭകർണ്ണനും പത്നിയായ മണ്ഡോദരിയും എന്തിന് കാലമേനി പോലും രാവണന് സന്മാർഗ്ഗചിന്തകൾ നൽകുന്നുണ്ട്. വിനാശകാലേ വിപരീതബുദ്ധി എന്ന് പറഞ്ഞപോലെ രാവണൻ അതൊന്നും കേൾക്കുന്നില്ലെന്നുമാത്രം. ഈ കഥാപാത്രങ്ങളിൽക്കൂടി ഭക്തിയുടെ അന്തർധാര ഒഴുകുന്നുണ്ട്.

ഭക്തിസിദ്ധി

"മായാവിമോഹങ്ങളെല്ലാം കളഞ്ഞുടൻ
നീയും ഭജിച്ചുകൊൾകാനന്ദ മൂർത്തിയെ"

എന്ന വാക്കുകൾ നിഷ്ഫലമായപ്പോൾ മണ്ഡോദരി മനമുരുകിപ്പറയുന്ന വാക്കുകൾ ശ്രദ്ധിക്കുക:

"സീതയെ രാമന് തിരിച്ചുനൽകുക, രാജ്യം സഹോദരന് നൽകുക."

"രാമൻ കരുണാകരൻ പുനരെത്രയും
നാമിനി കാനനം വാഴ്ക തപസ്സിനായ്"

ഇതിന് മറുപടിയായി സഹോദരപുത്രഅമാത്യന്മാർ മരിച്ചിട്ട് ഞാൻ ഏകനായി ജീവിക്കുന്നത് ഭൂഷണമല്ലെന്നാണ് രാവണൻ പറയുന്നത്.

"രാഘവൻ തന്നൊടെതിർത്തുയുദ്ധം ചെയ്തു
വൈകുണ്ഠരാജ്യം അനുഭവിച്ചീടുവാൻ."

രാവണന്റെ മനസ്സിൽ മോഹങ്ങളുടെ കൂമ്പാരമാണ്. ചിന്തയിൽ രാമവിരോധമാണ്. പ്രവർത്തിയിൽ വീരപൗരുഷപ്രകമ്പനമാണ്. പക്ഷേ പൈതൃക പുണ്യം കൊണ്ട് താനറിയാതെ തന്നെ രാവണനിൽ രാമപ്രഭാവത്തിന്റെ രജതരേഖകൾ തെളിയുന്നു. കുംഭകർണ്ണവധത്തിനുശേഷമുള്ള നാരദസ്തുതി വിജ്ഞാനസ്രോതസ്സും ഭക്തിയുടെ അമൃതവാഹിനിയുമാണ്.

"പുഷ്പവർഷം ചെയ്തു ഭക്ത്യാ പുകഴ്ത്തിനാർ
ചിൽ പുരുഷാം പുരുഷോത്തമനദ്വയം"

എന്നു തുടങ്ങി "മാനവ! വീരാ! ജയിക്ക ജയിക്ക നീ" എന്ന് അവസാനിക്കുന്ന ആ സ്തുതിയിൽ രാമപര്യായപദങ്ങളുടെ ചാലകശക്തി കാണാം. ഭോഗമോഹ ശങ്കകളെ തുരത്തണം. മുക്തിമാർഗ്ഗം തേടണം. അതിന് രാമകഥാപീയൂഷപാനവും ധ്യാനവും പൂജയും ഉണ്ടാകണം, പ്രപഞ്ചത്തിൽ രാമചരിതം നിലനിൽക്കണം, എന്നെല്ലാമാണ് നാരദമഹർഷിയുടെ ആഗ്രഹം. കൂട്ടത്തിൽ കുംഭകർണ്ണവധം ജയനാന്ദിയാണെന്ന സൂചനയുമുണ്ട്. ലക്ഷ്മണൻ ഇന്ദ്രജിത്തിനേയും രാമൻ രാവണനേയും നിഗ്രഹിച്ച് ലോകത്തെ രക്ഷിക്കുമെന്ന ആശീർവാദവും ശുഭസൂചനയും ശ്രദ്ധേയമാണ്. രാവണനുമായുള്ള യുദ്ധം പ്രതിസന്ധിയിലാകുമ്പോൾ വിവരം ദേവേന്ദ്രനെ ധരിപ്പിച്ചു. രഥവും മാതലിയെന്ന തേരാളിയേയും എത്തിക്കുന്നു. മറ്റൊരു ഘട്ടത്തിൽ അഗസ്ത്യൻ പ്രത്യക്ഷപ്പെട്ട് താപത്രയക്ലേശവും വിഷാദവും തീർന്ന് കീർത്തി വർദ്ധിക്കുവാൻ ആദിത്യഹൃദയമന്ത്രം ഉപദേശിക്കുന്നു. സൂര്യദേവന്റെ പര്യായപദങ്ങൾ കോർത്തിണക്കിയുള്ള ആദിത്യഹൃദയ വർണ്ണന എക്കാലത്തും ഏവർക്കും മനഃപാഠമാകേണ്ടതാണ്.

രാവണവധശേഷമുള്ള ദേവേന്ദ്രസ്തുതിയും ശ്രീരാമന്റെ അപേക്ഷയും പരമശിവവചനങ്ങളും ദശരഥസാന്ത്വനവും ഭക്തിയിലൂടെ വിശുദ്ധിയും വിജയഭേരിയും വ്യക്തമാക്കുന്നു. കഥാകഥന വേളയിൽ സ്വഭാവചിത്രീകരണവേളയിൽ സന്ദർഭോചിതമായി സാരഗർഭമായി ഭക്തിയുടെ വിത്തെറിഞ്ഞ് വിളയിക്കുവാൻ എഴുത്തച്ഛന് കഴിയുന്നുണ്ട്.

"മുറിച്ചീടിനാൻ, പുകഴ്ത്തിനാർ, ചൊല്ലീടിനാൻ" എന്നീ പദപ്രയോഗങ്ങൾ ഭാഷാവികാസപരിണാമഘട്ടങ്ങളെ സൂചിപ്പിക്കുന്നു.

"ദേവം പരിപൂർണ്ണംമേകം സദാഹൃദി
ഭാവിതം ഭാവരൂപം പുരുഷം പരം'
എന്ന കാവ്യശൈലി പടിപടിയായി
'കൊന്നവൾ തന്നുടെ ചോര കുടിച്ചൊഴി-
ഞ്ഞെങ്ങുമേ ദുഃഖമടങ്ങുകയില്ല മേ'
എന്നീ രീതിയിലായി ഇങ്ങനെ
'മാരുതപുത്രൻ മരിച്ചെന്നാകിൽ മ-
റ്റാരുമില്ലൊക്കെ മരിച്ചതിനൊക്കുമേ."

എന്ന് രൂപപ്പെടുന്നു. സംസ്കൃതത്തിന്റേയും തമിഴിന്റേയും സ്വാധീന വലയത്തിൽനിന്നും മലയാളത്തിന്റെ മഹിമയേറുന്ന വഴിയിലേക്കുള്ള പ്രയാണചരിത്രം കൂടിയാണ് അദ്ധ്യാത്മരാമായണം കിളിപ്പാട്ട്.

മലയാളയൊളി

അഴകിയ രാവണൻ', 'ചന്ദ്രഹാസം ഇളക്കുക' തുടങ്ങിയ ഭാഷാശൈലികളും രൂപപ്പെടുന്നുണ്ട്. ഉപമ, ഉത്പ്രേക്ഷ, രൂപകം, ദീപകം, ഉദാത്തം, സ്വഭാവോക്തി എന്നീ ലളിതമായ അലങ്കാരങ്ങളിലൂടെ ചമത്ക്കാരഭംഗി സാക്ഷാത്ക്കരിക്കപ്പെടുന്നു. ലങ്കാവർണ്ണന, സ്വഭാവോക്തിയുടെ സ്വാഭാവികത വ്യക്തമാക്കുന്നു. യുദ്ധത്തിനൊരുങ്ങുന്ന രാവണനോട് കുംഭകർണ്ണൻ പറയുന്ന നിത്യകാഴ്ചകൾ ശ്രദ്ധിക്കുക.

"നാദഭേദത്തിൽ ഭ്രമിച്ച് ദേഹനാശം വരുത്തുന്ന മൃഗങ്ങൾ
കൊളുത്തിലെ ഇരവിഴുങ്ങി മരിക്കുന്ന മീനുകൾ.
തീവെളിച്ചം കണ്ട് മോഹിച്ച് നശിക്കുന്ന ശലഭങ്ങൾ"

എന്നിവയെപ്പോലെയാണ് രാവണന്റെ സീതാമോഹമെന്ന് എത്ര സാരഗർഭമായിട്ടാണ് കവി കുംഭകർണ്ണനെക്കൊണ്ട് പറയിപ്പിക്കുന്നത്.

"ഇഷ്ടം പറയുന്ന ബന്ധുക്കളാരുമേ
കഷ്ടകാലത്തിങ്കലില്ലെന്ന് നിർണ്ണയം."

വിഭീഷണവാക്യത്തിലെ ഈ പ്രസ്താവന എത്രമാത്രം ലളിതവും അവസരോചിതവും അർത്ഥസമ്പൂർണ്ണവുമാണ്. ഇഷ്ടപ്രാണേശ്വരിയായ മണ്ഡോദരി പലവിധത്തിൽ ഉപദേശിക്കുന്നു.

"ജീവിതാശതേ ബലീയസി മാനസേ
ഹാ വിധിവൈഭവമെത്രയുമത്ഭുതം."

എന്നും മറ്റും പരിഭവിക്കുന്നു.

എന്നിട്ടും രാവണന്റെ മനക്കണ്ണ് വേണ്ടവിധം തുറന്നില്ല. ഫലമോ പരമ്പരയായി വിനകളും ആപത്തുകളുമായി മഹാവിപത്തായി മാറി. വ്യാമോഹചിന്തകളിലൂടെ, ഹീനകർമ്മങ്ങളിലൂടെ രാവണൻ സ്വയം കുഴിതോണ്ടി. അനുഭവപാഠങ്ങൾ ഉൾക്കൊള്ളാൻ വളരെ വൈകിപ്പോയി. ആധുനികകാലത്തെ പ്രമുഖ കാവ്യചിന്തകനായ മാത്യു അർനോൾഡിന്റെ ഒരു വാക്യം ഓർത്തുപോകുന്നു.

'കവിത ജീവിതവിമർശനമാണ്.' യുഗങ്ങൾക്കുമുമ്പേ വാല്മീകി അത് ജീവിതാനുഭവമാക്കി. ക്രാന്തദർശിത്വം കൊണ്ട് യുഗചേതനകൾ പകർത്തി. മലയാളത്തിലെ ആധുനിക കവിത്രയത്തിൽ സാമൂഹ്യപ്രശ്നങ്ങൾ സമർത്ഥമായി അവതരിപ്പിച്ച ആശാൻ മനുഷ്യകഥാനുഗായി വിശേഷിപ്പിച്ചിട്ടുള്ളതും അതാണ്. ആശാനു മുമ്പേ ജാതി വ്യവസ്ഥയുടെ ദുർഗ്ഗതി അനുഭവിച്ച ആളാണ് എഴുത്തച്ഛൻ. പ്രസിദ്ധമായ വാക്കുകൾ ഓർക്കുന്നു.

"എഴുത്തച്ഛന്റെ ചക്കിൽ എത്രയാടും" എന്ന ആഢ്യന്മാരുടെ ആക്ഷേപം.

"അടിയന്റെ ചക്കിൽ നാലും ആറും ആടും" എന്ന ശാന്ത ധീരമായ മറുപടി.

മേൽ സൂചിപ്പിച്ച കാവ്യസിദ്ധാന്തങ്ങളുടേയും കാവ്യധാരകളുടേയും സുദ്ദേശവും യഥാതഥവുമായ ചിത്രീകരണമാണ് യുദ്ധകാണ്ഡം. തന്നിഷ്ടക്കാരനായ വ്യാമോഹിയായ രാവണചിന്തകളിലൂടെ, പ്രവർത്തനങ്ങളിലൂടെ ദുഷ്ടജീവിതത്തിന്റെ കഷ്ടനഷ്ടങ്ങൾ വ്യക്തമാക്കുന്നു. ശ്രീരാമന്റേയും സഹചാരികളുടേയും സുധീരവും നീതിയുക്തവുമായ ചെയ്തികൾ മാതൃകയാണ്. ഇന്ന് മാധ്യമങ്ങളിൽ കാണുന്ന സ്ത്രീപീഡന പരമ്പരകളുടെ മുന്നോടിയാണ് സീത അനുഭവിച്ച യാതനകളും വേദനകളും. രാവണന്റെ നീചപ്രവർത്തികൾ ചെറുത്ത് പടിപടിയായി വകവരുത്തുവാൻ അധികനാളുകൾ വേണ്ടിവന്നില്ല. മഹർഷിമാരും ദേവന്മാരും വേണ്ടരീതിയിൽ ഇടപെട്ട് രാമന്റെ യാത്ര സുഗമമാക്കുന്നുണ്ട്. ഇന്നത്തെ സ്ഥിതിയോ? നീതിയും നിയമങ്ങളും വേണ്ടവഴിക്ക് പോകാൻ വേണ്ടപ്പെട്ടവർ വേണ്ടതു ചെയ്യുന്നുണ്ടോ?

രാമായണകഥയുടെ അനുഭവപാഠങ്ങളുടെ ആകത്തുകയാണ് യുദ്ധകാണ്ഡം. കാലാനുസൃതമായ ധർമ്മചിന്തയും നീതിബോധവും ക്ഷിപ്രവും പ്രായോഗികവുമായ സരണികളിലൂടെ ഭരണാധികാരികളും അനുബന്ധപ്രവർത്തകരും നേർവഴി ഒരുക്കുമെന്ന് പ്രത്യാശിക്കാം.

നന്മ വിളയട്ടെ. ഉണ്മ മേന്മയാകട്ടെ.

■

ഉത്തരകാണ്ഡം
(ഉത്തരരാമായണം)

ആദികവിയുടെ രാമായണം ത്രേതായുഗത്തിലെ അയോദ്ധ്യാധിപതിയായ ശ്രീരാമന്റെ കഥയാണ്. രാമൻ യുഗപുരുഷനാണെങ്കിലും മനുഷ്യനായി പിറന്നതുകൊണ്ടാകാം അതിൽ മാനുഷികഭാവങ്ങൾക്കാണ് പ്രാധാന്യം. ഭക്തിയിലൂടെ മുക്തി എന്ന ലക്ഷ്യത്തോടെ അമാനുഷിക സിദ്ധികളുള്ള രാമനാണ് അദ്ധ്യാത്മരാമായണത്തിലുള്ളത്. വാല്മീകിയുടെ രാമായണത്തിലും സംസ്കൃതത്തിലെ അദ്ധ്യാത്മിക രാമായണത്തിലും യുദ്ധകാണ്ഡത്തിന് അനുപൂരകമായി ഉത്തരകാണ്ഡമുണ്ട്.

ഭാഷാപിതാവായ എഴുത്തച്ഛൻ അദ്ധ്യാത്മരാമായണം കിളിപ്പാട്ടിൽ വാല്മീകിയേയും അദ്ധ്യാത്മരാമായണകർത്താവിനേയും ആശ്രയിക്കുന്നുണ്ടെങ്കിലും നിരവധി സ്വതന്ത്രരചനകൾ കാണാം. നക്ഷത്രചിഹ്നങ്ങളാൽ വരികൾ വേർതിരിച്ചിരുന്ന പഴയ അദ്ധ്യാത്മരാമായണം കിളിപ്പാട്ടുകളിൽ ഉത്തരകാണ്ഡം കാണാം. കേരള സാഹിത്യ അക്കാദമി 1971-ലും 1985-ലും മറ്റും പ്രസിദ്ധീകരിച്ച അദ്ധ്യാത്മരാമായണം കിളിപ്പാട്ടുകളിലും ഉത്തരകാണ്ഡമുണ്ട്. എന്നാൽ കർക്കടകമാസത്തിലെ നിത്യപാരായണത്തിനായി മാതൃഭൂമിയും മറ്റും പ്രസിദ്ധീകരിച്ച കൃതികളിൽ ഉത്തരകാണ്ഡം കാണുന്നില്ല.

എഴുത്തച്ഛൻ ആദർശപുരുഷനായ ശ്രീരാമന്റെ സ്വഭാവമഹിമയിൽ യാതൊരു കളങ്കവും വരാൻ ഇഷ്ടപ്പെടുന്നുണ്ടാകില്ല. മാത്രമല്ല, ബാലകാണ്ഡം തുടങ്ങി യുദ്ധകാണ്ഡത്തിൽ അവസാനിക്കുന്ന രാമകഥയിൽ പ്രകടമായിട്ടുള്ള ഭക്തിപ്രവാഹവും ഭാഷാശൈലിയുടെ സൗകുമാര്യവും ഉത്തരകാണ്ഡത്തിൽ വേണ്ടത്ര കാണുന്നുമില്ല. യുദ്ധകാണ്ഡാന്ത്യത്തിൽ സർവ്വമംഗളധ്വനിയും ഫലശ്രുതിയുമുണ്ടല്ലോ? പിൽക്കാലത്ത് ഏതെങ്കിലും കവി എഴുതിയതാവാം ഉത്തരരാമായണം കിളിപ്പാട്ട്. രാമകഥ പൂർണ്ണമാകാൻ കൂട്ടിച്ചേർത്തതുമാകാം.

നമുക്ക് പരിശോധിക്കാം. തീരുമാനങ്ങൾ കണ്ടെത്താൻ പരിശ്രമിക്കാം.

ഒന്നാം അദ്ധ്യായം

എഴുത്തച്ഛന്റെ അദ്ധ്യാത്മരാമായണം കിളിപ്പാട്ടിൽ ബാലകാണ്ഡത്തിൽ തുടങ്ങി യുദ്ധകാണ്ഡത്തിൽ അവസാനിക്കുന്നവിധം കാണ്ഡമായിട്ടാണല്ലോ കഥ പ്രതിപാദിക്കുന്നത്. എന്നാൽ ഉത്തര രാമായണത്തിൽ മൂന്ന് അദ്ധ്യായങ്ങളാണ്. മൂന്നിലുംകൂടി 4234 വരികളുണ്ട്. ആദ്യം 338 വരികളുള്ള ഒന്നാം അദ്ധ്യായം നോക്കാം. അഗസ്ത്യാദികളുടെ വരവ്, രാക്ഷസകുലോൽപ്പത്തി, വൈശ്രവണന്റെ ഉത്ഭവം, യക്ഷരാക്ഷസികളുടെ ഉത്ഭവം, എന്നീ നാല് കാര്യങ്ങളാണ് പ്രധാനമായും ഈ അദ്ധ്യായത്തിൽ പ്രതിപാദിച്ചിട്ടുള്ളത്.

കഥാസാരം

ആദ്യത്തെ പത്തുവരി സ്തുതിയാണ്. ശ്രീരാമഭക്തികൊണ്ട് പുണ്യംനേടിയ പൈങ്കിളിയോട് വാല്മീകി മഹർഷി രചിച്ച രാമകഥ ചൊല്ലിക്കേൾപ്പിക്കുവാനാണ് പറയുന്നത്. അദ്ധ്യാത്മരാമായണം കിളിപ്പാട്ടിലാകട്ടെ, ശ്രീ പരമശിവൻ പാർവ്വതിക്ക് പറഞ്ഞുകൊടുക്കുന്ന രാമകഥ പൈങ്കിളിയെക്കൊണ്ട് പാടിക്കുകയാണ്. ശ്രീരാമൻ രാവണവധത്തിനുശേഷം അയോദ്ധ്യയിൽ തിരിച്ചെത്തി. ഭരതന് നൽകിയ വാഗ്ദാനപ്രകാരം ശ്രീരാമൻ രാജ്യഭാരം ഏറ്റെടുത്തു. രാജ്യാഭിഷേകത്തിനുശേഷം രാമൻ മാതൃകാപരമായി കോസലരാജ്യം ഭരിച്ചുവന്നു. ശ്രീരാമനെ അഭിനന്ദിക്കുന്നതിന് നാലുദിക്കുകളിൽനിന്നും മഹർഷിമാർ വന്നുചേർന്നു. കണ്വൻ, അഗസ്ത്യൻ, വിശ്വാമിത്രൻ, ഗൗതമൻ, ഭരദ്വാജൻ എന്നീ അതിപ്രധാനികളെല്ലാമുണ്ട്. ശ്രീരാമൻ അവരെയെല്ലാം യഥോചിതം സ്വീകരിച്ചു. കുശലപ്രശ്നങ്ങൾ നടത്തിക്കൊണ്ടിരുന്നു. രാവണവധം ലോകത്തിന് അനുഗ്രഹമാണ്. അത് പ്രശംസനീയമാണ്. മഹർഷിമാർ അഭിപ്രായപ്പെട്ടു. കൂട്ടത്തിൽ ലക്ഷ്മണൻ ഇന്ദ്രജിത്തിനെ വധിച്ചത് പ്രത്യേകം പുകഴ്ത്തി. ഇന്ദ്രജിത്തിന്റെ കാര്യം പ്രത്യേകം പറയാൻ കാരണമെന്തെന്ന് ശ്രീരാമൻ ആരാഞ്ഞു. ശ്രീരാമന്റെ അപേക്ഷപ്രകാരം അഗസ്ത്യമഹർഷി രാക്ഷസകുലചരിത്രം പറയുന്നു.

രാക്ഷസകലചരിത്രം

ബ്രഹ്മപുത്രനായ പുലസ്ത്യമഹർഷി മഹാമേരുപർവ്വതത്തിൽ തപസ്സുചെയ്തിരുന്നു. കന്യകമാർ ആശ്രമത്തിനടുത്ത് കുളിക്കാൻ

വന്നിരുന്നത് മഹർഷിക്ക് ശല്യമായി. ഇവിടെ കുളിക്കാൻ വരുന്ന കന്യകമാർ ഗർഭിണികളാകുമെന്ന് ശപിച്ചു. പിറ്റേദിവസം കന്യക മാർ ആരും കുളിക്കാൻ വന്നില്ല. എന്നാൽ ശാപകഥ അറിയാതെ രാജർഷി തൃണബിന്ദുവിന്റെ പുത്രി വേദശ്രുതി കുളിക്കാൻ വന്നു. വേദമന്ത്രങ്ങൾ കേട്ടു. ചുറ്റും നോക്കിയപ്പോൾ സഖിമാരെ കാണുന്നില്ല. തിരക്കിയപ്പോൾ ശാപകഥ മനസ്സിലായി. അപ്പോ ഴേക്കും അവൾ ഗർഭിണിയായിക്കഴിഞ്ഞിരുന്നു. ദുഃഖിതയായി. പുത്രിയുടെ വിഷമാവസ്ഥ ഉൾക്കൊണ്ട തൃണബിന്ദു മഹർഷിയെ സമീപിച്ചു. വിവരങ്ങൾ പറഞ്ഞു. ഗർഭിണിയായ തന്റെ പുത്രിയെ ഭാര്യയായി സ്വീകരിക്കാൻ അപേക്ഷിച്ചു. പുലസ്ത്യന് സമ്മത മേകേണ്ടിവന്നു. അങ്ങനെ പുലസ്ത്യന്റെ ഭാര്യയായ വേദശ്രുതി യിൽ പിറന്ന പുത്രൻ വിശ്രവസ്സായി വളർന്നു. ഭരദ്വാജമഹർഷി പുത്രിയായ വേദവർണ്ണിനി വിശ്രവസ്സിന്റെ പത്നിയായി. അവ രുടെ പുത്രനാണ് വൈശ്രവണൻ.

വൈശ്രവണൻ വളരെക്കാലം ബ്രഹ്മാവിനെ തപസ്സുചെയ്തു. ധനാധിപത്യവും പുഷ്പകവിമാനവും ലഭിച്ചു. സന്തുഷ്ടനായി വിവരം പിതാവിനെ ധരിപ്പിച്ചു. പണ്ട് വിശ്വകർമ്മാവ് ത്രികൂടാ ചലോപരിയിൽ രക്ഷസന്മാർക്കായി ലങ്ക നിർമ്മിച്ചിരുന്നു. എന്നാൽ അവരുടെ പ്രവർത്തിദോഷം കൊണ്ട് അവർക്ക് അവിടം വിട്ടുപോകേണ്ടിവന്നു. അവിടെപോയി താമസിക്കാൻ വൈശ്രവണനെ അനുഗ്രഹിച്ചു. ശ്രീരാമനിർദ്ദേശപ്രകാരം അഗ സ്ത്യൻ രാക്ഷസപൂർവ്വചരിതം പറയുന്നു.

ബ്രഹ്മാവിന്റെ ദിവ്യശക്തിയാൽ നിർമ്മിക്കപ്പെട്ടതാണ് ലങ്ക. അവിടത്തെ നിവാസികളാണ് യക്ഷന്മാരും രാക്ഷസന്മാരും. രാക്ഷസപൂർവ്വികരിൽ പ്രധാനിയാണ് പ്രഹേതി. പ്രഹേതിക്ക് കാലസഹോദരിയിൽ ഉണ്ടായ പുത്രനാണ് വിദ്യുൽകേശൻ. അതിനുശേഷം അവർ ബ്രഹ്മചാരികളായി. പാർവ്വതീപരമേശ്വര ന്മാരുടെ വാത്സല്യമേറ്റുവാങ്ങി വിദ്യുൽകേശപുത്രനായ സുകേ ശൻ വളർന്നു. അതും ഒരു കഥയാണ്. ഗുണവാനായ വിദ്യുത് കേശന് സന്ധ്യാദേവി തന്റെ പുത്രിയായ സാലകടയെ ഭാര്യ യായി നൽകി. ഗുണവാനായ വിദ്യുത്കേശനും സുന്ദരിയായ സാലകടയും കാമലീലകളിലൂടെ ഉല്ലസിച്ച്, രസിച്ച്, സുഖിച്ച് നടന്നു. മന്ദഗിരി തടത്തിൽവെച്ച് അവർക്കൊരു കുട്ടി പിറന്നു. ഉല്ലാസയാത്രയ്ക്ക് ഭംഗം വരുമെന്ന് കരുതി അവർ കുട്ടിയെ ഉപേക്ഷിച്ചു. ആകാശസഞ്ചാരമദ്ധ്യേ പാർവ്വതീദേവി ഒരു കുട്ടി യുടെ കരച്ചിൽ കേട്ടു. അവർ ഓമനത്വം തുളുമ്പുന്ന ആ കുട്ടിയെ എടുത്തു.

സുകേശൻ

പരമേശ്വരനും ഇഷ്ടമായി. അവൻ പാർവ്വതീപരമേശ്വരന്മാരുടെ അരുമയായി വളർന്നു. സുകേശൻ എന്ന പേര് നൽകി അനുഗ്രഹിച്ചു. യക്ഷപ്രവരനായ ഗ്രാമണി തന്റെ പുത്രിയായ തനുജയെ സുകേശന് പത്നിയായി നൽകി. അവളുടെ പുത്രന്മാരാണ് മാല്യവാനും സുമാലിയും മാലിയും. ഇവർ വളരെക്കാലം ബ്രഹ്മാവിനെ ഉഗ്രതപസ്സുചെയ്തു. സന്തുഷ്ടനായ ബ്രഹ്മാവ് അവർക്ക് സർവ്വശക്തികൾ നൽകി. മാത്രമല്ല, ആർക്കും വധിക്കാൻ പറ്റാത്ത ചിരഞ്ജീവി പദവിയും നൽകി. താൻ മുമ്പ് നിർമ്മിച്ച ലങ്കയിൽ താമസിക്കാൻ അനുവാദവും കൊടുത്തു. അവർ അതീവ സന്തുഷ്ടരായി ലങ്കയിൽ വസിച്ചു. അവരുടെ സന്തതിപരമ്പരകളാണ് രാക്ഷസന്മാർ. മാല്യവാന് സുന്ദരിയെന്ന ഗന്ധർവ്വപത്നിയിൽ മത്തൻ, ഉന്മത്തൻ, വജ്രദംഷ്ട്രൻ, സുപ്തഹനൻ, വിരൂപാക്ഷൻ, ദുർമുഖൻ, യജ്ഞാന്തകൻ എന്നീ ഏഴുപുത്രന്മാരും അനല എന്ന പുത്രിയുമുണ്ടായി.

സുമാലിക്ക് കേതുമതി എന്ന ഭാര്യയിൽ പത്ത് പുത്രന്മാരും നാലു പുത്രിമാരുമുണ്ടായി. പ്രഹസ്തൻ, വികടൻ, ധൂമാക്ഷൻ, അനകമ്പൻ, ശുപാർശ്വൻ, ദണ്ഡൻ, സംഹ്രാദി, പ്രജംഘനൻ, കാലധനുസ്സ്, ഭാസശ്രവണൻ എന്നിവരാണ് പുത്രന്മാർ. ബക, പുഷ്പോൽക്കട, കൈകസി, കുംഭിനസി എന്നിവരായിരുന്നു പുത്രിമാർ. മാലിയുടെ പത്നി വസുധയ്ക്ക് അനലൻ, നിലൻ, വരൻ, സമ്പാതി എന്നീ സന്താനങ്ങളുണ്ടായി. സുകേശപുത്രന്മാരും അവരുടെ സന്താനങ്ങളും സുഖിച്ചുജീവിച്ചു. സുഖം ഉന്മാദത്തിലേക്ക് വഴുതിപ്പോയി. തുടർന്ന് മൂന്നുലോകങ്ങളിലുള്ളവരേയും ഉപദ്രവിച്ച് രസിച്ചു. സർവ്വർക്കും ഇവരെ ഭയമായി.

ദേവന്മാർ ശിവനോട് പരാതി പറഞ്ഞു. താൻ ഓമനിച്ച സുകേശനെ ഓർത്ത് അവന്റെ പരമ്പരയെ നശിപ്പിക്കാൻ ശിവൻ തയ്യാറായില്ല. തുടർന്ന് അവർ വിഷ്ണുവിനോട് പരാതിപ്പെട്ടു. സ്തുതിച്ച് അപേക്ഷിച്ചു. ആവലാതിയുടെ പൊരുൾ വിഷ്ണു ഉൾക്കൊണ്ടു. ദേവേന്ദ്രൻ പരമശിവപ്രീതനായ സുകേശചരിതം സൂചിപ്പിച്ചു. രാക്ഷസന്മാരെ വധിച്ച് രക്ഷിക്കാമെന്ന് വിഷ്ണു വാക്കുകൊടുത്തു. മാല്യവാനും കൂട്ടരും ഈ വിവരമറിഞ്ഞു. ദേവന്മാരെ ഒരു പാഠം പഠിപ്പിക്കാൻ ഒരുക്കങ്ങളായി. എല്ലാ സ്ഥലങ്ങളിൽനിന്നും യക്ഷന്മാരെയും രാക്ഷസന്മാരെയും വരുത്തുവാൻ നടപടികൾ സ്വീകരിച്ചു. ദേവന്മാരും തയ്യാറെടുത്തു. ദുഃശ്ശകുനങ്ങൾ കണ്ട് ദേവന്മാർ പതറി. അവർ വിവരം വിഷ്ണുവിനെ അറിയിച്ചു. വിഷ്ണു രക്ഷയ്ക്കെത്തി. ഈ യുദ്ധവിവരം

വർണ്ണിക്കാൻ പ്രയാസമാണെന്ന പൈങ്കിളിച്ചൊല്ലലോടെയാണ് ഈ അദ്ധ്യായം അവസാനിക്കുന്നത്.

ഈ അദ്ധ്യായത്തിൽ പ്രത്യക്ഷപ്പെടുന്ന മുഖ്യകഥാപാത്രങ്ങൾ ശ്രീരാമനും അഗസ്ത്യനുമാണ്. അഗസ്ത്യവചനങ്ങളിലൂടെ നിരവധി കഥാപാത്രങ്ങൾ വരുന്നുണ്ട്. വീരപരാക്രമികളായ അവരെ നാം യുദ്ധകാണ്ഡത്തിൽ പരിയചപ്പെട്ടതാണ്. രാവണന്റെ വിശ്വസ്തനായ പ്രഹസ്തനും രാവണന് സദുപദേശം നൽകിയ ശുപാർശ്വനും പ്രത്യേകം ഓർക്കപ്പെടേണ്ടവരാണ്. യോഗീവര്യനായ അഗസ്ത്യന്റെ വചനങ്ങൾക്ക് വിലകൽപ്പിക്കുന്ന ശ്രീരാമന്റെ സമീപനം അനുകരണനീയമാണ്. ശിവപാർവ്വതിമാരും വിഷ്ണുവും ദേവേന്ദ്രനും മറ്റും കഥകളിലൂടെ ഉദാത്തമായ സമീപനങ്ങൾ സ്വീകരിക്കുന്നതായി കാണാം. അനാഥനായ ബാലനെ സംരക്ഷിക്കുന്ന പാർവ്വതീപരമേശ്വരന്മാർ ലോകമാതാപിതാക്കൾ തന്നെ.

ഭാഷാരീതി

കേകാവൃത്തത്തിൽ വാർന്നൊഴുകുന്ന ശീലുകൾ സുന്ദരങ്ങൾ തന്നെ. പക്ഷേ ബാലകാണ്ഡം മുതൽ യുദ്ധകാണ്ഡം വരെയുള്ള ഭാഗങ്ങളിൽ കാണുന്ന നിതാന്തകാന്തി ദൃശ്യമല്ല. ചെയ്തീടിനാൻ, പൂക്കാർ, ചൊല്ലീടുവിൻ, യുദ്ധം ചെയ്താർ തുടങ്ങി ഭാഷാപരിണാമപ്രയോഗങ്ങൾ ഉണ്ട്. ദേവന്മാർ വിഷ്ണുവിനെ സ്തുതിക്കുന്ന

'നമസ്തേ നാരായണ മുകുന്ദാ ദയാനിധേ' തുടങ്ങിയ പത്തു വരികളിലല്ലാതെ എഴുത്തച്ഛന്റെ സ്വാഭാവികമായ ഭക്തിപ്രവാഹം വേണ്ടത്ര കാണുന്നില്ല.

ജീവിതദർശനങ്ങൾ

രാക്ഷസന്മാർ പ്രജാപതിയായ പുലസ്ത്യന്റെ സന്തതി പരമ്പരകളാണ്. ബ്രഹ്മഹിതത്തിന് അനുസൃതമായ ലങ്ക ഐശ്വര്യപൂർണ്ണമാണ്. രാക്ഷസന്മാർക്ക് ശക്തിയുണ്ട്. തപസിദ്ധികളുണ്ട്. എന്നാൽ അവർ സുഖലോലുപരും അഹങ്കാരികളുമാകുന്നു. തത്ഫലമായി കൈവന്ന ഭാഗ്യങ്ങൾ നഷ്ടപ്പെടുന്നു. സദുദ്ദേശത്തോടെ ജനങ്ങൾ നൽകുന്ന അധികാരം വിനിയോഗിക്കുന്ന ഭരണാധിപന്മാർക്ക് ഈ കഥകൾ വഴികാട്ടികളാകട്ടെ.

നിത്യജീവിതത്തിൽ വഴിവിട്ട ജീവിതം കൊണ്ട് പല ഉന്നതന്മാരും അടിപതറി വീഴുന്നത് നാം കാണുന്നുണ്ടല്ലോ. വിതച്ചതേ കൊയ്യൂ എന്ന സത്യം എല്ലാവരും തിരിച്ചറിയണം. ജീവിതത്തിൽ വന്നുചേരുന്ന സുഖഭോഗങ്ങൾ സ്വീകരിക്കാം. പക്ഷേ അതിന്

പരിധിയുണ്ട്. അടിതെറ്റിയാൽ ആനയും വീഴുമെന്നല്ലേ? സമ്പ ത്തിലും സുഖഭോഗങ്ങളിലും ഒരിക്കലും അതിരുകടന്ന് ഭ്രമിക്ക രുത്. അമിതസുഖം വികൃതിയും കോമാളിയുമാക്കും. നല്ല പ്രവർത്തനങ്ങൾകൊണ്ട് നന്മ വിളയിക്കാനുള്ള ഭാഗ്യം എല്ലാ വർക്കുമുണ്ടാകട്ടെ.

രണ്ടാം അദ്ധ്യായം

യുദ്ധരംഗങ്ങൾ പറയാൻ പ്രയാസപ്പെടുന്ന പൈങ്കിളിക്ക് അന്നവും പാലും പഴങ്ങളും നൽകാമെന്ന് കവി വാഗ്ദാനം നൽകുന്നു. പൈങ്കിളി കഥാകഥനം തുടരുകയാണ്. ഈ അദ്ധ്യായത്തിൽ 1998 വരികളുണ്ട്. രാവണാദികളുടെ ഉത്ഭവം, രാവണാദികളുടെ തപസ്സ്, രാവണാദികളുടെ വരലാഭം, വൈശ്രവണന്റെ ലങ്കാ ത്യാഗം, കൈലാസോദ്ധാരണം, രാവണകാർത്തവീര്യാർജ്ജുന യുദ്ധം, രാവണമോചനം, നാരദരാവണസംഭാഷണം, നാരദനും കാലനും തമ്മിലുള്ള സംഭാഷണം, നരകദർശനം, രാവണകാല യുദ്ധം, രാവണന്റെ യുദ്ധസന്നാഹം, രാവണ-ഇന്ദ്രയുദ്ധം, രാജാ ക്കന്മാരെ യാത്രയാക്കൽ എന്നീ പതിന്നാല് സംഭവങ്ങളാണ് ഈ അദ്ധ്യായത്തിൽ പ്രതിപാദിക്കുന്നത്.

കഥാസാരം

രാക്ഷസന്മാരുടെ ഉപദ്രവം കൊണ്ട് പൊറുതിമുട്ടിയ ദേവന്മാർ വിഷ്ണുവിനോട് ആവലാതി പറയുന്നു. ദേവന്മാരുടെ സങ്കടം തീർക്കാൻ വിഷ്ണു യുദ്ധത്തിന് ഒരുങ്ങുന്നു. മദോന്മത്തരായ മാല്യവാനും സഹോദരങ്ങളും യുദ്ധസന്നദ്ധരായി. മിന്നൽപിണർ പോലെ ശരങ്ങൾ പാഞ്ഞു. വരവറിയിച്ച് വിഷ്ണു ശംഖ് ഊതി. ശംഖധ്വനികളൊണ്ടും അസ്ത്രങ്ങൾകൊണ്ടും രാക്ഷസന്മാർ പതിച്ചുകൊണ്ടിരുന്നു. ചിലർ ഭയന്നോടി. സുമാലിക്ക് വാശിയേറി. മാലിയും മുന്നോട്ടുവന്നു. സുമാലിയുടെ സൂതൻ മരിച്ചു. മാലി വിഷ്ണുവിന്റെ തേരും വില്ലും മുറിച്ചു. ഗദകൊണ്ട് ഗരുഡനെ അടിച്ചു. ഗരുഡൻ മാലിയുടെ കഴുത്തിന് ക്ഷതം ഏൽപ്പിച്ചു. രാക്ഷസന്മാർ വീണ്ടും ഓടാൻ തുടങ്ങി. പേടിച്ചോടുന്നവരെ എതിരിടുന്നത് ധർമ്മമല്ലെന്ന് മാല്യവാൻ പറഞ്ഞു. ക്രുദ്ധനായി വിഷ്ണുവിന്റെ വക്ഷസ്സിലേക്ക് വേലെറിഞ്ഞു. ലോകനാഥൻ അതു പറിച്ചെടുത്ത് മാലിക്കുനേരെ വിട്ടു. മാല്യവാൻ ശൂലം വിട്ടു. ഗരുഡന്റെ ചിറകടികൊണ്ട് രാക്ഷസന്മാർ തെറിച്ചുവീണു. അഗ്ര ജന്റെ പതനം കണ്ട് സുമാലി ശേഷിച്ചവരുമായി മടങ്ങി. മാല്യ വാനും ദുഃഖത്തോടെ തിരിച്ചു. വിഷ്ണു രാക്ഷസന്മാരെ വീഴ്ത്തി ക്കൊണ്ടിരുന്നു. രക്ഷയില്ലെന്നു ബോദ്ധ്യപ്പെട്ട രാക്ഷസന്മാർ

പാതാളത്തിൽ ചെന്ന് ഒളിച്ചു. തുടർന്ന് പാതാളമായി അവരുടെ സങ്കേതം. അഹങ്കാരം ആപത്തുകൾ ക്ഷണിച്ചുവരുത്തുമെന്ന് ഈ കഥ നമ്മെ ഓർമ്മിപ്പിക്കുന്നു.

കുറേ കഴിഞ്ഞപ്പോൾ ഭൂമിയിലെ കാര്യങ്ങൾ അറിയാൻ സുമാലി വന്നു. കൂടെ പുത്രിയായ കൈകസിയും ഉണ്ടായിരുന്നു. അപ്പോൾ വൈശ്രവണൻ ലങ്കയിൽ സുഖഭോഗങ്ങളോടെ വാഴുകയാണ്. പുഷ്പകവിമാനത്തിൽ യാത്ര ചെയ്ത് പിതാവിനെ വന്ദിക്കുന്നു. ഈ കാഴ്ചകൾ സുമാലിയെ അസ്വസ്ഥപ്പെടുത്തി. മനസ്സിൽ വിവിധ ചിന്തകൾ നിറഞ്ഞു കവിഞ്ഞു.

മകളോട് ഇങ്ങനെ പറഞ്ഞു, “നീ യുവതിയായി. വിവാഹം കഴിക്കാൻ പറ്റിയവർ ആരും വരുന്നില്ല. എന്റെ മനസ്സ് ഉഴറുന്നു. വൈശ്രവണൻ പിതാവിനെ കാണാൻ പോകുന്നത് കണ്ടോ? വിശ്രവസ്സിനെ സേവിച്ചാൽ നിനക്കും സത്പുത്രനുണ്ടാകും.”

പിതൃവചനപ്രകാരം കൈകസി വിശ്രവസ്സിനെ സേവിച്ചു തുടങ്ങി. ഒരു ദിവസം വിശ്രവസ്സ് സന്ധ്യാവന്ദനം നടത്തുകയായിരുന്നു. കൈകസി വികാരവായ്പോടെ മഹർഷിയെ സമീപിച്ചു. “സന്താനമാശു ദേഹിതി ദേഹിതി” എന്ന് പറഞ്ഞു. മഹർഷിയുടെ മനസ്സ് മാറുന്നില്ല. അഭീഷ്ടസിദ്ധിക്ക് അത്യുത്സാഹം പ്രകടിപ്പിച്ചു. സന്താനലബ്ധിക്ക് പറ്റിയ സമയമല്ലെന്ന് മഹർഷി അറിയിച്ചു. ദുഷ്ടസന്താനങ്ങളേ ഉണ്ടാകൂ എന്ന് വിലക്കിനോക്കി. കൈകസി അഭിലാഷസിദ്ധിക്കായി ഇങ്ങനെ പറഞ്ഞു:

“അങ്ങയുടെ കീർത്തിക്ക് അനുയോജ്യരായ മക്കൾ പിറക്കും.” പ്രതീക്ഷയുടെ പരിമളം പരത്തി. “ആഗ്രഹം സാധിക്കട്ടെ.” മഹർഷി അനുകൂല സാദ്ധ്യതകൾ തെളിയിച്ചു. അവർക്ക് നാലു മക്കളുണ്ടായി. വരസിദ്ധികളിൽ പ്രബലനായ രാവണനെ നീചപ്രവർത്തികളിൽനിന്നും പിന്തിരിപ്പിക്കാൻ ജ്യേഷ്ഠസ്ഥാനീയനായ വൈശ്രവണൻ ശ്രമിച്ചു. ദൂതനെ വിട്ടു. രാവണൻ ദൂതനെ വധിച്ചു. എന്നുതന്നെയല്ല ലങ്കയ്ക്കുവേണ്ടി വൈശ്രവണനുമായി ഏറ്റുമുട്ടി. രണ്ടുപേരും തമ്മിൽ പോരാട്ടം നടന്നു. വിശ്രവസ്സിന്റെ ഉപദേശപ്രകാരം വൈശ്രവണൻ രാവണന് ലങ്ക വിട്ടുകൊടുത്തു. അഹങ്കാരംകൊണ്ട് രാവണൻ ശാപങ്ങൾ കുറേ വാങ്ങിക്കൂട്ടിയിട്ടുണ്ട്. ലഭ്യമാകുന്ന സ്ഥാനത്തിന് അനുയോജ്യമായ കാര്യങ്ങൾ ചെയ്തില്ലെങ്കിൽ ആപത്തുകൾ വന്നുചേരുമെന്ന് ഈ കഥകൾ നമ്മെ പഠിപ്പിക്കുന്നു.

രാവണൻ അഹങ്കാരവീര്യത്താൽ ശാപങ്ങൾ മാത്രമല്ല പരാജയങ്ങളും ചോദിച്ചുവാങ്ങിയിട്ടുണ്ട്. പുഷ്പകവിമാനലബ്ധിയിൽ മതിമറന്ന് രാവണൻ ശിവനെപ്പോലും വിറപ്പിക്കാൻ നോക്കി.

അവിവേകിയാണെങ്കിലും വീരനായതിനാൽ ശിവപ്രസാദം ലഭിച്ചിട്ടുണ്ട്. അത് രാവണന്റെ അഹങ്കാരത്തിന് വെടിമരുന്നായി. രാവണൻ പുഷ്പകവിമാനത്തിൽ സഞ്ചരിക്കുമ്പോൾ നർമ്മദാനദി കണ്ടു. ആ പുണ്യതീരത്ത് അൽപ്പം വിശ്രമിക്കാമെന്ന് കരുതി. അതോടൊപ്പം മൃത്യുഞ്ജയഅർച്ചനയ്ക്കും വട്ടംകൂട്ടി. കൽപ്പിത വേദിയുണ്ടാക്കി. ശിവലിംഗപൂജ നടത്തിത്തുടങ്ങി.

"നിത്യായ നിർമ്മലാനന്ദായ രുദ്രായ
മൃത്യുഞ്ജയായ, ഭൂതേശായ നമഃ
ഞാനും ആചാര്യനും ഈശനും ഒന്നായി.
മാനസേ തോന്നി വരുത്തിതു മാമകേ."

കാർത്തവീര്യാർജ്ജുനൻ

ഇങ്ങനെ ജപിച്ചുകൊണ്ടിരിക്കുമ്പോൾ ജലം ഉയർന്നുവന്നു. പീഠവും വാളും ശിവലിംഗവുമിളകി. കീഴ്പ്പോട്ടൊഴുകുന്ന നദി മുകളിലേക്ക് വരുന്നു. ഇതെന്തു കഥ! കാരണം കണ്ടുപിടിക്കാൻ ശുകസാരണന്മാരോട് പറഞ്ഞു. അവർ അന്വേഷിച്ചപ്പോൾ കാർത്തവീര്യാർജ്ജുനനും ഭാര്യമാരും കുളിക്കുന്നത് കണ്ടു. കാർത്തവീര്യാർജ്ജുനൻ ആയിരം കൈകൊണ്ട് നദീജലം തടഞ്ഞു നിർത്തിയിരിക്കുകയാണ്. അവർ വിവരം രാവണനെ ധരിപ്പിച്ചു. രാവണൻ പൂജ നിർത്തി. കാർത്തവീര്യാർജ്ജുനനെ യുദ്ധത്തിന് വെല്ലുവിളിച്ചു. പ്രഹസ്താദികളും കാർത്തവീര്യാർജ്ജുനന്റെ പടയാളികളും ഏറ്റുമുട്ടി. യാതൊരു കുലുക്കവുമില്ല കാർത്തവീര്യാർജ്ജുനന്. കാർത്തവീര്യാർജ്ജുനന്റെ ഭാര്യമാർ സ്നാനം തുടർന്നു. കാർത്തവീര്യാർജ്ജുനൻ ഗദയുമായി രാക്ഷസസേനയെ നേരിട്ടു. പ്രഹസ്തൻ, ധൂമാക്ഷൻ തുടങ്ങിയവർ ഗദയടിയേറ്റ് വീണു. മുന്നോട്ടുവന്ന ദശാസ്യനും വേണ്ടതു കിട്ടി. ദൂരെ തെറിച്ചുവീണു. രാവണന്റെ കയ്യും കാലും കെട്ടി. ചന്ദ്രഹാസമെടുത്തു. രാവണനെ കൊട്ടാരത്തിലേക്ക് കൊണ്ടുപോയി. ബന്ധനസ്തനാക്കി. ദേവന്മാർ സന്തോഷിച്ചു. രാക്ഷസന്മാർ വേവലാതിപ്പെട്ടു.

മാരീചനിർദ്ദേശപ്രകാരം രാക്ഷസന്മാർ രാവണന്റെ പിതാമഹനായ പുലസ്ത്യമഹർഷിയെ വിവരം ധരിപ്പിച്ചു. മഹർഷി ആവലാതി കേട്ടു. മഹർഷി പുത്രതനയവാത്സല്യത്താൽ കാർത്തവീര്യാർജ്ജുനന്റെ കൊട്ടാരത്തിലെത്തി. രാജാവ് മഹർഷിയെ യഥോചിതം സ്വീകരിച്ചു.

"ഞാൻ അങ്ങേയ്ക്ക് എന്താണ് ചെയ്യേണ്ടത്" രാജാവ് ആരാഞ്ഞു.

മഹർഷി ഇങ്ങനെ പറഞ്ഞു: "നീ വീരനാണ്. ബലവാനായി ചിരകാലം വാഴ്ക. രാവണനെ ജയിച്ചത് അത്ഭുതമാണ്. അവൻ എന്റെ പൗത്രനാണ്. അവനെ എന്നോടൊപ്പം വിട്ടയയ്ക്കുക."

മഹർഷിവചനം അനുസരിച്ച് രാജാവ് രാവണനെ ബന്ധന വിമുക്തനാക്കി. മഹർഷിയും രാവണനും അവരവരുടെ വഴിക്ക് പോയി.

ഇക്കാലത്തും കൊച്ചുമക്കളുടെ വിനകൾക്ക് സാക്ഷികളായി കൈക്കൂപ്പി നിൽക്കുന്നവരെ നാം കാണുന്നുണ്ടല്ലോ? അഹങ്കാരം വരുത്തിവെയ്ക്കുന്ന വിപത്തുകൾ ഏവർക്കും ഒരു പാഠമാണ്.

ബാലി

രാവണൻ യാത്ര തുടർന്നു. മഹാനദി കടന്നപ്പോൾ കിഷ്ക്കിന്ധ കണ്ടു. ബാലിയെ ജയിക്കണമെന്ന മോഹമായി. ബാലിയെ യുദ്ധത്തിന് വെല്ലുവിളിച്ചു. ബാലിപുത്രനായ അംഗദൻ ഇങ്ങനെ പറഞ്ഞു.

“അച്ഛൻ സന്ധ്യാവന്ദനത്തിന് പോയിരിക്കുകയാണ്. അൽപ്പ സമയം കാത്തിരിക്കണം. എന്നാൽ ഒരു കാര്യം മനസ്സിലാക്കിയാൽ നന്ന്. അച്ഛനുമായി ഏറ്റുമുട്ടി മരിച്ചവരുടെ അസ്ഥികൂടങ്ങളാണ് ആ കാണുന്നത്. നിനക്കും ആ ഗതി വരും. മരണത്തെ ആർക്കും തടുക്കുവാൻ കഴിയില്ലല്ലോ? ദക്ഷിണസമുദ്രതീരത്തു ചെന്നാൽ അച്ഛനുമായി ഏറ്റുമുട്ടി ഉടൻ മരിക്കാം.”

രാവണന് വീറും വാശിയുമായി. ദക്ഷിണവാരിധി തീരത്തേക്കു പോയി. തെക്കോട്ടുതിരിഞ്ഞിരിക്കുന്ന ബാലിയുടെ പിന്നിൽക്കൂടി ചെന്ന് വാൽ പിടിച്ചു. ബാലി ചൊടിച്ചു. വാലുകൊണ്ട് രാവണനെ വരിഞ്ഞുകെട്ടി. രാക്ഷസന്മാർ പേടിച്ചടുത്തില്ല. പശ്ചിമ സമുദ്രത്തിലും പൂർവ്വസമുദ്രത്തിലും തർപ്പണം ചെയ്തു. ഭംഗിയായി സ്നാനം ചെയ്തു. ഒറ്റച്ചാട്ടത്തിൽ രാജധാനിയിലെത്തി. ഭക്ഷണം കഴിച്ചു. സന്തുഷ്ടനായി.

വാലിൽ കുടുങ്ങിക്കിടക്കുന്ന രാവണനോട് ബാലി ചോദിച്ചു. “നീ ആരാണ്? എങ്ങനെ ഇവിടെ വന്നു? നിനക്ക് ബന്ധുക്കളില്ലേ?”

ഈ ചോദ്യങ്ങളിൽ രാവണൻ ചൂളിപ്പോയി. വ്യാകുലനായി ഇങ്ങനെ പറഞ്ഞു. “കർമ്മദോഷമാണ്. ഞാൻ പുലസ്ത്യ പൗത്രനായ ലങ്കാധിപതി രാവണനാണ്. അങ്ങ് എന്റെ ബന്ധുവാണ്. നമുക്ക് സഖ്യം ചെയ്യാം.”

ബാലിക്ക് കാര്യം മനസ്സിലായി. രാവണനെ മോചിപ്പിച്ചു. രാവണൻ യാത്രപറഞ്ഞിറങ്ങി. ശക്തിയും വരബലവും ഉണ്ടെങ്കിലും രാവണൻ അഹന്തകൊണ്ട് പരാജയം ഏറ്റുവാങ്ങിയ കഥകളാണിത്. വമ്പന്മാർക്കും പ്രതാപശാലികൾക്കും ഇത് സൂചനയാണ്.

രാവണന്റെ അഹങ്കാരം വരുത്തിവെച്ച വിനയുടെ മറ്റൊരു കഥ പറയാം. നാരദമഹർഷി ഒരിക്കൽ ലങ്കയിൽ ചെന്നു. രാവണൻ

മഹർഷിയെ സൽക്കരിച്ചിരുത്തി. നാരദൻ സ്വാഭാവികമായ ശൈലിയിൽ പറഞ്ഞു. "ഞാൻ വളരെ നാളായി നിന്നെ കാണാൻ ആഗ്രഹിക്കുന്നു. ആഗ്രഹം സാധിച്ചതിൽ സന്തോഷ മുണ്ട്. ഞാൻ നിനക്ക് ചില നല്ല കാര്യങ്ങൾ പറഞ്ഞുതരാം. ഭൂമി യിലെ മനുഷ്യരെ ജയിച്ചതുകൊണ്ട് എന്താണ് നേട്ടം? അതിൽ ദുഷ്ക്കീർത്തി ഉണ്ടാക്കുകയേ ഉള്ളൂ."

"ശരിയാണ്." രാവണൻ പ്രതിവചിച്ചു. "അങ്ങ് പറഞ്ഞത് സത്യമാണ്. ഞാൻ എന്താണ് ചെയ്യേണ്ടത്? പാതാളത്തിൽചെന്ന് കാലനേയും സ്വർഗ്ഗത്തിൽചെന്ന് ഇന്ദ്രനേയും ജയിക്കണം."

"കാലപുരിയിൽ എങ്ങനെ എത്തും? കാലൻ വകവരുത്തുക യില്ലേ?" നാരദൻ സംശയിച്ചു.

അഹങ്കാരിയായ രാവണൻ പുച്ഛസ്വരത്തിൽ ചിരിച്ചു. ഇനി കാലനെ കൊന്നിട്ടേ കാര്യമുള്ളൂ എന്നായി രാവണൻ. നല്ലൊരു യുദ്ധം കാണാമെന്ന് വിചാരിച്ച് നാരദൻ യാത്രപറഞ്ഞിറങ്ങി. നേരെ കാലന്റെ അടുത്തുചെന്നു. വീണാവാദിയെ കാലൻ എതി രേറ്റു. ലോകത്രയങ്ങളിലെ വാർത്തകൾ ആരാഞ്ഞു. നാരദൻ വ്യക്തമാക്കി.

"കേൾക്കാത്ത വാർത്തകൾ കേൾക്കുന്നു. അത് നിന്നെ ധരി പ്പിക്കാനാണ് വന്നത്. രാവണൻ നിന്നെ ജയിക്കാൻ വരുന്നു എന്ന് കേൾക്കുന്നുണ്ട്."

അപ്പോഴേയ്ക്കും പുഷ്പകവിമാനത്തിന്റെ ശബ്ദം കേട്ടു. എല്ലായിടത്തും പ്രകാശം പരന്നു. ദശാസ്യൻ കാലപുരിയിൽ ഭീകരകാഴ്ചകളാണ് കണ്ടത്. വൈതരണികൾ നിരവധിയാണ്.

"ശൂലംകൊണ്ട് കുത്തുന്നു. നായും നരിയും ചേർന്ന് ശവം വലിച്ചുകൊണ്ടുപോകുന്നു. കൂട്ടക്കരച്ചിൽ മുഴങ്ങുന്നു. നികൃഷ്ട കൃമികളുടെ കടിയാൽ ചിലർ വലയുന്നു. ചുട്ട മണലിൽ ചിലർ മുട്ടുകുത്തി നിൽക്കുന്നു. വൻകടലിൽ കരകാണാതെ ഉഴലുന്നു. തീയിൽ എരിപിരി കൊള്ളുന്നു. ചിലർ ദാഹജലത്തിന് കേഴുന്നു. ചുട്ടുപഴുത്ത ചെമ്പിൽ ചൂടേറ്റ് ചിലർ പിടയുന്നു. കുന്നിൻമുകളിൽ നിന്നും താഴേക്ക് കുറേപേരെ തള്ളിവിടുന്നു. മറ്റുചിലർ അമ്പു കളേറ്റ് വലയുന്നു. ഉരുക്കിയ ഈയം ചിലരുടെ വായിൽ നിറ യ്ക്കുന്നു. ചിലർ ശൂലത്തിൽകിടന്ന് പിടയുന്നു. ശരീരം വെട്ടി പ്പൊളിക്കുന്നു.

ഇങ്ങനെയുള്ള ഭീകരകാഴ്ചകൾ രാവണന്റെ മനസ്സിൽ തട്ടി. കാരുണ്യത്തിന്റെ നീരുറവ വന്നുതുടങ്ങി. കാലഭടന്മാരെ എതിരി ടാൻ നിശ്ചയിച്ചു. ചില അപശബ്ദങ്ങൾ പൊങ്ങി. ധർമ്മരാജ്യ കൽപ്പന ലംഘിക്കുന്നവൻ ആരാണ്? എങ്ങനെ ഇവിടെ വന്നു? അവർ ശ്രദ്ധിച്ചു. പത്ത് തലയും ഇരുപത് കണ്ണും ഇരുപത്

കൈകാലുകളുമുള്ള ഭയാനകൻ! നീലാദ്രി പോലെ ഭയങ്കരൻ! എതിർപ്പ് ഏറി വരുന്നു. കാലഭടന്മാർ വിട്ടുകൊടുത്തില്ല. പുഷ്പക വിമാനഗോപുരങ്ങൾ മുറിച്ചു. അഭിമാനവിജ്രംഭിതനായ രാവണൻ ശക്തിയായി മുന്നേറി. കാലഭടന്മാർക്ക് കടുത്ത പ്രതിയോഗി. ശൂലഗദാദികൾകൊണ്ട് ശക്തിയായ യുദ്ധമായി. രാക്ഷസന്മാർ തളർന്നു. ദശകണ്ഠൻ ക്രുദ്ധനായി വിശിഷ്ട അസ്ത്രങ്ങളയച്ചു. കാലകിങ്കരന്മാർ പ്രത്യസ്ത്രങ്ങളയച്ചു. രാവണൻ നിണമണിഞ്ഞ് പുഷ്പകത്തിൽനിന്ന് താഴെ വീണു. വർദ്ധിതവീര്യനായി ഇവരുടെ കഥ കഴിക്കുമെന്ന് ആക്രോശിച്ചു. പാശുപതാസ്ത്രം തൊടുത്തു വിട്ടു. പ്രതിയോഗികൾ അഗ്നിയിൽ ദഹിച്ചുതുടങ്ങി.

കാലൻ വിവരമറിഞ്ഞു. കാലദണ്ഡുമായി തേരിൽ മുന്നേറി. ധൂമാക്ഷൻ പേടിച്ചോടി. രാവണൻ ധൈര്യം വിടാതെ പോരാടി ക്കൊണ്ടിരുന്നു. കാലനും രാവണനുമായുള്ള അതിഭയങ്കരയുദ്ധം ഏഴുദിവസം നീണ്ടു. എല്ലാവരും പരിഭ്രാന്തരായി. കാലദേവനിൽ നിന്നുള്ള തീക്കാറ്റേറ്റ് രാക്ഷസന്മാർ ദഹിച്ചുതുടങ്ങി. കാല ദണ്ഡിന്റെ വിനാശഭീകരത ബ്രഹ്മാവ് മനസ്സിലാക്കി. കാലദണ്ഡ് ഉപയോഗിക്കരുതെന്ന് കാലനോട് പറഞ്ഞു. രാവണന് ഞാൻ വരം കൊടുത്തിട്ടുണ്ട്. എന്റെ സഖ്യവാക്യത്തെ ലംഘിക്കരുതെന്ന് ബ്രഹ്മാവ് കാലനെ ഓർമ്മപ്പെടുത്തി. മടങ്ങിപ്പോകാൻ പറഞ്ഞു. ബ്രഹ്മാവിന്റെ വാക്കുകേട്ട് കാലൻ യുദ്ധരംഗത്തുനിന്നും പിൻ വാങ്ങി. കാലനെ ജയിച്ചെന്ന് രാവണൻ ഉദ്ഘോഷിച്ചു. കന്യക മാരെ വിമാനത്തിൽ കയറ്റി. അവരുടെ വിലാപം മുഴങ്ങി. അവർ ഉള്ളുരുകി പ്രാർത്ഥിച്ചു. ശപിച്ചു. “നീ ഒരു ദിവ്യനാരിമൂലം മരിക്കും.” വിജയലഹരിയിൽ രാവണൻ ലങ്കയിൽ വന്നിറങ്ങി.

കാലനുമായുള്ള യുദ്ധത്തിൽ ശത്രുമിത്രങ്ങൾ തിരിച്ചറിയാൻ പറ്റാത്തതുകൊണ്ട് രാവണന് ഒരു കൈയ്യബദ്ധം പറ്റി. ശൂർപ്പ ണഖയുടെ ഭർത്താവ് രാവണശരമേറ്റ് മരിച്ചുപോയിരുന്നു. വിവര മറിഞ്ഞ് ശൂർപ്പണഖ കണ്ണീരൊഴുക്കി. ശൂർപ്പണഖയുടെ വിലാപ ത്തിൽ രാവണന്റെ മനസ്സലിഞ്ഞു. ഇഷ്ടമുള്ള പതിയെ നേടാൻ സമ്മതം നൽകി. സഹായത്തിനായി ഖരദൂഷണന്മാരുടെ ഒരു സൈന്യത്തേയും നൽകി.

യാഗങ്ങൾ ചെയ്ത് വീരനായ മൂത്ത പുത്രൻ മേഘനാഥനെ രാവണൻ അനുമോദിച്ചു. കുലഗുരുവായ ശുക്രൻ പറഞ്ഞു. “രാവണി വീരനായി. ദിവ്യവരങ്ങൾ നേടിയിട്ടുണ്ട്. ദേവകളെ പൂജിച്ചിട്ടു കാര്യമില്ല. അവർ നമ്മുടെ ശത്രുക്കളാണ്.” രാവണൻ വിമാനത്തിലിരുന്നു വിലപിക്കുന്ന സ്ത്രീകളെ ഇറക്കിവിട്ടു. ഈ കാഴ്ച വിഭീഷണനെ ദുഃഖിപ്പിച്ചു. പതിവ്രതകളായ സ്ത്രീകളെ പിടിച്ചുകൊണ്ടുവരുന്നത് ദുഷ്കീർത്തിയാണ്, പാപമാണ്, ആപത്താണ്. നമ്മുടെ താതാഗ്രജനായ മാല്യവാന്റെ മകളായ

കുംഭിനസിയെ മധു എന്ന രാക്ഷസൻ ബലമായി കൊണ്ടു പോയി. അപ്പോൾ ഇന്ദ്രജിത്ത് പൂജയിലായിരുന്നു. ഞാനിവിടെ ഉണ്ടായിരുന്നില്ല. കുംഭിനസിയെ വിധവയാക്കാതെ എന്തുചെയ്യണ മെന്ന് ഞാൻ ചിന്തിക്കുകയാണ്. ഈ വാർത്തകേട്ട് രാവണൻ യുദ്ധത്തിന് തയ്യാറായി. "ഞാൻ മധുവിനെ കൊല്ലും. വിണ്ണവരെ ജയിച്ചുവരും." രാവണൻ വീമ്പിളക്കി. കുംഭകർണ്ണൻ ഉണർന്നാൽ പടയുമായി വരാൻ പറയണം. മേഘനാഥൻ പടയുമായി മുമ്പിൽ നിന്ന് പുറപ്പെട്ടു. വിഭീഷണന് രാജ്യം പാലിക്കാൻ കൽപ്പന നൽകി. തേരിലേറി ലക്ഷ്യസ്ഥാനത്തെത്തി. ഭർത്താവിനെ കൊല്ല രുതെന്ന് കുംഭിനസി യാചിച്ചു. യുദ്ധത്തിന് അദ്ദേഹം സഹായി യായി വരും. എന്നാൽ ഉടൻ വരാൻ പറയൂ എന്നായി രാവ ണൻ. കുംഭിനസി മധുവിനെ വിവരം ധരിപ്പിച്ചു. മധു ആചാര പൂർവ്വം രാവണനെ സ്വീകരിച്ചു. സന്തോഷത്തോടെ ബന്ധുസൽ ക്കാരങ്ങൾ നടന്നു. തന്റെ കൂടെ ദേവലോകത്ത് വരാൻ രാവ ണൻ നിർദ്ദേശിച്ചു.

രാവണന്റെ സ്വർഗ്ഗമോഹം

അവർ കൈലാസം കടന്ന് അളകാപുരിയിലെത്തി. മനോഹര മായ സായംസന്ധ്യ. എങ്ങും നിലാവിന്റെ കുളിർമ്മ. അപ്സര സ്ത്രീകൾ ആടിപ്പാടി രസിക്കുന്നു. ഒരു സർവ്വലോക സുന്ദരി വരുന്നു. രാവണൻ അവളെ കേറിപ്പിടിച്ചു. "അല്ലയോ സുന്ദരീ നീ ആരാണ്? നിന്നോടുകൂടി രമിക്കാൻ ഞാൻ ആഗ്രഹിക്കുന്നു. എനിക്ക് തുല്യരായി ആരുമില്ല. നീ എന്റെ കൂടെ വന്ന് താമസി ക്കുക."

ദേവസുന്ദരിയായ രംഭയായിരുന്നു അത്. "ഞാൻ അങ്ങ യുടെ പൂർവ്വികനായ കുബേരന്റെ പുത്രഭാര്യയാണ്. ഞാൻ പുത്രിക്ക് തുല്യയാണ്."

അപ്സരസ്ത്രീകൾക്ക് ഇതൊന്നും പേരുദോഷമല്ലെന്ന് പറഞ്ഞ് രാവണൻ അവളെ വാരിപ്പുണർന്നു. അവൾ തെന്നിമാറി ഓടിമറഞ്ഞു. വിവരം ഭർത്താവായ നളകുബേരനെ ധരിപ്പിച്ചു. ഇവൻ ഏതെങ്കിലും സ്ത്രീകളെ ബലമായി പിടിച്ചാൽ തല പൊട്ടിത്തെറിക്കുമെന്ന് ശപിച്ചു. രാവണന്റെ ആശ പൂർണ്ണമായി സഫലമായില്ല. എന്നുതന്നെയല്ല, ശാപം പിടിച്ചുവാങ്ങുകയും ചെയ്തു. അതുകൊണ്ടാകാം സീതയെ ബലമായി കൊണ്ടു പോകുമ്പോൾ വിക്രിയകൾ ചെയ്യാതിരുന്നത്. അശോകവനത്തിൽ വെച്ചും സീതയെ സ്പർശിക്കാൻ മുതിരുന്നില്ല.

രാവണന്റെ സ്വർഗ്ഗം പിടിക്കാനുള്ള അതിമോഹം തുടർന്നു കൊണ്ടിരുന്നു. ദേവകൾ രാവണന്റെ യുദ്ധഭീഷണി വിഷ്ണുവിനെ അറിയിച്ചു. വിഷ്ണു ആശ്വസിപ്പിച്ചു. "അവന് ബ്രഹ്മപ്രസാദമുണ്ട്.

വരസിദ്ധികളുണ്ട്. നിങ്ങൾ ദുഃഖിതരാകാതെ വസിക്കുക. വേണ്ട സമയത്ത് ഞാൻ വേണ്ടതുചെയ്യാം. നമുക്ക് വിജയമുണ്ടാകുമെന്നത് ഉറപ്പാണ്." ദേവകൾ വിശ്വസിച്ച് മടങ്ങി.

അഹങ്കാരിയായ രാവണൻ ദേവന്മാരുമായി യുദ്ധമായി. ദേവന്മാരുടെ മുന്നേറ്റം കണ്ടപ്പോൾ സുമാലിയുടെ സേന ശക്തിയായി എതിരിട്ടു. രക്ഷയില്ലാതെ വന്നപ്പോൾ ഗരുഡൻ സുമാലിയുടെ വാഹനം തകർത്തു. ഇന്ദ്രപുത്രനായ ജയന്തൻ യുദ്ധത്തിനൊരുങ്ങി. മേഘനാദൻ തേരിൽ കയറി. അമ്പുകൾ വർഷിച്ചു. കടുവയെക്കണ്ട പശുവിനെപ്പോലെ ദേവകൾ ഓടി. ജയന്തനും മേഘനാദനുമായി ഭയങ്കര യുദ്ധമായി. ഇരുകൂട്ടർക്കും വൻനാശമുണ്ടായി. ഇന്ദ്രന്റെ തേരാളിയായ മാതലീപുത്രനായ ഗോമുഖന്റെ നേരെ ഇന്ദ്രജിത്ത് അസ്ത്രങ്ങൾ വർഷിച്ചു. ജയന്തൻ ഇന്ദ്രജിത്തിന്റെ തേരാളിയെ നേരിട്ടു. ജയന്തനും ഇന്ദ്രജിത്തിനും മുറിവുകൾ ഉണ്ടായി. ജയന്തന്റെ മാതാപിതാവായ പുലാമാവ് ജയന്തനെ വാരിധിയിൽ ഒളിപ്പിച്ചു. വാനരന്മാർ മുന്നേറിക്കൊണ്ടിരുന്നു. ഇന്ദ്രൻ തേരാളിയായ മാതലിയുമൊത്ത് യുദ്ധക്കളത്തിലിറങ്ങി. രാവണൻ മുമ്പിൽവന്ന് വീരനായി പൊരുതി. അത്യുഗ്രപോരാട്ടം. മേഘനാദൻ അസ്ത്രങ്ങൾ വർഷിച്ചു. ദേവകൾ വളഞ്ഞ് യുദ്ധം ചെയ്തു. മേഘനാദൻ മറഞ്ഞുനിന്ന് പോരാടി. ബ്രഹ്മബലത്താൽ മേഘനാദൻ പ്രബലനായി. ഇന്ദ്രൻ തളർന്നു. ഇന്ദ്രജിത്ത് ഇന്ദ്രനെ ബന്ധനസ്ഥനാക്കി ലങ്കയിലേക്ക് കൊണ്ടുപോയി. രാവണാദികൾ ഹർഷപുളകിതരായി. ദേവലോകത്ത് നാഥനില്ലാതായി. ബ്രഹ്മാവ് ലങ്കയിലെത്തി. ഇന്ദ്രനെ തോൽപ്പിച്ച മേഘനാദനെ ഇന്ദ്രജിത്തായി പ്രശംസിച്ചു. ഇന്ദ്രനെ വിട്ടയക്കാൻ ബ്രഹ്മാവ് പറഞ്ഞു. മേഘനാദൻ ചില ഉപാധികൾ വെച്ചു. "അമരത്വം വേണം. ഹോമം ചെയ്യുമ്പോൾ രഥം ഉയർന്നുവരണം. ഹോമം പൂർത്തിയാക്കിയാൽ തന്നെ ആരും ജയിക്കരുത്."

ഗത്യന്തരമില്ലാതെ ബ്രഹ്മാവ് ഉപാധികൾ അംഗീകരിച്ചു. അങ്ങനെ ഇന്ദ്രൻ മോചിതനായി. വൈഷ്ണവയാഗം ചെയ്ത് ഇന്ദ്രൻ മാനഹാനി ഇല്ലാതാക്കി. ഇതാണ് രാവണനേക്കാൾ രാവണി പരാക്രമിയാണെന്ന് പറഞ്ഞതെന്ന് അഗസ്ത്യമഹർഷി വ്യക്തമാക്കി. കഥകൾ അവസാനിപ്പിച്ച് അഗസ്ത്യനും മഹർഷിമാരും മടങ്ങി. ജനകനും യുധാജിത്തും യാത്രയായി. അവർക്ക് വിശിഷ്ട വസ്ത്രങ്ങൾ നൽകി. രണ്ടുമാസം സുഖമായി കഴിഞ്ഞു. സുഗ്രീവനേയും വിഭീഷണനേയും സ്വന്തം നാടുകളിലേക്ക് യാത്രയാക്കി. പുഷ്പകത്തെ മടക്കിയയച്ചു. ഹനുമാന് ബ്രഹ്മപദപ്രാപ്തി നേർന്നു.

ശ്രീരാമാദികൾ ആനന്ദചിത്തരായി രണ്ടുമാസം കൂടി കഴിഞ്ഞു. ശ്രീരാമ സീതമാർ ദാമ്പത്യസൗഖ്യം നുകർന്നു. സീത ഗർഭിണി

ആണെന്ന കാര്യം സൂചിപ്പിച്ച് രണ്ടാം അദ്ധ്യായം അവസാനിക്കുന്നു.

ജീവിതദർശനങ്ങൾ

കഥ വിവരിക്കുന്നത് അഗസ്ത്യനും കേൾക്കുന്നത് ശ്രീരാമനുമാണ്. മഹർഷിമാരുടെ ജ്ഞാനാമൃതം ദിവ്യാനുഭൂതിയാണ്. ഉത്തമഭരണാധികാരിയാകാനുള്ള ശ്രീരാമന്റെ തയ്യാറെടുപ്പുകൾ ഈ കഥകളിലും ചരിതങ്ങളിലും പ്രത്യുത്തരങ്ങളിലും തെളിഞ്ഞുകാണുന്നു. സാന്ദർഭികമായി രാവണനനും ഇന്ദ്രജിത്തും വരുന്നു. രാവണന്റെ സിദ്ധികളും പരാജയങ്ങളും ശാപങ്ങളും ഒട്ടേറെയുണ്ട്. ശ്രീരാമചരിതം നമുക്ക് മാർഗ്ഗദർശകങ്ങളാണ്.

കഥകൾ, ഉപകഥകൾ, സൂചിതകഥകൾ, സംഭാഷണങ്ങൾ എന്നിവയിലൂടെ പഠനപ്രക്രിയയായി കഥ രൂപപ്പെടുന്നു. സ്തുതികളും വർണ്ണനകളും ആദ്യകാണ്ഡങ്ങളിലൂടേതുപോലെ അതീവ ഹൃദ്യമല്ല. രാക്ഷസപൂർവ്വികരായ സുകേശനും മാല്യവാനും മാലിയും സുമാലിയും വിശിഷ്ടരാണ്. എങ്കിലും രാക്ഷസീയ ചിന്തകൾ കാണാം. പാർവ്വതീപരമേശ്വരന്മാരുടെ വാത്സല്യധാര പ്രസക്തമാണ്. ബ്രഹ്മപുത്രനും മഹർഷിയുമായിട്ടും പുലസ്തന്റെ പരമ്പര രാക്ഷസന്മാരാകുന്നു. സ്ഥാനമാനങ്ങൾക്കും യോഗ്യതകൾക്കും ഒപ്പം മികച്ചതാകണം പ്രവർത്തനശൈലി. പദവിക്ക് അനുയോജ്യമായതേ ചെയ്യാവൂ. നരകത്തിലെ കാഴ്ചകൾ രാവണന്റെ കണ്ണ് തുറപ്പിക്കേണ്ടതായിരുന്നു. എന്നാൽ പദവിയിലും സിദ്ധികളിലും രാവണൻ അതിരുവിട്ട് അഹങ്കരിക്കുന്നു. ക്രാന്തദർശിയായ കവി ലോകചരിത്രസംഭവങ്ങൾ എത്ര തന്മയത്വത്തോടെയാണ് പകർത്തിയിരിക്കുന്നത്. യുഗപ്രഭാവവാനായ കവിവര്യൻ വിത്തമല്ല, സ്ഥാനമഹിമയല്ല, വിവേകവും വിശുദ്ധിയുമാണ് വിളയേണ്ടതെന്ന് സുവ്യക്തമായി ചിത്രീകരിച്ചിരിക്കുന്നു.

മൂന്നാം അദ്ധ്യായം

പൈങ്കിളിക്ക് വെള്ളിപ്പാത്രത്തിൽ പാൽ, പഞ്ചസാര തുടങ്ങിയ ഭക്ഷണങ്ങൾ നൽകുന്നു. അവ ഭക്ഷിച്ച് ആത്മതൃപ്തിയോടെ അതിശ്രേഷ്ഠമായ രാമായണകഥ പറയാൻ പൈങ്കിളിയോട് കവി ആവശ്യപ്പെടുന്നു. രാമായണ കഥാശ്രവണം മോക്ഷദായകമാണ്. ശ്രീരാമൻ നിശാചരനായകനെ വധിച്ചതോടെ ദേവകൾക്ക് ആശ്വാസമായി. അഗസ്ത്യൻ രാക്ഷസവംശചരിത്രം ശ്രീരാമന് നൽകി. ഉത്തമഭരണാധികാരിക്ക് വേണ്ട സാഹചര്യങ്ങൾ സംജാതമായി. സാകേതത്തിൽ എങ്ങും ഉത്സാഹത്തിമിർപ്പാണ്. ദ

ശരഥപുത്രന്മാർ ഒരുമയോടെ ഭരണം നിർവ്വഹിച്ചുതുടങ്ങി. സീത ഗർഭിണിയായി. തുടർന്നുള്ള സംഭവങ്ങൾ 1898 വരികളിലൂടെ മൂന്നാം അദ്ധ്യായത്തിൽ വ്യക്തമാക്കുന്നു. സീതാപരിത്യാഗം, സീതാവിലാപം, ലക്ഷ്മണൻ ശ്രീരാമനെ ആശ്വസിപ്പിക്കുന്നു, കാഞ്ചനാദിമുനികളുടെ വരവ്, ലവണാസുരവധോദ്യമം, സൗഹാസ ചരിതം, ലവണാസുരവധം, ശംബൂകന്റെ മോക്ഷപ്രാപ്തി, ഗണ്ഡ രാജന്റെ ചരിത്രം, അശ്വമേധ മാഹാത്മ്യം, അശ്വമേധയാഗം, സീത യുടെ തിരോധാനം, ഗന്ധർവ്വനിഗ്രഹം, ലക്ഷ്മണപരിത്യാഗം, മഹാപ്രസ്ഥാനം, ബ്രഹ്മാവിന്റെ സ്തുതി എന്നീ പതിനാറ് പ്രധാന സംഭവങ്ങളിലൂടെ സംഭവബഹുലമായ രാമകഥകളുടെ പരിണാമ ചരിത്രം 1932 വരികളിൽ രൂപപ്പെടുന്നു.

കഥാസാരം

ശ്രീരാമൻ ഗർഭിണിയായ സീതയ്ക്കുള്ള പ്രത്യേക ആഗ്രഹ ങ്ങൾ ചോദിച്ചറിയുന്നു. മഹർഷിമാരുമൊത്ത് കുറച്ചുദിവസം കഴി യാനുള്ള മോഹം സീത അറിയിച്ചു. അടുത്ത ദിവസങ്ങളിൽ ത്തന്നെ ആഗ്രഹം സാധിച്ചുതരാമെന്ന് രാമൻ ഉറപ്പുകൊടുത്തു. അന്ന് ഉത്തമഭരണാധികാരികൾ ജനഹിതമറിയാൻ ചാരന്മാരെ നിയോഗിക്കുക പതിവാണ്. അവർ നേരിട്ട് രാജാവിന് വിവരം നൽകും. ആധുനിക സി.ഐ.ഡി.മാർ ആ രീതിയുടെ പരിഷ്കൃത രൂപമാകാം. ശ്രീരാമൻ ജനഹിതങ്ങളറിയാൻ അയച്ചിരുന്ന വിജ യൻ, മധുദത്തൻ, ഭദ്രൻ എന്നിവർ തിരിച്ചുവന്നു. രാമന്റെ നേട്ട ങ്ങളും മഹിമകളും ജനഹൃദയങ്ങളിൽ രൂപപ്പെടുത്തിയ മതിപ്പ് അവർ വ്യക്തമാക്കി. ഒരുവർഷം രാവണകൊട്ടാരത്തിൽ കഴിഞ്ഞ സീതയെ ശ്രീരാമൻ സ്വീകരിച്ചതിന്റെ ഔചിത്യത്തെപ്പറ്റി പലരും പലതും പറയുന്നതായി ഭദ്രൻ സൂചിപ്പിച്ചു. എല്ലാകാര്യങ്ങളും വിശദമായി കേട്ട രാമൻ അവർക്ക് പാരിതോഷികങ്ങൾ നൽകി അയച്ചു. ഭദ്രന്റെ വാക്കുകളുടെ ഗൂഢാർത്ഥം രാമന്റെ മനസ്സിനെ മഥിച്ചു. വേണ്ടത്ര ഉറക്കം കിട്ടിയില്ല. അവതാരപുരുഷനുപോലും ഉറക്കമില്ലാത്ത രാത്രിയുണ്ടായി.

സീതാപരിത്യാഗം

ശ്രീരാമൻ പിറ്റേദിവസം പ്രഭാതകർമ്മങ്ങൾക്കുശേഷം സഹോ ദരന്മാരെ വിളിച്ചുവരുത്തി. ഇങ്ങനെ തുടർന്നു: “നിങ്ങൾ എന്റെ പ്രിയപ്പെട്ട സഹോദരന്മാരാണ്, പ്രാണനാണ്. നിങ്ങൾക്കുവേണ്ടി യാണ് ഞാൻ അധികാരമേറ്റത്. സൂര്യവംശത്തിന് മഹത്തായ ചരിത്രമുണ്ട്. ധർമ്മപരിപാലന ക്രമങ്ങളുണ്ട്. രാവണരാജധാനി യിൽ ഒരു വർഷം കഴിഞ്ഞ സീതയെ സ്വീകരിച്ചത് ശരിയായി ല്ലെന്ന ഒരഭിപ്രായമുണ്ട്. അതിന് പരിഹാരമായി ഞാനൊരു

ഉപായം കണ്ടിട്ടുണ്ട്. സീത ആശ്രമമന്ദിരങ്ങളിൽ താമസിക്കാൻ താൽപര്യം പ്രകടിപ്പിച്ചിരുന്നു. അതിനാൽ ലക്ഷ്മണൻ സീതയെ വാല്മീകി ആശ്രമത്തിൽ കൊണ്ടുവിടണം. ആരും മറുത്ത് ഒന്നും പറയരുത്." സീതാപഹരണം മുതലുള്ള കാര്യങ്ങൾ ചുരുക്കി പ്പറഞ്ഞു. "ബ്രഹ്മാദി ദേവന്മാർ സീതയ്ക്ക് യാതൊരു ദോഷവു മില്ലെന്ന് പറഞ്ഞതുകൊണ്ടാണ് ഞാൻ സീതയെ സ്വീകരിച്ചത്. എന്നിട്ടും ദുഷ്കീർത്തിയാണ്. അത് പരിഹരിക്കാൻ എനിക്ക് ഉചിതമായത് ചെയ്തേ പറ്റൂ. യാതൊരു മടിയുമില്ലാതെ ലക്ഷ്മ ണൻ സീതയെ കാട്ടിൽക്കൊണ്ടുവിട്ട് വരണം. രാജകൽപ്പന അലംഘനീയമാണ്."

ആ ദിവസം രാജകൊട്ടാരത്തിലെ എല്ലാവർക്കും ഓരോ വിധ ത്തിൽ പ്രധാനപ്പെട്ടതായിരുന്നു. വികാരസാന്ദ്രമായിരുന്നു. മഹർഷിമാരുടെ ആശ്രമത്തിൽ താമസിക്കുന്നത് സീതയ്ക്ക് ഇഷ്ട മാണ്. പക്ഷേ എങ്ങനെ തന്റെ കാന്തനെ പിരിഞ്ഞിരിക്കും? സീതയുടെ മനസ്സ് ഉഴറി. സത്യം ബോധ്യപ്പെട്ടിട്ടും സീതയെ പറ ഞ്ഞയയ്ക്കേണ്ടി വന്ന ഗതികേട് ശ്രീരാമനെ വല്ലാതെ ഉലച്ചു. മാതാവിനെപ്പോലെ ബഹുമാനിക്കുന്ന ജ്യേഷ്ഠത്തിയെ കാട്ടിൽ കൊണ്ടുവിടുകയോ? ലക്ഷ്മണന് ചിന്തിക്കാൻപോലും ആകുന്നില്ല. ഭരതശത്രുഘ്നന്മാരും വ്യാകുലചിത്തരായി. ഈ ദുരന്തവാർത്ത പറയാനും പറയാതിരിക്കാനും വയ്യ. വിധിയുടെ വിളയാട്ടം നോക്കൂ.

പിറ്റേ ദിവസം പ്രഭാതമായപ്പോഴേക്കും എല്ലാ ഒരുക്കങ്ങളും പൂർത്തിയായി. സുമന്ത്രൻ തേര് സജ്ജമാക്കി. മഹർഷിമാർക്ക് നൽകുവാൻ മധുരപലഹാരങ്ങൾ, പഴങ്ങൾ, തേൻ എന്നിവ തേരിൽവെച്ചു. ലക്ഷ്മണൻ വിവരം സീതയെ അറിയിച്ചു. തന്റെ ആഗ്രഹം എത്ര പെട്ടെന്നാണ് സഫലമാകുന്നത്? സീതയുടെ ഉള്ളിൽ ആനന്ദം തളിരിട്ടു. സീതയും ലക്ഷ്മണനും തേരിൽ കയറി. സുമന്ത്രൻ തേര് തെളിച്ചു. ചില ദുശ്ശകുനങ്ങൾ കണ്ട് സീത പരിഭ്രമിച്ചു. "പേടിക്കേണ്ട, നല്ലത് സംഭവിക്കും."

ലക്ഷ്മണൻ ഒരുവിധം ആശ്വസിപ്പിച്ചു. ഒരു ദിവസംകൊണ്ട് ഗൗതമി നദി കടന്ന് ഗംഗാതീരത്തെത്തി. അനുഷ്ഠാനകർമ്മങ്ങൾ നടത്തി. തേര് നീങ്ങുമ്പോൾ ലക്ഷ്മണന് കരച്ചിൽ അടക്കാനാ യില്ല. ജ്യേഷ്ഠനെ പിരിഞ്ഞതാണോ ദുഃഖകാരണം എന്ന് സീത തിരക്കി. "നാളെ നിനക്ക് തിരിച്ചുചെല്ലാമല്ലോ?" സീത ആശ്വസി പ്പിച്ചു. എന്നിട്ടും ലക്ഷ്മണൻ വിതുമ്പിക്കൊണ്ടിരുന്നു.

"ധീരനായ നീ ഇതിനുമുമ്പ് ഇങ്ങനെ ദുഃഖിക്കുന്നത് കണ്ടിട്ടി ല്ലല്ലോ? കാര്യം പറയൂ." സീത നിർബന്ധിച്ചു. ജ്യേഷ്ഠന്റെ കൽ പ്പനയാണ്. എനിക്ക് അനുസരിച്ചേ പറ്റൂ. ലക്ഷ്മണൻ ഒരുവിധം പറഞ്ഞൊപ്പിച്ചു.

"രാവണകൊട്ടാരത്തിൽ കഴിഞ്ഞതിനെപ്പറ്റി ചില അപഖ്യാതികൾ ഉണ്ട്. അത് തീർക്കാൻ മുനിമാരുടെ ആശ്രമത്തിൽ ഭവതിയെ കൊണ്ടുവിടണം എന്നാണ് കൽപ്പന. ഭവതിയുടെ പാതിവ്രത്യം അഗ്നിദേവനും ബ്രഹ്മദേവനും ബോധ്യപ്പെട്ടതാണ്. എന്നിട്ടും ക്ലേശങ്ങൾ സഹിക്കാനാണ് നിയോഗം. എന്നെ ശപിക്കരുത്." ലക്ഷ്മണന്റെ വാക്കുകൾ കേട്ട് സീത ബോധരഹിതയായി. അൽപ്പം കഴിഞ്ഞ് ധൈര്യം വീണ്ടെടുത്തു. വിലപിച്ചു തുടങ്ങി.

"പ്രാണനാഥൻ എന്നെ ഉപേക്ഷിക്കുന്നെന്നോ? മുജ്ജന്മപാപമാണോ? ഞാൻ താപസിമാരോട് എന്തുപറയും? എന്തുവന്നാലും ഞാൻ പ്രാണത്യാഗം ചെയ്യില്ല. സൂര്യവംശസന്തതിയുണ്ടാകണം. അമ്മമാരെ കാര്യങ്ങൾ ഗ്രഹിപ്പിക്കണം. ജ്യേഷ്ഠനെ സേവിച്ച് രാജ്യകാര്യങ്ങൾ നടത്തണം. ഉത്ക്കണ്ഠയും വ്യസനവും ഉപേക്ഷിച്ച് പോയാലും." സീത ലക്ഷ്മണനെ യാത്രയാക്കി. വാക്കു പാലിക്കുമെന്ന് ഏറ്റു. ലക്ഷ്ണൻ മൂന്നുതവണ സീതയെ പ്രദക്ഷിണം വെച്ചു. കുമ്പിട്ടു നമസ്കരിച്ചു. കുനിഞ്ഞിരുന്ന് ദുഃഖം അമർത്തുന്ന സീതയെ നോക്കി സുമന്ത്രനോടൊപ്പം മടങ്ങി.

യാത്രാമധ്യേ ലക്ഷ്മണൻ സുമന്ത്രനോട് പറഞ്ഞു. "ഇത് എന്തത്ഭുതമാണ്? രാജശ്രേഷ്ഠനായ രാമൻ പരിശുദ്ധയായ സീതയെ പരിത്യജിക്കുകയോ? ഒന്നും വിശ്വസിക്കാൻ കഴിയുന്നില്ല." സുമന്ത്രൻ ലക്ഷ്മണനെ ആശ്വസിപ്പിച്ചു.

സീത വാല്മീകി ആശ്രമത്തിൽ

ആശ്രമപരിസരത്ത് ഒരു സുന്ദരിയായ സ്ത്രീ വിലപിക്കുന്ന കാര്യം താപസന്മാർ വാത്മീകിയെ അറിയിച്ചു. ആ ദിവ്യയുടെ കരച്ചിൽകേട്ട് വൃക്ഷങ്ങൾപോലും ദുഃഖിച്ച് ചലനമില്ലാതായി. സൂര്യൻ ചലിക്കുന്നില്ല. കാറ്റിളകുന്നില്ല. ആ സ്ത്രീയെ രക്ഷിക്കണമെന്ന് തോന്നുന്നു. ദീർഘദർശനത്താൽ വാല്മീകി എല്ലാമറിഞ്ഞു. അത് രാമപത്നിയായ സീതയാണ്. അവളെ ഭർത്താവ് ഉപേക്ഷിച്ചു. അവൾ നിഷ്കളങ്കയാണ്. മഹർഷി ശിഷ്യന്മാരോടൊപ്പം ചെന്ന് സീതയെ ആശ്രമത്തിലേക്ക് ക്ഷണിച്ചു. സീതയെ കൂട്ടിക്കൊണ്ടുപോയി. സീതയെ ഇങ്ങനെ ആശ്വസിപ്പിച്ചു. ഇത് നിന്റെ വീടാണ്. സീത മഹർഷിയെ വണങ്ങി. സീതയ്ക്ക് യാതൊരു ക്ലേശവുമില്ലാതെ പരിചരിക്കാൻ ആശ്രമവാസികൾക്ക് നിർദ്ദേശം നൽകി.

പിറ്റേദിവസം അയോദ്ധ്യയിൽ തിരിച്ചെത്തിയ ലക്ഷ്മണൻ വിഷാദഗ്രസ്തനായ രാമനെയാണ് കാണുന്നത്. ലക്ഷ്മണൻ ശാന്തനായി സരസസമ്പൂർണ്ണ വാക്കുകളിലൂടെ ശ്രീരാമനെ ഉപദേശിക്കുന്നു. "ദേവാ, പുത്രകളത്രങ്ങൾ പിരിയേണ്ടവരാണ്.

സത്രത്തിലെ യാത്രക്കാരെപ്പോലെയാണ്. കർമ്മമാണ് ശ്രേഷ്ഠം. അങ്ങേയ്ക്ക് അറിയാത്തതൊന്നുമില്ല. എങ്കിലും പറയുകയാണ്. വിഷയചാപല്യം നല്ലതല്ല. അങ്ങ് ധീരനും വീരനുമാണ്. ജീവിതം സുഖദുഃഖ സമ്മിശ്രമാണ്. അതുകൊണ്ട് ദുഃഖം കൈവെടിയണം."

ലക്ഷ്ണനൻ പറഞ്ഞ കാര്യങ്ങൾ ശ്രീരാമൻ ഉൾക്കൊണ്ടു. രാജാവിന്റെ കാര്യവിചാരചിന്തകൾ നൃഗൻ, നിമി രാജചരിതങ്ങളിലൂടെ വ്യക്തമാക്കി. ശ്രീരാമൻ സ്വകൃത്യങ്ങളിൽ വ്യാപൃതനായിരിക്കെ ഭാർഗ്ഗവകുലജാതനായ കാഞ്ചനാദി മഹർഷിമാർ കൊട്ടാരം സന്ദർശിച്ചു. ലവണകഥയും ലവണന്റെ ഉപദ്രവവും വ്യക്തമാക്കി. ലവണനിഗ്രഹത്തിന് ശത്രുഘ്നനെ ചുമതലപ്പെടുത്തി. അഗസ്ത്യ ചരിതത്തിലൂടെ അഗസ്ത്യ മഹർഷിയെ സന്ദർശിച്ച് വേണ്ടത് ചെയ്യാൻ നിർദ്ദേശിച്ചു. അഗസ്ത്യനെ സന്ദർശിച്ചു. മധുവന ചരിത്രം ഗ്രഹിച്ചു. ലവണനെ വധിച്ച് അയോധ്യയിൽ തിരിച്ചെത്തിയ ശത്രുഘ്നന് ഉജ്ജ്വലസ്വീകരണങ്ങൾ നൽകി. രാജ്യകാര്യങ്ങൾ ഭംഗിയായി നടന്നുവന്നു.

അശ്വമേധയാഗം

മഹർഷിമാരുടെ നിർദ്ദേശപ്രകാരം അശ്വമേധയാഗത്തിന് വട്ടം കൂട്ടി. സീതയ്ക്കുപകരം സ്വർണ്ണപ്രതിമ പ്രതിഷ്ഠിച്ചു. എല്ലാവരും രാമനെ പ്രകീർത്തിച്ചു. ശ്രുതിമധുരമായി രാമായണകഥ പാടി രണ്ട് ബാലന്മാർ വന്നു. വാല്മീകി രചിതമായ രാമായണം പാടി എല്ലാവരേയും ആനന്ദിപ്പിച്ച ലവകുശന്മാരെ രാമൻ തിരിച്ചറിഞ്ഞു. അശ്വമേധയാഗത്തിന്റെ മുന്നോടിയായി അഴിച്ചുവിട്ട യാഗാശ്വത്തെ ലവന്മാർ പിടിച്ചുകെട്ടി. അശ്വത്തെ മോചിപ്പിക്കാൻ വന്നവരെയെല്ലാം പരാജയപ്പെടുത്തി. ഹനുമാനെ ബന്ധനസ്ഥനാക്കി. വിവരമറിഞ്ഞ സീത മക്കളെ പരമാർത്ഥം ധരിപ്പിച്ചു. ലവകുശന്മാർ തെറ്റുമനസ്സിലാക്കി. ശ്രീരാമൻ മക്കളെ തിരിച്ചറിഞ്ഞു. സീതാസ്വീകരണത്തിന് തയ്യാറായി എന്ന പരാമർശം ചില രാമായണങ്ങളിൽ കാണുന്നുണ്ട്. സീത പരിശുദ്ധയാണെന്ന് വ്യക്തമായി. സീതയെ സ്വീകരിക്കാൻ രാമൻ തയ്യാറായി. പക്ഷേ സീതയ്ക്കത് ഉൾക്കൊള്ളാനായില്ല. താൻ ശ്രീരാമനെയല്ലാതെ മറ്റൊരാളെപ്പറ്റി ചിന്തിച്ചിട്ടില്ലെന്ന് വ്യക്തമാക്കി.

മടക്കയാത്ര

ഇനി മറ്റൊരു പരീക്ഷ വേണ്ടെന്നുറച്ചു. സീത മാതാവിനെ ധ്യാനിച്ചു. ഭൂമി പിളർന്ന് ഭൂമിദേവി വന്ന് സീതയെ കൂട്ടിക്കൊണ്ടുപോയി എന്നാണ് കഥ. ശ്രീരാമൻ ആകുലചിത്തനായി. സുഖദുഃഖങ്ങൾ അനിവാര്യമാണെന്ന് പറഞ്ഞ് ബ്രഹ്മാവ് ശ്രീരാമനെ ആശ്വസിപ്പിച്ചു. ലവകുശന്മാരുടെ ഗാനാമൃതം കേട്ട് എല്ലാവരും

പിരിഞ്ഞു. കഥാപാത്ര വിവരണത്തിലും സൂചിതകഥകളിലും ഹൃദ്യമായ ഭാഗങ്ങൾ ഇതൾവിടർത്തി വിരിയുന്നതാണ് ഈ സന്ദർഭങ്ങൾ.

കാലപ്രയാണത്തിൽ മാതാപിതാക്കൾ മൺമറഞ്ഞു. ലവണനെ വധിച്ച ശത്രുഘ്നനെ മധുരയിലെ രാജാവാക്കി. ഭരതൻ തന്റെ മാതുലനായ യുധാജിത്തിന്റെ സഹായത്തോടെ ഗന്ധർവ്വന്മാരെ തോൽപ്പിച്ചു. ഭരതപുത്രനായ തക്ഷകനേയും പുഷ്കലനേയും രാജാക്കന്മാരായി വാഴിച്ചു. ലക്ഷ്മണപുത്രന്മാരായ അംഗദൻ താരാപഥത്തിലും ചന്ദ്രകേതു ചന്ദ്രകാന്തത്തിലും രാജാവായി.

കാലമിങ്ങനെ നീങ്ങവേ ഒരുദിവസം രാജകൊട്ടാരത്തിനു മുമ്പിൽ ഒരു മഹർഷിയെ കണ്ടു. മഹർഷി ശ്രീരാമനെ കാണാൻ ആഗ്രഹം പ്രകടിപ്പിച്ചു. ലക്ഷ്മണൻ വിവരം രാമനെ ധരിപ്പിച്ചു. രാമൻ മഹർഷിയെ കൂട്ടിക്കൊണ്ടുവരാൻ പറഞ്ഞു. രാമസന്നിധിയിലെത്തിയ കാലൻ ഞാൻ ബ്രഹ്മനിർദ്ദേശത്താൽ വന്നതാണെന്നും അങ്ങയെ ചില കാര്യങ്ങൾ ധരിപ്പിക്കാനുണ്ടെന്നും പറഞ്ഞു. പക്ഷേ ഒരു നിർദ്ദേശമുണ്ട്. നമ്മൾ സംസാരിക്കുമ്പോൾ ആരും വരാൻ പാടില്ല. അങ്ങനെ വന്നാൽ അയാളെ വധിക്കണം. ശ്രീരാമൻ ഏറ്റു. കാലൻ പറഞ്ഞുതുടങ്ങി. അങ്ങയുടെ അവതാരലക്ഷ്യം സാധിച്ചുകഴിഞ്ഞു. മടങ്ങിപ്പോകേണ്ട സമയമായി. ഈ വിവരം അങ്ങയെ അറിയിക്കാനാണ് ഞാൻ വന്നത്. ശ്രീരാമൻ പറഞ്ഞു, “എല്ലാം എനിക്കറിയാം.” ഇതിനിടയിൽ ദുർവ്വാസാവ് മഹർഷി കൊട്ടാരം സന്ദർശിക്കാൻ എത്തി. എനിക്ക് രാമനെ കാണണം.” ലക്ഷ്മണൻ ആകെ വിഷണ്ണാവസ്ഥയിലായി. ദുർവ്വാസാവിനെ കടത്തിവിടാൻ പറ്റില്ല. ദുർവ്വാസാവിന്റെ കോപത്തിന്റെ ഫലം ചിന്തിക്കാനുമാവില്ല. അതിനാൽ വിവരം രാമനെ ധരിപ്പിച്ചു. കാലൻ അവിടെനിന്നും തിരിച്ചുപോയി.

ശ്രീരാമന് വാക്കുപാലിക്കാൻ ലക്ഷ്മണനെ ഉപേക്ഷിച്ചേ പറ്റൂ. എങ്ങനെ ഉപേക്ഷിക്കും. പ്രതിസന്ധിയിലായി. രാജർഷിയായ വസിഷ്ഠൻ ധർമ്മം പാലിക്കാൻ കൽപ്പിച്ചു. വധിക്കുന്നതും ഉപേക്ഷിക്കുന്നതും ഒന്നുതന്നെയാണ്. അതുകൊണ്ട് ലക്ഷ്മണനെ ഉപേക്ഷിച്ചു. ലക്ഷ്മണൻ സത്പ്രവർത്തികൊണ്ട് സ്വർഗ്ഗസ്ഥനായി. ദുഃഖിതനായ രാമൻ രാജ്യം ത്യജിക്കാൻ തയ്യാറായി. മഹാപ്രസ്ഥാനത്തിന് ഒരുക്കങ്ങളായി. ലവകുശന്മാരെ രാജാക്കന്മാരായി അഭിഷേകം ചെയ്തു. സുഗ്രീവനേയും വിഭീഷണനേയും വരുത്തി. അവരെ അനുഗ്രഹിച്ചു. രാമചരിതമുള്ളകാലം ഹനുമാനെ സ്മരണീയനാക്കി. എല്ലാവരും പിറ്റേദിവസം സരയൂ തീരത്തുവന്നു. വിഷ്ണുവിന്റെ അവതാരകഥകളും ശ്രീരാമചരിതവും മുഴങ്ങി. രാമന്റെ കൂടെ പോകുവാൻ വന്നവരെല്ലാം ആഗ്രഹിച്ചു. അതിന് ദേവേന്ദ്രൻ അനുമതി നൽകി. എല്ലാവരും സരയൂവിലിറങ്ങി.

ദേവന്മാർ സ്തുതിച്ചു. സരയൂവിൽ മുങ്ങിയവർക്കെല്ലാം ആഗ്രഹ സാഫല്യം ലഭിച്ചു.

സരയൂതീരത്ത് പിറന്ന കാവ്യബീജം പൂത്തുലഞ്ഞ് സരയുവിൽതന്നെ ലയിച്ചു. പ്രകൃതിയും മനുഷ്യനും തമ്മിലുള്ള പരസ്പരബന്ധത്തിന്റെ കാവ്യബലത്തിൽ ഇതിവൃത്തം മഹനീയമായി പര്യവസാനിക്കുകയാണ്. എങ്കിലും യുഗചരിത്രകഥകളായി നിത്യനൂതനമാകും. ശാന്തിഗീതം മുഴക്കിക്കൊണ്ടിരിക്കും.

സുമന്ത്രർ പറഞ്ഞ കഥ

പുത്രകാമേഷ്ഠി യാഗത്തിലൂടെ പുത്രന്മാർ പിറന്നശേഷം ദശരഥൻ വസിഷ്ഠാശ്രമത്തിലെത്തി. വസിഷ്ഠനെ കണ്ടു. അപ്പോൾ ദുർവ്വാസാവ് മഹർഷി അവിടെ ഉണ്ടായിരുന്നു. ബാലന്മാരുടെ ചരിതങ്ങൾ ദിവ്യദൃഷ്ടികൊണ്ട് പറയാൻ ദശരഥൻ ആവശ്യപ്പെട്ടു. മഹർഷി ചിന്തിച്ച് ഇങ്ങനെ പറഞ്ഞു. "രാമൻ പതിന്നാല് ലോകങ്ങളിലും പ്രസിദ്ധനാകും. വളരെക്കാലം ജനനന്മയ്ക്കുവേണ്ടി ഭരിക്കും. സകലർക്കും സർവ്വസൗഖ്യങ്ങളുമുണ്ടാക്കും. പിന്നീട് വൈകുണ്ഠം പ്രാപിക്കും. എന്നാൽ ജീവിതമദ്ധ്യേ ജാനകിയെ ഉപേക്ഷിക്കും. സുഖദുഃഖം നിറഞ്ഞതാണല്ലോ ജീവിതം. രണ്ട് പുത്രന്മാരുണ്ടാകും. അവരെ രാജാക്കന്മാരായി വാഴിക്കും. അയോദ്ധ്യ വനമാകും. അയോദ്ധ്യാവാസികൾക്ക് സായൂജ്യം ലഭിക്കും. ഈ കഥ ആരോടും പറയരുതെന്ന് എന്നോട് പറഞ്ഞിരുന്നു. ഞാൻ ആരോടും പറഞ്ഞിട്ടുമില്ല. കുമാരനെ ആശ്വസിപ്പിക്കാൻ എനിക്കു പറയേണ്ടിവന്നു. ലക്ഷ്മണന് ആശ്വാസമായിക്കാണുമെന്ന് കരുതാം."

വിജയാഹ്ലാദങ്ങളും വേർപാടിന്റെ തീവ്രദുഃഖങ്ങളും വീരപൗരുഷപ്രൗഢിയും ദാനധർമ്മങ്ങളും ധർമ്മച്യുതിയും പിറവിയും മരണവും എന്നുവേണ്ട എല്ലാമുണ്ട്. പ്രപഞ്ചശക്തികളുടെ പശ്ചാത്തലത്തിൽ വ്യക്തിബന്ധങ്ങളും വിരഹവേദനയും കർത്തവ്യനിഷ്ഠയും കുടുംബബന്ധങ്ങളും രാജ്യതാൽപ്പര്യങ്ങളും ഉദാത്തചിന്തകളും മിന്നിമറയുന്നു.

അദ്ധ്യാത്മരാമായണം ഉത്തരകാണ്ഡം അഞ്ചാംസർഗ്ഗത്തിലെ ഈ ഭാഗം 'ശ്രീരാമഗീത' എന്ന പേരിൽ പ്രസിദ്ധമാണ്. ചിദാനപുരി 'ശ്രീരാമഗീതാമാഹാത്മ്യം' എന്ന വ്യാഖ്യാനത്തിൽ ഇതിലെ വേദാന്തചിന്തകൾ വ്യക്തമാക്കിയിട്ടുണ്ട്.

നൃഗകഥ

സൂര്യവംശത്തിൽ ഇക്ഷ്വാകുവിന്റെ സഹോദരനായ നൃഗൻ എന്നൊരു രാജാവുണ്ടായിരുന്നു. പശുദാനം കൊണ്ട് അദ്ദേഹം

പ്രസിദ്ധനായി. അദ്ദേഹം ഒരു ബ്രാഹ്മണന് പശുവിനെ ദാനം ചെയ്തു. ഈ പശു മറ്റൊരു ബ്രാഹ്മണന്റെ പശുക്കൂട്ടത്തിൽപെട്ടു. ബ്രാഹ്മണൻ പശുവിനെ തിരക്കിയെങ്കിലും കണ്ടുകിട്ടിയില്ല. പശു നഷ്ടപ്പെട്ട ബ്രാഹ്മണൻ ഒരു പശുക്കൂട്ടത്തിൽ തന്റെ പശുവിനെ കണ്ടു. വാ... വാ... വാ.. ശബലേ എന്ന് വിളിച്ചപ്പോൾ പശു അയാളുടെ അടുത്തേക്ക് വന്നു. പശുവിന്റെ അവകാശത്തെപ്പറ്റി തർക്കമായി. രാജാവ് തന്ന പശുവാണെന്ന് പറഞ്ഞു. രാജാവ് എന്റെ പശുവിനെ തരില്ലെന്ന് മറ്റേയാൾ തീർത്തുപറഞ്ഞു. രാജാവ് ദാനം ചെയ്തതാണെന്ന് പറഞ്ഞാൽ തരാമെന്നായി. തർക്കം മൂത്തു. രണ്ടുപേരും രാജാവിനെ കണ്ട് സങ്കടം പറയാൻ തീരുമാനിച്ചു. അന്ന് രാജാവിനെ കാണാൻ അവസരം ലഭിച്ചില്ല. തുടർന്ന് പല ദിവസങ്ങളിലും രാജാവിനെ കാണാൻ കഴിഞ്ഞില്ല. കുപിതനായ ബ്രാഹ്മണൻ രാജാവിനെ ശപിച്ചു. "കുടത്തിൽ ഓന്തായി കഴിയാൻ ഇടവരട്ടെ. ദ്വാപരയുഗത്തിലെ കൃഷ്ണനിൽ നിന്നും ശാപമോക്ഷം കിട്ടും."

ബ്രാഹ്മണൻ പശുവിനെ മറ്റൊരു ബ്രാഹ്മണന് നൽകി. രാജാവ് രാജ്യം മകന് നൽകി. വല്ലികൾ നിറഞ്ഞ മൂന്ന് കിണറുകൾ ഉണ്ടാക്കി. രാജാവ് അതിൽ ശാപമോക്ഷം കാത്ത് കിടന്നു. തെറ്റ് ചെയ്യാതെ ശാപം ഏറ്റുവാങ്ങേണ്ടിവന്ന ഗതികേട് ലക്ഷ്മണനെ ബോധ്യപ്പെടുത്തി. കർമ്മഫലം അനുഭവിച്ചേ മതിയാകൂ. മറ്റൊരു കഥയും പറഞ്ഞു.

മിഥിലാധിപന്മാർ

ഇക്ഷ്വാകുവിന്റെ പുത്രനായ നിമി ആയിരം വർഷം നീണ്ടു നിൽക്കുന്ന യാഗം നടത്തുവാൻ തീരുമാനിച്ചു. വസിഷ്ഠനെ ക്ഷണിച്ചു. ദേവലോകത്ത് പോകണമെന്ന് വസിഷ്ഠൻ അറിയിച്ചു. ഗൗതമനെക്കൊണ്ട് യാഗം തുടങ്ങി. കുറേ കഴിഞ്ഞപ്പോൾ വസിഷ്ഠൻ വന്നു. നിദ്രാവശനായ നിമി അറിഞ്ഞില്ല. വസിഷ്ഠൻ നിമിയെ ശപിച്ചു. ദേഹദേഹികൾ വിട്ടുപോകില്ല. രാജാവ് ഉണർന്നു. അതേ ശാപം നിമിയും ചെയ്തു. അന്യോന്യം ശാപമേറ്റു. വസിഷ്ഠൻ സ്വപിതാവായ ബ്രഹ്മാവിനെ സങ്കടം അറിയിച്ചു. ഉർവ്വശിയിൽ മിത്രവരുണബീജത്താൽ ദിവ്യരൂപമുണ്ടാകുമെന്ന് പറഞ്ഞു. മിത്രവരുണബീജങ്ങളിൽ ഏതിനെ എടുക്കണമെന്ന് ധാരണയില്ലാത്തതിനാൽ ബീജങ്ങളെ കുടത്തിലാക്കി. കുംഭത്തിൽനിന്ന് ആദ്യം അഗസ്ത്യനും പിന്നീട് വസിഷ്ഠനും ഉണ്ടായി. മർത്ത്യകളത്രമാകുമെന്ന് മിത്രൻ ഉർവ്വശിയെ ശപിച്ചു. അങ്ങനെ ഉർവ്വശി പുരൂവരസ്സിന്റെ പത്നിയായി. നിമിയുടെ ദേഹമുണ്ടാക്കണമെന്ന് മഹർഷിമാർ പറഞ്ഞു. സർവ്വപ്രാണികളുടേയും നേത്രമായാൽ മതിയെന്ന് നിമി പറഞ്ഞു. നിമിയുടെ ദേഹം

കടഞ്ഞപ്പോൾ മിഥി നൃപനുണ്ടായി. അദ്ദേഹത്തിൽനിന്നാണ് മിഥിലാധിപന്മാർ ഉണ്ടായത്. വിദേഹന്റെ രാജ്യം വൈദേഹരാജ്യമായി.

രാമൻ പറഞ്ഞു. ചന്ദ്രവംശത്തിലെ യയാതിക്ക് ശുകപുത്രിയായ ദേവയാനിയും വിഷപർവ്വാവിൻ പുത്രിയായ ശർമ്മിഷ്ഠയും ഭാര്യമാരായിരുന്നു. യയാതിക്ക് ശർമ്മിഷ്ഠയോടാണ് കൂടുതൽ പ്രതിപത്തിയെന്ന് ദേവയാനിക്ക് തോന്നി. അവൾ പിതാവായ ശുക്രമഹർഷിയോട് സങ്കടം പറഞ്ഞു. വൃദ്ധനായി ജരാനരകൾ ഉണ്ടാകട്ടെയെന്ന് ശുക്രൻ യയാതിയെ ശപിച്ചു. യയാതി പുത്രനായ യദുവിനോട് യൗവ്വനം നൽകി വാർദ്ധക്യമെടുക്കാൻ പറഞ്ഞു. യദു തയ്യാറായില്ല. അടുത്ത രണ്ട് പുത്രന്മാരും യദുവിന്റെ മറുപടി തന്നെ നൽകി. ഇളയ പുത്രനായ പുരുവിനോടും യൗവ്വനം നൽകി വാർദ്ധക്യം സ്വീകരിക്കൻ പറഞ്ഞു. പുരു സന്തോഷത്തോടെ പിതാവിന്റെ ആഗ്രഹം സഫലമാക്കി. കുറേക്കാലം സുഖഭോഗങ്ങൾ അനുഭവിച്ചശേഷം യയാതി പുരുവിന് യൗവ്വനം നൽകി വാർദ്ധക്യം തിരിച്ചെടുത്തു. പുരുവിനെ രാജാവാക്കി. യദു തുടങ്ങിയ നാലുപേർക്ക് രാജ്യാധികാരം നൽകിയില്ല. ഈ കഥയിൽ യയാതി തിരിച്ച് ശപിക്കുന്നില്ല.

ശ്രീരാമൻ രാജ്യകാര്യങ്ങളിൽ വ്യാപൃതനായി. ഒരു ദിവസം ഭാർഗ്ഗവകുലജാതന്മാരായ കാഞ്ചനാദി മഹർഷിമാർ രാമനെ കാണാൻ വന്നു. യഥോചിതമായ സൽക്കാരങ്ങൾക്കുശേഷം ശ്രീരാമൻ ആഗമനോദ്ദേശം തിരക്കി. രാവണനെ വധിച്ച അങ്ങ് ലവണനെ വധിച്ച് രക്ഷിക്കണമെന്ന് അപേക്ഷിച്ചു."

ലവണകഥ

പണ്ട് മധു എന്ന ഗുണവാനായ ഒരു രാക്ഷസൻ ഉണ്ടായിരുന്നു. അയാളുടെ നന്മയും തപശ്ശക്തിയും മനസ്സിലാക്കിയ ശിവൻ അദ്ദേഹത്തിന് ഒരു ദിവ്യശൂലം നൽകി. ശത്രുക്കളെ നശിപ്പിച്ച് തിരിച്ചുവരുമെന്നതാണ് അതിന്റെ പ്രത്യേകത. സന്തതി പരമ്പരകൾക്കും ഈ സിദ്ധി നൽകാൻ അപേക്ഷിച്ചു. "പൂർണ്ണ സിദ്ധി നൽകാൻ സാധ്യമല്ല. എന്നാൽ ഒരുകാര്യം ചെയ്യാം. ഒരു മകന് മാത്രം സിദ്ധി നൽകാം. ആ ആയുധം കയ്യിലുള്ളപ്പോൾ അവനെ ആർക്കും വധിക്കാൻ സാധിക്കുകയില്ല." മധുവിന് ലവണൻ എന്നൊരു പുത്രനുണ്ടായി. അവൻ ബാല്യം മുതലേ ഉപദ്രവകാരിയായിരുന്നു. നല്ലതൊന്നും കേൾക്കില്ല. അവനെക്കൊണ്ട് മധു പൊറുതിമുട്ടി. ഗത്യന്തരമില്ലാതെ അവന് ശൂലം നൽകി തപസ്സിനു പോയി. ശൂലം കയ്യിൽവെച്ച ലവണൻ ജനങ്ങൾക്കും പക്ഷിമൃഗാദികൾക്കും സദാ ഭീഷണി മുഴക്കിക്കൊണ്ടിരുന്നു. ആ

ദുഷ്ടനെ വധിച്ച് ആഗ്രഹം സാധിപ്പിക്കാമെന്ന് ശ്രീരാമൻ മഹർഷിമാർക്ക് വാക്കു കൊടുത്തു. അനുജന്മാരുമായി ചർച്ചചെയ്ത് കൃത്യനിർവ്വഹണത്തിന് ശത്രുഘ്നനെ നിയോഗിച്ചു. ഭരതന്റെ അഭിപ്രായം മറികടന്ന് താൻ ലവണനെ വധിക്കാൻ തീരുമാനമെടുത്തതിൽ ശത്രുഘ്നൻ പിന്നീട് വ്യാകുലപ്പെടുന്നുണ്ട്.

ശത്രുഘ്നൻ ലവണനെ വകവരുത്തുവാൻ പുറപ്പെടുന്നതിനു മുമ്പ് മധുകൈടഭന്മാരെ കൊല്ലാൻ വിഷ്ണു നിർമ്മിച്ച ആയുധം ശത്രുഘ്നനു നൽകി. രാവണനെ വധിക്കാൻപോലും ആ ദിവ്യായുധം എടുത്തിട്ടില്ലെന്ന് ഓർമ്മിപ്പിച്ചു. പിതാവിൽനിന്നും കിട്ടിയ ശൂലം കയ്യിലില്ലാത്തപ്പോഴേ ലവണനെ വധിക്കാൻ പറ്റൂ. അതിനാൽ രാവിലെ ഭക്ഷണം തേടിപ്പോയി വൈകുന്നേരം തിരിച്ചു വരുംമുമ്പേ അവന്റെ കൊട്ടാരത്തിലെത്തണം. ഒരിക്കലും ദിവ്യായുധമെടുക്കാൻ അവന് അവസരം നൽകരുത്. വർഷക്കാലം വരുംമുമ്പേ വധം നടക്കണം. ശത്രുഘ്നൻ രാമനിർദ്ദേശങ്ങൾ ഉൾക്കൊണ്ട് വേണ്ടപ്പെട്ടവരെയെല്ലാം വണങ്ങി. കാഞ്ചനാദികളുമൊത്ത് വാല്മീകി ആശ്രമത്തിലെത്തി. വാല്മീകി സൗദാസ ചരിത്രകഥ പറഞ്ഞുകേൾപ്പിച്ചു.

“സൂര്യവംശത്തിലെ സുധാസപുത്രനായിരുന്നു സൗദാസൻ. നായാട്ടിൽ കമ്പക്കാരനായിരുന്നു. ഒരിക്കൽ ശാർദ്ദൂല(പുലി)ങ്ങളായി വിഹരിച്ചിരുന്ന രണ്ട് രാക്ഷസന്മാരിൽ ഒരാളെ കൊന്നു. ആപത്ത് വരുമെന്ന് മറ്റേ പുലി ശപിച്ചു. സുധാസനുശേഷം സൗദാസൻ രാജാവായി. വസിഷ്ഠനിർദ്ദേശപ്രകാരം അശ്വമേധയാഗം തുടങ്ങി. മുൻവൈരാഗ്യമുള്ള രാക്ഷസൻ വസിഷ്ഠനായി വന്നു. ഭക്ഷണത്തിന് മാംസം വേണമെന്ന് രാക്ഷസനായ വസിഷ്ഠൻ പറഞ്ഞു. ഇത് സത്യമാണെന്ന് ധരിച്ച രാജാവ് വസിഷ്ഠന് ഭക്ഷണത്തോടൊപ്പം മാംസം വിളമ്പി. വസിഷ്ഠൻ ക്രുദ്ധനായി. “ഞാൻ മാംസം ഭക്ഷിക്കുമോ? ധിക്കാരിയായ നീ മാംസം ഭക്ഷിക്കുന്ന രാക്ഷസനാകട്ടെ” എന്ന് ശപിച്ചു. സൗദാസൻ നടന്ന കാര്യങ്ങൾ ധരിപ്പിച്ചു. വസിഷ്ഠൻ കാര്യം മനസ്സിലാക്കി. പക്ഷേ ശാപം തിരിച്ചെടുക്കാൻ പറ്റില്ല. പന്ത്രണ്ട് വർഷം കഴിയുമ്പോൾ വീണ്ടും രാജാവാകും. രാക്ഷസകാലത്തെ കാര്യങ്ങൾ ഓർക്കില്ല എന്ന് ആശ്വസിപ്പിച്ചു. സുധാസന്റെ യാഗഭൂമിയാണ് ഇതെന്ന് വാത്മീകി ധരിപ്പിച്ചു. യുദ്ധകാണ്ഡത്തിലെ രാവണസദസ്സിലെ ശുകന്റെ കാര്യവും ഇതുപോലെയാണ്.

അർദ്ധരാത്രി ഒരു ശിഷ്യൻ സീത രണ്ട് പുത്രന്മാരെ പ്രസവിച്ച കാര്യം അറിയിച്ചു. വാല്മീകി ജാതകർമ്മങ്ങൾ ചെയ്തു. ദർഭയുടെ തലപ്പുകൊണ്ട് പൂജിച്ചവൻ ലവൻ. കടഭാഗംകൊണ്ട് പൂജിച്ചവൻ കുശൻ. (ദർഭയും തലഭാഗം ലവവും കടഭാഗം കുശവുമാണ്) അടുത്തമുറിയിൽ കിടന്ന ശത്രുഘ്നൻ വാർത്തകേട്ട്

പുളകം കൊണ്ടിട്ടുണ്ടാകാം! എന്നാൽ മഹർഷി ശത്രുഘ്നനോട് ഒന്നും പറയുന്നില്ല. ശത്രുഘ്നൻ സന്തോഷിച്ചു. വാത്മീകി രാമായണത്തിൽ ഈ ഭാഗം ഹൃദയസ്പൃക്കായി വർണ്ണിച്ചിട്ടുണ്ട്. വാല്മീകി വിവരം ശത്രുഘ്നനോട് പറഞ്ഞതായി സൂചനയില്ല. എല്ലാവരോടും എല്ലാ കാര്യവും പറയരുതല്ലോ. വേണ്ടത് വേണ്ട സമയത്തേ പറയാവൂ എന്നത് നല്ല സൂചനയാണ്.

ശത്രുഘ്നൻ പിറ്റേദിവസം പ്രഭാതസ്നാനം കഴിച്ച് വാല്മീകിയെ വന്ദിച്ച് കാളിന്ദി തീരത്തുള്ള ആശ്രമത്തിലെത്തി. താപസന്മാർ പറഞ്ഞ പുരാണകഥകൾ കേട്ടു. ശിവൻ നൽകിയ ശൂലം കൊണ്ട് ലവണൻ ആരെയെങ്കിലും വധിച്ച കഥയുണ്ടോ എന്നാരാഞ്ഞു. പണ്ട് മാന്ധാതാവ് എന്ന രാജാവ് പരാക്രമംകൊണ്ട് ഭൂമി മുഴുവൻ പിടിച്ചടക്കി. സ്വർഗ്ഗം പിടിച്ചെടുക്കാൻ തുനിഞ്ഞു. മധുവനത്തിലെ ലവണനെ ജയിച്ചിട്ടുണ്ടോ എന്ന് ഇന്ദ്രൻ ആരാഞ്ഞു. ഇത്കേട്ട് മാന്ധാതാവ് ലവണനെ പോരിന് വിളിച്ചു. ലവണന്റെ ശൂലാഗ്നിയിൽ അദ്ദേഹം ദഹിച്ചുപോയി. ഇതുകേട്ട ശത്രുഘ്നൻ ജ്യേഷ്ഠൻ ഓർമ്മിപ്പിച്ച കാര്യങ്ങൾ സ്മരിച്ചു. ലവണൻ ആഹാരത്തിനുപോയ തക്കം നോക്കി അവന്റെ ഗോപുരവാതിൽക്കൽ എത്തി. കാത്തുനിന്നു. ലവണൻ ആഹാരം തേടി തിരിച്ചുവരുമ്പോൾ യുദ്ധസന്നദ്ധനായി നിൽക്കുന്ന ശത്രുഘ്നനെ കണ്ടു. "മുമ്പ് എന്നെ കൊല്ലാൻ വന്നവരെയെല്ലാം യമപുരിയിലേക്കയച്ചിട്ടുണ്ട്. ഇന്ന് എനിക്ക് കുറച്ച് ആഹാരമേ കിട്ടിയിട്ടുള്ളൂ. നിന്നെ തിന്ന് വിശപ്പകറ്റാമെന്ന് കരുതുന്നു." ശത്രുഘ്നനോട് പറഞ്ഞു.

ശത്രുഘ്നന്റെ തേജസ്സ് വർദ്ധിച്ചു. ലവണൻ പറഞ്ഞു. "നീ യുദ്ധത്തിനാണ് വന്നതെങ്കിൽ അൽപ്പം നിൽക്കൂ. ഞാനെന്റെ ആയുധം എടുത്തുവരട്ടെ. ദുഷ്ടരെ കണ്ടാൽ വിടില്ല. നിന്റെ കഥ ഇപ്പോൾതന്നെ തീർക്കും." ശത്രുഘ്നൻ വീര്യം പ്രകടിപ്പിച്ചു.

ക്രുദ്ധനായ ലവണൻ കല്ല്, മരങ്ങൾ, മല എന്നിവയെടുത്ത് ശത്രുഘ്നന്റെ നേർക്കെറിഞ്ഞു. ശത്രുഘ്നൻ അമ്പുകൊണ്ട് അവ തടുത്തു. തുടരന്ന് ഭക്തിയോടെ ശ്രീരാമൻ കൊടുത്ത അസ്ത്രമെടുത്ത് പ്രയോഗിച്ചു. ലവണന്റെ തല അറ്റുപോയി. ഉടൻ മറിഞ്ഞുവീണു. അസ്ത്രം കടലിൽപോയി ചോര കഴുകി ഉറയിൽ തിരിച്ചുവന്നു. താപസന്മാർ സന്തുഷ്ടരായി. ശത്രുഘ്നൻ മധുവനത്തിൽ വേണ്ട പരിഷ്കാരങ്ങൾ നടത്തി. നല്ല ഭരണം കാഴ്ചവെച്ചു. നാലുവർഷംകൊണ്ട് മധുവനം മനോഹരമായ മധുരയാക്കി. വേണ്ടപ്പെട്ടവരെ കാണുവാൻ അയോധ്യയിലേക്ക് തിരിച്ചു.

ജ്യേഷ്ഠന്റേയും ആചാര്യന്മാരുടേയും അനുഗ്രഹവും സൂചനകളും കൈക്കൊണ്ട് ശത്രുഘ്നൻ വിജയശ്രീലാളിതനായി.

വാല്മീകി ആശ്രമത്തിലെ രാമപുത്രന്മാരെ കണ്ട് ഹർഷപുളകിതരായി. നാലുവർഷത്തെ കഥകളുമായി അയോധ്യയിൽ തിരിച്ചെത്തി. ശ്രീരാമൻ ശത്രുഘ്നനെ പുണർന്ന് ആശംസിച്ചു. ഏതാനും നാളുകൾക്കുശേഷം ശത്രുഘ്നനോട് മധുരയിലെ രാജാവായി വാഴാൻ കൽപ്പിച്ചു. എന്നാൽ അയോദ്ധ്യയിൽ സഹോദരങ്ങളോടൊത്ത് കഴിയാനാണ് ശത്രുഘ്നൻ ആഗ്രഹിച്ചത്. മധുവിന്റെ മരണത്തോടെ മധുരയിൽ ഭരണാധികാരിയില്ലാതായി. ആ കുറവ് പരിഹരിക്കാനുള്ള ബാധ്യത ശത്രുഘ്നനുണ്ടെന്ന് ശ്രീരാമൻ ബോധ്യപ്പെടുത്തി. ഒരാഴ്ച കഴിഞ്ഞ് ശത്രുഘ്നൻ മധുരയിലേക്ക് മടങ്ങി.

പ്രശ്നപരിഹാരം

അയോദ്ധ്യയിൽ സംഭവങ്ങൾ, കഥകൾ എന്നിവ മാലപോലെ വന്നുകൊണ്ടിരുന്നു. ഒരു കഥയിൽനിന്നും തുടർകഥകളിലേക്കും തുടർന്ന് സംഭവങ്ങളിലേക്കും നീങ്ങുന്ന ചരിതങ്ങൾക്ക് അയോദ്ധ്യ സാക്ഷ്യം വഹിക്കുന്നു. അയോദ്ധ്യയിലെ ഒരു ബ്രാഹ്മണന് ഒരു പുത്രനുണ്ടായി. ഒരു വയസ്സായപ്പോഴേക്കും ആ കുട്ടി മരിച്ചു. ദുഃഖിതനായ ബ്രാഹ്മണൻ പുത്രന്റെ ശവശരീരവുമായി ശ്രീരാമ കൊട്ടാരത്തിലെത്തി. ശംബൂകന്റെ തപസ്സുകൊണ്ടാണ് ബ്രാഹ്മണ പുത്രൻ മരിച്ചതെന്നും അവനെ വധിച്ചാൽ കുട്ടി ജീവിക്കുമെന്നും മഹർഷിമാർ അറിയിച്ചു. കുട്ടിയുടെ മൃതദേഹം എണ്ണത്തോണിയിൽ കിടത്തി. രാമൻ ധ്യാനിച്ച് പുഷ്പകവിമാനം വരുത്തി. ആയുധങ്ങളുമായി പുറപ്പെട്ടു. മൂന്നുദിക്കിലും അധർമ്മം കണ്ടില്ല. എന്നാൽ തെക്കുദിക്കിൽ ഒരാൾ തലകീഴായി നിന്ന് തപസ്സു ചെയ്യുന്നു. കാര്യകാരണങ്ങൾ തിരക്കി. "ഞാൻ ശംബൂകൻ എന്ന ശൂദ്രനാണ്. എനിക്ക് മോക്ഷം തന്നാലും." അവൻ പറഞ്ഞു. രാമൻ അവന്റെ തല വെട്ടി. ശംബൂകൻ മരിച്ചെങ്കിലും മോക്ഷം കിട്ടി. ബ്രാഹ്മണകുമാരൻ ജീവിച്ചു. തൈലത്തിന്റെ ഔഷധശക്തിയിലാണ് ബ്രാഹ്മണകുമാരൻ ജീവിച്ചതെന്ന് പുരോഗമനവാദികൾ പറഞ്ഞേക്കാം. ദേവന്മാർ പുഷ്പവൃഷ്ടി നടത്തി.

അന്നദാനം മഹാദാനം

അഗസ്ത്യമഹർഷി പന്ത്രണ്ടുകൊല്ലത്തിലൊരിക്കൽ അതിവിശിഷ്ട യാഗം നടത്താറുണ്ട്. അതിന്റെ മഹിമ ദേവേന്ദ്രൻ വ്യക്തമാക്കി. ദേവേന്ദ്രനോടൊപ്പം ശ്രീരാമനും കൂട്ടരും പുഷ്പക വിമാനത്തിൽ യാഗദർശനം നടത്തി. സന്തുഷ്ടനായ മഹർഷി രാമന് ദിവ്യാഭരണങ്ങൾ നൽകി. ഒപ്പം അഗസ്ത്യൻ അതിന്റെ കഥയും പറഞ്ഞു. ത്രേതായുഗത്തിൽ മഹർഷി ദണ്ഡകവനത്തിൽ ഒരു ദിവ്യതടാകം കണ്ടു. അതിൽ ഒരു ശബ്ദം കേട്ടു. കുറേ

കഴിഞ്ഞപ്പോൾ സിദ്ധഗന്ധർവ്വന്മാരും സ്ത്രീകളും വരുന്നു. അവർ ആലവട്ടവും വെഞ്ചാമരവും വീശുന്നു. അതാ ഒരു സുന്ദരൻ വരുന്നു. പൊയ്കയിൽ കണ്ട ശവം തിന്നുന്നു. മഹർഷിക്ക് അത്ഭുതമായി. ദേവതുല്യനായ അങ്ങ് എന്തിനാണ് ശവം തിന്നുന്നതെന്ന് തിരക്കി. അപ്പോൾ അയാൾ അതിന്റെ കഥ പറഞ്ഞു. സുദേവനെന്ന രാജാവിന് ശ്വേതൻ, സുരതൻ എന്ന രണ്ടുപുത്രന്മാരുണ്ടായിരുന്നു. അച്ഛന്റെ മരണശേഷം ശ്വേതൻ രാജാവായി. കുറേ കഴിഞ്ഞപ്പോൾ രാജപദവികൊണ്ട് കാര്യമില്ലെന്ന് തോന്നി. ശ്വേതൻ അനുജന് രാജ്യം നൽകി സ്വർഗ്ഗസ്ഥനായി, സുഖജീവിതം നയിച്ചു. കുറേ നാൾ കഴിഞ്ഞപ്പോൾ അയാൾക്ക് വിശപ്പും ദാഹവും ശമിക്കാൻ സ്വർഗ്ഗത്തിലെ ഭക്ഷണം പോരാതായി. വേറെ ഭക്ഷണം കിട്ടാൻ വഴിയില്ലേ എന്ന് ഇന്ദ്രനോട് ചോദിച്ചു. ഇന്ദ്രൻ ഇങ്ങനെ പറഞ്ഞു. "നീ ഭൂമിയിൽ ആർക്കും ഭക്ഷണം നൽകിയിട്ടില്ല. സ്വയം തൃപ്തി നേടിയിട്ടേ ഉള്ളൂ. അതാണ് വിശപ്പും ദാഹവും ശമിക്കാത്തത്. നിന്റെ ശവം പൊയ്കയിൽ കിടപ്പുണ്ട്. അതു ഭക്ഷിക്കൂ. എത്ര ഭക്ഷിച്ചാലും തീരില്ല. ഭക്ഷിക്കുന്തോറും സ്വാദ് കൂടുകയും ചെയ്യും. അഗസ്ത്യമുനി ഈ പ്രവർത്തി കണ്ട് തടയുന്നതുവരെ തുടരണം." തന്നോട് സംസാരിക്കുന്നത് അഗസ്ത്യമുനിയാണെന്ന് ശ്വേതൻ മനസ്സിലാക്കി. ശ്വേതൻ പറഞ്ഞു. എന്റെ ആഗ്രഹം സാധിച്ചു. സന്തുഷ്ടനായി. ശാപമുക്തിക്ക് ദക്ഷിണയായി അയാൾ എനിക്ക് ദിവ്യാഭരണങ്ങൾ തന്നു. (അതാണ് അഗസ്ത്യൻ ശ്രീരാമന് നൽകിയ ദിവ്യാഭരണങ്ങൾ എന്ന സൂചന വാല്മീകി രാമായണത്തിലുണ്ട്). വിശുദ്ധനായ അയാൾ വിമാനത്തിൽ കയറി സ്വർഗ്ഗത്തിലേക്ക് പോയി. ധർമ്മാധർമ്മങ്ങളുടെ തിരിച്ചറിവിന്റെ പ്രാധാന്യവും നിർവ്വഹണവും ഈ കഥ സൂചിപ്പിക്കുന്നു. അതുകൊണ്ടാകാം 'അന്നദാനം മഹാദാനം' എന്നുപറയുന്നത്. 'വിശപ്പിന്റെ വില അറിഞ്ഞവർക്കേ വിവേകമുണ്ടാകൂ' എന്നും പറയാറുണ്ട്.

ദണ്ഡകവനം

നൂറുയോജന വിസ്താരമുള്ള ദണ്ഡകവനത്തെപ്പറ്റി ശ്രീരാമൻ ചോദിച്ചു. മഹർഷി ഇങ്ങനെ പറഞ്ഞു. "സൂര്യവംശത്തിലെ ഇക്ഷ്വാകുവിന്റെ നൂറുപുത്രന്മാരിൽ ഇളയവനായിരുന്നു ദണ്ഡൻ. അവന് പിൽക്കാലത്ത് ദുഃഖമുണ്ടാകുമെന്ന് പണ്ഡിതനായ ഇക്ഷ്വാകു മനസ്സിലാക്കി. വിന്ധ്യാസാനുവിൽ നൂറ് യോജന വിസ്താരത്തിൽ ഒരു നഗരമുണ്ടാക്കി. ശുക്രനെ ഗുരുവാക്കി മകനെ അവിടെ പാർപ്പിച്ചു. അങ്ങനെയിരിക്കെ ദണ്ഡൻ ഒരു ചൈത്രമാസത്തിൽ ഗുരുവിനെ വന്ദിക്കാൻ പോകുമ്പോൾ ആശ്രമതീരത്ത് ഒരു സുന്ദരിയെ കണ്ടു. കാമാന്ധനായ അയാൾ കന്യകയെ ആഗ്രഹമറിയിച്ചു. അധർമ്മചിന്തകൾ പാടില്ല. അച്ഛനോടു

പറഞ്ഞാൽ എന്നെ അങ്ങേയ്ക്കു തരുമെന്ന് ആ കന്യക അറിയിച്ചു. വികാരാധീനനായ അയാൾ കന്യകയെ ബലമായി പിടിച്ച് ആഗ്രഹം സാധിച്ചു. പുത്രിയുടെ ഭാവവ്യത്യാസങ്ങളിൽനിന്നും മഹർഷി കാര്യം മനസ്സിലാക്കി. 'ദണ്ഡനും പടയും ഭണ്ഡാരവും നാടും നശിക്കട്ടെ എങ്ങും പൊടി പരക്കട്ടെ' മഹർഷി ശപിച്ചു. 'മകളും വിഷമിക്കട്ടെ' എന്നും മഹർഷി കരുതി. അങ്ങനെയാണ് ദണ്ഡകാരണ്യം ഉണ്ടായത്. പിറ്റേദിവസം പ്രഭാതകൃത്യങ്ങൾ കഴിഞ്ഞ് അഗസ്ത്യമഹർഷിയെ വണങ്ങി ശ്രീരാമൻ അയോദ്ധ്യയിൽ തിരിച്ചെത്തി. രാജ്യകാര്യങ്ങളിൽ ജാഗരൂകനായി.

കാലം കടന്നുപൊയ്ക്കൊണ്ടിരുന്നു. ശ്രീരാമന്റെ ഭരണമേന്മ പ്രസിദ്ധമായി. രാജ്യസഭയിൽ ഒരു യാഗം നടത്തണമെന്ന നിർദ്ദേശം വന്നു. ചർച്ചയിൽ അശ്വമേധമാണ് ഏറ്റവും ഉചിതമെന്ന് അംഗീകരിക്കപ്പെട്ടു. അതിനുള്ള ഏർപ്പാടുകൾ ചെയ്തു. വേണ്ടപ്പെട്ടവരെല്ലാം വന്നെത്തി. താപസശ്രേഷ്ഠന്മാരും വിഭീഷണൻ, സുഗ്രീവൻ എന്നിവരും എത്തിച്ചേർന്നു. നൈമിഷക്ഷേത്രത്തിൽ യാഗശാല ഉയർന്നു. വാസസ്ഥലങ്ങളും വാദ്യഘോഷങ്ങളും ചതുരംഗസേനയും തയ്യാറായി. അശ്വമേധധർമ്മം അനുസരിച്ച് രാജാവിന്റെ സമീപം രാജ്ഞി ഇരിക്കണം. വസിഷ്ഠനിർദ്ദേശപ്രകാരം സീതയുടെ സ്വർണ്ണപ്രതിമ പ്രതിഷ്ഠിച്ചു. യാഗകർമ്മങ്ങൾ മുറപോലെ നടന്നുകൊണ്ടിരുന്നു. സൂര്യചന്ദ്രന്മാരും പ്രമുഖമഹർഷിമാരുമുണ്ട്. എല്ലാവർക്കും സർവ്വവിധ സമ്പത്തുകൾ നൽകി. എല്ലാവരും ശ്രീരാമനെ സ്തുതിച്ചുതുടങ്ങി. വാല്മീകി എഴുതിയ രാമായണകഥ പാടിക്കൊണ്ട് ശിഷ്യന്മാർ എത്തി. അവരെ ക്ഷണിച്ചിരുത്തി. ഹൃദ്യമായ രാമകഥാവരികളും കുട്ടികളുടെ ആലാപനവും എല്ലാവരേയും ആകർഷിച്ചു. കുട്ടികൾക്ക് സ്വർണ്ണനാണയങ്ങൾ പാരിതോഷികമായി നൽകി. അവർ അത് നിരസിച്ചു. പഴം മാത്രമേ വേണ്ടൂ എന്നറിയിച്ചു. ഗായകന്മാരിൽ പ്രധാനികൾ സീതാപുത്രന്മാരായ കുശലവന്മാരായിരുന്നു. ശ്രീരാമൻ അവരെ തിരിച്ചറിഞ്ഞു. വാല്മീകിയെ അരികിലേക്ക് വിളിച്ചു വരുത്തി. സീത വിശുദ്ധയാണെങ്കിൽ സ്വീകരിക്കാമെന്നു പറഞ്ഞു. മഹർഷി സീതയെ വിവരം അറിയിച്ചു.

കുശലവന്മാർ

അശ്വമേധയാഗത്തിന് മുന്നോടിയായി അഴിച്ചുവിട്ട കുതിരയെ എല്ലാ രാജാക്കന്മാരും സ്വീകരിച്ച് ശ്രീരാമന്റെ ആധിപത്യം അംഗീകരിച്ചു. ആശ്രമത്തിനരികിൽക്കൂടി കടന്നുപോയ കുതിരയെ കുശലവന്മാർ തടഞ്ഞുനിർത്തി. എതിരിട്ട സേനാനികളെ തോൽപ്പിച്ചു. ശത്രുഘ്നനും മറ്റ് പ്രമുഖരും എത്തി. കുതിരയെ വീണ്ടെടുക്കാൻ വന്ന ഹനുമാനെ കുശലവന്മാർ ബന്ധിച്ചു. ഇതറിഞ്ഞ സീത

ദുഃഖിച്ചു. പുത്രന്മാരെ കാര്യങ്ങൾ പറഞ്ഞു മനസ്സിലാക്കി. അവർ തെറ്റുമനസ്സിലാക്കി കുറ്റം സമ്മതിച്ചു. ഈ വീരപുത്രന്മാർ തന്റേതാണെന്ന് ശ്രീരാമൻ തിരിച്ചറിഞ്ഞു എന്ന ഒരു കഥയും പ്രചാരത്തിലുണ്ട്.

വാല്മീകിയുടെ നിർദ്ദേശമനുസരിച്ച് സീത വന്നു. സീത പറഞ്ഞു. "എന്റെ പരിശുദ്ധി ദേവസമക്ഷം തെളിയിച്ചിട്ടുള്ളതാണ്. ശ്രീരാമനല്ലാതെ എന്റെ മനസ്സിൽ ആരുമില്ല." മനമുരുകി സീത 'അമ്മേ' എന്ന് വിളിച്ചു. ഭൂമി പിളർന്ന് ഭൂമീദേവി വന്നു. സീതയെ കൂട്ടിക്കൊണ്ടുപോയി. രാമൻ ആകെ തളർന്നു. എല്ലാവരും അന്ധാളിച്ചു. കാലം എല്ലാം മറപ്പിക്കും എന്നല്ലേ പറയാറ്. രാമൻ ആദ്യത്തെപോലെ ജാഗ്രതയോടെ രാജധർമ്മം നിർവ്വഹിച്ചുകൊണ്ടിരുന്നു.

കാലചക്രം തിരിഞ്ഞുകൊണ്ടിരുന്നു. അമ്മമാർ കടന്നുപോയി. ശ്രീരാമന് വ്യഥയുണ്ടായി. എങ്കിലും കർത്തവ്യം കരുത്തേകി. എങ്ങും സൗഭാഗ്യത്തിളക്കങ്ങൾ ദൃശ്യമായി. ഇതിനിടയിൽ കിഴക്കേ തീരത്ത് ഗന്ധർവ്വന്മാരുടെ അനീതികൾ ശ്രദ്ധയിൽപ്പെട്ടു. അതമർച്ച ചെയ്യുവാൻ അമ്മാവനായ യുധാജിത്തിന്റെ സഹായത്തോടെ ഭരതനെ നിയോഗിച്ചു. ഭരതൻ വൻപടയുമായി ഗന്ധർവ്വന്മാരെ എതിരിട്ടു. ഏഴുദിവസം ഘോരയുദ്ധം നടന്നു. കാലാസ്ത്രം പ്രയോഗിച്ച് ഗന്ധർവ്വന്മാരെ കാലപുരിയിലേക്ക് അയച്ചു. അഞ്ചു വർഷംകൊണ്ട് രാജ്യം സമ്പന്നമാക്കി. രാമനിർദ്ദേശപ്രകാരം ഭരതപുത്രന്മാരായ തക്ഷകനെ തക്ഷശിലയിലും പുഷ്ക്കരനെ പുഷ്പകലാവതിയിലും രാജാക്കന്മാരാക്കി.

സഹോദരസൗഹാർദ്ദത്താലും ഭരണശുഷ്ക്കാന്തിയാലും എല്ലായിടത്തും ഐശ്വര്യദേവത നൃത്തമാടി. ശ്രീരാമനും സഹോദരന്മാരും അവരുടെ പുത്രന്മാരും അനുയോജ്യമായ സ്ഥലങ്ങളിൽ ഇരുന്ന് പ്രശംസനീയമായ രീതിയിൽ ഭരണം നടത്തിവന്നിരുന്നു.

കാലപ്പകർച്ചയിൽ ഒരു ദിവസം കൊട്ടാരഗോപുരത്തിൽ ഒരു മുനി നിൽക്കുന്നതായി അറിഞ്ഞു. ലക്ഷ്മണൻ മുനിയെ കണ്ടു. "താനൊരു മഹാമുനിയുടെ ശിഷ്യനാണ്. എനിക്ക് ശ്രീരാമനെ കാണണം." മുനി അറിയിച്ചു. ലക്ഷ്മണൻ വിവരം ശ്രീരാമനെ അറിയിച്ചു. രാമനിർദ്ദേശപ്രകാരം അദ്ദേഹത്തെ രാജസന്നിധിയിലേക്ക് കൂട്ടിക്കൊണ്ടുവന്നു. മഹർഷി പറഞ്ഞു. "നമുക്ക് ഒറ്റയ്ക്കിരുന്ന് സംസാരിക്കണം. സംസാരത്തിനിടയിൽ ആരെങ്കിലും വന്നാൽ അയാളെ വധിക്കണം." ശ്രീരാമൻ സമ്മതിച്ചു. അവർ മന്ത്രശാലയിൽ ഇരുന്ന് സംസാരം തുടങ്ങി. ലക്ഷ്മണനെ കാവൽ നിർത്തി. മഹർഷി പറഞ്ഞുതുടങ്ങി. "ഞാൻ ധർമ്മരാജനായ യമനാണ്. ബ്രഹ്മനിർദ്ദേശത്താൽ വന്നതാണ്." വിഷ്ണുവിന്റേയും ശ്രീരാമന്റേയും അവതാരമഹിമകൾ വ്യക്തമാക്കി. "അവതാര

ലക്ഷ്യങ്ങൾ കഴിഞ്ഞു. ഇനി മടങ്ങണം." ഈ കാര്യം തനിക്ക് നിശ്ചയമുണ്ടെന്നും ഉടൻവരുമെന്നും ശ്രീരാമൻ അറിയിച്ചു. ഈ സമയത്ത് ദുർവ്വാസാവ് മഹർഷി കൊട്ടാരത്തിലെത്തി. "ഞാൻ വിരുന്നിന് വന്നതാണ്. ഉടനെ രാമനെ കാണണം." അൽപ്പസമയം ക്ഷമിക്കാൻ ലക്ഷ്മണൻ അറിയിച്ചു. "പറ്റില്ല, എനിക്കുടനെ കാണണം. അല്ലെങ്കിൽ സൂര്യവംശത്തിന് നാശമുണ്ടാകും." അദ്ദേഹം ആക്രോശിച്ചു. ലക്ഷ്മണൻ പരിഭ്രമിച്ചു. ദുർവ്വാസാവിനെ പിണക്കാൻ പാടില്ല. അദ്ദേഹം മുൻശുണ്ഠിക്കാരനാണ്. ലക്ഷ്മ ണൻ വിവരം രാമനെ അറിയിക്കാൻ ചെന്നു. ഉടൻ യമൻ മടങ്ങി പ്പോയി.

ലക്ഷ്മണപരിത്യാഗം

സപ്തർഷികളിൽ ഒരാളായ അത്രിയുടേയും ദക്ഷപ്രജാപതി യുടെ മകളായ അനസൂയയുടേയും മകനാണ് ദുർവ്വാസാവ്. അത്രി-അനസൂയ ദമ്പതികൾ ത്രിമൂർത്തികളുടെ ചൈതന്യമുള്ള സന്താനമുണ്ടാകാൻ ആഗ്രഹിച്ചു. തപസ്സുചെയ്തു. എന്നാൽ അത് സാദ്ധ്യമല്ലെന്ന് ബോദ്ധ്യപ്പെട്ടു. ബ്രഹ്മപ്രസാദത്തിൽ ചന്ദ്രനും വിഷ്ണുപ്രസാദത്തിൽ ദത്താത്രേയനും ശിവപ്രസാദത്തിൽ ദുർ വ്വാസാവും പിറന്നു എന്നാണ് കഥ. ദുർവ്വാസാവിന് ത്രിമൂർത്തി കളുടെ സിദ്ധികൾ ഉള്ളതായി വിശ്വസിക്കുന്നു. ദുർവ്വാസാവിന്റെ സിദ്ധിചരിത്രങ്ങൾ പ്രസിദ്ധമാണ്.

ശ്രീരാമൻ ദുർവ്വാസാവിനെ വേണ്ടവിധം സ്വീകരിച്ചു. മഹർഷി സംപ്രീതനായി മടങ്ങിപ്പോയി. കാലനോട് ചെയ്ത പ്രതിജ്ഞ യോർത്ത് ശ്രീരാമൻ വേവലാതിപ്പെട്ടു. സത്യം പാലിച്ചേ പറ്റൂ എന്ന് നിശ്ചയിച്ചുറച്ചു. വസിഷ്ഠനും അത് ഉചിതമാണെന്ന് അഭി പ്രായപ്പെട്ടു. രാജാക്കന്മാർക്ക് ഭാര്യ, മക്കൾ, സഹോദരങ്ങൾ എന്നിവയേക്കാൾ വിലപ്പെട്ടതാണ് സത്യനിഷ്ഠ. എന്തുചെയ്യണ മെന്നറിയാതെ എല്ലാവരും ഉഴറി. വധവും ത്യാഗവും ഒരുപോലെ യാണെന്ന് രാമനുറച്ചു. ഗത്യന്തരമില്ലാതെ ലക്ഷ്മണനെ ഉപേക്ഷി ക്കാൻ തയ്യാറായി. സത്യസംരക്ഷണത്തിനായി ലക്ഷ്മണൻ സ്വപ്രാണത്യാഗത്തിന് ഒരുക്കമാണ്. കൊട്ടാരംവിട്ടിറങ്ങി. ജ്യേഷ്ഠനെ വന്ദിച്ച് ബ്രഹ്മധ്യാനത്തോടെ സരയൂവിലേക്ക് നീങ്ങി. ദേവകൾ പുഷ്പവൃഷ്ടി ചെയ്തു. ഇന്ദ്രൻ ദേവലോകത്തേക്ക് കൂട്ടിക്കൊണ്ടുപോയി.

പ്രശ്നപരിഹാരം

ലക്ഷ്മണന്റെ വേർപേടാൽ ശ്രീരാമന്റെ സകല നിയന്ത്രണ ങ്ങളും വിട്ടു. മന്ത്രിമാരേയും ആചാര്യന്മാരേയും അനുജന്മാരേയും മക്കളേയും വരുത്തി. ലക്ഷ്മണനെ പിന്തുടരാനുള്ള യാത്ര

അറിയിച്ചു. കുശനെ കോസലത്തിലും ലവനെ ഉത്തരത്തിലേയും രാജാക്കന്മാരാക്കി. കുശാവതി, ശ്രാവസ്തി എന്നീ നഗരങ്ങൾ രൂപീകരിച്ച് ഭരണം ചിട്ടപ്പെടുത്തി. വിഭീഷണനും സുഗ്രീവനും ഹനുമാനും മറ്റും വന്നുചേർന്നു. താപസന്മാരും പൗരന്മാരും സന്നിഹിതരായി വന്ദിച്ചു. പിരിഞ്ഞ് ജീവിക്കാൻ ഇടയാക്കരുതെന്ന് ഭരതൻ അപേക്ഷിച്ചു. ഇവരുടെയെല്ലാം ദുഃഖം തീർക്കാൻ വസിഷ്ഠമഹർഷി അരുളിച്ചെയ്തു. എന്താണ് വേണ്ടതെന്ന് രാമൻ ചോദിച്ചു. കൂടെപ്പോരാൻ അനുവദിക്കണമെന്ന് എല്ലാവരും പറഞ്ഞൊപ്പിച്ചു. രാമൻ സമ്മതിച്ചു. സൂര്യനും ചന്ദ്രനും ഭൂമിയും രാമകഥയും ഉള്ളകാലം വിഭീഷണനും ഹനുമാനും നിലനിൽക്കുമെന്ന് മുമ്പ് ഉറപ്പുകൊടുത്തിരുന്നു. അവരൊഴിച്ച് എല്ലാവരേയും കൊണ്ടുപോകാമെന്ന് ശ്രീരാമൻ സമ്മതിച്ചു. എല്ലാവരും സരയൂതീരത്തെത്തി. ബ്രഹ്മാവും ദേവേന്ദ്രനുമടക്കം സർവ്വദേവതകളും സന്നിഹിതരായി.

"ഭക്തന്മാർക്കെല്ലാം മുക്തികൊടുക്കും നാഥാ ജയ
........പരബ്രഹ്മമേ! പരംപുരുഷ! നമോസ്തുതേ"

എന്നുള്ള അതിദീർഘമായ സ്തുതിയിൽ ബ്രഹ്മാവ് വിഷ്ണുവിനേയും ദശാവതാരങ്ങളേയും വിശിഷ്യാ ശ്രീരാമനേയും വസ്തുതകൾ നിരത്തി പാടിപ്പുകഴ്ത്തി. കൂടെ വരുന്നവർക്കെല്ലാം സ്വർഗ്ഗം നൽകണമെന്ന് ശ്രീരാമൻ ബ്രഹ്മാവിനോട് പറഞ്ഞു. ബ്രഹ്മാവ് സകലരോടും സരയൂവിൽ മുങ്ങാൻ നിർദ്ദേശിച്ചു. എല്ലാവരും അനുസരിച്ചു. സീതയും ലക്ഷ്മണനും നേരത്തേ എത്തിയിരുന്നു. ഇപ്പോൾ ശ്രീരാമനും ഭരതനും ശത്രുഘ്നനും എത്തി. ശ്രീരാമൻ വിഷ്ണുവായി. സീത ലക്ഷ്മീദേവിയായി. ലക്ഷ്മണൻ അനന്തനും ഭരതൻ ശംഖും ശത്രുഘ്നൻ ചക്രവുമായി. വാനരന്മാർ ദേവന്മാരായി. ലോകനന്മയ്ക്കുവേണ്ടി ഒരു പ്രശ്നപരിഹാരത്തിന് ഇവിടെനിന്ന് പലവിധത്തിൽ നീങ്ങിയവരാണല്ലോ ഇവർ! ലക്ഷ്യങ്ങൾ നിറവേറ്റി എല്ലാവരും വീണ്ടും പൂർവ്വസ്ഥിതിയിലായി. അതുപോലെതന്നെ തമസാനദിക്കരയിൽ രൂപംകൊണ്ട കഥാതന്തു വികാസപരിണാമങ്ങളോടെ സരയുവിൽത്തന്നെ വിലയം പ്രാപിച്ചു.

സഹസ്രമുഖരാവണൻ

രാവണവധത്തിനുശേഷം ശ്രീരാമൻ അയോധ്യയിൽ തിരിച്ചുവന്ന് രാജാവായി വാഴുകയാണ്. അക്കാലത്ത് ദധിസാഗരമധ്യത്തിൽ ത്രൈലോക്യപുരിയിൽ സഹസ്രമുഖൻ എന്ന ഒരു അസുരൻ വാണിരുന്നു. നിരന്തരമായ കഠിനതപസ്സുകൊണ്ട് ശിരസ്സുകൾ അറുത്ത് ഹോമിച്ച് സഹസ്രമുഖൻ ബ്രഹ്മാവിനെ പ്രത്യക്ഷപ്പെടുത്തി. "സ്ത്രീകൾ ഒഴികെ മറ്റാരും വധിക്കരുത്. ബ്രഹ്മാസ്ത്രം

വേണം. മൂന്നുലോകവും ഒരു യാമംകൊണ്ട് ചുറ്റിസഞ്ചരിക്കാവുന്ന രഥം വേണം." വരസിദ്ധിയിൽ മതിമറന്ന് മനോരഥമെന്ന വിമാനത്തിൽ കയറി ദേവന്മാരേയും അസുരന്മാരേയും തോൽപ്പിച്ചു. പാതാളത്തിൽചെന്ന് ശതമുഖരാവണനേയും പരാജയപ്പെടുത്തി. ശതമുഖപുത്രിയായ ചന്ദ്രമുഖിയെ പത്നിയാക്കി. ശതമുഖൻ പരമശിവനിൽനിന്നും കിട്ടിയ വരായുധമായ കഠാരം സ്ത്രീധനമായി നൽകി. ചന്ദ്രമുഖിയുമായി സുഖിച്ച് രസിക്കുന്നതോടൊപ്പം ദേവാലയങ്ങൾ നശിപ്പിച്ചു. ദേവപൂജ മുടക്കി. ഇങ്ങനെ പലവിധത്തിലും ഉപദ്രവങ്ങൾ ഉണ്ടാക്കി രസിച്ചു. ഒരിക്കൽ പത്നീപിതാവായ ശതമുഖനെ കാണാൻപോയി വരുമ്പോൾ സുതലത്തിൽ ലക്ഷ്മീദേവിയെ തപസ്സുചെയ്യുന്ന ചഞ്ചലാക്ഷി എന്ന വിദ്യാധരസ്ത്രീയെ കണ്ടു. മാരപരവശനായ അയാൾ ആ സ്ത്രീയെ ബലമായി പിടിച്ചുകൊണ്ടുവരുവാനൊരുങ്ങി. എന്റെ ഉപാസനാമൂർത്തിയായ ലക്ഷ്മീദേവി നിമിത്തം നീ മരിക്കുമെന്ന് ശപിച്ച് ചഞ്ചലാക്ഷി പ്രാണൻ വെടിഞ്ഞു. ഈ ശാപമൊന്നും വകവെയ്ക്കാതെ അയാൾ ത്രിലോകങ്ങളെ വിറപ്പിച്ചുകൊണ്ടിരുന്നു.

സഹസ്രമുഖന്റെ പുത്രനായ വജ്രബാഹു ഹിമവൽസാനുക്കളിൽച്ചെന്ന് കഠിനതപസ്സുചെയ്ത് ശിവനെ പ്രത്യക്ഷപ്പെടുത്തി. കലാവിദ്യകളും പടച്ചട്ടയും പാശുപതാസ്ത്രവും നേടി. അഹങ്കാരത്താൽ ഇന്ദ്രനെ വിറപ്പിച്ചു. ഇന്ദ്രൻ സുബ്രഹ്മണ്യസഹായം തേടി. വജ്രബാഹു സുബ്രഹ്മണ്യനുമായി യുദ്ധമായി. വജ്രബാഹു തന്റെ കയ്യിലുള്ള പാശം എറിഞ്ഞ് എല്ലാവരേയും ബന്ധിച്ചു. അവർ ഹിമാലയ താഴ്‌വരയിൽ ചെന്നുവീണു. സുബ്രഹ്മണ്യൻ വേലുകൊണ്ട് പാശം അറുത്തു. വജ്രബാഹു യുദ്ധസ്ഥലം ഇരുട്ടാക്കി. ഷൺമുഖൻ ആഗ്നേയാസ്ത്രംകൊണ്ട് ഇരുട്ടകറ്റി. ശക്തി എന്ന വരായുധംകൊണ്ട് വജ്രബാഹുവിനെ വധിച്ചു.

മകന്റെ മരണവാർത്തയറിഞ്ഞ് സഹസ്രമുഖൻ ഇന്ദ്രനെ പിടിച്ചുകെട്ടിക്കൊണ്ടുവരുവാൻ മന്ത്രിയായ ബാണനെ നിയോഗിച്ചു. ബാണൻ യുദ്ധത്തിൽ ഇന്ദ്രനെ തോൽപ്പിച്ച് ബന്ധനസ്ഥനാക്കി കൊണ്ടുവന്ന് കൈകാലുകളിൽ ചങ്ങലയിട്ട് തടവറയിലിട്ടു. ദേവന്മാർ ബ്രഹ്മാവിനോട് സങ്കടമുണർത്തിച്ചു. അവർ ബ്രഹ്മാവുമൊത്ത് സഹായത്തിനായി വിഷ്ണുവിനെ സമീപിച്ചു. വിഷ്ണു ദേവന്മാരെ സൈന്യമാക്കി ദധി സമുദ്രതീരത്തുചെന്ന് ശംഖുവർണ്ണൻ എന്ന ദൂതനെ വിട്ടു. ഇന്ദ്രനെ വിട്ടയയ്ക്കാൻ പറഞ്ഞു. അതിനു തയ്യാറായില്ലെങ്കിൽ യുദ്ധത്തിന് ഒരുങ്ങണമെന്ന് താക്കീതും നൽകി. "നാരായണന്റെ കൽപ്പന വൈകുണ്ഠത്തിലേ നടക്കൂ. ത്രൈലോക്യപുരി എന്റേതാണ്. ഇവിടെ എന്റെ കൽപ്പനയേ നടക്കൂ." ശംഖുവർണ്ണനെ തടവിലിട്ടു. ദൂതനെ കാണാഞ്ഞതുകൊണ്ട് വിവരമറിയാൻ വിഷ്ണു ഗരുഡനെ വിട്ടു. ഗരുഡൻ

തിരിച്ചുവന്ന് നൽകിയ വിവരത്തിന്റെ അടിസ്ഥാനത്തിൽ വിഷ്ണു ദേവന്മാരെ സാഗരതീരത്തു നിർത്തി ഏകനായി ഗരുഡനിൽ കയറി സഹസ്രമുഖസന്നിധിയിലെത്തി. സഹസ്രമുഖൻ പരിഹസിച്ചു. "എന്തിനാണ് വന്നത്? ദൂതൻ ഇവിടെയുണ്ട്. ഇന്ദ്രന് കൂട്ടിന് വെച്ചിരിക്കുകയാണ്." ഇന്ദ്രനെ വിട്ടയച്ചുകൂടേ എന്ന് വിഷ്ണു തന്ത്രപൂർവ്വം തിരക്കി. "യുദ്ധമെന്നാണല്ലോ ദൂതൻ പറഞ്ഞത്? എന്നാൽ യുദ്ധമാകാം. അതുകഴിഞ്ഞിട്ടാകാം മറ്റുകാര്യങ്ങൾ." സഹസ്രമുഖൻ വീരനായി മറുപടി നൽകി. "ഇന്ദ്രനെ വിട്ടുകിട്ടണമെന്നേ എനിക്ക് ആഗ്രഹമുള്ളൂ." വിഷ്ണു അറിയിച്ചു. വിഷ്ണുവിന്റെ നയരൂപത്തിലുള്ള സംഭാഷണത്തിൽ വിഷ്ണുവിന് തന്നെ പേടിയാണെന്നുറച്ച് അപേക്ഷപ്രകാരം ഇന്ദ്രനെ വിട്ടുകൊടുത്തു.

സഹസ്രമുഖനെ വധിക്കാൻ ശ്രീരാമന് മാത്രമേ കഴിയൂ എന്ന് മനസ്സിലാക്കിയ ദേവവൃന്ദം ശ്രീരാമനെ കാര്യങ്ങൾ ധരിപ്പിച്ചു. ശ്രീരാമൻ വിഭീഷണനേയും സുഗ്രീവനേയും വരുത്തി. വിഭീഷണപുത്രനായ മാല്യവാന്റെ പത്നി ദേവതാരിയെ സ്നാനത്തിനു പോകുമ്പോൾ സഹസ്രമുഖൻ വിമാനത്തിൽ കടത്തിക്കൊണ്ടുപോയ വിവരം വിഭീഷണൻ പറഞ്ഞു. വിഭീഷണന്റെ അപമാനം ദുഃഖകരമാണെന്ന് സുഗ്രീവനും പറഞ്ഞു. ഹനുമാൻ ശാസ്ത്രോചിതമായി ചിന്തിച്ചു. സഹസ്രമുഖന് മരണമടുത്തിട്ടുണ്ട്. പക്ഷേ ശ്രീരാമനല്ല, ലോകമാതാവായ ശക്തിയാണ് അവനെ വധിക്കുകയെന്ന് അറിയിച്ചു. വിശ്വരൂപം കൈക്കൊണ്ട് ഹനുമാന്റെ ചുമലിൽ കയറി രാമലക്ഷ്മണന്മാരും വിമാനത്തിൽ കയറി വിഭീഷണസുഗ്രീവാദികളും സഹസ്രമുഖനെ വകവരുത്താനായി ത്രൈലോകപുരിയിലെത്തി.

ശ്രീരാമാദികൾ വന്നണഞ്ഞ ശബ്ദം കേട്ട് സഹസ്രമുഖ ചാരന്മാർ എത്തി വിവരം തിരക്കി. ലക്ഷ്മണൻ വീരചരിതങ്ങൾ വിസ്തരിച്ചു പറഞ്ഞു. "കൂട്ടത്തിൽ വിഭീഷണ പുത്രപത്നിയായ ദേവതാരിയെ വിട്ടുകൊടുക്കണം. അല്ലെങ്കിൽ യുദ്ധമുണ്ടാകും" എന്ന താക്കീതും നൽകി. സഹസ്രമുഖൻ മന്ത്രിയായ ബാണനുമായി ആലോചിച്ചു. കൃമികീടസദൃശ്യരായ മനുഷ്യരേയും ആയുധമില്ലാത്ത വാനരന്മാരേയും പേടിക്കേണ്ടതില്ല. അവർ നിസ്സാരന്മാരാണ്. ഏതെങ്കിലും ഒരു സൈനികനെ അയച്ചാൽ അവരുടെ കഥ തീർക്കാമെന്ന് ബാണൻ അഭിപ്രായപ്പെട്ടു. ഇതുകേട്ട സഹസ്രമുഖൻ മാതുലനായ മഹിഷാസുരൻ വിഷ്ണുവിന്റെ അംശാവതാരമായ രാക്ഷസരാജസഹോദരനും ബ്രഹ്മവരദത്തപ്രതാപിയുമായ രാമനേയും വിഭീഷണനേയും എതിരിടുക എളുപ്പമല്ലെന്ന് ഓർമ്മിപ്പിച്ചു. മഹിഷത്തിന്റെ (പോത്തിന്റെ) ബുദ്ധിയേയുള്ളൂവെന്നും മേലിൽ സഭയിൽ വിഡ്ഢിത്തം പറയാതിരിക്കണമെന്നും

പറഞ്ഞ് സഹസ്രമുഖൻ മഹിഷാസുരനെ ആക്ഷേപിക്കുകയാണ് ചെയ്തത്.

ചാരനെ വിട്ടിട്ടും വിവരം കിട്ടാൻ താമസിക്കുന്നതിനാൽ ഉടൻ വിവരമറിഞ്ഞുവരാൻ രാമൻ ഹനുമാനെ ചുമതലപ്പെടുത്തി. ഹനുമാൻ വേഗത്തിൽ സഹസ്രമുഖരാജധാനിയിൽ എത്തി. സുന്ദരകാണ്ഡത്തിൽ രാവണസന്നിധിയിൽ എത്തിയ ഹനുമാന്റേതുപോലുള്ള പ്രകടനം ഇവിടേയും ഉണ്ടായി. രാമമന്ത്രം മുഴക്കി വാല് ചുരുട്ടി പീഠമുണ്ടാക്കിയിരുന്നു. സഹസ്രമുഖൻ വർദ്ധിച്ച കോപം ഒരുവിധം അടക്കി. ആരാണെന്ന സത്യം തുറന്നുപറയാൻ ആവശ്യപ്പെട്ടു. ശ്രീരാമന്റെ ദൂതനാണെന്ന് വെളിപ്പെടുത്തി. "നിന്നെ പരാജയപ്പെടുത്തി കപ്പം വാങ്ങിയ സാക്ഷാൽ രാവണനെ വധിച്ച് ധർമ്മം സ്ഥാപിച്ച ഭഗവാനാണ് രാമൻ. അസുരരാജാവായി ഞെളിയുന്ന നിനക്ക് ജീവൻ വേണമെങ്കിൽ വിഭീഷണപുത്രനായ മാല്യവാന്റെ പത്നിയായ ദേവതാരയെ കൊണ്ടുവന്ന് വിഭീഷണനോട് മാപ്പുപറയണം." ഹനുമാന്റെ പരിഹാസത്തിൽ സഹികെട്ട സഹസ്രമുഖൻ, "തന്റെ ഭാര്യയെ മറ്റൊരുവന് കൊടുത്ത് പിന്നീട് സ്വീകരിക്കുന്ന രാമനാണോ വീരൻ? അവന്റെ ദൂതനായ നിനക്ക് എന്ത് മഹിമയാണ്? ജ്യേഷ്ഠനെ കൊല്ലിച്ച് രാജ്യം തട്ടിയെടുത്ത വിഭീഷണൻ കേമനോ? സ്ത്രീയെ കൊണ്ടുവന്നത് രതിസുഖത്തിനാണ്. വിവരമില്ലാതെ യുദ്ധത്തിനുവന്നാൽ ഞാനും തയ്യാറാണ് എന്ന് അറിയിക്കൂ." എന്നു പറഞ്ഞ് ഹനുമാനെ മടക്കിയയച്ചു. മാത്രമല്ല, ശത്രുക്കളെ നശിപ്പിച്ചുവരാൻ മന്ത്രിയായ ബാണനെ ചുമതലപ്പെടുത്തുകയും ചെയ്തു.

അട്ടഹസിച്ച് മുന്നേറിയ ബാണനെ ശ്രീരാമന്റെ സമ്മതത്താൽ ലക്ഷ്മണൻ നേരിട്ടു. അംഗദനും നീലനും സഹായികളായി. ഇരുവരും തമ്മിൽ അതിഭയങ്കരമായ യുദ്ധമുണ്ടായി. സിംഹഗർജ്ജനം മുഴക്കി ബാണൻ മുന്നേറി. ലക്ഷ്മണൻ അത്ഭുതപ്പെട്ടു. അപ്പോൾ ഒരശരീരി കേട്ടു. "ശിവലിംഗധാരിയായ സന്ന്യാസിയെ വിഴുങ്ങിയപ്പോൾ ശിവലിംഗം കഴുത്തിൽ കുടുങ്ങിയിട്ടുണ്ട്. പാശുപതാസ്ത്രം തൊടുത്താൽ അത് പുറത്തുവരും. അത് സമുദ്രത്തിലേക്കെറിഞ്ഞ് വധിക്കുക." അശരീരി ഉൾക്കൊണ്ട ലക്ഷ്മണൻ പ്രവർത്തിച്ചു. ബാണനെ വധിച്ചു. ഇതറിഞ്ഞ് സഹസ്രമുഖൻ തന്റെ പുത്രനായ ചന്ദ്രഗുപ്തനെ യുദ്ധത്തിന് നിയോഗിച്ചു. ബ്രഹ്മാണ്ഡം കുലുങ്ങുമാറ് രണഭേരി മുഴക്കി ചന്ദ്രഗുപ്തൻ പടയുമായി പാഞ്ഞെത്തി. അവനോട് എതിരിടാൻ മാല്യവാനെ നിയോഗിച്ചു. അപ്പോൾ ഒരശരീരി കേട്ടു. "ചന്ദ്രഗുപ്തന്റെ ഭാര്യ പത്മകോമളം ഗുരുഗൃഹത്തിലിരുന്ന് ബ്രഹ്മദേവനെ ധ്യാനിച്ചുകൊണ്ടിരിക്കുകയാണ്. ധ്യാനം തടുത്താലേ ചന്ദ്രഗുപ്തനെ ജയിക്കാൻ സാധിക്കുകയുള്ളൂ." പത്മകോമളയുടെ ധ്യാനം മുടക്കാൻ ഹനുമാനെ നിയോഗിച്ചു.

മാരുതി ഭയങ്കര രൂപത്തിൽ ആരുമറിയാതെ ധ്യാനഗൃഹത്തിൽ എത്തി. മാല്യവാൻ യുദ്ധത്തിൽ തളരുകയാണ്. നീലനെ സഹായത്തിന് വിട്ടു. നീലനും ചന്ദ്രഗുപ്തനും തമ്മിൽ വൻയുദ്ധം തുടർന്നു. മാരുതി എയ്തുവിട്ട മന്ത്രശക്തിയാൽ കാവൽസ്ത്രീകൾ തമ്മിൽ കലഹിക്കുകയും ഉപദ്രവിക്കുകയും ചെയ്തു. പത്മകോമളയുടെ ധ്യാനം നിർത്തേണ്ടി വന്നു. മാല്യവാൻ ചന്ദ്രഗുപ്തന്റെ രഥം തകർത്തു. ബ്രഹ്മാസ്ത്രത്താൽ തലയറുത്ത് സഹസ്രമുഖന്റെ രാജധാനിയിൽ കൊണ്ടിട്ടു. കോപംകൊണ്ട് അലറിയ സഹസ്രമുഖൻ വിപുലമായ പടയുമായി മുന്നേറി. സഹസ്രമുഖന്റെ ശാപം രാമൻ അറിഞ്ഞു. സഹസ്രമുഖൻ അജയ്യനാണെന്ന് രാമന് ബോധ്യപ്പെട്ടു. ലക്ഷ്മണനെ വിട്ട് സീതയെ വരുത്തി. ശ്രീരാമന്റെ മോഹനാസ്ത്രത്താൽ സഹസ്രമുഖന്റെ പടയാളികൾ തമ്മിൽ യുദ്ധമായി. ഭഗവാന്റെ ഉപദേശമനുസരിച്ച് സീത കാളരാത്രിയായി രൂപപ്പെട്ടു. എല്ലാവരും നടുങ്ങുന്ന വികൃതരൂപം. കറുത്ത വാവുദിവസം അർദ്ധരാത്രിയിലെ കറുത്ത നിറവും ആകാശത്തിന്റെ വലിപ്പവും സിംഹത്തിന്റെ പല്ലുകളും വിശാലമായ ചലനവുമുള്ള കൈകൾ, രക്തനിറമുള്ള തലമുടി, കയ്യിൽ കാലവേല ധരിച്ചിരിക്കുന്നു. ധർമ്മരാജനും മന്ത്രിയായ കാലനും വേതാളവുമായി മരണത്തിന്റെ തലേരാത്രി ദേഹദേഹികളെ വേർപിരിച്ച് കളയുന്ന കാളരാത്രി. ഇതുകണ്ട സഹസ്രമുഖൻ പ്രതിമ കണക്കെ വീണു. വൈദേഹി വ്രതശുദ്ധിയോടെ സഹസ്രമുഖനെ ദഹിപ്പിച്ചു. ത്രൈലോക്യപുരി കടലിൽ മുങ്ങിപ്പോയി.

കഥാപാത്രങ്ങളും പ്രതിപ്രവർത്തനങ്ങളും

ഈ അദ്ധ്യായത്തിൽ നിറഞ്ഞുനിൽക്കുന്ന അത്ഭുതപ്രതിഭാസമാണ് ശ്രീരാമചന്ദ്രൻ. സത്യധർമ്മ സംരക്ഷണത്തിനുവേണ്ടി രാമൻ വനവാസത്തിന് പോയി. വനവാസത്തിനിടയിലുണ്ടായ പരീക്ഷണങ്ങളെല്ലാം വിജയപ്രദമായി നേരിട്ടു. വരവീര്യത്തിൽ അഹങ്കരിച്ച് എല്ലാവരേയും വിറപ്പിച്ച രാവണനെ വധിച്ചു. ഭരതനോട് ചെയ്ത പ്രതിജ്ഞപ്രകാരം അയോദ്ധ്യയിൽ തിരിച്ചെത്തി രാജ്യഭരണം ഏറ്റെടുത്തു. അഗസ്ത്യാദി മഹർഷികളുടെ കഥകളിൽനിന്നും ഭരണനിർവ്വഹണത്തിന്റെ നീതിശാസ്ത്രബോധം വിപുലപ്പെടുത്തി. അങ്ങനെ സമാധാനപരമായി, ശാന്തമായി, സുഖപ്രദമായി. രാമനും കുടുംബവും രാജ്യവും സന്തുഷ്ടമായി. അയോദ്ധ്യയ്ക്ക് ഭാവി ഭരണാധികാരികളെ നൽകാൻ സീത തയ്യാറായി. എങ്ങും ആനന്ദത്തിന്റെ അലയടികൾ.

സമ്പൂർണ്ണമനുഷ്യാവതാരം

വിജയൻ, ജയന്തൻ എന്നീ ചാരന്മാർ നൽകിയ സൂചനകളിൽ അസ്വസ്ഥനാകുന്നു. പ്രാണനാഥയായ സീതയെപ്പോലും

പരിത്യജിക്കാൻ ഒരുങ്ങുകയാണ്. മഹർഷിമാരുടെ ആശ്രമത്തിൽ കുറച്ചു ദിവസം താമസിക്കാനുള്ള സീതയുടെ അഭിലാഷം അതിന് തുണയായി. രാമന്റെ ജീവാംശം എന്ന് വിശേഷിപ്പിക്കാവുന്ന ലക്ഷ്മണനെത്തന്നെ സീതാപരിത്യാഗത്തിന് വിനിയോഗിക്കേണ്ടിവന്നു. ലക്ഷ്മണനും സീതയും പ്രതിസന്ധിയെ പൂർവ്വ പുണ്യംകൊണ്ടും ജന്മകർമ്മംകൊണ്ടും ഒരുവിധം തരണം ചെയ്തു. എങ്കിലും രാമൻ തളർന്നുപോയി. ലക്ഷ്മണന്റെ സ്നേഹ വിജ്ഞാനധാരയിൽ ഉന്മേഷവാനായി. രാജ്യകാര്യങ്ങളിൽ ജാഗരൂകനായി. കാഞ്ചനാദിമഹർഷിമാരുടെ അഭ്യർത്ഥന മാനിച്ച് ഇളയസഹോദരനായ ശത്രുഘ്നനെ ലവണവധത്തിനും മധുരാ ഏകീകരണത്തിനും നിയോഗിച്ചു. രാജ്യം പുരോഗതിയിലേക്ക് കുതിച്ചുയർന്നുകൊണ്ടിരുന്നു. ദൈനംദിനം വന്നുകൊണ്ടിരുന്ന പരാതികളും പ്രശ്നങ്ങളും കൂടിയാലോചിച്ച് പരിഹരിച്ച് പുതിയ ഭരണപാത തുറന്നു.

മഹർഷിമാരുടെ ഉപദേശപ്രകാരം അശ്വമേധയാഗം നടത്താൻ തീരുമാനിച്ചു. യാഗമദ്ധ്യേ രണ്ട് മുനികുമാരന്മാർ വാല്മീകി രചിതമായ രാമായണകഥ ഗാനമായി ഹൃദ്യമായി അവതരിപ്പിച്ചു. വാല്മീകിയുടെ സാന്നിധ്യത്തിൽ കുട്ടികളെ തിരിച്ചറിഞ്ഞു. പശ്ചാത്താപ വിവശനായി സീതയെ സ്വീകരിക്കാനൊരുങ്ങി. എന്നാൽ സീത ഇനിയൊരു പരീക്ഷണത്തിനുംകൂടി തയ്യാറാവാതെ മാതൃസന്നിധിയിലേക്ക് പോയി. രാമൻ ആകെ തളർന്നുപോയി. എങ്കിലും ധൈര്യം ആർജ്ജിച്ച് ഭരണം തുടർന്നു. ഭരതപുത്രന്മാർക്കും ലക്ഷ്മണപുത്രന്മാർക്കും ശത്രുഘ്നപുത്രന്മാർക്കും പ്രത്യേക രാജ്യങ്ങൾ നിർദ്ദേശിച്ചു. രാമന്റെ കാലം കഴിയാറായി. സത്യസംരക്ഷണത്തിനായി പ്രാണനായ ലക്ഷ്മണനെ ഉപേക്ഷിക്കേണ്ടിവന്നു. എങ്കിലും ആശ്രിതർക്കൊപ്പം സരയൂവിലൂടെ സ്വർഗ്ഗത്തിലെത്തി. പാലാഴിയിൽ വാഴുന്ന വിഷ്ണുവായി.

മേൽസൂചിപ്പിച്ച കഥാതന്തുവിലെല്ലാം രാമന്റെ ചിന്താധാരയും പ്രവർത്തനശൈലിയും വ്യക്തമാണ്. സീതയുടെ ചാരിത്ര്യശുദ്ധിയെപ്പറ്റിയുള്ള വാർത്തകൾ അസംതൃപ്തിയുണ്ടാക്കുന്നു. പ്രിയപത്നിയുമൊത്ത് സുഖസൗഖ്യങ്ങൾ അനുഭവിച്ചുതുടങ്ങിയിട്ടേയുള്ളൂ. എങ്കിലും ഉപേക്ഷിക്കുന്നു. രാജാവിന്റെ നീതി നടപ്പാക്കുമ്പോൾ ഭർത്താവിന്റെ സ്നേഹഭാവം തളർത്തുന്നു. എന്നിട്ടും രാമൻ രാജ്യചിന്തയിൽ മുഴുകി. ലവണനെ അമർച്ച ചെയ്യാൻ ഇളയസഹോദരനെപ്പോലും വിടുന്നു. സഹോദരനേക്കാൾ രാജാവിന് പ്രിയപ്പെട്ടത് ജനങ്ങളാണ്. മക്കളെ തിരിച്ചറിഞ്ഞപ്പോൾ എല്ലാം മറന്ന് ഒരു പിതാവിന്റെ അദമ്യമായ വാത്സല്യധാര ഒഴുകുന്നു. പുനർചിന്തയിലൂടെ പത്നിയെ വീണ്ടും സ്വീകരിക്കാൻ തയ്യാറാകുന്നു. വിധി മറിച്ചാവുകയാണ്. ജനങ്ങളുടെ പരാതികൾ

കേട്ടും പ്രശ്നങ്ങൾ പരിഹരിച്ചും വിദഗ്ധരുടെ ഉപദേശങ്ങൾ ഉൾക്കൊണ്ടും സമർത്ഥനായ ഭരണാധികാരിയായി നീങ്ങുന്നു. കാലം കഴിയുമ്പോൾ കാലൻ വരുന്നു, കൂട്ടത്തിൽ ദുർവ്വാസാവുമുണ്ട്. പ്രാണപ്രിയനായ ലക്ഷ്മണനേയും പരിത്യജിക്കേണ്ടി വരുന്നു. പതറിയെങ്കിലും രാജ്യകാര്യങ്ങളിൽ വീഴ്ച വരുത്തിയില്ല. പുത്രന്മാർക്കെല്ലാം യഥോചിതമായ കർമ്മമേഖലകൾ ഒരുക്കി. പിന്തുടർന്നവരെയെല്ലാം കൂടെ കൊണ്ടുപോയി, ജന്മസാഫല്യം നേടി. മകന്റെ, ഭർത്താവിന്റെ, പിതാവിന്റെ, സഹോദരന്റെ, ഭരണാധികാരിയുടെ, അവതാരപുരുഷന്റെ എല്ലാ വികാരവിചാരങ്ങളും ഉൾക്കൊണ്ട് കടമകൾ നിർവ്വഹിച്ചു. സമ്പൂർണ്ണമനുഷ്യാവതാരമെന്ന ബഹുമതിക്ക് അർഹനായി.

സീതയ്ക്ക് ഈ അദ്ധ്യായത്തിൽ മുഖ്യസ്ഥാനമുണ്ട്. ഭാര്യയായി വിളങ്ങുന്നു. അമ്മയായി ത്യാഗത്തിന്റേയും സാന്ത്വനത്തിന്റേയും പ്രതീകമാകുന്നു. വീരവനിതയായി, വിശിഷ്ടമകളായി, വിശേശ്വരിയായി വിലസുകയാണ്. രാമായണം സീതയുടെ കഥയാണെന്ന് ചിലരെ ചിന്തിപ്പിക്കാൻപോലും സീതയ്ക്കു കഴിഞ്ഞു. ശ്രീരാമകഥ പാടി ജനശ്രദ്ധ ആകർഷിച്ച കുശലവന്മാർ യാഗാശ്വത്തെ ബന്ധിച്ച് ശ്രീരാമപുത്രന്മാരാണെന്ന് സ്വയം തെളിയിച്ചു. ശ്രീരാമസഹോദരന്മാരായ ഭരതനും ലക്ഷ്മണനും ശത്രുഘ്നനും ഉചിതമായ ഇടപെടലുകൾകൊണ്ടും നീതിനിർവ്വഹണംകൊണ്ടും എക്കാലത്തേയും മികച്ച സഹോദരന്മാരായി വിളങ്ങുകയാണ്. എന്തുകൊണ്ടാണെന്ന് വ്യക്തമല്ല, ശ്രീരാമസഹോദര പത്നിമാരുടെ പ്രവർത്തനം അണിയറയ്ക്ക് പിന്നിലാണ്. വസിഷ്ഠൻ, അഗസ്ത്യൻ തുടങ്ങിയ മഹർഷിമാരുടെ നീതിബോധവും ധർമ്മചിന്തകളും രാമായണകഥകളുടെ താളലയങ്ങളാണ്. രാജധാനിയും വനവും ആശ്രമവും നദീതീരവുമെല്ലാം അരങ്ങുകളാണ്. സത്യവും ധർമ്മവും നീതിയുമാണ് ആപ്തവാക്യങ്ങൾ. പ്രപഞ്ചവും ഭരണാധികാരിയും കൂട്ടാളികളും ജനങ്ങളും ഒത്തുനീങ്ങുന്ന ജീവിതസ്പന്ദനങ്ങൾ! പരസ്പരധാരണയോടെ എല്ലാവരും ഒന്നിക്കുന്നു. രാമൻ ഭാവികാര്യങ്ങൾ ചിട്ടപ്പെടുത്തി. വിഭീഷണനും ഹനുമാനും ജന്മാഭിലാഷം നിറവേറ്റാൻ കഴിഞ്ഞു. പിന്തുടർന്നവർക്കെല്ലാം മേന്മ കിട്ടി. ഓരോ കഥാപാത്രത്തിന്റേയും മിഴിവ്, പരിണാമഗുപ്തിക്ക് വഴിയൊരുക്കുന്നു.

ജീവിതദർശനങ്ങൾ

ഉചിതമായ സന്ദർഭങ്ങളിൽ യഥാർത്ഥ കഥാപാത്രങ്ങൾ രാമകഥയുടെ മാഹാത്മ്യം ചൂണ്ടിക്കാണിക്കുന്നു. ആവർത്തനപഠനരീതി എങ്ങും കാണാം. സൂചിതകഥകളും പൂർവ്വസംഭവങ്ങളും കഥാഗതിക്ക് ചൈതന്യം പകരുന്നുണ്ട്. രാമായണത്തിന്റെ മുഖ്യ

ധാരയായ ഭക്തിരസപ്രഭാവം അന്ത്യത്തിലുള്ള ബ്രഹ്മസ്തുതിയിലുണ്ട്. ജീവിതം സുഖദുഃഖസമ്മിശ്രമാണെന്ന് ലക്ഷ്മണൻപോലും ശ്രീരാമനെ ഓർമ്മിപ്പിക്കുന്നു. സത്യസംരക്ഷണത്തിന് സ്വയം കർമ്മധാരിയായി ലക്ഷ്മണൻ സത്ചിന്തകൾക്ക് വഴിയൊരുക്കുന്നു. കഥാഗതിയിലും പാത്രചിന്തകളിലും ഉദാത്തമായ ജീവിതദർശനങ്ങൾ കാണാം.

"താപം കൂടാതെ നിങ്ങൾ പാലിക്ക വൈദേഹിയെ" എന്ന വാല്മീകി വാക്യവും "നന്നു നീ പറഞ്ഞത്" എന്ന രാമപ്രതികരണവും "എത്രയും ബാലൻ തന്നെ നീയെന്ന് ധരിച്ചേൻ ഞാൻ" എന്ന് ലക്ഷ്മണനോട് പറയുന്നതും "സത്യം ഞാൻ ചൊല്ലിടുന്നതെല്ലാവരും കേൾക്കുവിൻ" എന്ന സീതയുടെ പ്രഖ്യാപനവും "ഞങ്ങളെ കൂടെ കൊണ്ടുപോകണം മടിയാതെ" എന്ന ജനാഭിലാഷവും മറ്റും കഥാപാത്രചിന്തകളുടെ സ്വഭാവം വ്യക്തമാക്കുന്നു. കഥാപാത്രസംഭാഷണങ്ങൾ ആധുനിക ഭാഷയോട് സമാനമാണ്. പദങ്ങൾ ശ്രദ്ധിച്ചാൽ ഭാഷാവികാസ പരിണാമങ്ങളുടെ സൂചനകൾ കാണാം. കഥാഗതിക്കും കഥാപാത്രചിന്തകൾക്കും അനുഗുണമായ രീതിയിൽ സന്ദർഭോചിതമായ ഭാഷാശൈലി സ്വീകരിക്കുന്നു. നാരദൻ, ദുർവ്വാസാവ് എന്നീ മഹർഷിമാരെ പൊതുവേ ചീത്ത സ്വഭാവക്കാരായാണ് കരുതുന്നത്. എന്നാൽ അവരുടെ പ്രവർത്തികൾ സത്പ്രവർത്തനങ്ങൾക്കുള്ള പ്രേരണയും മാർഗ്ഗദർശകവുമാണ്. നാരദൻ, ദുർവ്വാസാവ് എന്നീ പദങ്ങൾ ശൈലികൾപോലുമായിട്ടുണ്ട്. യുഗങ്ങൾക്കുമുമ്പ് നടന്ന കഥ ആധുനിക പശ്ചാത്തലത്തിലും സാംഗത്യമുള്ളതാണ്.

കവിയുടെ കൽപ്പനാവൈഭവവും പ്രതിപാദനരീതിയുടെ മഹിമയും പ്രമേയത്തിന്റെ അനശ്വരതയും രാമായണത്തെ നിത്യനൂതനമാക്കുന്നു. ദിവ്യമായ ആകാരസൗഷ്ഠവം, അചഞ്ചലമായ മനസ്സ്, പ്രായോഗികമായ തത്ത്വോപദേശങ്ങൾ എന്നിവകൊണ്ട് ശ്രീരാമൻ സർവ്വാരാധ്യനും സർവ്വകാലവിരാചിതനുമാണ്. ഒരു മനുഷ്യൻ ഉദാത്തമായ ജീവിതചര്യകൊണ്ട് ആദർശപുരുഷനാകുന്നതിന് ഉത്തമോദാഹരണമാണ് ശ്രീരാമൻ. ശ്രീരാമദർശനങ്ങൾ സ്വായത്തമാക്കി ഭാഷാപിതാവായ എഴുത്തച്ഛൻ കാലഘട്ടസ്പന്ദനങ്ങൾ ഉൾക്കൊണ്ട് അദ്ധ്യാത്മരാമായണം കിളിപ്പാട്ടിലൂടെ മലയാളത്തിന്റെ മഹിമ വിളയിച്ചു; ഭാവിതലമുറകൾക്ക് പ്രചോദനകേന്ദ്രമായി. ആ ചൈതന്യപ്രകാശം നാൾക്കുനാൾ ജ്വലിക്കട്ടെ. നന്മയുടെ നാളുകൾ വിരിയട്ടെ. സ്നേഹവും ശാന്തിയും സൗഹൃദവുമുള്ള തലമുറകൾ പിറക്കട്ടെ.

രാമായണം മലയാളികളുടെ ജീവാമൃതമാണ്. അതിലെ അമൃതബിന്ദുക്കളുടെ പ്രകാശധാരാശക്തിയും തേജസ്സും ചൈതന്യവും ലാവണ്യവും ഉൾക്കൊണ്ട് ജീവിതം ഭാസുരമാകട്ടെ. ■

www.ingramcontent.com/pod-product-compliance
Lightning Source LLC
LaVergne TN
LVHW102350051026
849518LV00017B/1997
* 9 7 8 8 1 1 9 4 8 6 4 8 9 *